साहित्य अकादमी पुरस्कार प्राप्त कादंबरी

तणकट

राजन गवस

साकेत ®
प्रकाशन

तणकट
कादंबरी
राजन गवस

प्रकाशन क्रमांक - ७३३
सातवी आवृत्ती - २०२२

प्रकाशक
साकेत बाबा भांड
साकेत प्रकाशन प्रा. लि.
११५, म. गांधीनगर, स्टेशन रोड
औरंगाबाद - ४३१ ००५
फोन - (०२४०)२३३२६९२/९५
www.saketprakashan.in
saketpublication@gmail.com

पुणे कार्यालय
साकेत प्रकाशन प्रा. लि.
ऑफिस नं. ०२, 'ए' विंग
पहिला मजला, धनलक्ष्मी कॉम्प्लेक्स
३७३, शनिवार पेठ
कन्या शाळेसमोर, कागद गल्ली
पुणे - ४११ ०३०
फोन - (०२०) २४४३६६९२

Tankat
Novel
Rajan Gavas

© सौ. अलका राजन गवस

सौ. अलका गवस
के. डी. कॉलनी,
मु. पो. गारगोटी - ४१६ २०९
जि. कोल्हापूर
(०२३२४) २२० ३०३
मो. ९४२२५८०५१७

पहिली आवृत्ती - १९९८
सहावी आवृत्ती - २०१७

अक्षरजुळणी ः धारा प्रिंटर्स प्रा.लि.
मुखपृष्ठ ः विकास जोशी

मुद्रक ः
प्रिंटवेल इंटरनॅशनल प्रा. लि.
जी-१२, चिकलठाणा, औरंगाबाद

ISBN-978-93-5220-166-2
किंमत ः ३५०/-

'शेवटी तो निष्कर्षाप्रत येतो की
या मातीतलं तणकट जात नाही.
जाणार नाही.
आता तो फक्त गच्च डोकं धरून बसतो
मेंदूत तणकटाचं बी पडू नये
म्हणून आटोकाट प्रयत्न करतो.'

- नारायण कुलकर्णी-कवठेकर

शाहू महाराज
आणि
दया पवार नावाच्या आठवणीस...

(या कादंबरीतील सर्व घटना, व्यक्तिरेखा काल्पनिक आहेत.)

एक गडद काळा ढग गावच्या चावडीवर आला. नंतर तो सरकत सरकत म्हारोड्यावर स्थिर झाला. एकदम अंधारले. हवेत उष्मा नव्हता. वाऱ्याला नेहमीसारखीच संथ गती होती. पाऊस पडेल अशी शक्यताही नव्हती. ढग जागच्या जाग्याला स्थिरच. कबीरला ढगाकडे बघता बघताच गम्मत वाटाय लागली. कधी कधी असं होतं. ढग अचानक जमा होतात. सगळीकडून काळवंडून येतं. पाऊस तर पडत नाहीच. पण काही वेळात फेक्क उजेड. कशाचंच नामोनिशान उरत नाही.

कबीरनं बसलेली जागा सोडली. म्हारवाड्याच्या मध्यभागी असलेली तक्क्याची इमारत तेवढीच बंगलोरी कवलं सांभाळत उभी. बाकी सगळी खोपटं. कुठंकुठं काळ्याठिक्कर पडलेल्या खापऱ्या. तर काही खोपटांवर उसाचा काळपट पडलेला पाला. अशात भिमाबा म्हार आणि गोपाळ म्हाराची पक्क्या विटांची घरं. सगळ्यात उठून दिसणारी. त्यांच्या चौकटीला लालभडक रंग लावलेले. त्यामुळं त्यांचं ठळकपण अधिकच जाणवणारं. एकाच गल्लीचा म्हारोडा. तीस-चाळीस घरं. गल्लीत सगळीकडं खडी उठलेली. मध्येमध्ये मोठाले खड्डे. त्यात पाणी साचलेलं. वर घुंगुरट्यांचा तवंग.

तक्याजवळ बसलेली तीन-चार कुत्री ढगामुळं अंधारल्यानंतर काचबारून उठली. कान फडफडत इकडं-तिकडं बघाय लागली. त्यांनाही त्या ढगाचं आश्चर्यच वाटलं असावं. त्यातलं एक कुत्रं कबीरच्या दिशेनं आलं. त्याच्याजवळ आल्यावर दोन्ही पायावर अंग ताणून आळोखे-पिळोखे देऊन त्याच्या पायाला अंग घासू लागलं. कबीर आश्चर्यानं त्याच्याकडं बघत उभा राहिला. बराच वेळ. मग अचानक ढग सरकत सरकत गावच्या गावंदरीवरनं जळकीच्या वड्याकडं सरकला. म्हारवाड्यात फेक्क उजेड पडला. कबीराला मोकळं मोकळं वाटलं. तो जागचं हालला. खोपटात जाऊन त्यानं खुट्याला बांधलेली शेळी सोडली. शेळी धडपडून उठली. तिनं अंग

झिंजाडलं आणि दोरीला वड बसायच्या आत खोपटाच्या बाहेर आली. कसं कळतं या मुक्या जनावरांना? आपल्या मनातलं पटकन त्यांच्याप्रत पोहचतं. लगोलग जाग्यावरनं हालतात. सवयीने येत असेल का हे सारं? कबीरनं खोपटाचं दार लावून घेतलं. दार कसलं? उभा केलेलं पत्र्याचं पान. कुलूप लावायला तो विसरला नाही. कशाला लावायचं कुलूप? काय घेऊन जाणार आपल्या खोपटातून कोण? चार गाडगी आणि फाटकी कापडं. जमवलेलं खिडूकमिडूक. आणि चोरानं यायचंच ठरवलं तर खोपटाच्या दाराकडं यायची गरजच नाही. खोपटाला तुरकाट्याचा कुड. जरा जरी हिसकाहिसकी केली तरी आख्खं खोपाट उघडं होऊन पडेल. मग कशाला या कुलपाचा खटाटोप? त्याचं त्यालाच हसू आलं.

शेळी पुढं आणि तो मागं. दोघं गल्लीतून चालले. सगळ्या म्हारवाड्यातल्या घरात चिडीचिप्प. कुठं तरी एखादी म्हातारी. सगळा म्हारोडा कशाबशाला बाहेर पडलेला. असे लोक तर किती? म्हातारी-कोतारी, चिल्ली-पिल्ली धरून दोन-तीनशे झाले असते. म्हारोड्यातनं बाहेर पडल्यानंतर कबीर रस्त्याला आला. म्हारोड्याच्या खालच्या बाजूलाच मांगोडा. त्याच्या थोड्या वरच्या बाजूला ढोराची तीन-चार घरं. म्हारोड्यालगतच वरच्या बाजूला वडारांची पन्नासाठ घरं. लागूनच गावाला सुरुवात होते. चार गल्ल्यांचं गाव. लागून भली मोठी गावंदर. गावंदरीलाच शेळीला फिरवून इकड-तिकडचा पाला घालावा, असं त्याच्या मनात आलं. नंतर वाटलं, जळकीच्या वड्याला जाऊन शेळीला फिरवून आणावं. मग तो गावच्या गल्लीतनं जळकीच्या वाटंला लागला. आता मात्र चालण्याचा वेग वाढला. तो पुढं आणि शेळी मागं.

पांदीत आल्यावर त्यानं कसलाबसला पाला वरबडून शेळीला चारायला सुरवात केली. शेळीचं इवलंसं तोंड लुटूलुटू हालाय लागलं. त्याला तिच्या तोंडाकडं बघता बघताच गम्मत वाटाय लागली. तिचे बारीक दात. इवलीशी जिवणी. येणारा कुरूमऽ कुरूमऽऽ आवाज. भिरभिरणारे डोळे. त्याला सगळेच बेहद्द आवडू लागले. मग किती तरी वेळ तो तसाच बघत राहिला.

'काय रंऽऽ कबऱ्या, आज शेळी हिकडं कुठं?' कुणाच्या तरी आवाजानं तो दचकला. पांदीतनं कसाळ्याचा जानबामां समोरून येत होता. कबऱ्या फक्त हसला.

'शेळी गाब हाय काय दूद देती रंऽऽ?' जानबामांनं समोर येतच पुन्हा त्याला विचारलं. आता बोलणं भाग होतं. तो म्हणाला, 'दूदबी देती आन गाबबी हाय.' आपण एका वाक्यात सगळंच बोलणं थांबवण्याचा प्रयत्न केलाय. यश आलं तर बरं होईल, असं त्याला वाटाय लागलं. एवढ्यात जानबामां म्हणाला-

'सदोबा, राण्याच्यात गेलाय वाटतं कामाला?'

कबऱ्यानं पुन्हा हासायचा प्रयत्न केला. माहिती असूनही हा पुन्हा विचारतो. गम्मतच आहे. जानबा कसाळ्या वाटंला लागला आणि त्याला बरं वाटलं. थोड्या वेळानं त्याच्या पुन्हा मनात आलं. आपल्याला असं का होतं? खरं म्हणजे जानबा कसाळ्याबरोबर मोकळेपणानं बोलायला काहीही हरकत नव्हती. तो तर किती आपुलकीनं बोलत होता. मग आपण त्याला फक्त हसून कटवण्याचाच प्रयत्न का केला? त्यानं विचारलेलं कोणीही भेटणारा विचारतोच. मग त्याला आपण सरळ बोललो असतो तर काय बिघडलं असतं? आपल्याला बोलण्याचा कंटाळा कसा? कंटाळा म्हणावं तर हे सगळीकडंच असं होत नाही. बऱ्याच ठिकाणी आपण अगदी नको इतकं बोलत बसतो. असं का व्हावं?

तो आणि शेळी शिंद्याच्या मळवीळा पोहचले. शिंद्याच्या उसाच्या जवळपास कुणाचाच सासूल नव्हता. त्यानं पुन्हा पुन्हा कान टवकारून अंदाज घेतला. लांबवर कोणीच दिसत नव्हतं. उसाकडेच्या बांधावर वाढलेला हिरवागार गुलबा बघून शेळी तिकडं वड खायला लागली. कोणच दिसत न्हाई तर चार घास चारायला काय गेलं? त्यानं हातातली दोरी थोडीशी सैल सोडली. शेळी तुटून पडली. तिला किती खाऊ असं होऊन गेलेलं. शिंद्याचा ऊस भलताच वाढीला लागलेला. आत्ताच एवढा तर हंगामापर्यंत हा ऊस किती मोठा होईल? त्याच्या मनात सहज प्रश्न आला.

शिंद्याचं कुळ गावातलं मनगंड कुळ. निव्वळ ऊसच शंभर- दीडशे टण जात असेल. त्यात घरात पाच-सहाच माणसं. खर्चाचंही जेवढ्यास तेवढं. त्यामुळं दाबजोर पैसा. म्हारोड्यातली पंधरा-वीस माणसं तरी रोज त्याच्या मळ्यात कामाला असतातच. एवढा पैसा असला तरी किसना शिंद्याच्या हाततनं पै सुटणं कठीण. असं का होत असेल माणसाचं? एवढा मुबलक पैसा असूनही पैशाचा लोभ का बरं सुटत नसेल? की पैशामुळंच पैशाचा लोभ निर्माण होत असेल माणसाला? कबीरला आठवलं, किसना शिंद्यानं पोराला पैसे खर्च कराय लागतात म्हणून घरात ठेवून मारलं. त्याच्या पायाला कसली नागिन उठली होती. बघता बघता वाढत गेली. डॉक्टर म्हणाले, पुण्याला न्यावं लागेल. तरच पोरगं वाचेल. तीस-चाळीस हजार खर्च होतील. शिंद्यानं त्याला घरात आणून टाकलं आणि म्हणाला, त्येच्या नशिबात आसंल तसं व्हईल. आणि त्याच्या नशिबात लिहिल्यासारखंच पोरगं अंथरुणाला खिळून तडफडून मेलं. गाव अक्षरशः थुकलं पण गड्यात कसला तो बदल नाही. पैशाची मायाच चिकट. तो स्वतःशीच हसला.

'कोण चारालायरऽऽ शेळी त्योऽऽ' लांबूनच कोण्यातरी बाईचा आवाज झाला आणि कबीर काचबारला. त्यानं गडबडीनं शेळीला वडलं. तर ती काय हालायला तयार नाही. त्यानं ताकदिन शेळीला फरफटतच बाजूला घेतलं. तोवर किसना शिंद्याची बायको त्याच्यासमोर दत्त.

'तुला काय लाजगीज वाटंती व्हय रऽऽ लाजगिड्या भाड्याऽऽ? बापसाची मिळकत असल्यागत शेळी बांधावर चारायलास. त्येच्यापरास कापून खा जाऽऽ की गुलामाऽऽ?' शिंद्याच्या बायकोच्या तोंडाचा पट्टा सुटला.

'शेळी लईच वडीला लागली म्हणून चारली जराशी आज्जी' कबीर कसंबसं बोलला. तशी म्हातारी पुन्हा खवळली.

'वर आनी भाड्या जराशी चारली म्हणतोय.' तिचा आवाज चढला. 'गावच्या रानात चारत्यासा तसं हये शिंद्याचं रान समजू नकोसा. भाड्या, तुझ्या बाला-सद्याला काल कामाला बलवाय गेलो तर म्हणला सवड न्हाई, आक्काबा राण्याच्यात जातोय म्हनला. मग शेळी चारायबी त्येच्याच शेतात जाईत जा की रंऽऽ'

'उद्यापास्नं तसं करतो आजी' कबीर हळूच पुटपुटला. तशी म्हातारी एकदम अंगावर आली.

'भाड्याऽऽ म्हार त्यो म्हार आनी बोलतोच बघ तालेवार.'

कबीरनं काढता पाय घेतला. तो लांब जाईपर्यंत म्हातारीच्या तोंडाचा पट्टा चालूच होता. च्या आयला, चुकलंच आपलं. गप्प ह्या पांदीतला आणि जरा पाला शेळीला घातला असता तरी तिचं पोट भरलं असतं. मग कशाला गेलो आपण तिच्या बांधाला? फुक्कटची इदरनी करून घेतली. हे त्याला काही नवीन नव्हतं. अगदी सवयीचं. पण अलीकडं हे असलं बोलणं सहन करण्याची ताकद संपत चालली आहे, असं त्याचं त्यालाच जाणवत होतं. त्यामुळं काहीही घडलं की त्याचा काळपट चेहरा एकदम पालटायचा. डोळे एकाएकी रक्त उतरून लाल पडायचे. प्रयत्नपूर्वक तो स्वतःला सांभाळून थंड होण्याचा प्रयत्न करायचा. पण तसं काहीच आता घडलं नाही. चूकच त्याची होती. आणि त्यानं ती त्याला मान्य असल्यामुळं काहीच घडलं नाही असं समजून तो शेळीला घेऊन पांदीतून चालत राहिला...

सदबा म्हार खोपटातल्या आढ्याच्या मेढीला पाट टेकून गळ्यात गुडघं घेऊन चिलमीला छापी गुंडाळत बसला होता. त्याच्या जवळच कबीर पोत्यावर पुस्तकं

पगळून उगाचच पानं पालटत होता. जवळच धाकला सुबऱ्या मन लावून अभ्यास करत होता. चुलीजवळ आई-गंगव्वा फुकून फुकून इंगळाला जोर आणत होती.

कबीरनं पुस्तक मिटवलं. खोपटात एकच चिमणी. तीही त्याच्या आणि सुबऱ्याच्या समोर. तिचा फिक्कट उजेड सगळ्या खोपटात. शेळीचा रवंथ निवान्त चाललेला. सदबानं आणलेली उसाच्या पाल्याची पेंडी तिच्यासमोर पडलेली. कबीरनं मेढीला टेकून बसलेल्या बापाकडं नजर वळवली. रापलेलं अर्धंअधिक उघडं अंग. फाटलेल्या मुंडाश्यात झाकलेलं. गालाची खबडं एकमेकाला भिडलेली. त्यावर पांढरट खुरटे केस. मिणमिणत्या उजेडात बापाचा चेहरा भलताच भेसूर दिसत होता. गंगव्वा चुलीवर रटरटणाऱ्या गाडग्याचं झाकण उघडून पुन्हा पुन्हा ठेवत होती. कबीरला आईकडं बघणं जमलं नाही. त्यानं पुन्हा पुस्तक उघडलं. अशातच गंगव्वा म्हणाली.

'उद्याचा दीस साळा चुकली तर कसं व्हईल रंऽऽ कबरू?'

कबीर एकदम दचकला. काहीच न बोलता पुस्तक मिटवून बसला. तशी गंगव्वा पुन्हा म्हणाली-

'उद्याचा दीस गणबा पाटलाच्यात कामाला आलास तर आठ पायली भात उसनं दीतू म्हणतोय. त्येलाबी माणसाचा लई खुळांबा झालाय.'

'व्हवू दे तिकडं.' सदोबा गप्पकन सरळ झाला आणि म्हणाला- 'त्येच्यात कबरूनं जायाचं न्हाई. तुझी तूच जा एकटी. न्हाई दिल भात व्होतर. त्येचा त्यो साळंला जाऊदीत. वाटलं तर सुबऱ्याला घिऊन जा. त्येची बुडली साळा तर चालतीया.'

त्याला बापाच्या बोलण्याचं एकदम हसू आलं. हा अलीकडं बापामध्ये होत असलेला बदल त्याला सारखा बोचत होता. तो जेव्हा कॉलेजच्या पहिल्या वर्षात होता तोवर बाप हक्कानं त्याला शाळा चुकवून कुणाच्यातही मजुरीला न्यायचा. प्रसंगी दोघात भलतीच झणपण व्हायची, पण बाप माघार घ्यायचा नाही. मग कबीर पडती बाजू घेऊन त्याच्या म्हणण्याला होकार भरायचा. पण गेल्या चार महिन्यापासून त्यानं गावात कुणाच्यात मजुरीला जाऊ नये असंच त्याच्या बापाला वाटतंय. त्यामुळं तो स्वतःहून सुट्टीच्या दिवशी कुणाच्या बांधाला चालला तर तो कडाडून विरोध करायचा. एकदा त्यानं बापाशी हुज्जत घालूनही बघितली होती. पण तो मनातलं काहीच सांगायला धजला नव्हता. त्यामुळं त्याला बापाच्या या वागण्याचा अर्थच कळेनासा झाला होता. आज तर नवीनच ऐकलं होतं. सुबऱ्याला

घेऊन जा, पण कबीरला नको. बापाच्या मनात काय चाललंय याचा अंदाज घ्यावा म्हणून तो शांतपणे म्हणाला,

'आई- सुबऱ्या नको, मीच येतो. आणि एकाद्या दिवशी बुडालं कॉलेज तर काय व्हईत न्हाई.' तसा सदबा एकदम म्हणाला,

'मी सांगतुया म्हणून तू जायचं न्हाय.'

'मी गेलो तर काय व्हतंय?'

'तू गेल्यावर माती व्हतीया आणि मसाण व्हतंय तुला काय करायचं? सांगतुया तेवढं आयकायचं. साळा करायची.' सदबाचा आवाज चढला आणि तो एकाएकी गप्प बसला. त्यानंतर किती प्रयत्न करूनही बाप काही बोलला नाही. त्यानं नाद सोडला. गंगव्वानं ताटं वाढली, तसा कबीर ताटावर जाऊन बसला.

तक्याच्या कट्टीवर नेहमीसारखी सगळीच पोरं गल लावून बसलेली. गौत्या उभ्या उभ्याच गप्पा छाटत होता. अंगावर तालेवार टॉवेल. खाकी रंगाची पँट. हातात चमकणाऱ्या पट्ट्याचं घड्याळ; आपण बसलो तर पँट चुरगाळेल या भीतीने तो उभ्या उभ्याच बोलत होता. त्याच्या समोर पंढ्या लुंगी लावून नुस्त्या बनियनवर तोंडात तंबाखू धरून बसलेला. त्याच्या गळ्यात साईबाबाचा ताईत लोंबत होता. शेजारीच पांड्या, तान्या, इटल्या, रात्र्या अशी सगळी पोरं. त्यांच्या सोबतीनं हायस्कूलमध्ये शिकणारी हाऱ्या, तुळज्या, तुक्या ही बारकी पोरं, त्यांच्यात मिसळून बसलेली.

कबीर नेहमीसारखाच त्यांच्यात आला. कट्टीवर टेकत तुळज्याला म्हणाला,

'जाऽऽ की रंऽऽ आब्यास कर जाऽऽ काय सरांनी आब्यासच सांगाय न्हाई?'

'हूऽऽ आता हास्कूलात शिकवायला सवड कुणाला हाय' गौत्या आपल्या हातात विषय घेत म्हणालं,

'कबरूदाऽऽ तुझ्या येळचं हायस्कूल येगळं आनी आत्ताचं येगळं. काय एक एक मास्तर भरून ठेवल्यात म्हणतोस. झ्याट सुध्दा शिकवाय ईत न्हाई! बगंल तवा ह्ये सगळे मिळून फिरतच आसत्यात.'

'आरं आसं कधी झालंय काय? जो तो आपापलं तास घेतल्यावर हिंडत आसंल. त्यात काय बिघडलं?' त्यानं गौत्याची समजूत काढायचा प्रयत्न केला.

'घ्या आता, ह्यो आमाला श्यानपणा शिकवालाय' गौत्या म्हणालं, 'आ गाऽऽ दिवसभर आमी गावातच आसताव. तुज्यासारकं कॉलेजबिलेजला जाईत न्हाई.

म्हणून आमाला जे दिसतंय त्ये तुला कसं दिसंल? आमी बघताव की रोजच्याला. सगळी पोरं हिंडत असत्यात शाळंभोत्यान.'

'तुझं खरं असंल रंऽऽ म्हणजे काय तुळज्यानं अब्यास करूने तुज्यासारखं मोकळं हिंडावं म्हणतोस?' कबीरचा आवाज एकदम चिडका झाला. म्हणाला-

'आरंऽऽ या म्हारोड्यातलं एक पोरगं दहावी पास व्हवून बारावी गाटंना झालंय. सगळी आपली नापासच. बघा जरा मांगोड्यात या वरषी पाच पोरं बारावीला हाईत. तुमच्यात कोण गेला बारावीला? बसल्यात हितं कट्टीवर नापास व्हवून.'

'उठा रंऽऽ बाबाऽऽ उठा.' गौत्या म्हणाला,

'ये तुळज्या, हाऱ्या, तुक्या, उठा लेकानु- आब्यास करा जावा. मग धावी पास व्हशीला, मग कालेजला जाशीला. मग बाबासायबानंतर नंबर तुमचाच! उठाऽऽ उठा, आमच्यात बसू नकोसाऽऽ उठा.'

गौत्याच्या बोलण्यानं सगळ्यांचंच खीऽ खीऽ खूऽ खूऽ सुरू झालं. मग त्याला काहीच बोलावंसं वाटलं नाही.

तो तक्काजवळनं हालला. चालता चालता त्याच्या डोक्यात आलं, बाबा यामुळंच आपल्याला कुणाच्या बांधाला कामाला जाऊ देत नसल का? पंढऱ्या, गौत्या, पांड्या ही दहावी नापास झालेली पोरं कुणाच्या बांधाला कधी जात नाहीत. मग आपला पोरगा एवढा शिकतोय आणि दुसऱ्याच्यात कामाला जातोय हे खटकत असंल का? असंल कदाचित, असंही असंल. नाही तरी बापानं एवढा कडकडून विरोध केला नसता. त्याच्या समोर पोरं कदाचित बडबडत असतील, एवढा कॉलेज शिकतोय आणि दुसऱ्याच्यात कामाला जातोय. याचाच हा परिणाम झाला असणार बापावर. या पोरांना एकदा समजून सांगायला हवं. नाही तरी उडगं फिरण्यात यांची ही चार-पाच वर्षं गेली तर ही पोरं पुढं करणार काय? त्यापेक्षा गौत्या, पंढऱ्या आणि पांड्याच्या घरातल्यांनाच समजून सांगावं. पण त्या बिचाऱ्या अडाण्यांना तरी काय कळणार? ती दिवसभर राब-राबतील कधी आणि त्यांच्यावर लक्ष ठेवतील कधी? त्यांच्या त्यांना आक्कला यायला पाहिजेत. त्याशिवाय काय खरं नाही... त्याच्या मनात बरंच कायबाय यायला लागलं. तो माघारी वळला आणि तक्याजवळ न थांबताच खोपटाकडं वळला.

गणपतराव पाटील, डेअरीचं चेअरमन बाबू भैरू पाटील, आक्काबा राणे, किसना शिंदे, जानबा मास्तर अशी गावातली बरीच जाणती मंडळी चावडीत

एकत्र येऊन घडलेल्या भानगडीबाबत गंभीरपणे चर्चा करत होती. जबाबाला दूध डेअरीचा सेक्रेटरी तुळशीदास मिसाळला सगळ्यांच्या समोर उभं केलेलं. सगळे जणच गंभीरपणे घडल्या गोष्टीची तड कशी लावायची या विचारात गुंतले होते. डेअरीच्या जनरल मीटिंगला दगडू भरमू देसायानं जेव्हा पहिल्यांदा डेअरीत साठ हजारचा भ्रष्टाचार आहे असा आरोप केला, तेव्हा पहिल्यांदा चेरमन बंडू पाटलानं त्याला खुळ्यात जमा करून टाकलं. विरोधक म्हणून काहीही बकत सुटतो म्हणून त्याची खिल्ली उडवली. त्यावेळी दगडू देसायाबरोबर असणाऱ्या लव्हाराच्या जान्यानं ऑडीट रिपोर्टचा झेरॉक्स कागद चेरमनसमोर टाकला, तेव्हा बंडू पाटील टाणकन खुर्चीवरून उठला आणि कावराबावरा होऊन तुळशीदास मिसाळकडं बघू लागला. तेव्हा सगळ्या विरोधकांनी मिळून चेरमनचा राजीनामा मागायला सुरवात केली आणि एकच गोंधळ उडाला. आक्काबा राणेनं दोन्ही गटाची समजूत घालून यात खरं-खोट बघूया आणि मग ठरवूया, असं भरल्या मीटिंगमध्ये सांगितलं. तेव्हा मीटिंग संपली. चेरमन बंडू पाटलानं जानबा मास्तरला घेऊन सगळा ऑडिट रिपोर्ट वाचून काढला. तेव्हा त्यालाही खात्री पटली की, आपण चेरमन असतानाच साठ हजाराची आपरातपर झालीय, तेव्हा त्याचं आवसान गळाटलं. बॉडीतले बाळासाहेब शेडबाळे, दादू सत्याप्पा कांबळे, पांगं हाऱ्या आणि मिचकं भीम्या आधीच गावभर बोंबलत सुटली- हे पैसे चेरमननंच खाल्लं, तेव्हा बंडू पाटलाचा आटा सरकला. तेव्हापासून त्यानं गणपत पाटलाचा आणि आक्काबा राणेचा उंबरा सोडला नाही. म्हणून आक्काबा राणेनं सगळ्यांना गोळा घातलं होतं. आक्काबा राणे तसा गावातला इनामदार माणूस. पन्नास बिग्याची उत्पन्न. त्यात तालुक्याचा आमदार महिपतराव सरनोबत त्याचा जवळचा नातलग. तालुक्यातले सगळे इनामदार- वतनदार त्याच्या सलगीतले आणि पावण्या-पैच्या संबंधातले. आक्काबा राणे गावात कुठल्या सत्तेवर नव्हता, तरीही त्याच्या या संबंधामुळे दोन्ही पार्टीचे लोक त्याला वचकून होते. सहसा त्याचं म्हणणं कोण मोडत नसे. आणि आक्काबा राणेही खरं असेल त्याचीच बाजू घेऊन उभा असायचा. त्याला मुळात वावगं खपायचंच नाही. त्यामुळं लांडी-लबाडी करणारं टोळकं त्याच्यापासून चार हात लांब असायचं. त्यात गडी दांडक्यानंही घट्ट. भावकीच नुस्ती पन्नास घराची. हाक मारली की शंभरभर काठ्या-कुऱ्हाडी तयार. पण त्याचा उपयोग कधी आक्काबा राणेनं गावात दहशत निर्माण करण्यासाठी

केला नाही. त्यामुळं अजूनही गावातल्या बायकासुध्दा आक्काबा समोरून आला की पाठमोऱ्या होऊन उभ्या राहतात. या सगळ्याचा आक्काबाला आजिबात गर्व नाही. उलट रस्त्यानं जाताना कुणाच्याही पोराला कडेवर घेऊन चार-आठ आण्याचे चिरमुरं- फुटाणं घेऊन देणार. त्यामुळे लहान पोरापासून मोठ्यापर्यंत त्याचा शब्द कोण टाळत नव्हतं.

गणपतराव पाटलानं तुळसीदास मिसाळाला बसल्या बसल्याच विचारलं.

'बाबाऽऽ तुझं म्हणणं काय एकदा सांगून टाक' तर तुळसीदासनं खाल मान घातली ती वर काढलीच नाही. तसा चेअरमन बंडू पाटील खवळला-

'बोल की भोसडीच्या, आता का त्वांड शिवलं?' तसा आक्काबा राणे म्हणाला-

'बंडू चेरमन, जरा धीरानं घ्या. एवढं ऊनऊनीत खायला नको' मग तुळसीदासकडं बघत म्हणाला.

'बाळ तुळसीदास, तू काय लोकाचा नव्हंस आमचाच हाईस. काय झाली आसली चुकी तर सगळी मिळून निस्तरूया. खरं तू एकदा काय आसंल नसंल त्ये सांगून टाक. म्हणजे मग बरं. तूच खाल मान घालून गप्प बसलास तर व्हयाचं कसं?'

'राणे मालक, ह्यात मलाबी फशीवलंय.' तुळसीदासनं तोंड उघडलं.

'कुणी?'

'त्या शेडबाळ्यानं आणि दादू म्हारानं.'

'त्येनी काय केलंय?'

'हेच की-' तुळसीदास म्हणाला.

'सगळ्या किर्दी तो शेडबाळ्याच लिहायचा- मला म्हणायचा. तुला काय जमायचं न्हाई. माझं मीच बघतो. तू नुस्ता गप्प बसत जा. पैसेबी बँकेतनं त्योच काढून आणायचा. आता रोज तालुक्याला जातोय. बँकेत नोकरीला हाय म्हटल्यावर मीबी इस्वास टाकला.'

'आणि तू काय हाजमत करतास काय?' बंडू चेरमननं मध्येच तोंड घातलं. तसा आक्काबा एकदम चवताळला.

'आरंऽऽ त्यो हाजामती करंता आणि तू चेरमन आसून काय काय करालतास? जरा गप्प की. त्यो काय सांगतोय ऐक तरी.'

तसा बंडू चेरमन गप्पगार बसला. तुळसीदास पुढं सांगाय लागला.

'मला संवशय आला तवा मी इच्यारलं तर शेडबाळ्या म्हणाला, तुझ्यावर काय आलं नाही म्हणजे झालं न्हवं? माझं मी निस्तरतो. आणि मलाबी कडीनडीला चार-पाच हजार दिल्यानं हाय त्ये माझं मी परत करतो.'

'आणि बाकीच्या पैशाला धनी कोण?' आक्काबानं प्रश्न केला.

'त्ये शेडबाळेनं भराय पायजेत.'

'त्येला तू इच्यारलास?'

'इच्यारलं खरं, त्यो म्हणतोय- यात माझा काय संबंध न्हाई. तू हाईस आनी चेरमन हाय. बघून घ्या.'

'कव्वा म्हणाला आसं?'

'मीटिंगच्या दुसऱ्या दिवशी'

'मग तू काय म्हणलास?'

'मी सगळ्यासमोर तुझं नाव घेणार म्हणून सांगितलं तर म्हणला, माझं नाव घे जा आनी काय वाट्टेल ते कर जाऽऽ मालक, आता त्यो बदत न्हाई. त्यात मला गळफास लावणार, तुमीच वाचवाऽऽ' म्हणत तुळसीदास घळाघळा डोळ्यातनं पाणी टाकून रडाच लागला. कोणच कुणाशी काय बोललं नाही. आक्काबा राणे डोक्याला हात लावून बसला. बंडू चेरमनच्या डोळ्यासमोर शेडबाळ्या नाचाय लागला.

'आता बलवून आण जा शेडबाळ्याला'- बंडू चेरमन गरजला. आक्काबा राणेनं त्याला शांत केलं आणि सगळ्यांनाच म्हणाला,

'आता जरा इच्यारानंच पाऊल टाकूया. तवर गडबड नको.'

मग सगळे उठले.

कबीर कांबळे कॉलेजच्या पटांगणात पोहोचला तेव्हा सगळे तास सुरू झालेले. त्यानं पटांगणात रिकामटेकड्या फिरणाऱ्या पोराला वेळ विचारली. तेव्हा त्याच्या मनात आलं, आपणही घड्याळ घ्यायला पाहिजे. घड्याळ नसल्यामुळंच हा रोजचा उशीर होतो. नाही म्हटलं तरी गावापासून चालत यायला अर्धा-पाऊणतास सहज जातो. सायकल घ्यायची ठरवूनही त्याला जमत नव्हतं. त्यामुळं पायी रपेट करता करता थोडा उशीर व्हायचाच. कधी- कधी पहिला तास पूर्ण चुकायचा. पण आज तास सुरू होऊन फक्त वीस मिनिटं झाली होती. फारसा वेळ झालेला नाही अशा समजुतीनं तो घाईघाईनं वर्गाच्या दारात गेला. तर प्राध्यापक श्रीनिवास गजेंकर

दार बंद करून राज्यशास्त्र शिकवत होते. दार ढकलून आत जाण्याचं धैर्य गोळा करत तो उभा राहिला. इतक्यात दुसरा एक आला आणि त्यानं सरळ लाथ मारून दरवाजा उघडला. तो आत शिरला. पाठोपाठ कबीर. प्राध्यापक गजेंकर शिकवता शिकवता थांबले. ते दोघे पाठीमागच्या बेंचवर टेकतात न टेकतात तोच प्राध्यापक गजेंकरांनी कबीरला उभं करत विचारलं-

'दारावर लाथ कुणी मारली?'

कबीरनं काहीच उत्तर दिलं नाही. तो खाल मान घालून उभा राहिला. तसा प्राध्यापकांनी दुसरा प्रश्न विचारला.

'नाव काय तुझं?'

'कबीर सदाशिव कांबळे.

'मग बरोबर आहे. बैस तू' प्राध्यापक छद्मीपणे बोलले आणि अख्खा वर्ग खळखळू हसला. सगळे का हसताहेत हे पहिल्यांदा कबीरला समजलं नाही. पण लगेच त्याच्या ध्यानात आले. अचानक त्याचा चेहरा बदलला. पुन्हा शिकवाय लागलेल्या प्राध्यापक गजेंकरना तो म्हणाला-

'एक मिनिट सर, म्हणजे तुम्हाला काय म्हणायचं आहे?'

'ते तुला नाही समजणार' प्राध्यापक गजेंकर म्हणाले, 'तुझ्या ते पटकन ध्यानातही येणार नाही. शिक्षणाला एक संस्कृती लागते. ती नसली की असंच होणार. नुस्त्या स्कॉलरशिप, सवलती देऊन शिक्षण पोहचत नाही. त्याला संस्कार असावे लागतात.'

'सर, तोंड आवराऽऽ' कबीर जवळजवळ एकदम किंचाळलाच. आणि म्हणाला,

'तुम्ही जे बोलताय ते मला चांगलं समजतंय, त्यातून तुमचीच संस्कृती आणि संस्कार दिसतात. जे बोलायचं ते विचार करून बोला. दारावर लाथ मी मारलेली नाही. यानं मारलेली आहे. आणि याचे आडनाव कुलकर्णी आहे. आता बोला' त्याला बोलता बोलता दम लागला. अंग थरथरत होतं. प्राध्यापक गजेंकरना काय बोलावं कळेनासं झालं. इटुकल्या अंगाचा कापरा सावरत ते म्हणाले, 'बर, बरऽऽ असूद्यात. बसाऽऽ आपण विषयाकडे वळू.'

सगळा वर्ग धीरगंभीर. सगळ्यांच्याच नजरा आश्चर्यानं कबीरकडं वळलेल्या. प्राध्यापकांची पालटलेली परिस्थिती बघून मुलं अधिक गंभीर झाली. कबीर आपल्या जागेवर बसला. त्याला अंगात अजूनही कंप जाणवत होता.

‘आरंऽऽ त्यो तसलाच मास्तर हाय. त्येच्या नादाला कशाला लागायचं?’ राजा कांबळे वर्गातून बाहेर पडल्या पडल्याच त्याला म्हणाला.

‘मग काय करायचं? ते म्हणतील ते सगळं ऐकून घेऊन गप्प बसायचं? बरं, माझी चूक आसती तर सगळं ऐकून घेतलं असतं. चूक नसताना बोलतात म्हणजे काय?’ कबीरचा पारा अजूनही उतरलेला नव्हता.

‘या साल्याचं एकदा काय तरी कराय पायजे. लईच टूरटूर करत आसतोय. बी. सी. पोरांकडं मारक्या म्हशीसारखं बघत आसतोय. एकदा ह्येचं डोळं काढून हातात द्यायला पाहिजेत.’ जयाप्पा कांबळेनं आपलं खदखदत मन मोकळं करायला सुरवात केली. मग त्या दोघांचं बोलणं वाढतच गेलं. नंतर कॉलेजमधली आणखी पोरं येऊन त्यांच्यात मिसळली. कबीरला मात्र उगाचच अस्वस्थ वाटू लागलं. अजूनही त्याच्या मनाचा पारा जाग्यावर येऊन बसलेला नव्हता. तो घोळक्यातून बाहेर पडला आणि एकटाच झपाझप चालत राहिला...

एकदा डोक्यात चाललेलं सगळं घालवून टाकल्याशिवाय आपलं लक्ष कशातच लागणार नाही. वास्तविक ही सवय वाईटच. सगळं कसं लगोलग विसरता आलं पाहिजे. क्षणात मन कसं पुसून मोकळं करता आलं पाहिजे. पण आपल्याला हे जमत नाही. एखादी गोष्ट मनात रुतून बसली की त्याची अस्वस्थता सगळ्या शरीरभर पसरते. चेहरा अगदीच केविलवाणा होऊन जातो. हे थांबवलं पाहिजे. कोरा करकरीत चेहरा ठेवून जगता आलं पाहिजे. आपण उगाचंच भावनाविवश होतो. एवढं भावनाविवश व्हायला आपण काय नन्हुलं बाळ आहोत? काळजाचा दगड करण्याची कला अवगत झाल्याशिवाय आपलं काही खरं नाही. उगाचच मनात उलटसुलट सुरू होतं. खरं म्हणजे आपण गजेंकरांशी वागलो ते योग्यच मग मनात सारखं योग्य-अयोग्य का येतं? हे थांबवणं आपल्याला का जमत नाही?

चालता चालता कबीरच्या डोक्यातला गोंधळ वाढतच गेला. रस्त्यावर फारशी वर्दळ नव्हती. चुकून एखादं वहान इकडून-तिकडे पळत असलेलं. बाकी रस्ता कोरा करकरीत.

तो सार्वजनिक वाचनालयाच्या पायरीवर पोहचला. आत माणसांची गर्दी. प्रत्येक पेपरभोवती पाचसहा-पाचसहा जमलेले. प्रत्येकाची भिरभिरती नजर मोकळ्या हॉलमध्ये उभे केलेले पेपर स्टॅण्ड. त्यावर पेपर. भोवती गर्दी. एका कोपऱ्यात

आठवड्याचे जुने पेपर टाकलेले. तिथं कुणीच नव्हतं. तिथल्या बाकड्यावर जाऊन तो टेकला. सापडेल तो पेपर हातात घेतला. राजीव गांधींची नवी घोषणा. तो स्थिर नजरेनं तेवढ्याच ओळीकडं पाहात बसला. कसली घोषणा? काय घोषणा? कशाविषयीच कुतूहल त्याच्या मनात निर्माण झालं नाही. अशा छप्पन्न घोषणा. त्यातून फायदा काय? आपण समजून घेतलं नाही तर काहीच बिघडणार नाही. त्यानंतर त्यानं तो पेपर हातातून टाकला. नंतर दुसरा उचलला. मग तिसरा. असं सगळा ढीग पालथा घालेपर्यंत चालू राहिलं. नंतर तो ताज्या वर्तमानपत्राकडं वळला. पाच-सहा जण 'सकाळ' वाचत होते. त्यांच्या गर्दीतच त्यानं डोकं खुपसलं. मग मानेला जोर देऊन रेटलं. त्याचे डोळे पेपरवर भिडले. भलीमोठी अक्षरं. तो एकदम भांबावला. सर्रकन मागे सरकला. उभे असलेल्या दोघा-तिघांनी त्याच्याकडं त्रासिकपणे पाहिलं. तो वरमला. एवढ्यात त्याच्या खांद्यावर कोणाचा तरी हात पडला. पितांबर जगदाळे. त्याच्याच गावचा. त्याच्याच कॉलेजात शिकणारा. पण त्याचं कॉमर्स होतं. सायकलनं येऊन- जाऊन करायचा. त्यामुळे वाटेत कबीर चालत येत असला की त्याला डबलशीट घेऊन यायचा. त्यामुळं बरी दोस्ती जमली होती. हायस्कूलमध्ये असताना एवढी लगट नव्हती. पण कॉलेजात आल्यावर ती झाली. दोघे वाचनालयाच्या पायरीवर आले. पितांबर म्हणाला,

'आज तूही तासाला बसला न्हाईस वाटतं?'

कबीर म्हणाला, 'न्हाई बसलो.'

'माझंही तसंच झालं. पहिल्या तासाला उशीर झाला. दुसरा सरांनी घेतला नाही. आता तिसरा त्या कुलकर्णीबाईंचा असतो. भयंकर बोअर. म्हणून सरळ इकडं आलो.' पितांबर बोलतच राहिला. त्याचं बोलून संपल्यावर कबीर म्हणाला,

'आता लगेच जाणार आहेस गावाकडं?'

'न्हाई. अजून काम हाय. कंटाळा आलाय. चल. चहा पिऊ.'

'माझ्याकडं पैसे न्हाईत.' कबीरनं सांगून टाकलं.

'अरे बाबाऽऽ मी देतो.'

मग ते दोघे गरगाच्या हॉटेलकडं वळले. चालता चालता कबीरनं उगाचच इकडंतिकडं बघायचा प्रयत्न केला. पितांबरला कबीरच्या हालचालीवरून लक्षात आलं की, याचं काहीतरी बिनसलंय. मग तो त्याच्या खांद्यावर हात टाकतच म्हणाला,

'काय झालंय?'

'काय कुठं?' म्हणत कबीरनं अस्वस्थता लपवायचा प्रयत्न केला. मग त्याला वाटलं, याला सांगून टाकावं. आणि त्यानं घडलं ते सारं पितांबरला सरळ सरळ सांगून टाकलं. अचानक त्याला मन मोकळं झाल्यासारखं वाटाय लागलं. तसा तो म्हणाला-

'यात माझं काय चुकलं काय?'

हात तुझ्याऽऽ आरंऽ त्यात काय? उलट तू फारच सभ्य भाषेत बोललास. माझ्यासारखा असता तर पायताण काढला असता. ह्यो लेकाचा समजतो कोण स्वतःला?' पितांबरची टकळी हॉटेलात येईपर्यंत चालू राहिली. ते हॉटेलात घुसले तोवर आक्काबा राण्याची समोरून हाक आली-

'आरंऽऽ पोरानु, कॉलेज करत्यासा का नुस्ता च्याच पिता?'

ती दोघं एकदम बावचाळली. कबीरला मेल्यागत झालं. ही काय बैदा. पितांबर मात्र हसतच म्हणाला,

'तात्या, तास झाला न्हाई म्हटल्यावर आलाव हिकडं. खरं, तुम्ही हिकडं लवकर?'

'ये सांगतो, हिकडंच येवा. आमच्यातच च्या पिवा' म्हणत आक्काबा राणेनं पुन्हा दोन चहाची आर्डर दिली. आक्काबा राणेबरोबर बंडू चेरमन, सरपंच गणपतराव असे दोघे-तिघे. त्यांच्या जवळच पितांबर टेकला. कबऱ्या शेजारच्या टेबलाकडं सरकून बसलं.

'ह्यो आपल्या सद्या म्हाराचा पोरगा न्हवं?'

आक्काबा राणेनं कबराकडं बघतच विचारलं. कबीर किंचित हसला.

'म्हारवाड्यातलं एवढंच पोरगं आता कॉलेजला हाय म्हणायचं. बाकी सगळी शाळा सोडून हिंडत आसत्यात.'बंडू चेरमननं आपलं ज्ञान आक्काबा राणेसमोर पाजळलं त्यानंतर आक्काबा राणे काहीच बोलला नाही. चहा पिता पिता तो कबीरला निरखून बघत होता.

पितांबर आणि बंडू चेरमनचं बरंच कायबाय बोलणं चाललेलं. बाहेरून तुळसीदास मिसाळ आला आणि म्हणाला,

'वकील सायेब, घरात थांबतो म्हणल्यात.'

तसे सगळे उठले. त्यांच्या पाठोपाठ कबीर. हॉटेलातून बाहेर पडल्या पडल्या आक्काबा राणे आपल्या धोतराचा सोगा सांभाळत सगळ्यांना घेऊन रस्त्याला लागला. रस्त्यावर पितांबर आणि कबीर दोघेच उरले.

‘आयलाऽ गावात ह्ये आणि नवीनच सुरू झालंय.’ पितांबर म्हणाला, ‘त्या शेडबाळेनं आणि तुमच्या त्या दादू म्हारानं मिळून दूध डेरीतलं साठ हजार रुपयं लाटल्यात म्हणं. आता हे त्येंच्यावर केस कराय निघाल्यात! ही बी आडगीच हाईत. आता ह्यो बंडू पाटील चेरमन. तुळश्या मिसाळ सेक्रेटरी आणि पैसे खाल्लं बाळ्या शेडबाळ्यानं! सया आसणार ह्येंच्या आनी त्यो कुठं सापडणार? खुळचटच!’

‘मग हे केस कसली कराय निघाल्यात.’ कबीरनं सहज कुतूहल म्हणून विचारलं.

‘कुणास ठाऊक? पण चालल्यात आपली. खरं, ह्यो आक्काबा तात्या हाय म्हटल्यावर काय तरी रोंबाटनं काढतीलच. लई तयारीचा. आता तुझ्या दादू म्हाराची धडगत न्हाई.’ पितांबर उत्साहात बोलू लागला.

‘त्येचं काय गाऽऽ हेडी गडी. गडाडा पायावर पडंल, न्हाई तर बाळ्या शेडबाळ्याला म्हणंल, तुझं तू निस्तर, माझा काय संबंध न्हाई. त्येला काय?’ पुन्हा पितांबरची टकळी सुरू झाली. कबीरला त्यात फारसा रस नव्हता. पण चहा पिल्यामुळं त्याला थोडी हुशारी आल्यासारखं वाटत होतं.

कबीर नेहमीसारखा शेळी घेऊन वडराची घरं ओलांडून चावडीजवळ आला आणि त्यानं आपला मोर्चा मरगुबाईच्या देवळाकडं वळवला. लांबलचक काठीला खुरपं बांधून तो आज बाहेर पडला होता. मरगुबाईच्या देवळाभोत्यानं तीन-चार बाभळी मोकाट वाढलेल्या होत्या. मध्येच एक उंबराचं आणि दोन पिंपळाची झाडं. चांगलीच अंग धरून उभी होती. आज कुणाच्या बांधाला जाण्यापेक्षा सरळ उंबराचा आणि बाभळीचा पाला शेळीला घालायचा या इराद्यानंच तो घरातून बाहेर पडला होता. देवळाच्या पायरीवर खांद्यावरचा टॉवेल ठेवून त्यानं खुरपं बाधलेली काठी उंबराच्या बारक्या फांदीवर टेकवली आणि खसाखस बारक्या बारक्या कवळाभर ढाळ्या त्यानं शेळीच्या पुढ्यात टाकल्या. शेळी त्यावर तुटून पडली आणि कबीर मरगुबाईच्या पायरीवर निवान्त टेकला. समोर गावात जाणारा रस्ता मोकळा मोकळाच होता.

शेळीचं निवांत खाणं सुरू असतानाच कबीरनं पुन्हा बाभळीच्या पाल्याच्या दोन फांद्या तिच्या समोर आणून टाकल्या. मग तिचं रूचीपालट करून करून ताव मारणं सुरू झालं. त्यानं पुन्हा पायरीवर बूड टेकला. तर समोरच्या चावडीकडंच्या बाजूनं थळूआजा त्याच्याकडंच येत होता. हातात काठी. डोक्याला झुरमुळ्या उरलेला पटका. अंगात काळा विटून गेलेला कोट. जवळजवळ गुडघ्याला येऊन

टेकलेला. पायात रापलेलं धनगरी पायताण. सत्तरी उलटून दोन-चार वर्षे झाली असली तरी गड्याच्या चालण्यात ऐटबाजपणा. गेली चाळीस वर्षे तो याच चावडीवर तराळाचं काम करतोय. अंगावरच्या काळ्या कोटालाच पंधरा वर्षे झाली, असं तो अभिमानानं सांगत असतो. पंधरा वर्षांपूर्वी जिल्ह्यातून कोण अधिकारी म्हणे चावडीत आला होता. बसून बसून कंटाळल्यावर तो मरगुबाईच्या देवळाकडं पाय मोकळं करायला आला तर त्याच वेळी इथल्या बाभळीवरचं म्हऊ उठलं आणि मधमाशांनी साहेबाला घेरलं. गडी नाजूक अंगाचा. एकदम बोंबलाय लागला. थळूआजानं पळत येऊन त्याला आपल्या खांद्यावरच्या घोंगड्यात गुंडाळलं आणि अल्लादी उचलून चावडीत आणून बसवलं तेव्हा माशांनी थळूआजाला यरगटलं. झटक्यात गडी चावडीसमोरच्या रस्त्यात गडागडा लोळला. माशी नावाला जिवंत राहिली नाही. तेव्हा त्या अधिकाऱ्यानं खूश होऊन त्याला आपल्या अंगावरचा कोट दिला. अशा कितीतरी कथा तो सांगत असतो.

त्याला थळूआजाचं नेहमीचं कौतुक वाटतं. त्याच्याशी बोलता बोलता आपल्याला बरंच कायबाय नवनवं ऐकायला मिळतं. त्यामुळे तासनतास त्याच्याशी गप्पा मारण्यात त्याला भलता रस. समोरून थळूआजा आलेला बघून त्याला बरं वाटलं. आता तास-दोन तास गल मारायला हरकत नाही. म्हणून तो पायरीवरच सरकून हुशार होऊन बसला थळूआजा जवळ आला आणि त्याच्या सुरतुकलेल्या चेहऱ्याकडं बघता बघता त्याला जाणवलं की, आजा नेहमीसारखा नाही. आज त्याचं काय तरी बिनसलंय. थळूआजाच्या अंगाखांद्यावर वाढलेल्या कबीरला त्याचा चेहरा पाठ होता.

थळूआजा समोर आल्या आल्या म्हणला,

'कबऱू, आज हितंच कसा काय थांबलास?' त्याच्या बोलण्यातही एकप्रकारचं ओढलेपण आहे हे त्याला जाणवलं.

'थांबलो इथंच' कबऱ्या म्हणाला,

आगाऽऽ परवा त्या शिंद्याच्या मळवीला शेळी वड खायला लागली म्हणून उसाच्या बांधावर सोडली तर किसना शिंद्याची बायको कसली कावदारली. म्हटलं, आता कुणाच्या बांधाला जाण्यापरास हितंच बेणून पाला घालावा. आनी आज जरा कंटाळाबी आलता. म्हणून थांबलो.'

'बरं केलास बाबा' म्हणत थळबा त्याच्या शेजारीच टेकला. हातातली काठी त्यानं जवळच आडवी केली आणि म्हणाला,

‘आत्ता कामाला जाणाऱ्या मानसास्नीबी आसलं आवखळ जनावार संगट न्हायचं म्हणजी गुडारतच. आता पयल्यासारखं कोण, चरू दे तिकडं, मूक जनावर हाय, आसा इच्यार करत न्हाई. आनी त्येनी तरी का करावा? डेरीच्या भोंग्यावर आमी कामाला जाणार आणि डेरीच्या भोंग्यावर परत येणार. मग कशाला त्येनी तरी शेरडू-करडू आणू देतील? तू न्हान व्हतास बाबाऽऽ तवा सद्या पाच-सा शेळ्या घेऊन कुणाच्याबी शेतात जायाचा. काम करता करता टमटमीत चारायचा. वर किनीटीला घराकडं येतानं कवळाभर गुलबा न्हाईतर पाला घेऊन यायचा. आता एक शेळीबी जड व्हयाला लागली.’

‘कली बदालली आजाऽऽ चालायचंच’ कबीर मध्येच म्हणाला आणि थळबा एकाएकी थांबला. पुन्हा म्हणाला. ‘तुला काय कळलं?’

‘कशाचं?’

‘भैऱ्याच्या पोरानं कसाळ्याच्यातल्या मिरच्या चोरून न्हीऊन इकल्या म्हणं. आज भगटायला कसाळ्याचा पांडा इदरनी करतच म्हारोड्यात आलता.’

गौत्या असं काही करेल असं कबीरला कधीच वाटलं नव्हतं? पण थळूआजा खोटं कशाला सांगेल. तो स्वतःच्याच विचारात गढला. तसा थळबा म्हणाला, ‘असी सगळीच पोरं कशी भिकनिशी निघालात काय कळंना बाबा. या भैऱ्याच्या पोराची ही तऱ्हा तर त्ये तुळसीचं पांड्या गावभर बोंबलभिक्यासारखं फिरत आसतंय. त्ये पंढऱ्या म्हणं कुठं आता तालुक्याला हॉटेलात जाणार हाय. एकाबी पोराला साळंचा नाद कसा उरला न्हाई रं? पोरांची ही तऱ्हा तर त्या दाद्याची दुसरीच. दाद्यानं म्हणं डेरीतलं पैसं खाल्लं. सगळं गाव थुकाय लागलंय. काय ऱ्हायलं न्हाई गड्या’

‘चालायचंच आजा. कुणाचा इच्यार आपण तरी किती करायचा?’ त्यानं डोक्यातला विषय घालवायचा प्रयत्न सुरू केला तर थळबानं नाव नाव विषय वाढवायलाच सुरवात केली. मग त्यानं गोपाळ म्हाराचं गाऱ्हाणं सुरू केलं. गोपाळ म्हार गावचा डेप्युटी सरपंच. त्याला जेव्हापासून डेप्युटीचं पद मिळालं तेव्हापासून तर त्याला आभाळ हातभर उरलंय. सगळ्यांना डाफरून नुसतं ऐतखाऊसारखा तालुक्यात हिंडत असतो. गोपाळ म्हाराला आपल्या घराशिवाय दुसरं काहीच दिसत नाही. कसला तो कुणाचाच वचक राहिलेला नाही. असं बरंच काय-काय थळोबानं पुराण लावलं. त्याच्या मनातली घालमेल तो बाहेर टाकत होता. पण अशा परिस्थितीत आपण तरी काय करू शकतो? आपल्याला तरी म्हारोड्यात कोण

विचारतोय? जो तो आपल्या तालात. दुसऱ्याचं ऐकायला सवडच उरलीय कुणाला? ज्याच्या त्याच्या नशिबात जे लिहिलं असेल ते होत जाईल. आपला इलाज काय? कदाचित पुढं मागं साऱ्यांनाच शहाणपण सुचेल. सगळं व्यवस्थित होईल, असं उगाचच त्याला वाटाय लागलं. त्यानं थळबाला काहीच न सांगता शेळीचा कासरा हातात घेतला आणि तो रस्त्याला लागला.

म्हारवाड्याच्या मध्यभागी असणाऱ्या दादू हेड्याच्या घरात लंगडा हाऱ्या, मिचका भिम्या आधीच येऊन बसले होते. दादबा अघळपघळ बसून त्यांच्यासमोर तंबाखूची पिसवी फिरवत होता. तिघेही बाळासाहेब शेडबाळेची वाट बघत होते. बाळासाहेबाच्या स्कूटरचा आवाज झाला तसे तिघेही एकदम जाग्यावरचे हालले. बाळासाहेब दारात स्कूटर लावून निवांत उंबऱ्याजवळ आला आणि म्हणाला,

'हारबा, तुमच्या घराकडनं आलो. तुझी म्हातारी माझ्यावर कावदारली गड्या'

'तिला काय? गल्लीतलं कोणबी कायबी सांगत असत्यात, मग घेती डोस्कं फिरवून.' हाऱ्या आपला वाळका पाय सरळ करतच म्हणाला. बाळासाहेब त्या तिघांसमोर अंथरलेल्या पोत्यावर बसला. थोडावेळ तिघेही गप्प. कोणच कुणाशी बोललं नाही. तसा दादू हेडी हातातली पिसवी उंबऱ्यावर ठेवतच म्हणाला-

'काय म्हणाला वकील?'

'म्हणतोय काय? लावल्यान तिरपटून?' शेडबाळ्या म्हणाला, 'आरं त्येंच्याकडं काय पुरावा हाय आमच्यावर केस घालायला? पैसे खाल्यात चेरमननं. त्येच्या सह्या हाईत. तुळशा मिसाळच्या सह्या हाईत. त्येचीबी त्यात भागी हाय. कागदं सरळ सांगत्यात की पैसे त्येनीच खाल्ल्यात. मग आमच्यावर त्ये काय म्हणून केस घालणार? आपण नुस्तं संचालक. त्येंचा सगळा कारभार आपल्याला कुठं म्हाईत आसतोय? आता आलंयच आपल्या अंगावर ते आमच्या अंगावर ढकलाय बघाय लागल्यात. तेवढ्यासाठीच दंडगे वकिलाकडं गेलती. त्येनं बघितली कागदं आणि म्हणाला, कागद तुमीच पैसे उचलल्यात आसं बोलतोय. मग दुसऱ्यावर कसं घालणार? आली की परत.'

'खरं, आक्काबा राणे म्हणालता- सगळी कागदं तुमच्या आक्षरात हाईत. आता कुठं जातोय त्यो बगतो.' हाऱ्यानं गावात मिळवलेली ऐकीव बातमी सांगितली.

'त्यो तेवढा ह्यात पडाय नको व्हता गा' दादबा हेडी आपल्याच विचारात बोलला.

'त्यो काय करतोय? त्येनं काय वाघ बांधल्यात काय? त्येचं काय आसंल त्ये माझं मी बघतो. त्येची काळजी नको. कायदा काय फक्त त्येला कळतोय आनी आमाला कळत न्हाई?'

'त्ये हाय खरं. पण त्यो गडी जरा जड हाय. एवढं सस्तात घेऊन न्हाई चालायचा त्येला.' हाऱ्या पुटपुटला.

'सोसाटीचीबी सोमवारी सभा लावलीया. तिथनंबी तुमाला काढून टाकायचं म्हणून बोलालत्यानी.'

'कोण कोण व्हतं?'

'त्येच की बंडू चेरमन, सरपंच, आक्काबा, किसना शिंद्या. सगळीच व्हती. तुमचा जानबा मास्तरबी व्हता.'

'आनी काय म्हणत व्हते?'

'ह्येच की- तिथंबी तुमी पैसे मुरगळल्यात म्हणून बोंबलाय लागलीती.'

'आरंऽऽ त्येच्या आयला' बाळासाहेब म्हणाला,

'म्हणजे गावात सगळ्या संस्थेत पैसे मी एकटाच खाईत सुटलोय आनी ह्ये बघत बसल्यात. वाऽऽ आनी कुठं कुठं खाल्ल्यात बघा म्हणावं.' बोलता बोलता बाळासाहेबाच्या चेहऱ्यावर सूक्ष्म काळजीची आटी उमटली. पुन्हा सावरत तो म्हणाला,

'दादबाऽऽ आता सगळ्यास्नीच माजी कावीळ झाल्याली दिसती. आशात लष्कराच्या भाकरी कशाला भाजायच्या? सगळ्यातून आपणहून अंग काढून घेतल्यालं बरं. बोंबलत जाऊ दे गाव. आपल्यापुरतं आपण बघितल्यालं बरं.

'तसं केल्यावर भ्याला म्हणतील. आनी त्येंच्याच नाकाचा शेंडा वर व्हईल की, त्यापरास त्यास्नी पानी पाजूनच बाजूला झाल्यालं बरं' मिचकं भीम्या दादबाकडं बघता बघता शेडबाळ्याला म्हणालं.

'त्येचं काय हाय भीमा. त्येंची सगळ्या संस्थेत हाय मेजारटी. त्यामुळं संस्था त्येंच्या ताब्यात. कशाबशाला लागला पैसा तर त्ये संस्थेतला खर्च करणार. म्हणजे गावचा पैसा खर्च करत बसणार. आपल्याला मात्र पदरचा खर्च करून भांडत बसाय पायजे. हे कुणी सांगितलंय? त्यापेक्षा त्येंचं सगळं सोडून टाकू. आपण आपलं नवीन काय तरी करू या की गाऽऽ त्येंच्यापेक्षा उजवं चालवून दाखवूयाऽऽ काय दादबा?' शेडबाळेने हेड्याला विचारलं. दादबा हेड्यालाही शेडबाळेचं म्हणणं पटलं.

त्यानं उत्साहात मान हालवली. पण हाऱ्या आणि भीम्याला मात्र पटत नव्हतं. बाळासाहेबाला तसं सरळ सांगणं त्यांना जमण्यातलं नव्हतं. म्हणून त्यांनीही मान हालवली. त्यानंतर शेडबाळेनं गावातल्या संस्थांतून तिघांनीही कसं बाहेर पडायचं याची योजना तयार केली आणि बैठक उठली.

बाळासाहेब शेडबाळं हा काही अगदीच आयाराम-गयाराम नव्हता. गावात शिकलेल्या सगळ्याच पोरात तो तल्लख आणि चलाख असल्यामुळे त्याकाळी म्हणजे दहा-पंधरा वर्षांपूर्वी सर्वात आधी त्याने जिल्हा मध्यवर्ती बँकेत सहज चलाखीने नोकरी मिळवली होती. त्यावेळी त्याच्या हुशारीवर खूश झालेल्या आक्काबा राणेनंच जिल्हा बँकेचे तत्कालीन चेअरमन आबासाहेब थोरात यांच्याकडे त्याच्यासाठी शब्द टाकून नोकरी लावल्यामुळं बाळासाहेबाकडं सगळं गाव आदरानं पाहू लागलं. याचवेळी त्याच्या विविध प्रवृत्ती नैसर्गिक जोमाने विकास पावत गेल्या. आणि त्यानं पहिल्या पहिल्यांदा परिश्रमपूर्वक अवलंबलं त्याचाच परिणाम म्हणून गावातली ग्रामपंचायत वगळता डेअरी, सोसायटी, पतसंस्था अशा साऱ्याचं संचालकपद आपोआप त्याच्याकडं चालत आलं. सोसायटीचा चेअरमन व्हावं म्हणून तीन वेळा त्याच्यावर जबरजस्ती करण्यात आली. त्यानं शिताफीनं ते सर्व टाळलं. आणि पडेल ते काम आपण करू, पण अशी पद गावातल्या जेष्ट लोकांकडंच असली पाहिजेत अशी नम्र भूमिका घेतली. त्यामुळे त्याच्याविषयीचा आदर अधिकच वाढत गेला आणि मुख्य मुख्य संस्थांचा कागदोपत्री कारभार तोच बघू लागला. हे सर्व करत असताना त्यानं दादबा हेडी, लंगडा हाऱ्या, पिचका भीम्या, जानबामास्तर अशा लोकांचा आपला म्हणून असा एक खासगल गटही तयार केला. जिल्हा बँकेत मिळालेल्या नोकरीचा उपयोग करून त्यानं घराचं बस्तानही चांगलंच बसवलं. वडिलोपार्जित असणारी शेती जी कर्जात गहाण टाकलेली होती, ती सोडवून घेतली. बांधाशेजारच्याच कसाळ्याला पोरीच्या लग्नासाठी, बायकोच्या दवाखान्यासाठी वेळोवेळी पैसे देऊन त्याची दोन एकर जमीन नाइलाजास्तव त्याला वाचवण्यासाठी खरेदी केली आणि एकत्र चार एकराचा डाग झाल्यावर कर्जाच्या बारा भानगडी करून विहीर, मोटरपंप, पाईपलाईन असे सर्व व्यवस्थित करून वर्षाला साठ-सत्तर टन ऊस जाईल अशी सोय करून घेतली. येणाऱ्या पैशातून गावातलं जुनं घर मोडकळीला आलेलं बघून नवीन घर बांधून घेतलं. गावात वाढीव गावठाणात

बेघरांना प्लॉट वाटण्याचं ठरलं तेव्हा ग्रामसेवकानं सक्तीनं दोन प्लॉट त्याच्या गळ्यात घातले. नाइलाजानं त्यानं त्यातील एक प्लॉट बायकोच्या नावावर आणि एक प्लॉट आईच्या नावावर केला. घरात माणसांचाही फार खंदाळा नव्हता. लग्न केल्यानंतर सलग तीन पोरी झाल्या. आईच्या आणि बायकोच्या इच्छेखातर त्याने पुन्हा मुलगा व्हावा म्हणून प्रयत्न केले. पुन्हा मुलीच म्हटल्यावर कंटाळून तो ऑपरेशन करायला निघाला. तेव्हा गल्लीतल्या जाणत्या माणसांनी त्याला त्यापासून परावृत्त केलं आणि सहाव्या प्रयत्नाला यश येऊन त्याला मुलगा झाला. तो आता चौथीत शिकत असल्यामुळं व पाच पोरी हायस्कूलमध्ये असल्यामुळं थोडा खर्चाचा ताण त्याला सहन करावा लागत होता. पण बायको अत्यंत गरीब घरची आणि काटकसरीत वाढलेली असल्यामुळे ती आपला संसारही काटकसरीत करत होती. त्यामुळं घराचा असा फारसा ताप नव्हता. कामाच्या व्यापात रापलेल्या बायकोला आता कसली ती उसंत मिळत नव्हती. त्यात बाळासाहेबाच्या आईचं म्हातारपणीचं बळकट वटवटणं तिच्या वाट्याला आलेलं असल्यामुळं दिवसेंदिवस नाव नाव ती किरपण आणि कुरूप बनत चाललेली होती. पण तिची काळजी घेण्याइतपत बाळासाहेबाला वेळ नव्हता. आणि बायकोनं आता आपल्यापरीने प्रत्येक गोष्टीला तोंड देण्याइतपत समर्थ बनत गेले पाहिजे असं त्याचं मत होतं. त्यामुळं बायको आणि आई यांच्या भांडणात तो सहसा लक्ष घालत नव्हता. अगदीच नाइलाज असेल तेव्हा त्याला म्हाताऱ्या आईची बाजू घेणं भाग होतं आणि तेवढं तो इमानानं करत होता. म्हाताऱ्या आईला आपण समजून घेतलं नाही तर कोण घेणार? असं त्याचं म्हणणं होतं.

त्यात अलीकडं म्हारवाड्यात गावातल्या राजकारणामुळं येणं-जाणं वाढलं असल्यामुळं बायको नको तो संशय मनात घेऊन चिडचिडी बनली होती. पण कधीतरी ती आपल्याला समजून घेईल या आशावादावर तो तिचीही फिकीर करत नव्हता. तिला खायला, प्यायला-नेसायला कमी पडणार नाही याची मात्र काळजी घेत होता. अलीकडच्या काळात गावातल्या माणसांमध्ये त्याच्या होणाऱ्या चौफेर विकासामुळं थोडं थोडं काळंबेरं यायला लागलं होतं. त्याचं चांगलं न बघवणारी मंडळी त्याच्या विरोधात अफवा उठवत होती. त्याच्यावर वेगवेगळे आरोप करत होती. त्यामुळे त्याच्या मनालाही रंजीसपण येत होतं. त्यातूनच त्यानं सगळ्या भानगडीतून बाजूला होऊन आपलं आपण स्वतंत्र काही करावं असा निर्णय घेतलेला

होता. आणि घडणाऱ्या सर्व घडामोडी बघितल्यावर त्याच्या जवळच्या सहकाऱ्यांना तो बरोबरही वाटत होता.

रस्त्याकडच्या तानूआजीनं कबीरला तीन-चारदा पोरं पाठवून निरोप दिला होता, जरा सवडीनं घराकडं येऊन जा. पण जायलाच मिळत नव्हतं. सकाळी उठल्या उठल्या कॉलेज, दुपारी आलं की शेळीला फिरवून आणायचं. मग कुठं कोंबडी झाक, शेळीची जागा लोट ह्यात वेळ जायचा. रात्री पुस्तक डोळ्यासमोर घेतलं की झोप यायची. त्यामुळं आज-उद्या, आज-उद्या म्हणत चार दिवस गेले. त्याचं त्यालाच अपराधी वाटाय लागलं. तानू म्हातारी एकटीच. नवरा मरून तीन-चार वर्षे झालेली. एकचा एक पोरगा. तो ही पोलिस म्हणून कोल्हापूरला नोकरी करत होता. त्यामुळं बायका-पोरं घेऊन तो तिथंच. कधी तरी वर्षातून एकदा त्याची गावाकडं फेरी व्हायची. पोरी दोन गावाला दोन. त्यांचे ओढगस्तीचे संसार. त्या चार-सहा महिन्यातनं कधी तरी फिरकायच्या. म्हातारीला हवं नको बघायच्या. पुन्हा आपल्या संसाराच्या वाटेला लागायच्या. त्यामुळं म्हातारी खोपटात एकटीच. पहिल्यासारखं हातपाय चालत नव्हतं. तरी त्यातूनही भाकरीतुकडा कधी करून, कधी जमवून दिवस काढत होती. जवळपासची पोरं म्हातारी सारखा त्रास देते म्हणून तिच्याकडं फिरकायचीच नाहीत. कधीमदी कबीर तेवढा तिचा हालहावाला विचारायचा. तिच्याबरोबर गप्पा मारत बसायचा. म्हातारी जिद्दीची. बरंच पावसाळं बघितलेली. त्यामुळं जुनंपानं बरंच काय काय न कंटाळता सांगत बसायची. त्यामुळं सगळ्या म्हारोड्यातल्या बाया तिच्याजवळ जमायच्या आणि राकुंडी घासत बसायच्या. त्यानं जेवल्या जेवल्या हात पुसतच तानूआजीचं खोपाट गाठलं. दार पुढं केलेलं. आत दिव्याचा उजेडही दिसत नव्हता. क्षणभर उभा राहून त्यानं विचार केला. पुन्हा घडणार नाही येणं म्हणून त्यानं म्हातारीला हाळी मारली. तर म्हातारी पहिल्या हाकेलाच धडपडून उठली. दिवा लावला आणि दार उघडलं. कधी नव्हं ते म्हातारी एवढ्या लवकर झोपली होती.

'झोपलीतीस वाटतं?'

'हूं लेकरा, कुठली आलीया नीज. डोळ्याला डोळा लागत न्हाई. नुस्ती पडल्तो बाबाऽऽ' म्हणत म्हातारी पुन्हा अंथरुणावर बसली. बोऱ्यावर चिंध्या झालेली वाकाळ. पांघरायला नुसतं जुनेर. अंथरुणाजवळच काठी आडवी टाकलेली. उशाला चिमणी. हाताला सहज सापडेल अशी आगपेटी आणि राकुंडीचा डबा.

'यायचं यायचं म्हणत दोन दिवस गेलं, बघ'

'व्हय बाबा तुजी बी लई पळापळ. कव्वा एकदा तुजी ही साळा संपती आनी धंद्याला लागतोस कुणास धक्कल. आजून किती वरसं रं?'

म्हातारीचा हा भेटला की ठरलेला प्रश्न. त्यामुळं तो फक्त हसला आणि म्हणाला,

'आजी, एवढं लगबगीचं काय काढलीस काम?'

'कुठलं काम? ह्येच की रं योक कागोद लीवायचा व्हता. आनी तुला बगितल्यावर जरा बरं वाटतंय म्हणूनशान बलीवलंत?

'कागद कुणाला, तातोबाला?'

'मग आनी कुणाला लीवू लेकरा' म्हातारी म्हणाली-

'तूच बग बाबाऽऽ चार कागदं लीवली. त्येचं यॅकबी उत्तर न्हाई. म्हातारी जित्ती हाय काय मेली एवढी तरी चवकशी करायची? ती सुदीक न्हाई. एवढा कशात यरगाटलाय भाड्या कुणास धक्कल. न्हाईतर गावकडं आई म्हातारी हाय. ती कशी जगत आसंल? काय खाईत आसंल? ह्येचा जरा सुदाक इच्यार न्हाई. कसलं काळीज आसंल बघ लेकरा...' म्हातारीनं आपल्या मनात साठलेलं सगळं भडाभड बडबडायला सुरवात केली. पोरगा गावाचं तोंड बघायला तयार नाही. पै पाठवायला त्याला जड जातं. म्हाताऱ्या माणसानं इथं कुणाच्या तोंडाकडं बघून जगायचं? म्हारोड्यात कोण पाण्याचा तांब्या देत नाही. गावात कुणाच्यात भाकरी मागितली तर म्हणत्यात पोरगा पोलीस हाय आणि तू मागून का खातीस? आता कुणाला काय सांगायचं आणि काय काय बोलायचं? असं बरंच कायबाय म्हातारी दम लागेपर्यंत बोलत गेली. कबीर काहीच न बोलता फक्त ऐकत बसला. म्हातारी एकदा सगळं बडबडून मोकळी होऊ दे म्हणजे तिच्याच जीवाला सलम पडंल. म्हणून तो फक्त मान हालवत राहिला. शेवटी म्हातारी थांबल्यावर कबीर म्हणाला,

'मग आजी, उद्या कागद घेऊन येतो.'

'म्या आणून ठेवलाय लेकरा' म्हणत म्हातारी उठली. खुट्टीला अडकलेल्या पिसवीत कोंबून ठेवलेलं आंतर्देशीय पत्र बाहेर काढलं. हजार घड्या पडून चुरगळलेलं पत्र त्यानं सरळ केलं. पालथी मांडी घालून म्हातारीसमोर तयारीनं बसला आणि 'सांग आजी' म्हणत ऐकायची तयारी ठेवली. कारण म्हातारीचं सगळं ऐकून घेतल्याशिवाय पत्र लिहिणं जमण्यातलं नव्हतं, हे त्याला अनुभवाने माहीत होतं. म्हातारी अंथरुणावरच पाय लांब सोडत म्हणाली,

'पयल्यांदा लीव, तुजं पत्र का न्हाई' आईला पत्र पाठवाय कटाळलास काय? आई मरावी आसं तुला वाटतंय काय? तसं वाटत आसलं तर तसं कळीव म्हणावं. कुठल्या तरी तळ्यात न्हाईतर कुणाच्या तरी भावीत जीव देती. म्हणजी तू मोकळा व्हशील. तुझ्या बायकोला आनंद व्हईल. दोघंजन राजा-राणीगत-हाशीला.' म्हातारीनं दम घेतला मग पुन्हा म्हणाली,

'गावाला याला तुला लाज वाटती. खरं, ह्या गावचं तुकडं खावूनच न्हानाचा मोठा झाला हाईस. पांढरीला इसरलास तर तुझं चांगलं व्हनार न्हाई. शेवटी मेल्यावर तुला पुराय म्हारकीतच आणाय पायजे. एवढा एकदम मातू नगंस. चार पैसं आनी बायको झाली म्हणजी जय झालं न्हवं. लई लागतंय. राज्याला त्ये सुईची गरज लागतीया. आनी तुजं तरी काय? कदी तरी तुला तुझ्या वागण्याचा पचेताप व्हईल. तवा तुजी ही आई मातीत गेल्याली आसंल.' बोलता बोलता म्हातारीच्या डोळ्यात घळाघळा पाणी आलं. म्हातारी भावनाविविश झालेली कबीरनं कधीच बघितलेली नव्हती. काय तरी निश्चितच बिनसलेलं आहे. वेगळं घडलेलं आहे. त्याशिवाय तिच्या डोळ्यातून पाणी येणार नाही. आत खोल कुठंतरी ती प्रचंड दुखावलेली आहे हे जाणवत होतं. ती मोकळ्या मनानं रडून रिकामी झाल्याशिवाय काहीच सांगणार नाही, म्हणून तो गप्प बसून राहिला. थोड्या वेळानं ती शांत झाली तेव्हा तो म्हणाला, 'आसं काय घडलं?'

'कुठं काय?' म्हणत म्हातारीनं डोळ्याला पदर लावला. मग थोड्या वेळानं म्हणाली,

'आन्सी मागच्या बेस्तरवारी कोलापूरला गेल्ली. पोरग्याच्या साळंत भरायला दोनशे रुपय पायजे व्हतं तिला. तर ह्या भाड्यानं दारात उभा केलं. आत सुदा ये म्हनला न्हाई म्हण. लेक तश्शी परातली. राच्च्यारात मोटारटायनावर बसली आनी सक्काळ उठून माघारी आली. लेकीच्या आतड्याला काय वाटलं आसंल? आटावल्यावर तीळ तीळ तुटतोय रंऽऽ जीव! करून सगळी माती झाली.' म्हातारीला पुन्हा हुंदका फुटला. आन्सी म्हातारीची थोरली लेक. हिटणीत दिलेली. तिचं पण तात्याबानं असं करायला नको होतं. नसतील पैसे तर नाहीत बाई म्हणून सांगता आलं असतं. पण आन्सीला त्यानं दारातूनच परत पाठवावं ही गोष्ट काही योग्य नाही. त्यानं तसं का केलं असेल? कबऱ्याच्या मनात प्रश्नांची शृंखला सुरू झाली.

त्याला बसल्याजागीच अस्वस्थ वाटाय लागलं. त्यातून धाडस करून म्हणाला,
'आनी काय लिवू?'

'तुझी म्हातारी मातीत गेली म्हणूनशान लीव' तानूआजी गप्पकन म्हणाली आणि एकदम थंड बसली.

लॉजिकच्या तासाला सोरटेबाईनं भयंकरच बोअर करायला सुरवात केली तेव्हा कबीरनं सरळ खिशातली डबी बाहेर काढून तंबाखू-चुन्याचा तोबरा भरला. आता कितीही बोअर करू बाई. त्यानं गच्च डोळे मिटून घेतले आणि बाईचे शब्द आपल्याला ऐकू येऊ नयेत अशी धडपड करायला सुरू केली. तंबाखूची तार जुळू लागली तशी त्याची धडपड सार्थ होऊ लागली. मग त्यानं खिडकीतून दिसणाऱ्या बाभळीच्या झाडावर नजर एकाग्र केली. भलतेच कुरूप दिसत होते झाड. कशाही पसलेल्या फांद्या. कुठंतरी असणारी पानांची वर्दळ. बाकी सगळं काळंठिक्कर. फारच ओबडधोबड वाढलंय. झाडानं कसं सुंदर असलं पाहिजे. डौलदार. पण काही झाडं अशी असतात, त्याला कोण काय करणार?

तासाची बेल झाली आणि त्यानं सुस्कारा सोडला. वर्गाच्या बाहेर पडल्यावर खलखळून तोंड धुऊन घ्यावं म्हणून प्राचार्यांच्या कार्यालयाजवळच्या हौदाकडं तो निघाला. प्राचार्यांच्या ऑफिसमधून बाहेर पडलेले प्राध्यापक अवचित भालेराव समोरून येत होते. अत्यंत आकर्षक बसवलेले केस, चेहरा आकर्षक करण्यासाठी खास बनवलेला सोनेरी दांडीचा चष्मा आणि कुठेही घडी न पडलेली सफारी. आली की पंचाईत. आता हा बाबा आणि बोअर मारणार. दुसरीकडं सरकायलाही जागा नव्हती. प्राध्यापक भालेराव जवळ आल्या आल्या सेंटच्या उग्र वासानं त्याला घेरलं. च्याआयला. हेच ह्या माणसाचं नको वाटतं. कशाला हे सगळं करत असेल?

'कांबळे, अरे असा गप्प का?'

तो पटकन भानावर आला. म्हणाला,

'काय नाही सर, सहज चाललोय जरा. पाणी पिऊन येतो.'

'हां हां' प्राध्यापक भालेराव म्हणाले,

'माझीही थोडी धावपळ आहे. पुढच्या आठवड्यात आपल्या कॉलेजमध्ये बाबासाहेबांच्या अर्थशास्त्रीय विचारावर एक व्याख्यान आयोजित केले आहे. आता तुला हे कळलं ना? आता तुझ्या समाजाच्या सर्व मुलांना ही माहिती व्यवस्थित

कळव. भेटेल त्याला सांग. सांगशील ना? तुमच्या समाजातल्या मुलांनी त्यामध्ये पुढाकार घेतला पाहिजे. करशील ना?'

कबीरानं मान हालवली. भोसडीचा! तो मनातल्या मनात पुटपुटला. म्हणे तुझ्या समाजाच्या. आणि याचा समाज कोणता? हा मांग समाजातला, म्हणजे आपल्याला वेगळं समजतो. पण त्याच्या ह्या वेगळं काढण्यानं याला काय साधायचं असेल? कशासाठी ही याची ओढाताण चालू असेल? असे अनेक प्रश्न त्याच्या मनात निर्माण झाले.

पहिल्या पहिल्यानं प्राध्यापक अवचित भालेरावसंदर्भात समाजाची पोरं असं बरंच काय काय सांगायची. पण त्याला पटायचं नाही. उलट त्यांचाच काही गैरसमज असावा असं त्याला वाटायचं. पण मागच्या वर्षापासून त्यालाच हा अनुभव येऊ लागल्यामुळे त्याच्या मनात विलक्षण चीड निर्माण होऊ लागली होती. आपल्याला काय करायचं? त्याचं तो जगतो त्याला हवं तसं, असंही त्याच्या मनात यायचं आणि तो सारंच झटकून टाकायचा. पण आता मात्र त्याला संतापच आला. त्या तिरीमिरीत हौदावर जाऊन खळाखळा चूळ भरल्या. तोंडावर पाणी मारलं. मग त्याला थोडंसं निवांत वाटू लागलं.

'एवढा धडधडीत दरोडा घालूनबी बाळ्याला मोकळा सोडायचा म्हणजे काय धंदा हाय काय धंद्याचा बा?'

गज्या मुळीक चवताळून बोलत होता. आक्काबा राणे भिंतीला टेकून डोळे मिटून बसला होता. सरपंच गणपतराव पाटलाचं वळवळणं सुरू होतं. आक्काबा राणेच्या घरात काळकी तुकाराम, धोंडील शंकरदा, डंग्या मारुती, तुका जाखल्या, बंडू चेरमनच्या भावकीतले सारे आणि बरेचजन जमले होते. आक्काबा राणेच्या जुन्या वाड्यातली गल माणसांनी भरून गेली होती. बंडू चेरमन क्षणाक्षणाला लाल लाल होत चालला होता आणि गज्या मुळीक मोठमोठ्यानं बोलत होता. त्याला शांत करणं कठीण होतं. त्यामुळे कोणच काही बोलत नव्हतं. सगळं गज्या मुळकाच्या तोंडाकडं बघत होते. शेवटी आक्काबा राणेनं डोळं उघडलं आणि म्हणाला,

'मुळीक, आमी सगळ्या वकिलांची घरं पालथी घालून आलोय. त्यातल्या एकानंबी आमाला काय कराय जमंल म्हणून सांगाय न्हाई. सगळ्यांनी आमालाच खुळ्यात काढलं. कागदं त्येनं रंगीवल्यात. चूक आपली झालीया. मग काय करूयाऽऽ?'

'चूक आपली न्हवं. तुमची झालीया म्हणा. त्येला के.डी.सी बँकेत लावला कुणी? तुमीच न्हवं?'

काळक्या तुक्यानं मध्येच तोंड घातलं.

'व्हय गा' आक्काबा राणे म्हणाला, 'तवा कुठं वाटलंतं त्यो आसा डोक्यावर मिऱ्या वाटंल आसं. झालं त्येला काय करूया? झालं त्ये झालं. आता ह्यातनं कायतरी वाट काढूया आनी त्ये सगळं मिटवून टाकूया.'

'म्हणजे शेडबाळ्याला मोकळा सोडायचा म्हणा की' गज्या मुळीक पुन्हा त्याच मुद्यावर आला.

'मग काय करूया म्हणतोस?' सरपंच गणपत पाटलानं विचारलं. तसा बंडू चेरमन एकदम लालेलाल होऊन म्हणाला,

'तुमी कायच करायचं न्हाई. आता माझं मी बघून घेतो.'

'आसं डोकं फिरल्यागत करू नगं. मारामारीनं आनी वायलंच कायतरी व्हऊन बसंल. शांतचित्तानं घे...' आक्काबा राणेनं बंडू चेरमनला समजावण्याचा प्रयत्न सुरू केला. तसा तो अधिक चिडला. मग त्याच्या भावकीतल्या सगळ्यांनी तोंड घालायला सुरवात केली. प्रत्येकाच्या बोलण्यावरून ह्यातून आता बरंवाईट कायतरी घडणार असं आक्काबा राणेला दिसाय लागलं. कुणाची समजूत घालणंही त्याच्या हातात उरलेलं नव्हतं. बाळ्या शेडबाळेला बोलवून विश्वासात घेऊन विचारायचा प्रयत्न केला होता. पण त्यानं कायच अंगालाच लावून घेतलं नाही. उलट, माझ्यासारख्या माणसावर खोटा आळ आणताय असं डाफरून गेला. त्यामुळं करता येण्यासारखं काहीच नव्हतं. आक्काबा राणेला सगळीकडून गुडारत. तो पुन्हा डोळं मिटून गप्प बसला. चर्चा वाढतच गेली. तसा सरपंच गणपतराव पाटील म्हणाला-

'एकदा त्येला सगळ्यांच्यासमोर बलवून इच्यारूया. कबूल झाला तर तस्सं. न्हाईतर मग जे सुचंल ते करूया.'

या तोडग्यावर मात्र सगळेच थांबले. आक्काबा राणेला मोकळं मोकळं वाटलं. त्यानं डोळे उघडले.

यल्लाप्पा दावणे मांगवाड्यातून बाहेर पडला तेव्हा त्याच्या मनात शंकेची पाल चुकचुकली. भीम्या म्हार घरात नसला तर करायचं काय? गळ्याला फास लागल्यागत झालाय. या भीम्याच्या नादानंच दाद्या म्हाराशी व्यवहार केला आणि सगळंच आपलं चुकलं.

यल्लाप्पा मांगवाड्यातला जुना हेडी. पन्नाशी उलटलेला तरीही चाळीशीत असल्यासारखा दिसणारा. चार तालुक्यातले बाजार फिरण्यात त्याचा आठवडा जायचा. लहानपणी सत्याप्पा मांगाबरोबर दावी, दोऱ्या विकाय जाणाऱ्या यल्लाप्पाला बाजाराचा नाद लागला तो लागलाच. पहिल्या पहिल्यानं तो ही दावी, दोऱ्या, वाली असल्या मांगोड्यात तयार होणाऱ्या गोष्टी विकायचा. तेव्हा जेमतेम घर चालवण्याइतपत कमाईही त्याला करता यायची नाही. अशातच बाजार फिरता फिरता आप्पाण्णा हेड्याची ओळख झाली. त्यानं जनावरांचा बाजार फिरायचा नाद लावला. जनावराच्या सतरा खोड्या त्याच्या कडूनच त्यानं शिकून घेतल्या. बोलण्यातली चतुराई हळूहळू त्याला अवगत होत गेली आणि हेड्याच्या धंद्यात त्यानं बस्तान बसवलं. गावात या धंद्यात पडलेला तो पहिला. मग त्यानंच हळूहळू दादू म्हाराला या धंद्याचा नाद लावला. तेव्हा वाटलं होतं- आपल्याला धंद्यात सोबत होईल. लांबच्या बाजारला संगत मिळंल. पहिल्या पहिल्यांदा तसं झालंही; पण दादू म्हार आपल्या मूळ वळणावर गेला आणि यल्लाप्पाला त्यानं धंद्यात टांग लावायला सुरवात केली. पहिल्या पहिल्यानं समजून सांगून बघितलं. पण गडी काय वळण सोडायला तयार नाही, म्हटल्यावर यल्लाप्पानं त्याला आपल्यातून वजा करून टाकलं आणि त्या ईर्षेनं भीम्या म्हाराला धंद्यात ओढलं. त्यावेळी या म्हारांचा आपल्याला नादच नको म्हणून त्यानं मांगवाड्यातलं कोणतरी सापडंल, आपल्या धंद्यात तयार होईल म्हणून चाचपणी केली. एक-दोघांविषयी बक्कळ प्रयत्न करूनही बघितला पण त्यातून काही हाताला लागत नाही म्हटल्यावर त्यानं भीमा म्हाराला धंद्यात उभा केलं. भीम्या विश्वासाचा आणि शब्दाला बऱ्यापैकी पक्का होता. सहजासहजी फसवणारा नव्हता आणि मुख्य म्हणजे भाबडा होता. त्यामुळे यल्लाप्पा निर्धास्त भागीत धंदा करत होता. नाही म्हंटलं तरी दोघात प्रत्येक बाजारात शंभरभर रुपायाला तरी मरण नव्हतं. आठवड्याला चार बाजार केले तरी दोनशे रुपये वाट्याला येत होते. त्यात पुन्हा यल्लाप्पाचा बाजारात बऱ्यापैकी वट बसल्यामुळं इकडतिकडच्या मध्यस्थीत पुन्हा पन्नास रुपये पदरात यायचे. घर चालवून दोन पैसे शिल्लक ठेवायची ऐपत झाल्यावर यल्लाप्पानं सरळ दोन म्हशीच घरात आणून पुन्हा मिळकतीचा आणखी एक मार्ग तयार केला. सगळं सुरळीत चालू होतं. अशातच भीम्या म्हार म्हणाला, दाद्या आता सरळ आलंय. त्याला सगळ्याचा पश्चाताप झालाय. त्याच्याशी व्यवहार करायला हरकत नाही. म्हणून बाबालालच्या दोन म्हशींचा दाद्याशी व्यवहार केला.

महिना उलटून गेला तरी दाद्या अजून दाद द्यायला तयार नाही. बाबालाल काल येऊन निकराचं सांगून गेल्यामुळं त्याला सगळंच गळ्याला आल्यागत वाटत होतं.

तो मांगवाड्यापासून चार कासरं असणाऱ्या म्हारवाड्यातल्या भीम्या म्हाराच्या दारात गेल्यावर त्यानं खाकरून आवाज दिला. तर भीम्या म्हाराची बायको सगूणा चुलीजवळनंच म्हणाली,

'कोण हायऽऽ जीऽऽ' यल्लाप्पानं पुन्हा खाकरा काढला तशी ती दाराला आली आणि यल्लाप्पाकडं हसून बघत म्हणाली,

'भगटायला घरातनं भाईर पडल्यात जीऽऽ त्या गावातल्या शेडबाळे भावजीनी न्हेलंय'

यल्लाप्पाला एकाएकी आवसान गळल्यागत वाटलं. त्यातूनही तग धरत त्यानं विचारलं,

'दाद्या तरी आसंल काय घरात?'

'त्येनीबी ह्येंच्याबरबरच व्हत्यानी. तिघं मिळून गेल्यात.'

यल्लाप्पा दारातनं वळला. त्याच्या डोक्यात नव्यानं पाल चुकचुकायला सुरवात झाली.

उन्हं उतरणीला लागल्यावर सुली अंग झटकून उठली. अंगातला आळस कसला तो जायला तयार नव्हता. चांगला कडक चहा प्यावा म्हणजे तरी आळस जाईल या विचारानं ती दारापासून चुलीकडं सरकली. तिचं लक्ष चुलीजवळच्या जळणाच्या खोपड्याकडं वळलं तर सगळा खडखडाट. काटुक शिल्लक नाही. खोपटाच्या पाठीमागं परड्यात चार काटक्या शिल्लक असतील म्हणून गेली. तर तिथंही तेच. हे आपल्या आधीच ध्यानात यायला पायजे व्हतं. तिच्या मनात आलं. चहापुरत्या इकडतिकडच्या चार काणग्या गोळा केल्या. चहा पिल्यावर थोडी तरतरी आल्यासारखं झालं. अंगावरचं लुगडं झाडून तिनं मोकळीबुट्टी- भांगलणीचं खुरपं हातात घेतलं. मेढीला लटकणाऱ्या आरस्यात कुंकू सरळ केलं. आणि खोपटाच्या दाराला कुलूप घालून बाहेर पडली. गणूनानाची कमळी चौकटला टेकून बसलेली. जाग्यावर वळवळतच म्हणाली, 'काय करतीस ग सुली?'

'कुठं काय? जराशी शिरी- कानगुटं गावत्यात काय बघतोईऽऽ'

'आगऽऽ मुळकाच्या मळ्यात खोडवी हाईत बघ. मघाशीच वच्ची डालगंभर घेऊन आली.'

'मग तिकडंच जातोई' म्हणत सुली रस्त्याला लागली. उन्हं उतरणीला लागली असली तरी अजून चणका होताच. आता तिची उन्हाची सवयही मोडत चालली होती. मुळकाच्या मळ्यापर्यंत चालून तिला घामाळल्यागत झालं. नाही म्हटलं तरी आता अंग जरा सुखानं वाढीला लागलं होतं. त्याचाच हा परिणाम.

मुळकाच्या विहिरीवर मोटर चालू असल्याचा आवाज येत होता. उसातही पाणी पाजणाऱ्याची सळसळ जाणवत होती. सुली इकड- तिकडचा अंदाज घेत नांगरून टाकलेल्या खोडव्याच्या शेतात गेली. बुट्टी ठेवून एकएक खोडवं घेऊन माती झाडत घुपळा करायला सुरवात केली. दीस मावळायच्या आत म्हारवाडा गाठायला तिची धावपळ चालली होती.

'काय सुलाबाई, लई दीसातनं रानात दीसाय लागलीस' पाठीमागून आवाज आला आणि ती एकदम दचकली. गज्या मुळकाचा भाऊ- शामा मुळीक खांद्यावर चिखलानं माखलेलं खोरं टाकून उभा होता. तिची बोबडी वळली. त्यातूनही धाडस जमवून म्हणाली,

'आलो जीऽऽ जळान सपल्तं म्हणूनशान म्हंटलं न्हावं'

'जळान आनून दीत न्हाई व्हय बाळ्या शेडबाळ्या?' शामा मुळकानं जीभ चावतच विचारलं आणि तिचा जीव चरकला. अंगावर झर्रकन काटा आला. तरी तिनं हातातली खोडवी बडवणं थांबवलं नाही. शामा मुळकाच्या प्रश्नाला उत्तर देण्यासाठी तिची जीभ उचलली नाही. मुळकानं तालामाला ओळखला. पुन्हा म्हणाला,

'रामा कुठं गेलाय?'

'पाटलाच्यात गेल्यात जीऽऽ'

'मग तू जायाचं बंद केलीस वाटतं कामाधंद्याला?'

शामा मुळकानं बोलणं वाढवण्याचा प्रयत्न सुरू केला.

'आसं कसं जमंल जीऽऽ या दोन आठवड्यात जरा कसार आल्यागत झालंयऽऽ म्हणून घरात आसतोय' सुलीनं पुन्हा धाडसानं बोलाय सुरू केली. शामा मुळकानं पुन्हा तिला निरखून बघायला सुरवात केली. अर्थात हे असं तिला नवीन होतं अशातला भाग नव्हता. पण ती धास्तावत चालली होती.

'तुला काय गरज म्हणा राबायची! शेडबाळ्याला कुळ बाकी बक्कल गावलंय' म्हणत मुळीक स्वतःशी हसला. सुलीच्या अंगात जाणवण्याइतपत थरथर वाढली. शामा मुळीक मग तिच्या जवळ सरकतच म्हणाला,

'खोडवी येचत कशाला बसलीस. आमच्या खोपीजवळ माप ढीगभर पडल्यात. न्हे चल त्येच्यातलीच.'

'नको जीऽऽ झालीच भरतीऽऽ' म्हणत तिनं ढीग बुट्टीत भरायला सुरवात केली.

'का, आमच्या सावलीचं वावडं हाय वाटतं?' मुळकानं जीभ चावली. सुली घामाघुम झाली. तिनं बुट्टी उचलली आणि न बोलताच वाटंला लागली. मुळीक तोंडात मारल्यागत तिच्या पाठमोऱ्या आकृतीकडं बघत उभा राहिला आणि स्वतःशीच पुटपुटला-

'आयलाऽऽ जरा कडूच दिसतंय बेणंऽऽ'

सुली रामा म्हाराची बायको. रंगानं काळी सावळी असली तरी ठेवण तशी उजवीच होती. लग्न होऊन म्हारवाड्यात आली तेव्हा आडदांड रामाला बायको मात्र फैना मिळाली, अशी चर्चा सगळ्यांच्याच तोंडात होती. लग्न झालं तेव्हा साधारण किरपण असणारी सुली लग्नानंतर सहा महिन्यात हळूहळू बदलत गेली. फाटक्या-तुटक्या लुगड्यातूनही तिचा बांधा तसा उठूनच दिसायचा. खायला-प्यायला नसणाऱ्या घरात जरी ती पडली असली तरी राबायला चांगली खवाट होती. त्यामुळं गावातल्या कुणाच्याही बांधाला गेल्यावर कधी उलटा शब्द ऐकायला मिळाला नव्हता. उलट ती कामाला यावी म्हणून रामा म्हाराला जो तो मिणत्या करून आपल्यात कामाला घेऊन जायचा. सुली कामाला कुणाच्यातही गेली तरी वर मान काढून बोलायची नाही. कामात कधी अंग राखून राहायची नाही. त्यामुळं गावातल्या बायका तिला विशेष जवळ करायच्या.

पण काय झालं कुणास ठाऊक? एकदा- दोनदा शेडबाळ्याच्या बांधाला ती गेली आणि तिच्यात हळूहळू बदल व्हायला लागला. होणेही स्वाभाविक होते. तिच्यासारख्या भरलेल्या बाईला रामासारख्या दिवसभर ढोर म्हेनत करून आलेल्या माणसाकडून हवं तेवढं सुख मिळणं कठीणच असेल. घर म्हटल्यावर लागणार व्हय-नको बघावं असं तिला वाटणं स्वाभाविकच. पण रामाला ते सगळंच झेपण्यासारखं नव्हतं. त्याच्यापरीनं तो सगळं करण्याचा प्रयत्न करत होता. त्यासाठी रात्रंदिवस खपत होता. या सगळ्यात दैवाच्या मनातही काही असावं. कारण लगीन होऊन सात वर्षे झाली तरी सुलीची ओटी भरली नव्हती. त्याचं दुःखही तिला छळत असणे नैसर्गिक. त्यातूनच तिच्या मनात काही-बाही येत गेलं असेल तर ते तिचं चुकलं असं कोण म्हणणार?

पहिल्या पहिल्यानं या गोष्टीचा कुणालाच संशय आला नाही. कारण सुलीचं वागणं वावगं म्हणावं असं नव्हतंच. पण बाळासाहेब शेडबाळेच्या चकरा म्हारवाड्यात वाढाय लागल्या. तसा संशय बळावाय लागला. लोक कुजबुजाय लागले. त्यात शेडबाळेनं सुलीला कामाला जाणं बंद कराय लावलं. तिच्या घरखर्चाचा पैसा आपोआप घरात येऊन पडाय लागला. घरात बसलेल्या सुलीचा रंग हळूहळू पालटाय लागला. तसे लोक उघड बोलाय लागले. पण असल्या गोष्टीची काळजी करत बसणाऱ्यांपैकी सुली नव्हती. त्यामुळं त्या साऱ्याकडंच कानाडोळा केला. आपोआप चर्चाही थंडावत गेली आणि बाळासाहेबाचं तिच्या घरात राजरोस येणं- जाणं सुरू झालं. फक्त त्याला भीती होती रामाची. पहिल्या पहिल्यानं तो त्याबाबत धास्तावून जायचा. पण नंतर त्याचीही सवय होऊन गेली. आणि सगळंच आबादीआबाद सुरू झालं.

नंदाप्पाच्या तळीजवळ बाळासाहेब शेडबाळेला अर्धमेला करून टाकलाय ही बातमी हाऽ हाऽ म्हणता गावात पोहचली. बंडू चेरमनच्या भावांनी ही कामगिरी केली असणार, असाही बोलबाला सुरू झाला. गावातल्या तिकटी-तिकटीवर लोकांचं घोळकं दिसू लागलं. सगळीकडं बाळासाहेब शेडबाळ्याचीच चर्चा. प्रत्येकजन चर्चा करत होता पण नंदाप्पाच्या तळीकडं जाण्याचं नाव मात्र कोणच घेत नव्हतं.

आक्काबा राणेला ही बातमी कळाली तेव्हा तो झर्रकन हालला. गडबडीनं बंडू चेरमनचं घर गाठलं, तर बंडबाची बायको म्हणाली, तालुक्याला दवाखान्याला गेल्यात. धाकल्या शंकऱ्याची आणि बाबूची चौकशी केली तर ते दोघे पावण्याला भेटायला गेलेत, अशी माहिती मिळाली. आक्काबा राणे एकदम चक्कारला. बंडू चेरमनला एवढी अक्कल कशी काय आली? एवढी सावधगिरी त्यानं डेरीच्या कामात दाखवली असती तर ही वेळ आली नसती. पण उशिरा का असेना गड्याला शहाणपण सुचलं, असं बरंच कायबाय आक्काबाच्या मनात येत गेलं.

आक्काबा सरळ तिकटीवरनं चावडीकडं वळला. तिथं तुका जाखल्या आणि जानबा मास्तर गंभीर होऊन उभे होते. त्यांच्याजवळ घोरपड्याच्या गल्लीची तीन-चार माणसं उभी होती.

'चला रं' आक्काबा त्यांच्याजवळ पोहचल्या पोहचल्या म्हणाला. तुका जाखल्या आक्काबा राणेच्या तोंडाकडंच बघत उभा राहिला. तसा तो पुन्हा खेसकला. न राहून जानबा मास्तर म्हणाला,

‘कुठं जायाचं?’

‘कुठं म्हणून काय इच्यारतोस लेका, बाळ्या शेडबाळ्याला बघायला.’ आक्काबा एकदम वैतागला. तुका जाखल्यानं एकूण परिस्थितीचं गांभीर्य ओळखलं आणि त्यानं पाय हालवले. जानबा मास्तर मात्र जाग्यावरून न हालताच म्हणाला,

‘आपण जाऊन तिथं काय करायचं? त्येची माणसं जातील की त्येला बघायला.’

‘त्येची माणसं त्यो मेल्यावर पोचवायला जातील. ती वाट बघूया?’ आक्काबाचा पुन्हा आवाज वाढला. तसा जानबा मास्तरही जाग्यावरून हालला.

नंदाप्पाची तळी गावापासून दीडमैलाच्या अंतरावर. तालुक्याच्या रस्त्यावर. नंदाप्पाच्या तळीजवळ बेळगुंदी आणि इंचनाळकडून येणारी पानंद आणि गावातून जाणारी पानंद या रस्त्याला मिळतात. नंदाप्पाच्या तळीजवळ रस्ता एकदम चढाला लागतो. तळीच्या जवळच एक छोटी टेकडी आणि त्या टेकडीवर ईराचं देवस्थान. या देवाच्या शेजारूनच रस्ता आऱ्याकडं जातो. तशी ही जागा बादिक म्हणून प्रसिध्द. वर्षातून एकदा तरी कसला ना कसला तरी अपघात हा ठरलेला असतो. त्यामुळं नंदाप्पाची तळी जवळपासच्या पंचक्रोशीत प्रसिध्द. या तळीला नंदाप्पाची तळी का म्हणतात, याबाबत अनेक कथा सांगितल्या जातात. या सगळ्या कथा भुताखेताच्या. त्यामुळे पुन्हा या जागेबाबत भीतिदायक वातावरण.

आक्काबा राणे, तुका जाखल्या आणि जानबा मास्तर नंदाप्पाच्या तळीजवळ पोहचले तर शेडबाळ्याची स्कूटर पालथी पडलेली. जवळच कासऱ्यावर शेडबाळ्या अर्धमेला होऊन पडलेला. डोकं फुटलेलं. अंगातला शर्ट चिणचिण्या झालेला. पॅन्ट रक्तानं भिजलेली. शुध्द पूर्ण हरपलेली. आक्काबानं त्याच्या छातीजवळ हात लावून बघितलं. जानबा मास्तर शेडबाळ्याची अवस्था बघून लटलटाय लागलेला. तुका जाखल्या मात्र निर्विकार उभा.

‘काय तरी वाहानाचा बंदोबस्त कराय पायजे. ह्येला दवाखान्याला हालवूया.’ आक्काबा राणे त्या दोघांकडं बघतच म्हणाला.

‘आपण नकोबा. फुक्कटची बदलाम. त्येची कोणतरी माणसं इवू द्या. मग हालवूया वाटलंतर-’ तुका जाखल्या कसा तरी पुटपुटला.

‘लई वाईट मारलंय गड्याऽऽ’ मास्तर बोलता झाला.

‘मारलंय काय गाडीवरनं पडलंय कुणास धक्कलऽऽ?’ आक्काबा सावध धोरणीपणे बोलला. मग कोणच काय बोललं नाही. तसा आक्काबा राणेच म्हणाला,

'मग काय करूया म्हणतोस जाखल्या?'

'करायचं काय त्येच्या घरच्यास्नी आणूया आनी मग दवाखान्याला हालवूया.'

'तवोपतोर वाट बघायची?'

'इलाज न्हाई. कडू हाय हे बेणं. मागनं सुद्दीवर आल्यावर ह्येनीच मारलंय म्हणून उलटा जबाब दील. ह्येच्या भानगडीत लईबी गुताय नको'

'तू म्हणतोस त्येबी खरं हाय,' आक्काबा स्वतःशी पुटपुटला. इतका वेळ बोलावं की नको या विचारात पडलेला जानबा मास्तर म्हणाला,

'आपण सरळ गाव गाठूया. कोण न्हेणारं न्हेतील त्येला दवाखान्याला.'

'आसं कसं?' आक्काबा म्हणाला, आरं किती केलं तरी गावचं हाय. आनी त्येला न्ह्यायला येणारा कोण आसता तर आजूनपतोर ह्यो हितं पडला आसता? आता गावात समजून तास व्हवून गेला. त्या आधी ह्ये कव्वास्सं पडलंय हितं कुणास धक्कल? आनी ह्येला न्ह्यायला येणार म्हणजे लंगडं हाऱ्या नायतर मिचकं भिम्या. ती बसल्या आसतील कुठं तरी लपून आनी दाद्या हेडी बाजार हिंडत बसला आसंल. मग आपल्याशिवाय ह्येला न्हेणार कोण?'

'का म्हाराची सुली हाय की!' तुका जाखल्या बोलला तसा आक्काबा राणे 'हात तुझ्या' म्हणत पचाकन थुकला !

पेडणेकरच्या दवाखान्यात बाळासाहेब एकटाच जनरल वॉर्डमधल्या कॉटवर पडून होता. आपल्याला आक्काबा राणेनं दवाखान्यात आणून पोहचवलं. शुध्दीवर येईपर्यंत धावपळ करत राहिला, हे ऐकल्यापासून त्याला अस्वस्थ वाटत होतं. तशात अंगातला ठणकाही जोरदार होता. हाडाला कुठं मार लागलेला नव्हता. पण डोक्यात दोन ठिकाणी जोरदार मार लागलेला होता. गुडघ्याला जखम झालेली होती पण गुडघा शाबूत होता ही त्याच्या दृष्टीनं चांगली गोष्ट होती. एकूण झालेल्या प्रकाराबद्दल सर्वबाजूनी विचार करूनही गुंता सुटत नव्हता. चार अनोळखी लोकांनी आपल्याला थांबवलं आणि पुढंचं सारं घडत गेलं. घडल्या साऱ्या प्रकारात बंडू चेरमन मुख्य असावा याबाबत त्याच्या मनात संशय नव्हता. पण घडल्या प्रकाराने तो भलताच धास्तावलेला होता. ही धास्ती मार पडला याची नव्हती, पण दोन तास आपण रस्त्याच्या कडेला बेशुध्द पडून होतो. अनेकजन गावचे आणि परगावचेही रस्त्यावरून गेले असतील. त्यांना कुणालाच थांबावं, बघावं असं का वाटलं नसेल? निदान गावातल्या तरी काहींनी पटकन धावून यायला हवं होतं. निदान लंगडा

हाऱ्या तरी फिरकायला हवा होता. पण नाहीच कोणी आलं. हे कसं? आक्काबा राणेनं येऊन दवाखान्याचा उपद्व्याप करण्यापाठीमागं कोणतं कारण असू शकेल? त्याच्या मनात एक ना हजार चाललेलं.

त्याने डोळे उघडले तर समोर पिचका भीम्या आणि बाळू चोरग्या. तो कसाबसा हसला. कॉटशेजारच्या खुर्चीकडं त्यानं बघितलं. बाळू चोरग्या काही न बोलताच खुर्चीवर टेकला. याला आक्काबा राणेनंच पाठवलं असेल का? नाही तरी तो आपण होऊन इथे यावा असे संबंध आपले कुठे आहेत? पिचका भीम्या कॉटवर टेकता टेकता सुस्कारला. म्हणाला,

'रांडच्यानी घात केला. डाव सादला.'

'जे व्हयाचं त्ये काय चुकत न्हाई' चोरग्या पुटपुटला.

'काय सुदा संबंध नसतानं ह्ये आसं म्हणजे खऱ्याचा न्याय ऱ्हायला न्हाई. बाळासाहेबासारख्या देवमानसावर ह्येनी हात उचललाय म्हणजे आमास्नी जिवंतबी ठेवणार न्हाईत. गरिबानं गावात जगायचं काय न्हाई? आपुनबी आता गप्प बसूनशान चालणार नाही. कायतरी बंदोबस्त करायला पायजेच.' भीम्याचं प्रगट चिंतन चालू होतं. ज्यातून त्याला स्वत:चीच काळजी अधिक लागलेली आहे, हे स्पष्ट जाणवत होतं. बाळासाहेब स्वत:शीच हसला.

'पोलीस टायनावर केसतरी केलीया का न्हाई?' बाळू चोरग्याने सबागतीवर विचारलं. बाळासाहेबाचा संशय एकदम पक्का झाला. त्याशिवाय चोरग्याच्या मनात कशाला येईल केस आणि बीस. त्यानं कुशीवर वळतच चोरग्याला विचारलं,

'तू कसा काय गा तालुक्याला?'

'आल्तो सज्जवारी. ह्यो भेटला. म्हटलं, चल येतो बरोबर.' त्यानंतर बाळासाहेब पुन्हा थंड पडला. अशातच आक्काबा राणे कॉलेजला असणाऱ्या पिंताबर जगदाळेला बरोबर घेऊन आला. शेडबाळ्या गडबडीनं सरळ झाला. आल्या आल्या आक्काबा म्हणाला, 'हे बघ. पितांबर कॉलेजला येता येता तुझा जेवनाचा डबा घिऊन ईल. तुझ्या बायकोलाबी बोलून ठेवलंय. हितल्या हितं काय लागलं तर डाक्टरला बोलून ठेवलंय.'

बाळासाहेब फक्त ऐकत राहिला. मग आक्काबा बाळू चोरग्याकडं वळला.

'कसा काय आल्तास'

'बाग्याच्या दुकानात थोडी उचल करायची व्हती.'

'ती करून आनी काय करतोस?'

‘म्हस घ्यावी म्हणतोय. दुबत्याला कायच न्हाई.’ त्या दोघांचा संवाद अगदीच सरळ आणि निर्मळ. यात कुठंच आडपडदा नव्हता. शेडबाळ्या पुन्हा विचारात पडला. बाळू चोरग्या आपल्याशी एवढं निर्मळ का बोलू शकत नाही?’ लोकांच्या मनातही थोरलं- धाकलं असतंच. या लोकांना आक्काबा राणे मोठा वाटतो. बाळासाहेब शेडबाळे नाही.

‘जातो रंऽऽ बाळ्या’ म्हणत आक्काबा राणे उभ्या उभ्याच वळला. पितांबरनं शेडबाळ्याला कसं काय म्हणूनही विचारलं नाही. उलट म्हातारा आपल्याला नको ते काम लावतोय असाच त्रासिक भाव त्याच्या चेहऱ्यावर रेंगाळत होता.

‘सत्यपाल धर्मरक्षी हे दलित महासंघातील प्रमुख कार्यकर्ते आहेत. दलित समाजासाठी झटणारे, प्राध्यापकाचा व्यवसाय निष्ठेने सांभाळणारे ते विद्यार्थीप्रिय शिक्षक आहेत.’ अवचित भालेराव आलेल्या पाहुण्यांची ओळख करून देत होते. कॉलेजचे मुख्य सभागृह खचाखच भरले होते. आर्ट, कॉमर्स शाखेतले सर्व विद्यार्थी, कॉलेजचा प्राध्यापकवर्ग, गावातले दलित कार्यकर्ते, त्यामध्ये आनंदा कांबळे, जालिंदर बनसोडे, अल्ताफ कांबळे अशी नेतेमंडळी. स्टेजवर प्राध्यापक सत्यपाल धर्मरक्षी, कॉलेजचे प्राचार्य तवंदीकर आणि प्राध्यापक अवचित भालेराव एवढेच. सभागृहाच्या दारावरही पोरांनी चिक्कार गर्दी केलेली होती.

कॉलेजमध्ये वेगळेगळ्या विषयांवर व्याख्यानं व्हावीत अशी प्राचार्य तवंदीकरांची सतत इच्छा असे. त्यामुळे आठवड्यातून एखादे तरी व्याख्यान ठरलेले असे. त्यासाठी त्यांनी कॉलेजमध्ये वाङ्मय चर्चा मंडळ, स्टडी फोरम, डॉ. आंबेडकर चर्चा मंडळ अशा वेगवेगळ्या नावाने वेगवेगळे गट तयार केले होते. प्रत्येकाला वर्षभरात काही ना काही कार्यक्रम करावा लागत असे. प्राध्यापक अवचित भालेराव यांच्याकडे डॉ. आंबेडकर चर्चा मंडळाचा कार्यभार सोपवण्यात आला होता. त्यांनी सत्यपाल धर्मरक्षीचे व्याख्यान आयोजित केले होते. ‘आंबेडकरांचे धर्मांतर’ असा व्याख्यानासाठी विषय देण्यात आलेला होता.

आलेल्या पाहुण्यांची ओळख करून देण्याची रीत सांभाळून प्राध्यापक अवचित भालेराव बराच वेळ मोठमोठे शब्द वापरून लांबलचक वाक्यं फेकत होते. त्यामुळे कंटाळलेली पाठीमागची मुलं जोरजोरानं टाळ्या पिटायला लागली तसे अवचित भालेराव गडगडले. आपली अधिक शोभा व्हायला नको म्हणून अत्यंत कष्टाने त्यांनी आपले भाषण आवरते घेतले. त्यांनतर नेहमीच्या नित्य कार्यक्रमाप्रमाणे

आंबेडकरांच्या फोटोला हार, नारळ, उदकाड्या इत्यादी इत्यादी उपचाराचा भाग आटोपण्यात आला.

मग प्राध्यापक सत्यपाल धर्मरक्षी लेक्चर स्टँडजवळ आले. आदबीने पाणी पिण्याचा कार्यक्रम त्यांनी पहिल्यांदा केला. वास्तविक ते आधीही पिता आले असते. पण त्या सवयीपाठीमागे निश्चित अशी त्याची म्हणून काही धारणा असावी. त्यानंतर त्यांनी माईकची स्थिती आपल्याला हवी तशी करून घेतली. त्यांच्या या एकूण कृतीमुळे सभागृहात चुळबूळ वाढली. तसे ते अत्यंत गंभीरपणे म्हणाले, 'सन्माननीय लोकांच्या नावाची उजळणी करण्याचे मी टाळणार आहे. कारण तो कालबाह्य उपचार आहे.' सभागृहात शांतता पसरली. आपण फारच काही महत्त्वाचे ऐकत आहोत, ऐकणार आहोत असे चेहरे भाबडे बनत गेले.

'धर्म ही अत्यंत गैरलागू आणि टाकाऊ गोष्ट आहे' सत्यपाल धर्मरक्षींनी सुरुवात केली.

'असं मी म्हणत नाही तर बाबासाहेब म्हणतात. धर्म सोयीसाठी उदयाला आले आणि धर्माने माणसावर अनन्वित अन्याय केला. धर्माने माणसाला माणुसकी शिकवण्याचे काम कधीच केले नाही. धर्माने माणसाला बुळे बनवले हे आपण लक्षात घेतले पाहिजे. धर्म ही शोषणाची यंत्रणा आहे. शोषणाचे दुसरे नाव धर्म आणि या शोषणातून बाहेर पडण्यासाठी बाबासाहेबांनी धर्मांतर केले. या पाठीमागे त्यांच्या पूर्वीच्या धर्माने त्यांचा अनन्वित छळ केला. त्या धर्माचे नाव घेण्याची सुध्दा मला लाज वाटते. मी ते नाव मरेपर्यंत कधीही घेणार नाही. इथल्या प्रत्येक दलित तरुणाने अशी शपथ घेतली पाहिजे. हा धर्म आमचा शत्रू आहे. या धर्मातील सर्व माणसे आपली शत्रू आहेत. या शत्रूच्या छाताडावर बसून आपल्याला आपले हक्क मिळवले पाहिजेत. या धर्मातल्या या चोर लोकांना हे हक्क आम्हाला देताना यातना होत आहेत. त्यामुळेच ते राखीव जागांबाबत बोंब ठोकत आहेत.'

श्रोत्यांमध्ये एक प्रकारची अस्वस्थता सत्यपाल धर्मरक्षी यांच्या बोलण्यामुळे पसरत गेली. सत्यपाल धर्मरक्षी यांच्या आवाजाची पट्टी क्षणाक्षणाला वर चढत होती. त्यांच्या आवाजाला ओरडण्याचे स्वरूप आले. ते जे बोलत होते ते नेमके काय आणि कशासाठी हे त्यांचे त्यांनाही कळत नसावं. कारण नंतर नंतर त्यांच्या पहिल्या वाक्याचा दुसऱ्या वाक्याशी संबंध उरू शकला नाही. मग त्यांच्या हातवाऱ्यांची गती वाढली. अंगाची हालचालही आपोआपच वाढत गेली.

प्राचार्य तवंदीकरांची अस्वस्थता लपून राहाणे अशक्य होते. त्यांची वळवळ वाढली होती. पुढच्या रांगेत बसलेल्या प्राध्यापक गजेंकरांनी बसल्या जागेवर हातवारे सुरू केले होते. प्राध्यापक बसाप्पा शिंदे मात्र अस्वस्थपणे आपल्याला काय करता येईल का? अशा भावनेने इकडे-तिकडे बघत होते. सत्यपाल धर्मरक्षीकडे बघून बरोबर नाही, बरोबर नाही अशा खुणा नकळत करत होते. जालिंदर बनसोडे, आनंदा कांबळे एकाग्रचित्ताने धर्मरक्षीचे भाषण ऐकत होते. प्राध्यापक अवचित भालेराव प्राचार्य शेजारी असल्यामुळे अंग चोरून बसण्याचा आटोकाट प्रयत्न करत होते.

या कशाकडेच लक्ष न देता सत्यपाल धर्मरक्षी यांचे तोफ डागणे सुरू होते. आता ते हिंदू धर्मातील ब्राम्हण-मराठे-वाणी कसे नालायक आहेत, दलित पोरांनी त्यांना ठोकले पाहिजे, या थोर विचारांचे प्रसूतीकरण करत होते. सभागृहात एक अदृश्य वाढता तणाव अधिक वाढत चाललेला होता आणि धर्मरक्षीचा आवाजही फाटला होता.

अखेर सत्यपाल धर्मरक्षी यांनी आपले व्याख्यान संपवले. शेवटपर्यंत त्यांनी 'आंबेडकरांनी धर्मांतर का केलं?' या प्रश्नाला स्पर्श करण्याचे टाळले. शेवटी शेवटी तर त्यांनी आपण करत असलेल्या दलित उध्दार चळवळीचा पाढा वाचून आपले आत्मकथन करणे पसंत केले. त्यामुळे त्यांचे व्याख्यान संपल्या संपल्या टाळ्या वाजवण्याच्या फंदात फारसे कोणी पडले नाही. सगळे पटापट बाहेर पडले आणि प्राचार्य तवंदीकरांनी निश्वास टाकला.

'साले हे तुमच्यातले विद्वान म्हणवून घेणारे लोक अभ्यास न करता काहीही भंपक बोलत असतात आणि आंबेडकरांना छोटं करतात, असं मला वाटाय लागलंय' कबीरशेजारी नेहमी बसणारा मोहन बल्लाळ कार्यक्रम संपवून बाहेर पडता पडताच म्हणाला. कबीरला त्याचं म्हणणं या व्याख्यानापुरतं तर पटलेलं होतं. फारच उथळ आणि भंपक बोलला प्राध्यापक सत्यपाल धर्मरक्षी. पण त्यानं ते सरळ सरळ मोहन बल्लाळसमोर कबूल केलं नाही. पटांगणात आल्यावर तो म्हणाला,

'अरेऽऽ ही आमच्यातील बोलणाऱ्यांची पहिली पिढी आहे. त्यामुळं असं व्हायचंचं. हळूहळू ते बोलू लागतील. पहिल्या पिढीची शोकांतिका असते.'

'माझं मत उलटं आहे. पहिल्या पिढीनंच अत्यंत जबाबदारीनं बोललं पाहिजे. अत्यंत परिश्रमपूर्वक व्यासंग केला पाहिजे. कारण तुमच्यासमोरचा येणारा तरुण

तुमच्या शब्दानुसार घडणार आहे. हा साला तर काही न वाचता उगाच आपला बडबडून गेला. खरं सांगू तुला' मोहन बल्लाळ म्हणाला-

'याच्यापेक्षा आंबेडकर तू किंवा मी अधिक वाचलेला आहे असं मला वाटलं. याला महाडच्या संग्रामाची तारीख आठवत नाही आणि म्हणे हा दलित विचारवंत. यानं कसला केलाय विचार? हा तर राजकारणात कॉंग्रेसच्या पुढाऱ्यांच्या मागनं फिरत असतो. परवा तर मी याला आपल्या राज्यमंत्र्यांच्या सभेत त्यांच्यासमोर आडवा झालेला बघितलाय.'

'कुठं?' कबीरला एकदम आश्चर्य वाटलं. 'ते रेऽऽ आपले उदाजीराव देशमुख सरनोबत सरकारांच्या वाढदिवसाला आले नव्हते का त्या दिवशी, चक्क उपडी पडलेला होता. आणि बरोबर हा आमचा प्राध्यापक अवचित भालेराव. साल्यांना, रांगेत उभा करून जोड्यानं हाणलं पाहिजे.' मोहन बल्लाळचं डोकं भलतंच भणाणलं होतं. भणाणनं स्वाभाविकही होतं. कबीरनं हळूच त्याच्यापासून सुटका करून घेतली. पण बल्लाळचं बोलणं त्याच्या डोक्यातून जात नव्हतं. सत्यपाल धर्मरक्षीसारख्या माणसानं एवढं वरवरचं बोलावं आणि वेळ मारून काढावी हे त्याला पटलेलं नव्हतं. सत्यपाल धर्मरक्षीबाबत तो बरंच ऐकून होता. दलित आंदोलनात त्यांचं नाव अलीकडं विशेष चर्चेत होतं. त्यामुळे त्याच्या मनात स्वाभाविक आदर निर्माण झालेला होता; पण आजच्या व्याख्यानानं सगळं धुळीला मिळवलेलं होतं. त्यातं पुन्हा मोहन बल्लाळनं पुरवलेली माहिती. मंत्र्याच्या पायावर सत्यपाल धर्मरक्षीनं लोटांगण घालणं कितपत बरोबर आहे? असेल तो मंत्री. म्हणजे काय झालं? त्याच्या पायावर डोकं? आपण हे मोहनच्या शब्दावरून खरं मानतोय. पण खरं असेल कशावरून? आणि मोहन तरी कशाला खोटं बोलेल? त्यातून त्याला काय साध्य होणार, आपल्याशी खोटं बोलून? त्याच्या मनात उलटसुलट प्रश्नांची गुंतावळ सुरू झाली.

तो गावच्या रस्त्याला लागला. उन्हाचा चणका वाढला होता. त्यानं कॉलेजच्या समोरून आरा रस्त्याला गेलेल्या पानंदीकडे पाय वळवले. तो झपाझप चालू लागला. पानंदीभोवतीच्या चिक्काचे दाट जंगल भेसूर आणि भलतेच बेकार दिसत होते. मध्येच वाढलेली आडोळशाची रोपटी पिवळ्या पडत चाललेल्या पानांना सांभाळत उभी होती. पानंदीत लोकांनी आपले सकाळचे उत्तरकार्य आटोपल्यामुळे एक विचित्र वास सगळीकडे पसरलेला होता. त्या वासाने त्याचे डोके भणाणत चालले तशी त्यानं आणखी गती वाढवली.

तो पांदीतून मुख्य रस्त्याला आला. त्याला रस्ता मरून पडलेल्या सापासारखा निर्जीव आणि भेसूर वाटू लागला. सभोवतालच्या सिमेंट कॉंक्रिटच्या इमारती अंगावर आल्यासारख्या वाटत होत्या. ह्या इमारतींच्या ओझ्याखाली आपण चिरडले जातोय असा भास त्याला होऊ लागला. अशातच पाच-सहा गावठी कुत्र्यांचा कळप त्याच्या समोरून त्याच्या पुढेच चालला. त्यातील बरीच कुत्री खंगलेली. पाठीला पोट भिडलेली. भयंकर कृश. एकाला तर लूत भरल्यामुळे त्याचे सगळेच केस गळून गेले होते आणि त्याची फिक्कट कातडी उघडी पडल्यामुळे ते अत्यंत विचित्र दिसत होते. त्याच्या ढुंगणावर कसली तरी जखम झालेली होती आणि त्याभोवती चिलटं चिकटून बसलेली दिसत होती. त्या सर्व कुत्र्यात एकच कुत्रा मात्र रुबाबदार, अंग राखलेला दिसत होता. तोच त्या बाकीच्यांना आपल्या भोवती फिरवतोय असे वाटत होते. ती कुत्री चालता चालता मध्येच थांबली, तसा मध्यभागीचा गुबगुबीत कुत्रा एकदम गुरगुरला. तशी बाकीची जीवाच्या भीतीने जवळजवळ पळू लागली. कबीरने चालता चालताच दगड उचलला आणि नेम धरून त्या गुबगुबीत कुत्र्यावर भिरकावला. तर दगड नेमका लूत भरल्या कुत्र्यावर बसला आणि ते जोरानं केकाटलं. बाकीची कुत्री पळाली. सर्वात पुढे गुबगुबीत कुत्रा होता. कबीरला पुन्हा स्वतःचाच राग आला आणि पुन्हा त्याने दाणऽ दाणऽऽ पाय आपटत चालण्याचा वेग वाढवला.

भीमा कधी नव्हे ते जेवल्या जेवल्या तक्क्याच्या कट्टीवर पोरांच्या बरोबर गल लावत बसला होता. गौतम कांबळेचं नेहमीच्या उभ्या पोजमध्ये रुबाबदार बोलणं चाललं होतं. भीमा त्याच्या बोलण्यात मध्ये मध्ये तोंड घालत होता. अशात यल्लाप्पा दावणे आणि आप्पया माने घोळक्यासमोर येऊन उभे राहिले. गौत्या त्यांना बघितल्या बघितल्या म्हणाला,

'आगाऽऽ रात्रीचं तरी झोपत जावा की. रात्रीचंबी दलालीच चालती तुमची?'

यल्लाप्पानं गौत्याच्या बोलण्याकडं दुर्लक्ष केलं. भीमा म्हार गडबडीन त्या दोघांच्या जवळ गेला. तसे ते तिघे घोळक्यासमोरून हालले आणि रस्त्याला लागले. भीमा थोडा वरमल्यागतच झाला होता. यल्लाप्पा दावणे चालता चालताच म्हणाला,

'भीम्याऽऽ तुला हे मिटवायचं हाय का वाढवायचं?'

'आसं कागाऽऽ माझ्याकडं काय चुकलं काय? दररोज रातध्याड त्या दाद्याचा उंबरा झिजिवतोय खरं, दाद लागू दीत न्हाई. काय करू?' भीमानं आजीजीचा सूर लावला. तसा आप्पया माने म्हणाला,

'आता कुटं आसंल दाद्या?'

'आसंल कुटंतरी शेडबाळ्याच्या मागनं.'

'म्हणजे घरात नसंल म्हणतोस?'

'बघु याऽऽ कायऽ?' म्हणत भीमा, दादू म्हाराच्या घराकडं वळला. यल्लाप्पानं पाय मागं वडला. त्याला दादू म्हाराच्या उंबऱ्याला जायचं नव्हतं. तो थांबतच म्हणाला, 'तुमी बघून येवा.' तसा भीमा गडबडीनं दादबाच्या दारात आला. आत चिमणीचा उजेड दिसत नव्हता. त्यानं दादबाला हाका मारायला सुरुवात केली. बराच वेळ आतून आवाजही आला नाही. चिमणीही लागली नाही. तसा त्यानं आवाज वाढवला आणि दारही जोरानं वाजवलं. आतल्या बाजूला चिमणी लागली. दाराच्या फटीतून उजेड बाहेर आला.

दादबाची बायको चिमणी हातात घेऊनच दारात आली.

'एवढ्या राच्चं का जीऽऽ?'

'दादबा कुठं हाय?' आप्पयानं विचारलं.

'सकाळी भगटायला गेल्यात. आजून पत्त्या न्हाईऽऽ बगा जी. कुटं फिराल्यात कुणास धक्कल.' म्हणत दादबाच्या बायकोनं जांभईसाठी लांबलचक टाळा पसरला आणि ते दोघे माघारी फिरले. यल्लाप्पा दावणेला हे अपेक्षितच असावं. ते दोघं जवळ येताच म्हणाला,

'आल्यासा नव्हं हात हालवत. आरंऽऽ घरात आसला तरी त्येची बायको न्हाई म्हणून सांगती. हे काय आता नवीन हाय?'

'न्हाई गाऽऽ सक्काळधरनं मी पाळतीवरच हाय. खरं कुठं नदरं पडाय न्हाई.' भीमानं बाजू मांडायचा प्रयत्न सुरू केला. तसा यल्लाप्पा दावणे एकदम बिनसला.

'हे बघ भीम्याऽऽ आता तू आनी त्यो दाद्या. उद्या रात्रीची शेवटची मुदत. जर ह्यो यावार उद्या मिटला न्हाई तर उद्या रात्री तू हाईस आनी मी हाय. मलाबी यल्लाप्पा दावण्या म्हणत्यात. लई झालं तुझं थॅर. चल गाऽऽ आप्पया; म्हणत तो जाग्यावरचा हालला. भीमा समजूत घालायचा प्रयत्न करू लागला पण त्याकडं लक्षच दिलं नाही. ते दोघे म्हारवाड्यातून बाहेर पडून गावच्या रस्त्याला लागले. भीमा तक्क्याकडं वळला.

तक्क्याजवळ पोरांच्या गप्पा रंगात आल्या होत्या. भीमा त्यांच्याजवळ आल्या आल्या ती एकदम गप्प झाली. भीमाबाचा चेहरा उतरलेला बघून गौत्या म्हणाला,

'का आल्तं गाऽऽ ते मांगटं?'

'आनी कशाला? दम द्यायला आल्ता' भीमा कसंबसं बोलला.

'आरं त्येच्या आयलाऽऽ म्हारोड्यात इवून तुला दम देतोय म्हणजे काय? आमी काय मेलाव हाय काय. नुस्तं हाळी करायचा व्हतास. मग आमी बगितलं आसतं.' गौत्याला चेव चढला.

'खरंऽ झालंय काय?' पंढ्यानं विचारलं.

'व्हतंय काय? हेच की' भीमा म्हणाला- 'म्हशीचीच भानगड हाय. दादबानं बोलीवर आणलीती आनी माझ्या गळ्याला फास लावलाय. पैसे द्यायचं नावच घ्यायला तयार न्हाई. दावण्या उद्याची मुदत दीवून गेलाय'

'मग दादबा का दीना झालाय?' पंढ्याचं कुतूहल जागं झालं.

'कुठलं काय? फुक्कटचं गावतय तेवढं वडायचं.' पांड्या पुटपुटलं.

'त्येला तू काय करणार? त्या दावण्याला जा म्हणावं की दादबाकडं. तुझ्याकडं का?'- गौत्या.

'तसं न्हाई गाऽऽ मध्यस्त मी हाय.'

'आसलास म्हणून काय झालं? आनी या मांगट्याला एवढं जुमानायचं कशाला? त्यो काय करणार हाय ते आमी बघताव, गप्प तू. न्हाई तरी मांगही लई शेफारल्यातच. त्यास्नी एकदा बघून घ्यायला पायजे' गौत्यानं विषय वाढवला.

'व्हय त्येच्या मायलाऽऽ त्यास्नी वाटतंय गावात आपल्यालाच लई मान हाय. रांडची सगळी ह्येच्या न्हाई तर त्येच्या घरात पडून आसत्यात. बघंल तवा गावातच. आनी गावातली माणसंबी त्यास्नीच सायवळ.'

'आरंऽऽ त्यो जुना मान हाय त्येंचा. त्येंच्या तोरणाशिवाय गावात कुणाचं लगीन लागत न्हाई. घराची वास्तूक व्हईत न्हाई. कोण मेलं तर मर्तिकीला ही मांगटीच पयल्यांदा हाजर आसायची म्हणं. लई माजोर जात.' भीमा म्हारानं आपलं मन मोकळं करत जुनीपानी माहिती सांगायला सुरवात केली.

'म्हणजे आमच्यापेक्षा ती गावाला उजवी म्हण की'- गौत्या.

'आरंऽऽ हायीतच ती. त्येच्याबिगार खळ्याची रास हालत नव्हती. बेंदराचा बैल आजून घरातनं भाईर निघत न्हाई. सगळ्याला मांग पायजेच.'

'सगळ्याला म्हणजे आनी कशा कशाला गाऽऽ'- गौत्या गमतीला आलं तसा भीमा म्हार हासत म्हणाला,

'आरंऽऽ या मोठ्या मोठ्या घरात लगीन लागलं की नव्या नवरा- बायकोची खोलीबी मांगानंच पूजाय लागती. मग त्यास्नी परमानगी.'

तशी सगळीच पोरं खॅऽऽ खॅऽऽ खूऽऽ खूऽऽ हसाय लागली.

'आरंऽऽ खरंऽऽ बाबानू इच्यारा कुणालाबी' म्हणत तोही त्यांच्यात सामील झाला. त्याला मोकळं मोकळं वाटाय लागलं....

उघडाबंब रामा म्हार नुसती लंगोटी घालून आबा पाटलाच्या मळवीला ऊसात पाणी पाजत होता. चांगलं अंधारून आल्याशिवाय आपली सुटका न्हाई असं त्याला वाटत होतं. तो दमानं एकेका सरीला पाणी मोडत होता. पाय गुडघ्यापर्यंत चिखलानं माखून गेलेले. हात खोपरापर्यंत राडरिबिट. सानं मोडता मोडता घामाघूम होणारा रामा नंतर मात्र सैलसोट्ट होऊन निवांत बसायचा. हे त्याचं कायमचं काम. आबा पाटलाचा त्याच्यावर विश्वासही तितकाच. सगळा मळा त्याच्यावर सोपवून आबा पाटील निवान्त. त्याला मळ्याकडं फिरकायचीही गरज भासायची नाही. रामा म्हार मळ्यात असला की इकडची काडी तिकडं व्हायची नाही. त्यामुळं आबा पाटलानं हा मळा जवळ जवळ रामाच्या नावावरच करून टाकला होता. हा विश्वास त्यानं अत्यंत कष्टानं मिळवलेला होता. सकाळी भगटायला मळा गाठला की संध्याकाळी अंधार पडल्यावरच गडी घराकडं. मध्ये पाटलाच्या घरात जाऊन बाहेरच्या सोप्यात बसून शिळंपाकं काय वाढतील तेवढं मुरगळून यायचं, की पुन्हा काम सुरू.

पाणी सरीला मोडल्यावर तंबाखू खावा म्हणून त्यानं पाटाच्या पाण्यात हात खदबळले आणि कमरेची तंबाखूची पिसवी हातात घेतच तो फडाच्या बाहेर आला. धुंदरूक पडायला आजून तासभर तरी वकोत लागणार. म्हणजे एवढा ओपा संपल असं काही मनात घोळवतच त्यानं बांधावर आल्या आल्या चंप्यावर बसून तंबाखू मळायला सुरवात केली. सगळीकडं सुनसान. उसांच्या पानांचा तेवढा आवाज. अशातच विहिरीकडून हाक आली-

'कोण हाय गा मळ्यात?' आवाज तर ओळखीचा वाटत होता. पण कुणाचा हे आठवेना. ज्या अर्थी आपल्या नावानं हाक नाही, त्याअर्थी आबा पाटलाच्या घरातलं कोण नाही, हे त्यानं समजून घेतलं. तंबाखू नुकताच तोंडात टाकल्यामुळे ओ द्यायची भावना झाली नाही. 'आगाऽऽ कोण हाय कायऽऽ? पुन्हा तितक्याच जोरानं आवाज येऊन त्याच्या कानावर आदळला. आता मात्र टाळा उघडण्याशिवाय गत्यंतर नव्हतं. त्यानं ओ दिली.

तुका जाखल्या आपल्या रुबाबदार कुत्र्याला घेऊन त्याच्यासमोर येऊन उभा राहिला.

'तू हाईस व्हय रं?'

'व्हय जीऽऽ पाणी सोडलंय'

'आनी आबाच्या घरातलं कोण बी न्हाई?'

'न्हाई जीऽऽ

'आरंऽऽ तुझ्या आयला! घोटाळा झाला कीऽऽ' तुका जाखल्या स्वतःशीच पुटपुटला. रामाला त्याच्या तालेवार कुत्र्याचं आप्रूप वाटाय लागलं. ते सारखं तुका जाखल्याच्या भोतेभोरं घुटमळत होतं. मध्येच त्याच्या पायाला अंग घासत होतं. त्याच्या गळ्यातल्या पट्ट्याला अडकवलेला एकचा एक घुंगुर तालबध्द आवाज करत होता.

'काम व्हतं वाटत?'

'व्हयं रंऽऽ ऊद्या जरा पाईप पायजे व्हतीऽऽ'

'पाणी देत्यासाऽऽ?'

'बघूयाऽ मनात तरी हायऽऽ खरं, तुजा ह्यो मालक भेटाय पायजे. तू काय देणार न्हाईस, काय न्हाई' म्हणत जाखल्या उसाचं कांडं कांडं निरखाय लागला. मग एकदम म्हणाला,

'राम्या, लेका- मालकाचा ऊस बाकी आरबाट वाडीवलास'

'आमी कोण वाडीवणार जीऽऽ त्यो आबाळातला वाढीवणार.'

'व्हय रंऽऽ खरं राबणूक हायच की.' जाखल्या म्हणाला-

'आयला, राम्याऽऽ मालकाचा ऊस वाढालाय खरं, तू मातर दिवसादिवसानं खंगतच चाललास. काय भानगड?'

'कुठं जीऽऽ आता झालं की वयोमान.'

'आरंऽऽ तुझ्या' म्हणत जाखल्या स्वतःशीच हसला आणि आल्या पावली परत फिरला. त्याच्या मागोमाग त्याचा रुबाबदार कुत्रा शेपूट हालवत चालाय लागला. रामा पुन्हा गडबडीनं उसात घुसला.

किनीट पडल्यावर रामानं सवयीनं हात-पाय चकोट धुऊन घेतले. मोटर बंद केली. तिच्यावर बोतार झापलं. पेटीला कुलूप लावलं. अंगावर मुंडासं चढवून तो गावच्या वाटंला लागला. त्याच्या डोक्यात तुका जाखल्याचे शब्द घुमाय लागले. जाखल्याला काय म्हणायचं असावं? की खरंच आपण नाव नाव ठकाय लागलोय? त्याच्या मनात सुरू झालं. त्यानं डोकं झिंजाडलं. पण डोक्यातून तुका जाखल्याचे शब्द जायला तयार नव्हते.

तुका जाखल्या म्हणाला ते अगदी खरं होतं. रामा चांगला वाघ्यागत गडी. बसल्या ताटावर सात-आठ भाकरीशिवाय उठायचा नाही. आता म्हारवाड्यात त्याच्यासारखं खाणारा आणि कामाला उभा राहाणारा कोणी उरला नव्हता. गडी नुसत्या मुंडाशावर रस्त्यातून चालला की काळाकुट्ट. बलदंड दगड चालल्याचा भास व्हायचा. त्याच्या खादीला घाबरून आबा पाटलाशिवाय त्याला कोण कामालाही बोलवत नव्हतं. ऐऱ्या-गैऱ्याला तो परवडणारा नव्हता. पण अलीकडं त्याची अन्नावरची वासना उडाली होती. बाळ्या शेडबाळ्या घरात यायला लागल्यापासून त्याची जगायची इच्छाच संपत चालली होती. सुली असं काही करंल असं त्याला स्वप्नातही वाटत नव्हतं. पण उघड्या डोळ्यासमोर सगळं घडत होतं. आणि त्या सगळ्याला तोच जबाबदार होता.

कधी-कधी शेडबाळ्याच्यात कामाला जाणाऱ्या सुलीला त्यानंच शेडबाळेकडचं दोन मण भात उसणं आणायला लावलं होतं. त्यावेळी बाळ्याच्या घरला जाऊन त्यानंच पैशाची उचल करायला सुरवात केली होती. त्यात हळूहळू त्यानं सुलीला अडकवलं आणि मग सुलीच्या आणि रामाच्या हातात काहीच उरलं नाही, हे त्याच्या लक्षात आलं तेव्हा वेळ निघून गेलेली. उंडग्या जनावराला एकदा इरड करायची सवय लागली की, ती कशी सुटणार? अगदी तळपायाची आग मस्तकाला जाऊनही तो काय करू शकत नव्हता.

आणि सुलीला सोडण्याइतपत धाडसही त्याच्यात नव्हतं. तिला सोडून नवीन लगीन करायची उमेद त्याच्यात नव्हती. मारून टाकायचं धाडस नव्हतं. त्यात लगीन झाल्या झाल्या सुलीचं पोटपाणी पिकवलं असतं तर त्याला बोलायला जागा होती. पण तिथंही त्याला नशिबानं दगा दिला होता. उलटी सुलीच त्याला दोष देत होती. या सगळ्यात बाळ्या शेडबाळ्या घरखर्च चालवत होता. हवं-नको बघत होता. म्हाकबा मांगाचं लग्नाच्या वेळी काढलेलं कर्जही त्यानंच भागवलं होतं. नाही म्हटलं तरी सुलीला म्हयन्याला एक नवं छापील लुगडं घरात येत होतं. मग बोलणार तरी कुणाला? आणि कुठल्या तोंडानं? एकदा-दोनदा रागाच्या भरात हात उचलून बघितला तर सुली घरच घुसतो म्हणाली आणि डोळयासमोर हे व्हायला नको म्हणून तो गप्प बसला...

गाव जवळ यायला लागलं तसं रामाचं पाय जड व्हायला लागले. अंगातली ताकद संपल्यागत. घराकडं फिरकूच नये, जावं कुठं तरी तोंड घेऊन. पण जाणार

कुठं? त्याच्या मनात उलटसुलट सुरू झालं. तो रस्त्यात मध्येच थांबला. त्यानं पुन्हा तंबाखूची पिसवी काढली.

'राणे मालक तुमचंबी नाव घातलंय शेडबाळ्यानं केसमध्ये' जानबा मास्तर गुपीत बातमी सांगितल्याच्या आविर्भावात म्हणाला. आक्काबा राणेच्या चेहऱ्यावरची रेघही हालली नाही.

'गेलं का न्हाई बेणं जातीवर. शेवटी कडूचं ते कडूचंच. त्येला काय कळणार उपकार आनी बिपकार? उफराट्या आवलादीचं! चांगलं हातपाय मोडाय पायजे व्हतं म्हणजे कळालं आसतं.' डंग्या मारुतीनं शेडबाळ्याची जात काढली. शेडबाळ्या लेकावळ्याचा. त्यात त्याचा लेकावळा कुणब्याचा. म्हणजे अधिक खालच्या पायरीचा. डंग्या मारुतीनं त्याच्या कडूपणाची वाच्यता केल्यावर सगळ्यांनीच तोंड मोकळं करायला सुरवात केली. तसा मिसाळाचा आप्पया जाग्यावरच वळवळाय लागला. हे आक्काबा राणेच्या मुरब्बी नजरेतून सुटलं नाही. तो एकदम खेसकला.

'आगाऽऽ त्येच्या जातीला शिव्या देण्यापरास त्येला शिव्या द्येवा. त्येच्या जातीनं काय केलंय. आनी त्योबी किती केलं तरी गावातलाच हाय की.'

'तुमच्या या आसल्या वागण्यानंच सगळा घोटाळा झालाय. त्येला नंदाप्पाजवळनं हालवून दवाखान्याला न्ह्यायची काय गरज व्हती? मेलं आसतं तर काय बिगाडलं आस्तं? तुम्हाला लई लागतंय घाणीत दगोड टाकून अंगावर उडवून घेणं.' आबा पाटलानं आक्काबा राणेवर उसळाय सुरवात केली. मग तोंडाला तोंड वाढतच गेलं. कोण कुणाशी काय बोलतंय हेही कळायला मार्ग नव्हता. तसा सरपंच गणपतराव पाटील म्हणाला,

'हे बघाऽऽ मंडळी, हितं आपण पुढं काय करायचं हे ठरवाय जमलोय. शेडबाळ्यानं केस घातलीय. त्यात आपली सगळ्यांची नावं घातल्यात. हे आता सगळ्यास्नी म्हाईत हाय. आता पुढं काय करायचं ते सांगा. उद्या पोलिसाची गाडी पुना येणार.'

'पुना येणार नव्हं, तुमा सगळ्यास्नी उद्या पोलिसात हाजर व्हयाला पायजे. न्हाईतर माझ्या मागं हे सारकं रोंबाट नको. पोलिसास्नी जेवाण करून घालून आमची म्हातारी आता कटाळलीया' आबा पाटलानं आपली पोलीस पाटलाची ड्युटी बजावायला सुरवात केली. तसा गज्या मुळीक म्हणाला,

'पाटील, म्हातारीला भाकरी बडवायचा तरास व्हतोय तर सोडाकी पाटीलकीऽऽ'

'व्हय म्हणजे म्हाराचा पोलिस पाटील व्हतोय'

जानबा मास्तरनं माहिती पुरवली तशी सगळीच खॅऽऽ खॅऽऽ हसाय लागली. आक्काबा राणे सरळ होऊन बसला.

'बंडू चेरमनऽऽ उद्या सकाळी वाडीला जायचं' आक्काबा म्हणाला- 'चिवट्या दिवाणजी आठ वाजायला हितं पायजे. पयल्यांदा सातबारा, आठ (अ) काढायचं. केसीत अकरा जनाची नावं हाईत. वीसे एक उतारं काढून घ्यायचे. आबानाना, तुमी पोलिस ठाण्यात जाऊन लोकं आकरा वाजोपतोर हाजर करतो म्हणून सांगायचं. गावाकडं गाडी यायला नको. बाकीचं माजं मी बगतो.'

'खर्चाला पैसेबी लागतील. त्येचंबी बघून घ्या'

जानबा मास्तरनं व्यवहाराचा मुद्दा सांगितला. मग डेरीतनं खर्चाला पैसे न घेता सगळ्यांनी मिळून थोडी थोडी वर्गणी काढायची. वकील द्यायला लागला तर थोडंफार पैसे सोसायटीतून बाजूला काढायचं ठरलं.

शेडबाळ्यानं दवाखान्यातून बाहेर पडल्या पडल्या हे नवीन काम लावलं होतं. बंडू चेरमनला मुख्य आरोपी करून 'प्राणघातक हल्ला' अशी केस रंगवली होती. पोलीस स्टेशनला दाबजोर पैसा पेरला असल्यामुळं पोलिसांनी सारख्या चकरा दिवसभर सुरू केल्या होत्या. आबा पाटलानं सगळ्यांनाच सावध केल्यामुळं सगळं व्यवस्थित झालं होतं. पण सगळ्या आरोपींना हजर करण्याशिवाय गत्यंतर नव्हतं.

सगळे लोक आक्काबा राणेच्या जोत्यावरनं उठून गेले तसा म्हातारा एकटाच उरला. मनात बाळासाहेब शेडबाळे. खरंच बेणं कडूचं असल्यामुळं एवढं उपराटं निघालं- आक्काबा स्वतःशीच पुटपुटला. नंतर म्हाताऱ्याचा चेहरा एकाएकी पालटत गेला. डोळे तांबरत गेले. नाकाच्या पाळ्या फुरफुरल्या. आक्काबा एकदम उठून ताठ उभा राहिला.

'कबरूदाऽऽ कबरूदाऽऽ आज हायस्कुलात दांडगा गोंधळ झाला.' सुबऱ्या गडबडीनं आपल्या हातातल्या वह्या लाकडी पेटीवर ठेवून खोपटाच्या बाहेर उभ्या असलेल्या कबीरजवळ येतच म्हणालं.

'काय झालं?' कबरानं थोड्या करड्या आवाजातच विचारलं. 'गौत्या, पंढऱ्या, पांड्या सगळी आलती. पुजारी मास्तरबरबर भांडान काढलं.'

'कशाबध्दल रंऽऽ? आनी तूबी त्यात व्हतास?' कबऱ्या एकदम भांबावलं.

'आमची स्कॉलरशीप म्हयन्याच्या म्हयन्याला दीत न्हाईत म्हणून' भांडाय आल्ती. आमी कोणबी नव्हतो. त्येंची तीच भांडून आली.'

'च्याआयला' कबरा पुटपुटलां. त्यानंतर त्याला भावाला काय विचारावंसं वाटलं नाही. ही कार्टी गेली होती म्हणजे वाट्टेल तशा शिव्या घालून आली असणार. पण पुन्हा कुतूहल त्याला गप्प बसू देईना. तसा तो म्हणाला,

'काय काय झालं?'

'व्हतय काय?' सुबऱ्या म्हणाला, 'दुपारी बारा वाजता हायस्कुलात आली. पुजारी सर आमच्या वर्गावर शिकवत होते. तिथंच आली आणि म्हणाली, पुजारी सर, इकड या. सर तास झाल्यावर येतो म्हणाले तर पंढऱ्या त्यास्नी एकदम शिव्याच द्यायला लागला. आमच्या पोरांचं पैसे खातोय. ह्येला आता भाईर वडा रंऽऽ असं काय बाय. तसं सर त्यास्नी ऑपीसात घेऊ गेले. मग काय काय लई झालं बाबाऽऽ दांडगा आवाजा याय लागलाता. सगळ्यात जास्ती आवाज गौत्याचाच व्हता.'

'मग बाकीचे मास्तर काय करालते?'

'त्येनीबी गौत्याला समजून सांगाय बघितलं. पण गडी आवरला न्हाई. गप्प बशीवलं सगळ्यास्नी.'

सुबऱ्या जणू काय गौत्यानं पराक्रमाची शर्थ केली अशा आविर्भावात सगळं सांगत होता. आणि ऐकता ऐकता कबराच्या कपाळाला आट्या पडत चालल्या होत्या.

पुजारी सर हा त्याच्या श्रध्देचा विषय होता. त्यावेळी संपूर्ण म्हारवाड्यातील ते तिघे हायस्कुलात शिकत होते. इटल्या, तो आणि बाबू. मांगोड्यातील बब्या त्यांच्याच वर्गात. या चौघांना सगळी पुस्तकं पुजारी सर स्वतः आणून द्यायचे. कबीरला तर वह्याही त्यांच्याकडूनच मिळायच्या. त्यात पुन्हा रोज त्याच्या अभ्यासाची चौकशी असायची. एखाद्या दिवशी शाळा चुकली की दुसऱ्या दिवशी बोलवून घेऊन पुन्हा विचारपूस करणारच. हे तीन वर्षात कधी चुकलं नाही.

दहावी पास झाल्या वर तालुक्यात कोणत्या शाळेत प्रवेश घ्यायचा, कोणते विषय ठेवायचे या साऱ्या गोष्टी त्यांनीच बघितल्या होत्या. इटल्या आणि बाबू नापास झाले तर त्यांनी परीक्षेला पुन्हा बसावं म्हणून त्यांनी किती प्रयत्न केले. मांगाच्या बब्याला अकरावीत प्रवेश घेतल्या घेतल्या सगळी पुस्तकं मोफत मिळावीत म्हणून तेच तिथल्या मुख्याध्यापकाला भेटले होते. एवढं कोण करतं कुणासाठी? पण ते

करतात आणि त्यांच्याच वाट्याला हे. कबराची नस ठणकत गेली. त्या सणकीतच तो म्हणाला,

'गौत्या, आता तुला कुठं दिसलं?'

'व्हतं चावडीजवळ.' सुबऱ्या आपल्याच तालात म्हणालं. कबरा खोपटाजवळून हालला. गौत्याला थोडंफार समजून तरी सांगितलं पाहिजे. ह्यात त्याचं वाईट कायच नाही. पण पुन्हा हायस्कुलला जाणाऱ्या म्हारवाड्यातल्या पोरांचं काय? त्यांना तिथं जरासा आपलेपणा मिळाला तरी किती धीर येतो. हे ह्या पोरांना कोण समजून देणार. याचं काय? ही आता भिकाऱ्यागत फिरायला लागलेलीच आहेत. दुसऱ्यांनीही यांच्यासारखंच हिंडावं असं ह्यांना वाटतं का? असे अनेक प्रश्न त्याच्या मनात येऊ लागले. तो म्हारवाड्यातनं रस्त्याला आला तर गौत्या, पंढ्याबरोबर समोरून येतच होता. कबरा थांबला.

'आज रस्त्यावर कसा गाऽऽ' गौत्या त्याच्याजवळ येतच म्हणाला,

'तुझीच वाट बघाल्तो.'

'माझी? काय झालं गाऽऽ?'

'दुपारी भांडलास म्हणं हायस्कुलात?' कबरानं सरळ विषयाला हात घातला. गौत्याला एकदम हुशारी चढली.

'नुस्ता भांडलो न्हाई तर चांगली इदरनी करून आलोय. च्या आयला, त्यो पुजारी मास्तर लई श्याना समजतोय स्वताला. त्येला एकदा हिसका दाखवायलाच पायजे.' गौत्याला चेव चढला. याला आता शांतपणे कसा समजावयाचा? ह्याच विचारात कबरा म्हणाला, 'झालं काय?'

'व्हतंय काय? आमच्या पोरांच्या साठी येणारं पैसं वर्षभर वापरतोय आनी शेवटी शेवटी देतोय. ह्येला काय आधिकार हाय. ते बारदेस्कर सर म्हणालते, हे कायमच चाललंय. तुमी गप्प बसताय म्हणून त्येचं फावतय'

कबराच्या डोक्यात एकदम लख्ख उजेड पडला. गौत्याला एकदम पोरांच्यासाठी येणाऱ्या पैशाची काळजी का लागली? तो हायस्कुलात भांडत का गेला? या साऱ्याच प्रश्नांची उत्तरं त्याला एका दमात मिळून गेली. तसा तो म्हणाला,

'म्हणजे तू बारदेस्कर सरांच्या सांगण्यावरूनं भांडाय गेलतास?'

'त्येंच्या सांगण्यावरून कशाला? आपल्या पोरांच्यासाठी आमी जायाचं न्हाई तर जायाचं कुणी? आमी जायाच्या आधी तूच जायाला पायजे व्हतास. खरं, तू जाईत न्हाईस म्हटल्यावर आमी गेलाव.'

'आनी शिव्या दीवून आलास?'

'मग? त्यो तसा बोलायलाच लागला मग काय करणार? आमालाच म्हणतोय, तुमाला काय कळत न्हाई, घरला जावा. आता काय आमी त्येचं विद्यार्थी हाय व्हय डाफरायला? दिल्या शिव्या. आनी काय बोलला आसता तर वडलाच आस्ता. खरं, गप्प बसला.'

'हेबी बारदेस्करनंच सांगितलंत?'

'तुजं काय तरीच आस्तंय. त्येनं सांगितल्तं ते आपल्या हितासाठीच सांगितल्तं की, त्यात त्येंचं काय चुकलं? त्येनी सांगीतलं नस्तं तर कायबी कळालं नस्तं. वर्षभर आमच्या पोरांचं पैसं त्ये घरखर्चासाठी वापरत्यात. आनी शेवटी उपकार केल्यागत देत्यात. त्येंच्या बाच्या घरातलं देत्यात काय?';

'तुला खरं-खोटं काय म्हाईत हाय काय? सगळं पुजारी सरास्नी विचारून घेतलास?'

'काय इच्यारायचं? सगळं बारदेस्करनं सांगितलंय की.'

'आरंऽऽ त्यांचं-त्यांचं वाकडं हाय. त्यात तुमाला मध्ये घेऊन बारदेस्कर पुजारी मास्तरला त्रास द्यायचा प्रयत्न करतो. तुमी त्यात कशाला पडता?'

'बघितलास पंढऱ्या. ह्येच सांगत व्हता बारदेस्कर मास्तर. तू आसं म्हणणार हे आदीच त्येनी सांगितल्तं. का तर तुला त्यो चांगलं करतोय म्हणून तू पुजारीची बाजू घेतोस. तुला समाजाच्या पोरांचं कायबी न्हाई.'

'गौत्याऽऽ समाजाचं तुला काय कळलं आस्तं तर तू आसा मोकळा फिरला नसतास. तू समजतोस तसं सगळं न्हाई. तुला सगळं सांगूनबी उपयोग न्हाई. पण तू करतोस ते बरं न्हाई एवढं ध्यानात घे...'

'ह्ये बघ, कबरूदाऽऽ आमी काय करायचं त्ये आमचं आमी बघताव. तू आमाला आक्काल शिकवायच्या नादाला लागू नको. आमी काय करताव हे आमच्या घरातली माणसं इच्यारतील. तुजा काय संबंध?'

गौत्या तणतणत जाग्यावरून हालला. पाठोपाठ पंढऱ्या. कबीर त्यांच्याकडं बघत उभा राहिला....

ह्या पोरांना आपलं हित कळत नाही आणि काहीच कळत नाही. कुणाच्याही सांगण्यानं ही काहीही करायला तयार होतील. बारदेस्करनं आपल्या स्वार्थासाठी यांच्या डोक्यात भरवलं आणि ह्यांनी भांडण काढलं. ह्यात यांना थोडाही विचार

करावा, असं का वाटलं नसेल? हायस्कूलमध्ये शिकणारं ह्यांच्या घरातिलं कोणीच नाही. मग यांना एकदम बाकीच्या पोरांचा कळवळा कसा आला? समाजाची भाषा ही कार्टी बोलतात. ह्यांना काय समजतो समाज आणि समाजाचं हित? समाजाचं हित कळालं असतं तर अशी बोंबलत फिरली असती का? नापास होऊन शाळा सोडली तेव्हा यांना स्वतःचं हित कळालं नाही आणि समाजाचं हे हित करणार.

घरातली माणसं मरेपर्यंत राबणार आणि ह्ये मोकळं फिरून खाणार. यांना कसं काहीच वाटत नाही? एकना हजार गोष्टी त्याच्या मनात सुरू झाल्या.

आपण पुन्हा पुन्हा ठरवूनही ह्या पोरांच्या भानगडीत पडतच जातो. वास्तविक हे असं व्हायला नको. तरीही होत जातं. यासाठी आपण काही तरी केलं पाहिजे. पुन्हा आपण त्यांच्याबाबत विचार करता उपयोगाचं नाही असा बंदोबस्त डोक्यात करायला हवा. कशाला करायचा त्यांचा विचार? आपण आपल्यापुरतं बघावं. आपलाच बूड थाऱ्याला नाही आणि आपण जगाचा विचार करत बसतो. हे थांबवायला हवं. तो स्वतःलाच समजावीत होता.

त्याचे पाय आपोआप गावच्या वरच्या बाजूला असणाऱ्या तळ्याकडं वळले. हे त्यांचं खास आवडीचं ठिकाण. म्हारोड्यालगतच्या वडराच्या घरापाठीमागून एक वाट चढणीला लागते. वाटेशेजारीच खोल दरीसारखा खोलगट भाग. त्या भागात प्रचंड मोठे काळेभोर दगड. ह्या दगडाचा आडोसा घेऊन वडराच्या आणि म्हारवाड्यातल्या बायका आपले नित्यक्रम उरकतात. त्यामुळे ती जागा तशी बायकांच्याच मालकीची. तिकडं सहसा कोण वळत नाही. तो चढणीनं मराठी शाळेजवळ पोहोचला. शाळेची लांबसडक इमारत. भोवती निलगिरीची दाट झाडी. मैदानात बरोबर शाळेसमोर उंच झेंड्याचा खांब आणि दगडी कठडा. शाळा तळ्यालच्या काठाला. एका बाजूला उंचावर. तो शाळेकडं न वळता तळ्याच्या काठानं गेला. पाण्यावर हळूहळू अंधार उतरत होता. पाण्यावर मंद उजेडाची तकतक. हळुवार उठणाऱ्या लाटा. तो नेहमीच्या उंच दगडावर जाऊन टेकला. या दगडावर बसलं की सगळं शिवार आणि सगळं गाव नजरेच्या टप्प्यात येतं. दिसत नाही फक्त म्हारवाडा. तो लांबवर नजर रुतवून बसला. लांबवर कडगाव, लिंगनूर अशा गावाचे लाईटचे दिवे लुकलुकत होते. आकाशात ढगांनी घातलेली अंडी काळपट अंधुक होत चालली होती. अंधाराचे हळूहळू गडद होत जाणे, त्यात झाडांना अंधाराच्या ढिगाचे हळूहळू येत जाणारे रूप आणि समोरच्या शिवारातील उसाच्या मळ्यावर हिरवट काळपट अंधार. एक विचित्र

रंग रसायन त्याच्या डोळ्यात तयार होऊ लागलं. मग त्याच्या कानावर गावातल्या चित्रविचित्र आवाजांचं आदळणं सुरू झालं. त्यानं पुन्हा नजर तळ्यातल्या पाण्याकडं वळवली. आता पाणी आणि अंधार एकत्र. समोरच्या दगडावरचा पांढरटपणा तेवढाच जाणवत होता. बाकी भोवती फक्त अंधार... हळूहळू त्याचं डोकं शांत होत गेलं आणि मग तो तसाच बसून राहिला...

'दादबाऽऽ आता जरा गावच्या उकिरड्यातनं भाईर पडायचं आसं पक्कं ठरीवलय. काय आसंल तो आता तालुक्याला जम बसवायचा म्हणतोय.' बाळासाहेब शेडबाळे आपल्या खास लकबीत खुर्चीत पाय घेत घेतच म्हणाला. आवाजात सुक्ष्म थरथर होती. चेहऱ्यावर भेदरलेपण. डोळ्यातली अस्वस्थता लपवायचा प्रयत्न करूनही लपत नव्हती. दवाखान्यातून गावात आल्यानंतरही बाळासाहेबाचा जोर पूर्वीसारखाच होता. केसबाबत बोलताना त्याच्यातील अरेरावी स्पष्टपणे प्रकट होत होती. पण आजचा हा भेदरलेपणा दादबाला नवीनच होता. त्यामुळे तो सावधपणे म्हणाला,

'हे मागंच व्हयाला पायजे व्हतं. आतापतोर तालुक्यात बस्तानबी बसलं असतं. न्हाई तरी गावात रगताचं पाणी करूनबी पदरात काय? चार शिव्याच. आवो, किती केलं तर या वतनदार पाटलास्नी आनी इनामदार राण्याला तुमचं भलं कधी बगावलंतं? त्येंच्या इज्जतीला तुमचा धोकाच की, म्हणून ती वर इवू दीत न्हाईत. लई तयारीची ही खळगुट्याची जात. तुमास्नी न्हाई कळायचं'

दादबाच्या बोलण्यातून बाळासाहेबाच्या मनातल्या बऱ्याच तिड्यांना पुन्हा पीळ बसला. 'किती केलं तर तू लेकावळ्याचा. तू काय कुलवाडी न्हाईतर मराठा व्हनार हाईस. बेणं कडूचं त्ये कडूचंच गाऽऽ' किसना शिंद्यानं त्याला भर चार-चौघात सुनावलेले शब्द आठवले. त्याच्या अंगावर झर्रकन काटा आला. हे लागून गेले खानदानी मराठे भोसडीचे! तो स्वतःशीच पुटपुटला. त्याची मनात चाललेली ही उलाढाल चेहऱ्यावर आपोआप उमटत होती. दादबासारख्या जनावरं पारखणाऱ्या हेड्याला हे असलं पारखणं फारच सोपं. तो सहज म्हणाला,

'सायेबऽऽ लईबी डोस्क्याला तरास न्हाई करून घ्यायचा. आता तालुक्याला जम बसवायचा.'

'जम बसवायचा कसला? आता बसत आलायच. फक्त यात तू बरोबर आसलास की झालं. कायबी म्हण दादबा- आपण कुठंबी गेलो तरी एक डोक्यात

हाय, आपल्या म्हारोड्याचं तेवढं कल्याण करायचं.' बाळासाहेब आपली नजर भिंतीवरच्या आरशावरून फिरणाऱ्या पालीवर रुतवत म्हणाला. पाल आरशाच्या मध्यभागी आली होती.

'सायेब, ह्यातलं कायबी मनात आणू नका. आवो, शेवटी आमची म्हारं ती म्हारंच! न्हाईत सुदरायची. बघितल्यासा, म्हारोड्यात कशी भीकंला लागल्यात सगळी? फुक्कटचा तरास करून घेशीला. जे गावात त्येच म्हारोड्यात. त्यापरास वायलं काय तरी डोस्क्यात घ्या-' दादबानं दलालाची भाषा सुरू केली. बाळासाहेब सावध झाला. खुर्चीतले पाय खाली सोडतच म्हणाला,

'दादबाऽऽ भाषा बंद. तसं न्हायी म्हणायचं. मी सांगतो तेवढंच बोलायचं. म्हारवाडा सुदारला पायजे. म्हारं सगळी एक झाली पायजेत. तू कायबी करून डेप्युटी गोपाळाला तेवढा माझ्यापर्यंत आणून भिडीव. मग हळूहळू सगळंच तुला कळत जाईल.'

'तुमची मर्जी' -दादबा हसला. जनावर खोडगुणी असलं की पाटीवर थाप मारायची नाही. हे त्याच्यासारख्या हेड्याला माहीत असणं स्वाभाविकच. तो उठायच्या तयारीला लागला तसं बाळासाहेबानं त्याला पुन्हा बसवून घेतलं.

बाळासाहेबाला सकाळपासून एकट्याला फिरणं, बसणं सगळंच नको वाटत होतं. आक्काबा राणेचा सांगावा आल्यापासून मनात एक विचित्र घालमेल चालू होती. आपलं चुकलं हे मान्य करायलाही त्याचं मन तयार नव्हतं आणि समोर दिसणाऱ्या मरणातून मार्ग काढणंही त्याला अवघड झालं होतं. म्हणून जीवाला शांताई मिळवण्याचा त्याचा आटोकाट प्रयत्न चालला होता, पण यश येत नव्हतं. त्यानं दादबाला दारू दुकानला पिटाळलं आणि त्याचं त्यालाच थोडं मोकळं वाटाय लागलं.

कॉलेजच्या मधल्या सुट्टीत जयाप्पा कांबळे कबीरला शोधत आला. सोबत राजा कांबळे, हिरामण भोसले, दयानंद रत्नाकर अशी पाचसहा पोरं होती. कबीर आपल्या बल्लाळ, कदम आणि पाटील या मित्राबरोबर हॉटेलात चहा पीत बसला होता. असा योग त्याला आठवड्यातून कधीतरीच यायचा. कारण रोजरोज चहा पिण्याइतपत त्याच्याकडे कधी पैसा असायचा नाही आणि रोज रोज दुसऱ्याचा चहा पिणं त्याला मानवायचं नाही. अगदीच बळजबरी झाली की तो नाइलाजानं मित्रांच्या बरोबर हॉटेलात जायचा.

हॉटेलात जयाप्पा कांबळेला बघून कबीर धास्तावला. कारण त्याला चहा घे म्हटलं आणि तो बसला तर आपल्या मित्राला विनाकारण भुर्दंड बसणार म्हणून तो गडबडीनं उठला.

'तुलाच शोधत होतो.' जयाप्पा म्हणाला.

'काय काम काढलं?'

'चल बाहेर' म्हणतच जयाप्पा बाहेर पडला. हॉटेलसमोर बाकीचे सगळे उभे होते.

'दलित कृती संघटनेची मीटिंग आहे. तुला आलं पाहिजे'

'किती वाजता?'

'आता होईलच सुरू, आपण जायची वाट.'

'पॉलिटिक्सचा तास हाय.'

'बुढवायचा.' म्हणत जयाप्पानं त्याच्या हाताला धरून चालतं केलं. कबीरला दलित कृती संघटनेच्या मीटिंगला जाण्यात फारसा उत्साह नव्हता. यापूर्वी त्यानं एकदा-दोनदा मीटिंगला जाऊन बघितलं होतं. लोक भलतेच बोअर करतात. हा त्याचा अनुभव. पण आता तसं बोलणंही शक्य नव्हतं. आणि टाळणंही जमण्यातलं नव्हतं. त्यामुळं तो सगळ्यांच्या बरोबर चालत राहिला. गरगाच्या हॉटेलच्या बोळात डॉ. आंबेडकर पतसंस्थेचे कार्यालय. तिथंच या कृती संघटनेच्या सगळ्या मीटिंग व्हायच्या. पतसंस्था आनंदा कांबळेनं स्थापन केली होती आणि बऱ्यापैकी माया जमवण्याचा उद्योग सुरू केला होता. त्याचा प्रत्यक्ष अनुभवही कबीरनं घेतला होता.

ते सगळे पतसंस्थेच्या दारात आले तर आत आधीच बरेच जन जमले होते. त्यात जालिंदर बनसोडे, अलताफ कांबळे ही सतत गाजणारी पुढारी मंडळी होती. के. एस. कांबळे, जे. टी. कांबळे ही माध्यामिक शिक्षक मंडळी होती. पां. चि. माने हे मागासवर्गीय वसतिगृह चालवणारे आणि जोडून शाळा उभारण्याची महत्त्वाकांक्षा बाळगून असणारे गुरुजी होते. सर्वांच्या मध्यभागी प्राध्यापक सत्यपाल धर्मरक्षी होते. त्यांना बघितल्या बघितल्या कबीरच्या डोक्याची नस ठणकली. कधीच ही एकत्र न येणारी मंडळी एकत्र कशी आली? प्राध्यापक अवचित भालेराव जेव्हा आत आला तेव्हा प्रकरण काहीतरी वेगळं दिसतंय याचा कबीरला अंदाज आला.

पन्नासाठ कार्यकर्त्या मंडळीच्या समोर तिघे-चौघे पुढारी खूर्चीवर बसले. पतसंस्थेत तेवढ्याच खुर्चा असल्यामुळे अनेकांना अपमान सहन करून खाली बसणे भाग होते. सगळी बसाबस झाल्यावर प्राध्यापक सत्यपाल धर्मरक्षी उभे राहिले.

'कालकथित बोधिसत्व डॉ. बाबासाहेब आंबेडकर, आमचे नेते आयुष्यमान जालिंदर बनसोडे...' अशी त्यांची नावाची यादी वाचून पूर्ण झाल्यानंतर म्हणाले,

'आपल्या जमलेल्यापैकी अनेकजन वेगवेगळ्या संघटनांमध्ये काम करतात. काहीजन स्वतंत्र काम करतात. त्याबद्दल मला कायच म्हणायचं नाही. पण आज ज्या प्रश्नाबाबत आपण एकत्र जमलो आहोत त्यासाठी सर्वांनी एकजुटीने लढले पायजे. इथं जर आपण आपल्यात मतभेद करू लागलो तर आपण या तालुक्यात संपलो हे लक्ष्यात घ्या.' त्यांचं मुख्य मुद्याला येण्याचं लक्षण काही दिसेना. तसा कबीर अस्वस्थ होऊ लागला. नेमकं काय झालं आहे, हे समजून घेण्याचे त्यास कुतूहल होते. पण त्याबाबतीत सत्यपाल धर्मरक्षी काही बोलण्याच्या विचारातच दिसेनात. तेव्हा तो बसल्या जागेवरूनच म्हणाला, 'नेमकं काय झालंय ते आधी सांगा.' जो तो त्याच्याकडं आश्चर्याने बघाय लागला. भाव असा की कुठला अडाणी सभेत आलाय? सत्यपाल धर्मरक्षी म्हणाले, 'त्यासाठीच मी उभा राहिलोय. आपल्या तालुक्यातील बोरवट्टी गावात आमच्या समाजातील चाळीस वर्षाच्या बाईला चावडीत मारहाण झालेली आहे. ही घटना अत्यंत भयानक असून त्याचे परिणाम आपल्या चळवळीवर दूरगामी होणार आहेत. यापूर्वी असा प्रकार, वळवट्टी येथे झाला होता. तो अत्यंत क्रूर, पाशवी बलात्कार होता. त्यासाठी तालुक्यातील आपल्या समाजाने निर्धाराने लढा दिला होता. आजही त्याची गरज आहे. यासाठी क्रांतिकारक दलित बांधवांना पेटून उठाय लावले पाहिजे.' पुन्हा सत्यपाल धर्मरक्षीने आपली फालतू बडबड सुरू केली. कबीरने जांभया द्यायला सुरवात केली. त्याचे भाषण संपेपर्यंत मग तो जांभयाच देत राहिला.

त्यानंतर आनंदा कांबळेनं घडला प्रकार विस्ताराने सांगितला. गावातल्या म्हारवाड्यातली यमुना ठकू कांबळे ही बाई गावातल्या सोमशेट्टी नावाच्या लिंगायत माणसाच्या परड्यात झाडलोटीचे काम करत असताना तिच्यावर सोन्याची चेन चोरल्याचा आळ घेतला. ती कबूल होत नाही म्हटल्यावर गावच्या चावडीत नेऊन तिला मारहाण करण्यात आली. ही घटना म्हारवाड्यात समजल्यावर तिथल्या तरुण पोरांनी मिळून गोष्ट आनंदा कांबळे यांच्या कानावर घातली. मग पुढं काय काय केले, कुणा-कुणाच्या भेटी घेतल्या याचे सविस्तर कथन करून आनंदा कांबळेनं आपण सर्वांनी प्रखर लढा उभा केला पाहिजे असे ठासून सांगितले. अचानक कांबळेनं बैठकीचा ताबा घेतला.

'या सवर्णाचा माज उतरलाच पायजे.' तो म्हणाला,

'आमच्या बाया म्हणजे ह्यास्नी काय माळावर पडल्यासारख्या वाटल्यात काय? माझं तर म्हणणं हाय की आपण सगळ्यांनी मिळून त्या लिंगाड्याला उचलून हितं आणूया. हितल्या भर चौकात त्याची चामडी लोळवूया.'

अलताफच्या भन्नाट कल्पना चालू असताना त्याला मध्येच थांबवून एक फाटक्या अंगाचा पण बरे कपडे घातलेला, केस चोपून बसवलेला व चेहऱ्यावर प्रचंड दुःखाचे सावट स्पष्टपणे दिसणारा माणूस उभा राहिला. बहुतेक कोणालाच तो परिचित नसावा. सगळेच थोडे गोंधळून त्याच्याकडे पाहात होते. अलताप कांबळेला तर त्याला खाऊ की गिळू अशी भावना झाली होती. पण तो गृहस्थ शांतपणे म्हणाला,

'माझी ओळख तुम्हाला असण्याची शक्यता नाही' इथले काही जणच मला ओळखतात. माझे नाव फणींद्र जनार्दन कांबळे. तुमच्या शेजारच्या आरा तालुक्यातील. इथल्या नव्या निघलेल्या ज्युनिअर कॉलेजला शिक्षक आहे. हे फार महत्त्वाचे नाही. पण ज्या गोष्टीचा विचार करण्यासाठी आपण जमलो आहोत, ती गंभीर आणि भयानक आहे. अशा प्रसंगी व्याख्यानबाजी करण्यापेक्षा पटापट कृती कार्यक्रम ठरावा. त्यासाठी नियोजन व्हावं. कोणत्या पध्दतीने लढणे अधिक परिणामकारक होईल त्याचा विचार व्हावा, हे सांगण्यासाठीच मी उभा होतो.' एवढे बोलून झाल्यावर ते बसले. अलताफ कांबळे, सत्यपाल धर्मरक्षी यांचे चेहरे उतरले. सगळेच एकदम शांत. अशातच मागासवर्गीय विद्यार्थ्यांचे वसतिगृह चालवणारे पां. चि. माने गुरुजी म्हणाले,

'मग ठरवा ठरवाऽऽ कृती समितीचा अध्यक्ष ठरवा. मोर्चाची वेळ ठरवा. वर्तमानपत्राला द्यायच्या बातम्यासाठी निवेदन तयार करा.'

मग चुळबूळ सुरू झाली. जालिंदर बनसोडे इतका वेळ गप्प होता. तो एकदम म्हणाला,

'अध्यक्ष तहसीलदार कचेरीजवळपासचाच असावा.' त्याचा कचेरीजवळ कसला खोका होता आणि चोवीस तास तो तिथंच पडून असायचा. सगळ्यांचे चेहरे ताणले. कुणी कुणाचं नाव घ्यायचं ह्याच्यात एक विचित्र तणावाचं वातावरण. अशातच प्राध्यापक अवचितराव भालेराव म्हणाले,

'आता ह्या लढ्याची धुरा आपण प्राध्यापक सत्यपाल धर्मरक्षी यांच्याकडे द्यावी, असं मला वाटतं.' वसतिगृहवाले गुरुजी म्हणाले,

'थोड्या वयोवृध्द आणि ज़ाणत्या माणसाचा विचार व्हावा. हे आंदोलन आहे. पोरखेळ नव्हे.' बैठकीत तेच म्हातारे होते. 'म्हणजे धर्मरक्षी पोरकट वाटतात काय

तुम्हाला? कोणाला काय म्हणतो याचा विचार करून बोलावं.' अवचित भालेराव तडकले. हळूहळू वातावरणातील तणाव अधिकच वाढला. जो तो अधिकच चुळबुळाय लागला. एकमेकात बोलणं सुरू झालं तसं फणींद्र कांबळे पुन्हा उभे राहिले.

'अशा वेळी किरकोळ गोष्टींसाठी वातावरण गंभीर होऊ नये. त्या गोष्टी बिनमहत्त्वाच्या असतात. लढा महत्त्वाचा'

'ते आमाला कळतंय हो. जास्त श्यानपण शिकवू नका' अलताफ कांबळेनं मघाचा राग काढून घेतला.

'मी शहाणपण नाही शिकवत, फक्त वास्तव बोलतोय. अशावेळी अध्यक्ष असलाच पाहिजे असे नाही. फक्त आपण चार-चौघे म्होरके ठरवू. ते कार्यक्रम ठरवतील.' शांतपणे फणींद्र कांबळे बोलत होते. त्यांनी हे, हे, हे असा निर्देश करून सत्यपाल धर्मरक्षी, अलताप कांबळे, आनंदा कांबळे, जालिंदर बनसोडे यांची नावे सुचवली. मग सगळेच गप्प झाले. आपआपसातली चूळबूळ थांबली. सगळ्याच मंडळीच्या मनात फणींद्र कांबळे ह्या नावाविषयी एक आदर आपोआप जमा होत गेला. पण नेतेमंडळी मात्र आपली अस्वस्थता लपवू शकले नाहीत. कबीरला घडलेला एकूण प्रकारच किळसवाणा वाटत होता. त्यानंतर फणींद्र कांबळेच्या एकूण समजदारपणाविषयी त्याच्या मनात एक कुतूहल निर्माण झालं.

बैठक उठली तेव्हा मोर्चाची तारीख, लोक जमवण्याची जबाबदारी, निवेदन तयार करण्याची जबाबदारी हे सगळं सगळं ठरलेलं होतं. पण वसतिगृहवाले पां. चि. माने मात्र भलतेच अस्वस्थ झाले होते. त्यांच्या मतानुसार त्यांच्या एवढ्या मोठ्या कामाची कोण इज्जतच करत नाही, हे वाईट होतं.

कबीर बैठक संपवून बाहेर पडता पडता त्याच्या खांद्यावर आनंदा कांबळेनं हात ठेवला. म्हणाला,

'तुमच्या वस्तीतला दादू कांबळे आला होता. बरोबर शेडबाळे होते. त्यांना जरा मदत करत जा. फार चांगल्या वाटल्या त्यांच्या योजना.' आणि तो तसाच हळूच पुढे सरकला. कबीर एकदम आश्चर्यचकित झाला. दादबा आणि शेडबाळ्या, आनंदा कांबळेला कोणत्या योजना सांगून गेले? त्यांनी कोणता नवा उद्योग सुरू केलाय? त्याच्या मनात प्रश्नांना सुरवात झाली. मग त्यानं पुन्हा त्या साऱ्यालाच 'आपल्याला काय करायचं?' अशा विचारानं बगल दिली आणि तो रस्त्याला लागला.

जिल्हा बँकेच्या आफिसात शोधत शोधत भीमा म्हार बाळासाहेब शेडबाळेसमोर येऊन पोहचला. त्याला थकल्यासारखं वाटत होतं. शेडबाळे त्याला बघितल्या

बघितल्या समोरची लेजरबुकं आवरतच दिलखुलास हसला. लगोलग त्यानं शिपायाला खुर्ची आणण्याचं फर्मान सोडलं.

'आज बँकेतच कसा काय टपकलास रं ऽऽ?'

भीमा अजूनही भेदरलेलाच होता. तो बाळासाहेबाशी काही न बोलता घटकाभर शांत बसला. बाळासाहेबाच्या सरावलेल्या नजरेनं सारं हेरलं. तो जाग्यावरून उठला. तो भीमाला घेऊन बँकेच्या पायऱ्या उतरला आणि समोरच्या मारवाड्याच्या हॉटेलात घुसला. पहिल्यांदा दोन भजी मागवली. मग शांतपणे म्हणाला,

'आधी एक पेलाभर पाणी पी. मग भजी खा. त्यानंतर काय झालं ते सांग,'

'सायेब, दादबानं खोटाळा केलाया. आनी गळ्याला आलंय माझ्या.'

बाळासाहेबाच्या सर्व प्रकरण ध्यानात आलं. पण त्यानं त्यातील काही माहिती आहे असा जराही सासूल लागू न देता भीमाकडून सगळं वदवून घेतलं. शेवटी भीमा म्हणाला,

'आज सकसूरच्या बाजारात जनावरं बघाल्तो. यल्लाप्पा दावण्यानं भरबाजारात गळपट धरली. हातातली कुराड नरड्याला लावली. अंगाचं पाणी झालं. सायेब, जात मांगाची. मांग न्हाई म्होरं. मारल्यान तर बायका-पोरांचं काय व्हईल? तुमी एवढं माझ्यावर उपकार करा. दादबाला तेवढं भागवाय सांगा. तुमचं आयकंल. माझ्या गळ्याचा फास सोडवा.'

'हे बघ यल्लाप्पाचं पैसं दादबानं द्यायचं हाईत. तू मध्यस्त. आता सांगून टाक यल्लाप्पाला बाबा, माझ्याच्यानं व्हईत न्हाई. तू जाणं आणि दादबा जाणं. बघंल त्येचं त्यो. तू एवढा का भ्यालास?'

'सायेब, तुमाला न्हाई कळायचं. यल्लाप्पाला मी चांगला वळीकतोय. ह्यो व्यवार न्हाई मिटला तर त्यो मला धरणारच. खरं, दादबालाबी सैल सोडणार न्हाई. लई उलट्या काळजाचा हाय. तुमी तेवढं उपकार करा.' भीमानं पुन्हा पुन्हा तेच सुरू केलं. तसा शेडबाळ्या विचार करून म्हणाला,

'ह्ये बघ भीमा, यल्लाप्पा दावण्या तुला आनी दादबाला मारायची भाषा करतोय, याचा अर्थ त्याला म्हाईत हायकी ह्यास्नी कुणाचा पाटिंबा न्हाई. त्यासाठी तुमीबी सगळ्यांनी जरा एकोप्यानं राहून दहशत निर्माण कराय पायजे. म्हारोड्यातली पोरं एकत्र कराय पायजेत. मग बघ, दावण्या कुऱ्हाड घेऊन येतोय काय? ज्येचा त्येला जीव प्यारा आसतोय बाबा.'

'ह्यातलं मला कायबी कळत न्हाई खरं, सायेब मला मोकळं करा.' भीमा घायकुतीला आला. बाळासाहेबानं पवित्रा बदलला. म्हणाला,

'तुझं काम झालं असं समजून निवांत जा. दादबानं यल्लाप्पाचं पैसे न्हाई भागीवलं तर मी भागवतो. मग तर झालं.'

'देव भेटल्यासा सायेब' भीमानं सुस्कार सोडला. त्याला मोकळं मोकळं वाटाय लागलं. त्यानं समोरची भजी संपवली. वर चहा पिला. त्याला तरतरी आल्यागत वाटाय लागलं. त्याचा चेहरा बदलला. एवढीच संधी साधून शेडबाळ्या म्हणाला,

'तरी म्हारोड्यात किती पोरं असतील रंऽऽ?'

'माप हाईत. एकबी कामाचं न्हाई. सगळी शाळा सोडून बोंबलत हिंडणारीच.'

'तरी अशी किती असतील?'

'आसतील की वीसभर.'

'आणि हायस्कुलात शिकणारी...'

'तीन-चार! तालुक्याला शिकणारां त्यो सदा म्हाराचा कबीर. एवढीच की.'

'मग चिक्कार आहेत की पोरं. 'शेडबाळ्या पुटपुटला. त्यानंतर मात्र सावधपणे गप्प बसला. मग दोघेही हॉटेलातून उठले. भीमानं आपल्या कामाची पुन्हा पुन्हा आठवण करून दिली. शेडबाळ्या आपल्या छपरीमिशीत फक्त हसला आणि बँकेकडं निघाला.

लक्ष्मी देवालयाजवळ हळूहळू माणसं जमू लागली. साधारण शंभर-दोनशे माणसं तरी सहज जमतील असा आनंदा कांबळेचा अंदाज होता. अलताफ कांबळेची धावपळ चालू होती. जालिंदर बनसोडे हातातले निवेदनाचे कागद सांभाळत निवांत उभा होता. यरगट्टी गावातला अख्खा म्हारवाडा आलेला होता. त्या लोकांच्या चेहऱ्यावर एक चिंतेचं सावट वावरत होतं. पाच-सहा पोलिस हातात काट्या घेऊन घुटमळत होते. अजून काही वेळ तरी माणसांची वाट बघणं भाग होतं, म्हणून सर्व थांबले होते.

सगळे ओळीत उभे राहिल्यानंतर मोर्चाची सर्व सूत्रं प्राध्यापक सत्यपाल धर्मरक्षी यांनी हातात घेतली आणि पहिल्यांदाच बेंबीच्या देठापासून आवाज काढला,

'डॉक्टर बाबासाहेब आंबेडकर की'

'जयऽऽ' समूहाने जोरदार प्रतिसाद दिला.

'दलितांवर अन्याय करणाऱ्यांचा...'

'धिक्कार असोऽऽ'

'यरगट्टी प्रकरणाची...'

'चौकशी झाली पायजेऽऽ'

'आरोपींना...'

'अटक कराऽऽ'

जमलेल्या सगळ्यांनाच एकदम उत्साह संचारला. घोषणा न थांबता सुरू झाल्या. सगळी व्यापारपेठ दणाणून निघाली. दुकानातून माणसं बाहेर आली. मोर्चा देवालयापासून हालला. पेठेच्या मुख्य गल्लीला वळला. रस्त्यावरची माणसं आपोआप बाजूला सरली. उत्साहाने सळसळणारे वारे अधिक गतीने वावरू लागले. तसा घोषणांचा आवाज अधिकच वाढत गेला.

मोर्चाच्या अग्रभागी प्राध्यापक सत्यपाल धर्मरक्षी, जालिंदर बनसोडे, अलताफ कांबळे ही मंडळी होती. दोन्ही रांगांच्या मधल्या मोकळ्या जागेत आनंदा कांबळे इकडून तिकडे फिरत होता. पां. चि. माने, प्राध्यापक अवचित भालेराव मोर्चात दिसत नव्हते. कबीर आपल्या बरोबरीच्या कॉलेजच्या मुलांच्या घोळक्यातून पुढे सरकत होता. त्याची नजर फणींद्र कांबळे सरांना शोधत होती. तर फणींद्र कांबळे सर जीव तोडून घोषणांना प्रतिसाद देत सर्वात शेवटी चालत होते. त्यांच्या चालण्यातही एक संयमीपणा आहे असं त्याला वाटू लागलं. गर्दीच्या रेट्याबरोबर तो सरकत होता. अशात रांगेच्या मध्यभागी त्याला दादबा आणि शेडबाळे दिसले. शेडबाळ्या अंग चोरून चालत होता. कबीरला तो मोर्चात सामील झाल्याचे बघून आश्चर्य वाटलं. आपलं त्याच्या विषयी काहीतरी चुकतं आहे? आपण समजतो तसा तो वाईटच असता तर मोर्चात कशाला आला असता? त्याच्या मनात प्रश्नांचं जंजाळ सुरू झालं.

मोर्चा एस.टी. स्टँडजवळ आला आणि बघ्यांची संख्या प्रचंड वाढली. प्राध्यापक सत्यपाल धर्मरक्षींना चेव चढला. त्यांनी पुन्हा घोषणांना सुरवात केली.

'बघता काय-'

'सामील व्हा!'

सगळ्यांचे आवाज पुन्हा एकदा मोकळे झाले. बघ्यांच्यात विलक्षण कुतूहल होते. जो तो, ज्याला त्याला मोर्चा कशाविषयी हे फांगसून फांगसून विचारत होता. माहिती करून घेत होता. पोलिसांची संख्या वाढली होती. त्यांचे जाता जाताच वाहानांना वाट करून देण्याचे काम सुरू होते. दुकानांच्या पायऱ्यांवर बहुतेक ठिकाणी माणसांचे घोळके थांबलेले दिसत होते.

हळूहळू मोर्चा पोलिस स्टेशनच्या दारात थडकला आणि एकच गर्दी उडाली. पुन्हा घोषणांची तुंबळ आतषबाजी सुरू झाली. अशातच सत्यपाल धर्मरक्षींनी आवाज दिला.

'फौजदार साहेब...

गर्दी ओरडली -'बाहेर याऽऽ' मग त्याच घोषणेचे घोषवाक्य सतत दुमदुमत राहिले. पोलिसांची पळापळ वाढली. जालिंदर बनसोडे एवढ्यात कचेरी घुसला आणि फौजदार साहेब, तहसीलदार साहेब यांना घेऊनच बाहेर आला. घोषणा थांबल्या. मोर्चाचे रूपांतर सभेत झाले. प्राध्यापक सत्यपाल धर्मरक्षींनी आनंदा कांबळेला पुढं बोलावलं. एवढ्यात कचेरीत जाऊन कोणीतरी खूर्ची आणली. त्यावर आनंदा कांबळे सन्मानपूर्वक चढला आणि त्याने सुरवात केली.

'बोधिसत्व बाबासाहेब आंबेडकर आणि माझ्या दलित बांधवांनो आमी माणसांच्या देशात राहातोय काय हैवानांच्या देशात राहातोय- हेच आता कळाय मार्ग नाही. आमच्या आयाबहिणींना भर दिवसा चावडीत बोलवून मारहाण होते आणि पोलिस खाते त्या आरोपींना साधं पकडून सुध्दा आणत नाही. हे चाललंय काय? आम्ही दलित म्हणून आमच्यावर हा अन्याय आजही केला जातो का? ह्याचा जाब मागण्यासाठी आम्ही आज मोर्चा घेऊन आलोय. मोर्चा ही आमच्या आंदोलनाची सुरवात हाय. उद्या आम्ही काय करू हे सांगता येणार नाही. तरी फौजदार सायबांनी गुन्हेगारांना पकडून शिक्षा द्यावी, अशी आमची विनंती आहे.

जयभीम!'

कडकडून टाळ्या वाजल्या. पुन्हा घोषणा सुरू झाल्या. तसे प्राध्यापक धर्मरक्षी खुर्चीवर उभे राहिले. त्यांनी हातवारे करून लोकांना गप्प केले.

'आम्ही विनंती करायला आलेलो नाही. धर्मरक्षी म्हणाले, 'आम्ही हक्क मागाय आलोय. आम्हाला हा देश जर सुखाने जगू देणार नसेल तर आम्ही या देशात कुणाला सुखाने जगू देणार नाही. आज एवढी ताकद आमच्यात आहे. आम्ही आज फक्त रस्त्यावर आलो आहोत; उद्या आम्हाला न्याय मिळाला नाही तर हा देश पेटवून काढू....'

सत्यपाल धर्मरक्षीचा आवाज टीपेला पोहचला आणि नेहमीसारखा तो फाटला. फणींद्र कांबळेनी जागा सोडून हळूहळू पुढं सरकायला सुरवात केली. कबीरच्या हे लक्षात आलं आणि तो फणींद्र सरांजवळ सरकतच म्हणाला,

'सर, यांना आता कसं बोलायचं हेही एकदा शिकवा.'

'अरे त्येच म्हणतोय मी'- ते मोठ्याने बोलले आणि आपली चूक त्यांच्या लक्षात आली. ते कबीरला बाजूला घेतच म्हणाले,

'लढा कसा लढवावा ह्याचं काहीच ज्ञान या लोकांना दिसत नाही. यांच्या अशा भाषणांनी मूळ प्रश्न बाजूला पडतोय. ते कळत नाही का यांना?'

'कळलं अस्तं तर कशाला बोलले असते.' कबीर म्हणाला आणि दोघेही हसले. मग कबीरनं स्वतःची ओळख करून दिली. फणींद्र सरांनी त्याला घरचा पत्ता सांगितला. कबीरला एकदम बरं वाटलं. परवाच्या बैठकीनंतर त्याला सारखं वाटत होतं, यांची ओळख करून घेतली पाहिजे. सत्यपाल धर्मरक्षीची टाळाफोड अजूनही चालूच होती. कबीरला त्यातलं काहीही आपल्याला ऐकू येऊ नये असं वाटत होतं.

टाळ्यांचा प्रचंड कडकडाट झाला. तेव्हा कबीरनं भाषण संपल्याचा अंदाज बांधला. जालिंदर बनसोडेनं खुर्चीवर चढून निवेदन वाचले आणि तहसीलदार, फौजदार यांना दिलं. पुन्हा घोषणांना चेव चढला. तहसीलदारनी कार्यवाहीचं आश्वासन दिलं. त्यानंतर मोर्चाची यशस्वी सांगता झाली. लोक पांगत गेले. कबीर फणींद्र सरां बरोबर कचेरीसमोरून रस्त्याला लागला.

तक्क्यात कधी नव्हे ते दादबा आणि डेप्युटी गोपाळ कांबळे झाडलोट करून किलतानं अंथरत होते. भीमा म्हार आणि गौत्या तक्क्याच्या दारात उभे राहून तंबाखू मळत होते. खांबावरच्या उजेडात म्हारोडा दिवसभराच्या कामामुळं शिणवटून गेला होता. पण या रिकाम्या मंडळींना अंधार पडू लागला तसा उत्साह चढत चालला होता. दादबानं पंढ्याला मांगोड्याकडं तिरपटलं होतं. नाही म्हटलं तरी आठ-दहा घरांच्या मांगोड्यात पंधरा-वीस पोरांचा घोळका होता. वडराच्या तीन-चार पोरांना तक्क्यात यायला त्यानंच निरोप पाठवला होता.

हळूहळू एक-एक जमत चालला. पंढ्या, गौत्या, पांड्या पोरांना तक्क्यात बसायला सांगत होते. मांगोड्यातलं अजून कोणीच आलं नव्हतं. सोमा वड्राचा बाबू आणि शामा वड्राचा गोप्या आले होते. सगळी मिळून पंधराभर पोरं जमा झाली. तसा दादबा गौत्याला म्हणाला,

'गौतम, कबराला हाळी मारून बलवून आण.'

'तेवढं काय सांगू नको बाबा. त्येला बलवून श्यानपणा कोण शिकवून घेणार? तुझं तूच बलवून आण जा' गौत्यानं अंगावरची जबाबदारी झटकून टाकली. तसा

गोपाळा डेप्युटी म्हणाला, 'आगाऽऽ तूच मार की हाळी.' तसा दादबा आनमान न करता तक्क्यातून बाहेर पडला.

कबीर तक्क्यात आला तेव्हा सगळेच बैठकीच्या जागेवर बसलेले होते. डेप्युटी गोपाळा, भीमाबा भिंतीला टेकून बसले होते. दादबा बैठकीच्या मध्यभागी महत्त्वाचे स्थान पटकावून होता. बाकी म्हारोड्यातील कोणीच जाणता माणूस नव्हता. अर्थात या तिघांशिवाय रिकामटेकडं कोण असणार? ज्याला त्याला दिवसभर कुणाच्या ना कुणाच्या बांधाला पळाल्याशिवाय गत्यंतर नव्हतं. त्याशिवाय चूल पेटणं कठीण होतं. दिवसभर दुसऱ्याच्यात राबणाऱ्या माणसाला कधी एकदा अंग टाकतोय असं होऊन गेलेलं असतं. त्यांना तक्क्यातल्या गप्पा काय उपयोगाच्या. या तिघांचं मात्र वायलं होतं. त्यांचं हिंडून फिरून खाण्याचं नशीब होतं. आणि घरात बायका राबून आणून घालायला बळकट होत्या.

कबरा बैठकीजवळ येताच दादबानं आग्रहानं आपल्याजवळ ओढून आणून बसवलं. आणि स्वतःच खाकरत म्हणाला,

'पोरानु दिवस पालाटल्यात. आता आता गावातल्या माणसांची भावना बदलाय लागलीय. तुमाला म्हाईत नसंल, परवादिशीच मी आनी ह्यो कबऱ्या मोर्चाला गेलताव. मोर्चा कशासाठी तर यरगट्टीला- आपल्या समाजातील बाईला चावडीत बांधून घालून मारलं. असा येळ प्रसंग आपल्यावरबी आला तर म्हारोड्यात एकोपा पायजे. तुमी पोरापोरांनी ह्यो एकोपा कराय पायजे. व्हय काय न्हाई गाऽऽ कबीर?' दादबानं बोलता बोलताच कबीरला यरगटलं. कबीरनं फक्त मान हालवली. त्याला या एकूण गोष्टीचा अर्थच लागत नव्हता. हे पोरं एकत्र करायचं दादबाच्या डोक्यात अचानक कसं आलं?

'आपल्या बरूबर मांगवाड्यातली, वडारवाड्यातली पोरंबी घ्यायला पायजेत. तीबी आपल्याच समाजासारखी हाईत.'

'खरं, ती झवणी यायला न्हाईत, त्यास्नी काय करायचं?' गौत्यानं एकदम वैताग व्यक्त केला. तोवर पंढऱ्या म्हणाला,

'आगा ती येणार न्हाईतच. त्यास्नी आमच्यात यायचं म्हणजे कमीपणा वाटतोय.'

'ह्ये तुला कुणी सांगितलं?' कबीरनं न राहावून विचारलं.

'आगा मीच गेलतो बलवायला. तर सीत्या दावण्या काय म्हणाला म्हाईत हाय- आमाला म्हाराच्या तक्क्यात यायची जरूर नाय. काय करायचं झालं तर सेप्रेट करू. आता मला सांग, आसं म्हणणारा आमच्यात कसा ईल.'

'न्हाई आला तर न्हाई आला. त्येला काय गाऽऽ? कदी तरी यावं लागंलच की.' दादबानं विषय संपवला. आणि त्यानं यरगट्टीची कथा पुन्हा सुरू केली. सांगण्यात पाठ केल्यासारखी तीच तीच कथा येऊ लागल्यावर कबीरला हळूहळू उलगडा व्हायला लागला. पण तो काहीच बोलला नाही. शेवटी दादबानं प्रस्ताव मांडला- 'आपल्या पोरांचंबी एक तरुण मंडळ पायजे.' कबीरच्या डोक्यात लख्ख उजेड पडला. तो उठला आणि दाराकडं जाता जाताच म्हणाला,

'चालू द्या तुमचं, आलोच.'

बंडू चेरमन नव्या संधीच्या शोधात असतानाच यल्लाप्पा दावणे त्याच्याकडं चालत आला. दावण्याला कुठं मध्यस्ती केली आणि ह्या तापात पडलो असं झालं होतं. भीम्या म्हाराला झटक्यात उडवलं असतं पण दादू म्हार पुन्हा सहीसलामत सुटणारच होता. दाद्याला हाणावा तर बाळ्या शेडबाळ्या मध्ये पडला होता. पैसे बुडले म्हणून गप्प बसावं तर रक्कम थोडी थोडकी नव्हती- पाच हजार. एवढं सोसण्यासारखी त्याची परिस्थिती नव्हती आणि उलटसुलट विचार करूनही तोडगा सुचत नव्हता. भीम्याला भीती घातली आणि बाळ्या शेडबाळ्या मध्ये आला. आठ दिवसात पैशाची जोडणी करून दादबाला द्यायला लावतो म्हणाला, पण देण्याचं नाव नाही. उलट मिळतील तसं बघूया असं बोलाय लागल्यापासून त्याचा धीर सुटला होता. निरगतीच्या विचाराला येऊन तो परत परत माघारी फिरत होता. आणि शेवटचा इलाज म्हणून त्यानं बंडू चेरमनला गाठलं होतं.

याला दुसरंही कारण होतं, बंडू चेरमननं बाळ्याला आडवं केल्यापासून गडी धास्तावून होता. किनीट पडायला गावात आला की जे न्हाईनपत व्हायचा ते सकाळी बँकेला जातानाच दिसला तर दिसायचा. त्यात आक्काबा राणेनं सरनोबत आमदारच्या कानावर प्रकरण घातलंय आणि बँकेत आपली धडगत नाही हे समजल्यापासून त्याचं धाबं दणाणलं होतं. पण मूळचा खोडगुणी स्वभाव. त्याच्या पध्दतीने काही काही चाललं होतंच. पण त्या सगळ्यातही एक घाबरलेपण होतं. या सगळ्याचा फायदा घेऊन आपण जर बाळ्या शेडबाळ्याला दादू म्हारापासून वेगळं काढू शकलो तर आपले पैसे वसूल होतील. आणि त्यासाठीच तो बंडू चेरमनला भिडला होता.

बंडू चेरमनने अत्यंत सावधपणे यल्लाप्पा दावणेला पारखून घेतला. कुणाचा विश्वास कुणी सांगावा? त्यामुळे पहिल्या दोन भेटीत त्यानं थाकाला थूर लावून

घेतला नाही. हळूहळू जेव्हा त्याच्या ध्यानात आलं की दावण्या खरोखरच मेटाकुटीला आलेला आहे, तेव्हा त्याने अत्यंत हुशारीने योजना तयार केली. त्यासाठी योग्य तो बंदोबस्त केला. बाळासाहेब शेडबाळ्याच्या कानावर ह्यातल्या काही घटना जातील याची व्यवस्था केली आणि मगच त्यानं यल्लाप्पा दावणेला पुढच्या मार्गाला मोकळीक दिली.

यल्लापा दावणेनं जास्त नाही पण चारच पोरं मांगोड्यातली तयार केली. त्यांच्या सोबतीनं योजना पूर्ण करण्याचं ठरवलं. त्याप्रमाणं तो आणि रामा मांगाचा सीत्या, तुकन्या, बाळू मांगाचा आप्पया घेऊन जिल्हा बँकेच्या कार्यालयात बाळासाहेब शेडबाळेसमोर जाऊन उभे राहिले. शेडबाळे एकदम गडबडला. भरबँकेत यल्लाप्पानं हात टाकला तर पंचाईत म्हणून तो 'चला चला' म्हणून जाग्यावरून उठण्याचा प्रयत्न करू लागला. यल्लाप्पानं दरडावून त्याला खाली बसवतच सांगितलं-

'शेडबाळ्याऽऽ आज बँक सुटल्यावर तुझा मुडदा गावाकडं जाईल.'

शेडबाळ्या एकदम हादरला. त्याची जीभ उचलेना. अशातच यल्लाप्पा पोरांच्यासह बँकेतून बाहेर पडला. नेमकं आपल्यासमोर काय घडतंय याचीही शेडबाळेला शुध्द राहिली नव्हती.

घटकाभरानं शेडबाळेचं डोकं भानावर आलं. मेंदू नित्यासारखा चलाखीनं चालवणं त्याला शक्य नसलं तरी काय काय करता येईल याचा त्यानं स्वतःशीच अंदाज घेतला. पहिल्यांदा त्याच्या मनात आलं, सरळ पोलिस स्टेशनला यल्लाप्पाविरुध्द केस नोंद करावी. पण त्यातले सगळे धोके त्याच्यासमोर उभे राहिले. मग त्यानं तोही बेत रद्द केला. यल्लाप्पाच्या डोक्यात आग भिनली असली तर उतरणे कठीण. त्यात जात मांगाची. अपघाती मारलं, तर काय घ्या? कायदेशीर बाबतीत बंडू चेरमन त्याच्या पाठीशी असल्यामुळं थोडं सगळंच जड जाण्याची शक्यता. त्यापेक्षा आज इथं तालुक्यातच मुक्काम केला तर...? त्यानं तोच विचार पक्का केला.

तर जिल्हा बँकेतून उतरलेला यल्लाप्पा दिवस मावळायला गावात पोहचला. मांगवाड्यात त्याचे दोन्ही भाऊ त्याची वाट बघतच थांबलेले. यल्लाप्पानं आल्या आल्या घडलेल्या सगळ्या गोष्टी बयवारा त्यांच्या कानावर घातल्या. ग्रामपंचायतीचे दिवे लागले होते. ते सारेजन मांगोड्यातून बाहेर पडले. दादबाची बायको कामावरून आल्यामुळं थोडी आडमासून बसली होती. यल्लाप्पा आणि मांगोड्यातील पोरं अचानक घरात घुसल्यावर ती गडबडली. त्यांच्याकडं टाळापगळून बघत बसली. उठायचाही तकवा तिला उरला नव्हता. यल्लाप्पानं काही न बोलता गोट्यातल्या

दोन्ही म्हशीची दावी हातातल्या खुरप्यानं खसाखस कापली. हातातल्या दोऱ्या म्हशीच्या गळ्यातल्या दाव्याला बांधल्या.

'दाजीसाबऽऽ ह्ये काय कराल्यासाजी' कसंबसं बळ जमा करून दादबाची बायको-फुला बोलली. काहीच प्रत्युत्तर न करता यल्लाप्पानं म्हशी गोट्यातनं बाहेर काढल्या आणि दारात उभ्या पोरांच्या हावाली केल्या. उंबऱ्यातून बाहेर पडता पडता तो म्हणाला,

'दाद्याला सांग- म्हशी मी घेऊन गेलोय. काय करायचं आसंल त्ये कर. ह्यात त्यो तरी ऱ्हाईल न्हाई तर मी तरी-' आणि तो रस्त्याला लागला. तोवर पोरांनी दोन्ही म्हशी मांगोड्याकडं वळवलेल्या होत्या.

फुला सुन्न होऊन सर्व पाहात होती. जोरानं ओरडावं एवढंही धाडस तिच्यात उरलेलं नव्हतं. बराच वेळ तिच्या डोळ्यासमोर फक्त अंधाराची वर्तुळं वळवळत राहिली. कुठला असला न्हवरा आपल्याच नशिबाला आला? एक धड न्हाई. रोज जीवाला कसली तरी किरीकात हायच. मागतकरी तर रोज उंबऱ्याला हाईतच. कुणाला एवढ्याला बुढीवलं आनी तेवढ्याला बुढीवलं. बुढव्या माझ्याच वाट्याला कसा? कशा कशाला टक्कर द्यायची? ह्येनं काढून ठेवल्याली कार्टी संबाळायची? काय हेच्या भानगडी निस्तरायच्या? घरात एक पैसा तेलामिठाला दीत न्हाई. मग ह्यो भाड्या करतोय तरी काय? ह्यापरास आसली उलथत का नसतील?

तिच्या मनात बरंच काय बाय सुरू झालं. खिन्न होऊन ती जाग्यावरच थांबली. पाठीमागून आलेला दादबा जोरानं ओरडला.

'काय झालं? आशी का हुबारलीस?'

ती एकदम भानावर आली. पण बोलली काहीच नाही.

'बोल की तुझ्या आयला' म्हणतच त्यानं हेंदकळलं. तशी ती म्हणाली,

'यल्लाप्पा दावण्यानं दोनी म्हशी सोडून न्हेल्या.'

'ऑऽऽ आनी तू काय करत व्हतीस तुझ्या मायला' म्हणत त्यानं हात उगारला. फुला जाग्यावरनं सरकली. सगळं बळ एकवटून ओरडली.

'भाड्याऽऽ गावच्या राडी तू करणार आनी मी का निस्तरूऽऽ' तिचं रडणं, किंचाळणं आणि शिव्या देणं एकत्र सुरू झालं. तिच्या अवताराकडं बघून दादबा एकदम गार पडला. हे रूप तो पहिल्यांदाच बघत होता. त्याचे डोळे फिरले. काय होतंय हे कळायच्या आतच तो मट्‌कन खाली बसला. एवढ्यात तुकऱ्या, गोपाळा डेप्युटी, भैरू म्हार, तान्या, पंढऱ्या असं कोण कोण जमत गेलं.

झाला प्रकार लक्षात आल्यावर म्हारवाड्यातली सगळी पोरं हळू हळू जमा झाली. गौत्यानं सगळ्यांच्या समोर तोंड सोडलं,

'आयलाऽऽ ही मांगटी आता ह्या थराला गेली म्हणजे लई झालं. आमी काय काकणं भरल्यात व्हयगाऽऽ आत्ताच्या आत्ता मांगोड्यात जाऊन म्हशी सोडून आणायच्या.'

मध्ये तोंड घालतच तुकऱ्या म्हणाला,

'आगाऽऽ ह्येंच्या दलालीच्या बारा भानगडी असत्यात. ह्या हेड्यांचं ह्ये सारखं चालल्यालं आसतंय. ह्येला आदी सगळं इच्यारून घे. काय राड करून ठेवलीय बघ. मग सोडून आण जा म्हशी'

'येऽ तू गप्प गाऽऽ आक्काल नगं शिकवू. चला रंऽऽ पोरानु. कसली मांगटी हाईत बघुया. लई माजल्यात भोसडीची,' गौत्या सरसावला. तसा पळत पळत आलेला भीमा म्हार त्याला थांबवत म्हणाला,

'गौतू, जरा दमानं घेऽऽ एवढं सलपं न्हाई.

मांगोड्याजवळ बंडू पाटलाची भावकी थांबलीया. यॅक कराय जाऊन बॅक व्हईल. जरा धीरानं घे.

'बंडू पाटलानं काय वाघ बांधल्यात काय?' पंढ्या एकदम सणकलं. तसा भैरू म्हार गौत्याला कानाचा गट्टा धरून घराकडं घेऊन गेला. हळूहळू सगळ्यांनाच पांगवलं. तसा भीमा म्हार दादबाच्या कानाला लागतच म्हणाला- 'शेडबाळ्या कुठं आसंल?'

बंडू चेरमन तुका जाखल्याला घेऊन गणू सरपंचाच्या घराला गेला. आक्काबा राणेच्या घरला एकट्यानं जाऊन असली काही भानगड त्यांच्या कानावर घालावी, एवढा धीर त्याच्याजवळ नव्हता. त्यामुळे गणू सरपंच, तुका जाखल्याला पुढं घालून राण्याच्या वाड्यात पोहोचेपर्यंत त्याच्या जीवात जीव नव्हता. आता काय ऐकावं लागणार? किती शिव्या खाव्या लागणार? याचा अंदाज बांधत तो स्वतःची मानसिक तयारी करत होता. तुका जाखल्या आणि गणू सरपंच मात्र याबाबतीत निर्धास्त होते. झालं ते बऱ्यासाठीच, असं त्यांना वाटत होतं.

जोत्या सोप्यात बांधलेल्या झोपाळ्यावर बसून आक्काबा हातातल्या अडकित्याने सुपारी कातरता कातरताच समोर आलेल्या बंडू चेरमनला काहीच न बोलता गणू सरपंचाला म्हणाला,

'काय बंडबानं केल्याला नवा पराक्रम सांगाय आल्यासा वाटतं?'

बंडू चेरमन एकदम चराकला. म्हाताऱ्याच्या कानापर्यंत सगळं पोहोचलंय म्हणजे धडगत नाही. तो खाल मान घालून समोरच्या लाकडी माचलीवर टेकला. गणू सरपंच कसाबसा धीर जमवत म्हणाला,

'झालंय त्यात चेरमनचा काय संबंध न्हाई. खरं, व्हतंय त्ये बऱ्यासाठीच व्हतंय.'

'व्हय, म्हणून बरं करायसाठीच त्येचं भाऊ मांगवाड्यात जाऊन हुबारल्तं म्हण की'

'तसं न्हाई खरं, यल्ल्याबी कुणाचा तरी आदार पायजेच की-' तुका जाखल्या पुटपुटला.

'आनी उद्या दाद्या म्हारानं पोलिसात त्येंचीबी नावं घेतली तर...?'

'तर काय जामिनावर सुटून यायचं.' तुकानं पर्याय सांगितला.

'मग आमच्या उंबऱ्याला का आलाय गड्यानु? जावा की पोलिस ठाण्यात. काय रं बंड्या? मागच्या केशीत डोक्याची केसं कमी गेली म्हणून ह्यो धंदा आनी करालास?'

'न्हाई मालक, ह्यातलं अंगावर कायबी ईत न्हाई. ह्यात शेडबाळ्याचं दात पाडाय चांगलं गावत्यात म्हणून फकस्त पडलोय. यल्ल्या त्येला तंबी दिऊन आलंय. बाळ्या घरला यायलाच न्हाई.'

म्हातारा एकदम हुशार बसला. त्यानं कातरलेलं सुपारीचं खांड तोंडात टाकलं आणि बंडूकडनं सगळं खुलासेवार ऐकून घेतलं. दाद्या म्हारानं म्हस कशी घेतली? त्यात भीम्यानं मध्यस्ती कशी केली? मग बाळ्यानं पैसे बुढवायला यल्ल्या दावण्याला कशी तंबी दिली हे सगळं समजून घेतलं.

'आनी यल्ल्या दावण्यानं म्हशी आऱ्याला पोच करायला वाटंला बी लावल्या. आता शेडबाळ्या काय करतोय?' बंडू चेरमन बोलता बोलता थांबला.

'चोरीची केस घालंल यल्ल्यावर. मग आनी लईच वांदं व्हणार. यल्ल्या त्येला गावात ऱ्हावू दीत न्हाई घे तू.' तुक्या जाखलेला उत्साह चढला. तसा आक्काबा राणे त्याला थांबवतच म्हणाला,

'यल्ल्या मांगाशी कोण बोलल्यासा सगळं? काय भाईर भाईनंच चाललंय?'

'मालक, यल्ल्याच आल्तं माज्याकडं. त्येच्याच मतानं सगळं केलंय. ह्यात माझ्या मनाचं कायबी न्हाई.'

'मग झालं तर- मांगडी शब्दाला लई इसवासू आसत्यात. ती म्हारावानी बातरी नसत्यात. मग काय घाबरायची गरज न्हाई. काय करतोय बाळ्या बघूयाच.'

आक्काबा स्वत:शी बोलल्यागत बोलत गेला आणि तिघांचाही उत्साह वाढत गेला. त्या उत्साहातच तुक्या जाखल्या म्हणाला,

'तात्याऽऽ त्या बाळ्याचा तेवढा गावातनं उटावा कराय पायजे.'

आक्काबा फक्त हसला. त्यानं सुपारीची खांडं त्या तिघांच्याकडं सरकवली.

'तुमच्या म्हारोड्यात काय लई दंगा झाला म्हणं रात्री?'

पितांबर जगदाळेनं कॉलेजहून येता येता वाटेत भेटलेल्या कबीरला सायकलवर डबलसीट घेतच विचारलं.

'झाला म्हणत्यात बाबा. मला कायच माहीत नाही.'

'म्हारोड्यात आसतोस काय म्हारोड्याच्या भाईर?'

'अरेऽऽ असं रोज काय काय चाललेलं असतंय. कोण लक्ष देणार? त्या दादबा हेड्याच्या लाख लडतरी. त्येचं सारखं ऐकून ऐकून कंटाळा आलाय.'

'कायबी म्हण- पण दाद्या चलाख गडी. शेडबाळ्याबरबर डेरीत व्हताच. गावात कुणाकुणाला टोपी लावत आसतोयच. गड्याला जमलंय बाकी- गावाला शेडबाळ्यानं खाल्लं आनी ह्येनं शेडबाळ्याला खाल्ला. हाय का न्हाई वस्ताद.'

'शेडबाळ्या ह्येला काय लागू देतय घे. लई लईतर दारूची बाटली दीत आसंल तेवढंच. ते कसलं इदरकल्याणी!'

'मग तुला काय कळत न्हाई, मर्दा, दाद्यानंच शेडबाळ्याला तुमच्या त्या राम्या म्हाराच्या बायकोजवळ भिडीवलाय. आदी ती त्येला लागू व्हती म्हणं- अशी गावात चर्चा हाय बाबा.' पितांबर बोलता कचवचलां, हे कबीरच्या लक्षात आलं. त्याला तो विषय वाढवायचा नव्हता. म्हणून तो काहीच न बोलता गप्प बसला. पितांबरला विषय थांबवण्याशिवाय गत्यंतर नव्हतं.

चढ लागल्यावर दोघंही उतरले. चालता चालता पितांबर म्हणाला,

'कबऱ्या, आता स्कॉलरशीप मिळाली की एक सायकल घेऊन टाक.'

'हूंऽऽ बाबा' कबीर सुस्कारला.

'पाच- सहाशेचा हप्ता मिळंल की?'

'तेवढं मिळतील की-'

'मग तेवढ्यात जुनीपाणी सायकल सज येती'

'यायला काय झालं? खरं, स्कॉलरशीप आल्या आल्या घरात जुंधळ्याचं एक पोतं आणावं म्हणतोय.'

‘अरेऽऽ, जुंधळ्या- बिंदळ्याचं घरातली बघत्यात. त्येचं तुला कशाला?’

‘तसं न्हाई गड्या. तुमच्यासारखं आमच्या घरात करून कसं जमंल. सगळं बघाय पायजे. आमचं काय चारबिगं रान हाय त्ये घरात मिळकत ईल? सगळंच वायलं झालंय बाबाऽऽ कशाचा कशाला ताळमेळ बसंना झालाय.’

‘म्हणजे घरातलं सगळं तूच बघतोस म्हणं. म्हणजे तू कारभारी की गाऽऽ’ पितांबर टर उडवत म्हणाला. कबीरला एकदम गलबल्यासारखं झालं. त्याला आपण घरात मोठं आहोत हे जाणवलं की नेहमीच असं गलबल्यासारखं होतं. उगाचच डोक्यावर कसलं तरी ओझं ठेवल्यासारखं वाटाय लागतं. नंतर पितांबर बरंच काय काय बोलत राहिला पण त्याचं लक्षच नव्हतं. जगदाळ्याचं आणि आक्काबा राणेचं गावातलं मोठं खुटाणं. इनामदार घराणी. बक्कळ जमीन. नुसतं सोनं- नाणंच त्याच्या घरात किलोच्या घरात असंल, असं तो ऐकून होता. या दोन घरांच्या भावक्याही मोठ्या. जवंदाळा मोठा. त्यांच्या खालोखाल सगळी पाटील कंपनी. त्यांच्या उत्पन्नी जगदाळे- राणे यांच्या इतक्या नव्हत्या. पण तसा पैसा दाबजोरच. त्यामुळं या घरातल्या पोरांचं आयुष्यच मजेचं. कबीरला एकाएकी पितांबर जगदाळेचा हेवा वाटाय लागला. त्या तंद्रीतच तो म्हणाला,

‘तुझ्यासारख्या जगदाळ्याच्या न्हाई तर पाटलाच्या घरात जन्माला यावं बघ. कशाची फिकीर नाही. सगळी चैनच चैन. हे काय आमचं त्येच्या आयलाऽऽ रोज नवीनच गारबांड पाठीमागनं.’

‘शाब्बास! आयला, सरकारचं जावाई तुमी. तुमास्नी स्कॉलरशीप. शिकल्या शिकल्या नोकऱ्या. आनी आमास्नी काय तर धत्तुरा! आता खरी चैनी तुमचीच गा-’ पितांबरला पुन्हा टवाळकीची हुक्की आली. मात्र त्यानं स्कॉलरशीप आणि नोकरीचा विषय काढल्यावर कबीर थोडसां दुखावला.

‘आयला, आमची स्कॉलरशीपच तुमच्या डोळ्यात कशी काय लसती रं? आमाला स्कॉलरशीप तीन म्हयन्याला मिळती, तेवढे पैसे तू आठवड्याला घालीवतोस की, आमाला मात्र स्कॉलरशीप यायच्या आधी काय- काय त्यात बसवायचं ह्येचा महिनाभर विचार करावा लागतो. तसं काय झंगटं तुझ्या मागं हाय-’ कबीरच्या आवाजात फरक पडला. जाणवण्याइतपत थरथर त्यामध्ये निर्माण झाली. पितांबरला हे जाणवलं. हेही नेहमीचंच. ह्याला गंमतीनं कधी छेडावं की तो एकदम चिडीला येतो. खेळीमेळीत असणारा कबीर एकदम दुखरा का होत असावा? हा प्रश्न पितांबरलाही छळत होता. त्यामुळं पुन्हा तो हसत हसतच म्हणाला,

'कबऱ्या, चिडायचं न्हाई. खरं खरं सांगायचं. तुमाला स्कॉलरशीप मिळती. त्यादिवशी तुझ्यासारखी किती पोरं घरच्या जुंधळ्याचा इच्यार करत्यात सांग बघू?' आरंऽऽ उलट आमी बघत न्हाई एवढं पिक्चर तुझा तो उंडगा गौत्या बघतोय. मग ह्यो पैसा कुठनं येतोय सांग बघू? आणि कॉलेजात म्हणशील तर एकएक नवीनच. तुझा तो राजा कांबळ्या दिवसाला दहा रुपयाची सिग्रेट ओढतोय असं त्याच्याच रूममधला तो काळे सांगत होता. आता मला सांग स्कॉलरशीप काय सिग्रेट फुकाय देत्यात? मग आमी बोललो की राग का येतो तुला?'

'त्ये तुला नाही समजायचं. त्यासाठी म्हारोड्यात जन्म घ्यायला पायजे व्हतास म्हणजे समजलं असतं.' म्हणत कबीरनं विषय संपवला. पितांबर बडबडतच राहिला. पण कबीरच्या कानावर एकही शब्द पडत नव्हता. गौत्या काय आनी राजा कांबळे काय- ह्यांना काय होत असंल असं वागायला? गौत्या पिक्चर बघतो, राजा सिग्रेट ओढतो हे कुणाचं अनुकरण? त्यांना असं का करावंसं वाटतं? त्यांना घरच्या ओढाताणीपेक्षा या गोष्टी का महत्त्वाच्या वाटत असतील? की त्यांना मनातला सगळा उद्रेक लपवायला या पळवाटा सापडल्या असतील? त्याच्या मनात प्रश्नांची सुरवात झाली आणि तो सायकलच्या कॅरेजवर बसून राहीला. ढिम्म.

बाळासाहेब शेडबाळेनं एकूण तालामाला बघून दादू म्हाराला प्रकरण तडजोडीनं मिटवण्याचा सल्ला दिलेला होता. दादबा त्याच्या शब्दाबाहेर नसल्यामुळं एकूणच प्रकरणातून आपली सुटका झाली, असं त्याला वाटत होतं. वरवर त्याला सगळं सुरळीत झाल्यासारखं वाटत असलं तरी मनाच्या आत खोल चाललेली खदखद तो संपवू शकलेला नव्हता. त्याच्या मेंदूचं उलटं फिरणं अव्याहत सुरू होतं. त्यामुळं बँकेत कामावर लक्ष लागत नव्हतं, की दुसऱ्या कुठल्या कामात उत्साह वाटत नव्हता. त्यामुळं बँक सुटल्या सुटल्या त्यानं सरळ गावाकडं गाडी वळवली.

त्यानं घरात पाय टाकला तेव्हा धाकल्या दोन पोरी उजदारच्या सोप्याला खेळत होत्या. गडबडीनं कपडे काढून गारगार पाणी डोक्यावर ओतून घ्यावं म्हणजे थोडं थंड वाटेल म्हणून घाई-घाईनं न्हाणीत पाय टाकला तोवर पाण्याच्या दोन घागरी सांभाळत बाळासाहेबाची बायको- तारा आली. सवयीनं घागरी उतरून न्हाणीच्या हंड्यात पाणी वतता वतताच म्हणाली,

'आंगुळ करायचा ह्यो काय येळ काय वकोत...'

'लई आंग भगभगल्यागत वाटाय लागंलय म्हणून गार पाणी वतून घ्यावं म्हणतोय.' बाळासाहेब सहज बायकोशी खरं ते बोलून गेला. तर तारा आधीच कशानं तरी वैतागलेली. जवळ जवळ ठिसाकलीच

'म्हारणीजवळ झोपल्यावर आग उठंना तर काय व्हाईल?' तिच्या अचानक हल्ल्यानं बाळासाहेब गोंधळला.

'च्या मायलाऽऽ जरा सरळ बोलाय शिक की.'

'सरळ माणसाशी बोलत्यात, हायवानासंगट न्हाई!'

तारा पुन्हा वाकड्यातच शिरली. तसा बाळासाहेब चवताळला. डोक्यावर गार पाणी वतून घेता घेताच त्यानं तिच्या आई-बाईची इदरनी सुरू केली. उजदारच्या सोप्यात खेळणाऱ्या पोरी जागच्या हालल्या नाहीत. त्यांना हे सवयीचंच होतं. बाळासाहेबाच्या पोरी आणि धाकलं पोरगं आई-बापाच्या भांडणाला सरावलेली होती. उलट एखाद्या दिवशी घरात भांडण नसलं की त्यांना चुकल्याचुकल्यासारखं वाटायचं. त्यादिवशी शेजारी- पाजारीही बाळासाहेब आला न्हाई व्हय गंऽऽ म्हणून हाटकून चौकशीला यायच्या. इतकं त्यांचं भांडण शेजाऱ्या- पाजाऱ्यांनाही अंगवळणी पडलं होतं.

गार पाण्यानं अंघोळ करूनही बाळासाहेबाला डोक्यात आग भडकल्यागत वाटाय लागलं म्हणून त्यानं पुन्हा कपडे चढवले आणि तो घरातून बाहेर पडला.

'कुठं गेलाय रामा?' म्हणतच बाळासाहेब खोपटात शिरला. ही त्याची सवय नव्हती पण आज जरा दिवस बादीक आहे असं सकाळपासूनच्या अनुभवावरून त्याचं मत झालं होतं. त्यामुळं सावधगिरी म्हणून हाळी मारली. तर चुलीजवळ खिडूक- मिडूक करणारी सुली गडबडीनं उठतच म्हणाली,

'आत्ता गऽऽ बया! आज नको त्येचीच चवकशी लावलीया?'

'कराय पायजे बाईऽऽ तुझा न्हवरा म्हटल्यावर त्येची चवकशी करायची न्हाई तर कुणाची?' म्हणतच बाळासाहेब प्रयत्नपूर्वक हसला. हसतानाही त्याला कष्ट पडत होते.

'व्हयऽ व्हयऽऽ त्येचीच कराय पायजे तर- म्हणत सुलीनं दांडीवरचं घोंगड खोपटाच्या कुडाला लागून अंथरलं. बाळासाहेबानं खिशातला बिस्कीडपुडा बसता बसताच सुलीकडं सरकवला.

'म्हणजे मग च्या कराय पायजे म्हणा की' ती पुडा हातात घेतच म्हणाली.

'मला नको हाय. खरं तुला पायजे असला तर कर दोघास्नी अर्धा- अर्धा.'

बाळासाहेबानं घोंगड्यावर पाय लांब सोडले. पॅन्ट उगाचंच घोट्यापर्यंत वर ओढली आणि जवळ जवळ आडवाच झाला. सुली चुलीजवळ जाऊन चहाच्या जोडणीला लागली. विस्तवाच्या उजेडात तिचा काळपट रंग किंचित उठून दिसत होता. बाळासाहेबाची स्थिती आपोआपच बदलत गेली. खरं म्हणजे हे नेहमीचंच. या खोपटात पाय टाकला की तो सगळं विसरून जातो. का? याचं उत्तर त्यालाही सापडत नाही आणि त्याच्या स्वभावाप्रमाणं तो शोधायचाही प्रयत्न करत नाही. त्यानं सुलीला ऐकू जाईल अशी लांबलचक जांभई दिली. तशी सुली जाळ ढकलतच म्हणाली,

'आज लई कटाळल्यासा वाटतं?'

'नुस्ता कंटाळा न्हवं जीव घाईला आलाय बाई. ऑफिसातून वैतागून घरात आलो तर घरात तारीनं विनाकारण डोकं उठवलं. आज दिवसच वाईट दिसतोय'

'तिला आनी भांडाय काय झालं?' सुली त्याच्याजवळ येऊन बसली.

'व्हतंय काय- तू हाईस की-' म्हणत बाळासाहेब हसला. आणि किंचित तिच्याकडंच सरकला. त्याला अधिक बरं वाटू लागलं. सुली एकाएकी गंभीर झाली आणि गप्पकन उठून चुलीजवळ गेली.

दादबा म्हार यल्लाप्पा दावण्याकडं हेलपाटं घालून खराशीला आला होता. यल्लाप्पानं दादबाला कसं तंगवायचं याचा ठोकताळा बांधून ठेवलेला होता. कधी नाही ते दादबा कात्रीत सापडलेला होता. बऱ्याच वर्षांपासून त्याच्या मनात साठत गेलेला राग शांत करायला आयती संधी सापडली होती. म्हणूनच त्यानं बाळासाहेब शेडबाळ्यानं उंबरा झिजवूनही दाद दिली नव्हती. दादबाची अवस्था मात्र टांगणीला लागलेल्या जनावरासारखी झाली होती. दोन्ही म्हशी घरातून गेल्यामुळं सगळंच चलन थांबलं होतं. नाही म्हटलं तरी म्हशींच्या दुधावर आठवड्याचा खर्च भागायचा. बायकोची मजुरी आच्चुत्ती घरात यायची. पण या सगळ्या प्रकरणात सगळंच उलटं झालं होतं आणि भरीस भर म्हणून चार- पाचशे कर्ज झालं होतं. पोलिस स्टेशनला केस नोंद करायची. असं ठरवून गेलेल्या दादबाला शेडबाळेनंच परत आणला होता. मिटवामिटवीत एका म्हशीची रक्कम यल्लाप्पानं परत करायची असं ठरलं होतं. दिवसातनं एखादी येरझारी त्याची मांगवाड्यात व्हायचीच. या सगळ्यातून भीमा म्हारानं मात्र अंग काढलं होतं. त्याला या झोंबड्यानं बराच शहाणपणा शिकवला

होता. तरीही लाजेखातर तो दादबाबरोबर यल्लाप्पाकडं जायचा आणि खाल मान घालून परत यायचा. शब्दानं कधी यल्लाप्पाला बोलायच्या भानगडीत पडायचा नाही.

ही गोष्ट दादबासारख्या हेड्याच्या नजरेत आली नाही तर तो हेडी कसला? त्यानं आज घरातून बाहेर पडतानाच ठरवलं, भीम्याला एकट्यालाच यल्लाप्पाकडं पाठवायचं. काय होतंय तरी बघायचं. तो भीमाच्या दारात आला आणि त्याला बाहेर काढलं. म्हणाला,

'जरा दावण्याकडं जाऊन येतोस?'

'एकटा? न्हाई घडायचं.'

'अरंऽऽ माझं जरा काम हाय म्हणून म्हणालोय.'

'न्हाई जमायचं.'

'का?'

मग मात्र भीमा काहीच बोलला नाही. ढिम्म उभा राहिला.

'त्यो दावण्या काय खातोय काय गिळतोय? एवढं त्येला काय भ्यायचं? न्हाई तर न्हाई म्हणंल. बुढलं म्हणायचं गाऽऽ पैसे.' दादबानं त्याला पुन्हा बोलतं करायचा प्रयत्न केला. तरीही भीमा काहीच न बोलता उभा राहिला. मग मात्र दादबाला त्याच्या गप्प राहण्याची भीती वाटाय लागली. ह्याच्या मनात नेमकं काय असेल? हाच विचार त्याला सतावायला लागला...

बाळासाहेब बसल्या खुर्चीवरच हळूहळू अस्वस्थ व्हायला लागला. आवरलं पाहिजे, बाहेर पडलं पाहिजे. त्याच्या मनात सुरू होतं. काचेच्या केबीनमध्ये ढोलमाले साहेब कान कोरत खुर्चीला रेलून बसला होता. त्यामुळेच सगळी पंचायत झाली होती. आक्काबा राणेच्या फिरवाफिरवीमुळं बँकेत फक्त त्याच्यावरच बारीक नजर होती. साहेबाचाही नाइलाज होता. त्यामुळे पूर्वीसारख्या तीन नंतरच्या कायम दांड्या बंद झाल्या होत्या. कशी सुटका करून घ्यावी? या विचारात असतानाच त्यानं सगळं धाडस गोळा करून साहेबाची केबीन गाठली. जमेल तेवढा लाचार चेहरा करून आपल्या महत्त्वाच्या कामांची यादी त्यानं साहेबांच्या कानावर घातली. आणि शेवटी परवानगी मिळवली.

भराभर आवराआवरा करून तो बँकेच्या पायऱ्या उतरला. स्कूटरला किक मारली. तर गरगाच्या हॉटेलसमोर दादबा आणि डेप्युटी गोपाळ म्हार त्याची वाटच बघत होते.

‘सायबऽऽ बँक बाकी फैना हाय बघा. कवाबी याऽ कव्वा बी जावाऽऽ’ डेप्युटी गोपाळा लाचार हसला.

‘आता न्हाय व्हायलं तसं. आक्काबानं आमच्यात चांगलीच खुट्टी मारलीय.’

‘त्यो काय तुमचा सायब हाय काय?’

‘तसं न्हाई बाबाऽ त्येचं पावण- पै सगळं इनामदार, वतनदार- आमदार- खासदार हाईत. घरंदाज मराठा समजतोय स्वतःला, चला पयला च्या घेऊ..’ म्हणत बाळासाहेब गरगाच्या हॉटेलात शिरला.

‘कसला घरंदाज म्हराठा घ्याऽऽ त्योबी जरा कमी कुलवाडीच हाय.’ दादबानं नवी माहिती समोर ठेवली. हे मात्र गोपाळा डेप्युटीला पटलं नाही. तो म्हणाला,

‘काय तरी भकू नकोऽऽ त्ये खरोखरच घरंदाज हाईत. आजून ही सगळी पाटलं कुलवाडी म्हण. पण राणे मालक पंचकुळीच.’

‘आसू देऽ आसू देऽऽ’ दादबा एकदम चिडला. आक्काबाच्या पंचकुळीचा उल्लेख बाळासाहेबाला एकदम अस्वस्थ करून गेला.

बाळासाहेबानं चिवडा- चहाची ऑर्डर दिली आणि विषय बदलतच म्हणाला,

‘दादबा, भेटला काय यल्लाप्पा?’

‘भेटला खरं, जमंल तसं देतो म्हणतोय. लईच वड खायालंय मांगटं. काय तरी उपाय काढाय पायजे सायब. आता सगळं गळ्याला आलंय.’

‘त्यासाठी तर बलीवलंय तुमा दोघास्नी. आता बाहेर पडू, ते आपट्या वकिलाचं घर गाठू. त्यो काय म्हणतोय बघू. काय तरी मार्ग निघंलच की’

‘हे मागंच कराय पायजे व्हतं सायब. आता येळ निघून गेली.’ डेप्युटी बोलला.

‘डेप्युटी त्यावेळी कायबी केलं अस्तं तरी ते आपल्यालाच जड गेलं अस्तं. त्येच्यात आक्काबा राणे आणि बंडू चेरमन पडून घोटाळा झाला.’

‘त्ये पडलं नस्तं तर आमच्या पोरांनी यल्ल्याला जिवन्त ठेवलं नस्तं. खरं, त्या खळगुट्यानीच घोटाळा केला.’

‘डेप्युटीऽऽ या सगळ्यात एक माझ्या लक्षात आलं. तुमच्या म्हारोड्यात एकी न्हाई. आता पयलं पोरांचं तरुण मंडळ रजिस्टर करून आणू. पोरांनाबी तीन- चार हजार सरकारचा पैसा मिळंल. म्हारोड्यात जरा एकोप्याचं वातावरण व्हाईल.’

‘त्येची काय काळजी नगो. पोरं सगळी एकोप्यात हाईत. एक सुध्दा बाजूला न्हाई. फकस्त त्ये सद्या म्हाराचा कबऱ्याच जरा वायला वायला आसतोय. त्येला दीऊ सोडून.’ दादबानं चिवडा संपवला.

'नाही. त्याला नाही सोडायचा. त्याला पयला आत घ्यायचा. एक सुध्दा फुटाय नको. मग ही मांगटी आनी गावातली मंडळीबी काय करत्यात बघूया?'

'म्हणजे ह्ये मंडळ म्हणजे भांडणाचाच पाया म्हणा की.'

डेप्युटीनं मनातली शंका बोलून दाखवली.

'छे! छे! तसलं काही करायचं नाही. फक्त म्हारोड्याचा विकास. आगा बाबासायेब काय सांगून गेले? एकत्र या- भांडा- मोठे व्हा. आम्ही एकत्रच नाही तर भांडणार कसं?' बाळासाहेबानं मग आंबेडकरांच्या तत्त्वज्ञानाची सुरवात केली. डेप्युटीचा चेहरा आपोआपच बदलत गेला. शेवटी बोलता बोलता बाळासाहेब म्हणाला,

'ही सगळी सवर्ण मंडळी अजूनही लुबाडतातच. डेप्युटी तुला माहिती हाय काय? दरवर्षी मागास लोकास्नी भांडीकुंडी वाटायला पैसे येत्यात. कधी वाटली तुमच्या म्हारोड्यात भांडी? आगाऽ तू डेप्युटी आसून तुझ्या देकत ह्यो सरपंच गण्या तुमचं चार- पाच हजार गळम करतोय हे तुला माहीत हाय?'

'काय सांगता काय? चेआयला ऽऽ आसं काय पैसे येत्यात हे कुणी सांगितलच न्हाई.'

'कशाला सांगतील? तेच तुमी सगळ्यांनी विचारल्यावर झक् मारत वाकतील काय न्हाई?'

डेप्युटी एकदम अस्वस्थ झाला. आपण पंचायतीत असताना असं काही होत असेल हे त्याला पहिल्यांदा पटेनाच. पण बाळासाहेब कशाला खोटं सांगेल? त्याच्या मनात एकदम गोंधळ उडाला. पुढे बाळासाहेब काय बोलतो हेही त्याला कळेनासं झालं...

'कबराऽऽ बाबासाबाची जयंती जवळ आली व्हय रंऽऽ?'

थळूआजानं दारातून जाणाऱ्या कबीरला थांबवत विचारलं, म्हाताऱ्याच्या डोक्यात हा प्रश्न आला त्या अर्थी काही तरी असणारच. कबीर थांबला. म्हणाला,

'अजून लांब की गाऽऽ ह्ये तुला एकदम कसं आठवलं?'

'आठवतंय बाबा, तुज्यासारक्याला बघून. चैताची पुनाव झाल्यावर इती न्हवं?'

'व्हय, खरं, एवढी चौकशी करालास म्हणजे काय तरी आसणारच.'

'कुठलं काय गड्याऽऽ काल चावडीत आईकलं- म्हारोड्यातल्या तुमी पोरांनी मंडळ काढलं म्हणून. आता मंडळ काढल्यासा म्हणजी जयंतीच आसंल की. व्हय न्हवं, मागं एकदा त्यो तानीचा पोलिसात हाय त्यो पोरगा हितं म्हारोड्यात व्हता

तवा त्येनं एकदा काढलंत मंडळ आनी केलती जयंती. ह्ये म्हामूर माणसं! म्हारोडा थट्ट झालता. कुठलं कुठलं लांबलं पावणं आल्तं. काय बोलता त्यातला एक फाकड्या? आगा डोस्क्यात आसा इंगोळ रसरसल्यागत झालं. आईकता आईकता. काय काय सांगितल्यान बाबासाबाचं! तवापास्नं म्हारोड्यात मेल्यालं जनावर आलं न्हाई का वशाट कुणी खाल्लं न्हाई.' थळबा बोलता बोलता एकदम भूतकाळात गडप झाला. कबीर शांतपणे म्हाताऱ्याचा भूतकाळ अनुभवत होता. त्याच्यासमोर जयंतीचा एक उत्सवच सरकत चालला. शेवटी थळबा एकदम थांबला तसा कबीर म्हणाला,

'ह्येला तरी किती वरसं झाली असतील गाऽऽ?'

'लई न्हाई. आट- दहा खरं तदीधरनं कधी जयन्ती न्हाई झाली. जवळपासच्या सगळ्या गावात व्हतीया. आमच्याबी गावात व्हयाला पायजे. तेवढंच जरा हुशार वाटतंय मनाला. म्हणून म्हटलं, मंडळ काढल्यासा ते बरं झालं पोरा. काय तरी व्हईल तरी म्हारोड्यात'

'मंडळ काढलंय त्येंच्यात मी न्हाई बाबाऽऽ'

'का रं?' म्हातारा लक्कन हालला.

'काय न्हाई. सज्ज आपलं. म्हटलं हाईत मोकळी पोरं ती करू देत की मंडळाचं काम. मी त्यात पडल्यावर आभ्यास कसा व्हईल?'

'खरंऽऽ जातोस न्हवं त्येंच्यात?' थळबानं पुन्हा त्याला कोड्यात टाकलं. आता काय सांगायचं? खरं ते सांगावं तर म्हाताऱ्याला वाईट वाटेल. त्यापेक्षा सरळ थाप मारून टाकावी म्हणून त्यानं दडपून मान हालवली आणि तिथून निसटण्याचा प्रयत्न करू लागला. तोवर पुन्हा थळबा म्हणाला,

'त्यात त्या दाद्याला आनी भीम्याला तेवढं घिवू नगा. लई कसाबाच्या काळजाची हाईत ती. त्यास्नी वगळून काय बी करा. माजीबी वर्गणी घेवा. गावातल्या माणसांचीबी गोळी करून देतो. राणे मालकास्नी उद्याच बोलून ठेवतो. सुपाएवढं काळीज हाय भाद्दराचं. वाटलं तर सगळा खरोच एकटा करील. खरं, ही बारबोंड्डी घेतल्यासा की कोण कापल्या करगंळीवर मुतणार न्हाई.'

'आपल्याला कशाला पायजे त्येंची मदत? आपली आपन करूया की गाऽऽ'

'लेकरा, आसं न्हाई. एकदम तोडून न्हाई जमत गावाला. किती केलं तरी पांढरीतलीच हाईत तीबी. काळीज एकच हाय. त्यास्नीबी न्हाई दुकवायचं. हाळूहाळू गावात बी फरोक झालाय. तुज्यासारक्या पोराला मांडीला मांडी लावून घेत्यात. पोरा,

नशीबवान हाईसा. आमाला बेलट्याशिवाय थारा न्हवता. आता त्ये गेलं का न्हाई? तसं जाईल सगळं हाळूहाळू. बाबासाबाची पुण्याई. दुसरं काय?’

म्हातारा बोलता बोलता गंभीर झाला. मग कबीर पुन्हा त्याच्याजवळ त्याचं मन मोकळं होईपर्यंत बसला. पण त्याच्या डोक्यात म्हाताऱ्याचा एकएक शब्द घुमाय लागला. म्हातारा म्हणतो ते सगळंच कसं चुकीचं म्हणता येईल? एकदम गावाला तोडून आमचं आमचं म्हणायला सगळ्या म्हारोड्यातली घरं कुठं मिळकतीनं गब्बर आहेत. मग जर बांधाला त्यांच्याच जायचं असेल तर त्यांना तोडून कसं चालेल? आणि दादबाबा जर यल्लाप्पा दावण्याचा नांगा जिरवायला तरुण मंडळ काढायचं असेल तर यल्लाप्पा कुणाचा? मागोड्यातली लोकंबी आपल्या सारखीच की. मग त्यांना वगळून कसं भागंल? पुन्हा त्याच्या मेंदूतला कप्पा सुरू झाला. कबीर उठला. एकेका प्रश्नाबरोबर त्याचा पाय पुढंपुढं पडाय लागला.

प्राध्यापक अवचित भालेरावांनी कॉलेजमधल्या सर्व मागसवर्गीय पोरांना एका वर्गात एकत्र केलं होतं. कॉलेजमध्ये कधी नव्हे तो हा चमत्कार झाला होता. वर्गात जमलेल्या पोरांची संख्या जवळपास शंभर होती. मुलं जमली असतानाही अवचित भालेराव दारातच रेंगाळत होता. बहुतेक प्राचार्य मीटिंगला येणार असतील असं सर्वांनाच वाटत होतं. कबीर, जयाप्पा कांबळे जवळ बसून सगळ्या जमलेल्या पोरांच्यावरून नजर फिरवत होता. सगळ्या चेहऱ्यावरून वावरणारं एक सार्वत्रिक सावट त्याला अस्वस्थ करत होतं. अशातच जालिंदर बनसोडे आणि अवचित भालेराव आत आले. मग अवचित भालेरावनी सर्वांनाच गप्प बसवलं. जालिंदर बनसोडे हास्यपूर्ण मुद्रेनं सगळ्यांना अभिवादन करत होता. कशासाठी हे मात्र कोणालाच कळत नव्हतं. प्राध्यापक अवचित भालेराव अत्यंत आदबशीर आवाजात जालिंदर बनसोडेचा उल्लेख करून भाषणाला सुरवात करत म्हणाले,

‘विद्यार्थी मित्रहो! आपण सर्वच जण आपल्या आपल्या समाजातून पहिल्यांदा महाविद्यालयापर्यंत पोहचलेले आहात. तुमची- आमची ही शिकणारी पहिला पिढी आहे. आणि आपल्या पिढीला सर्वाधिक त्याग करावा लागणार आहे. अधिक संघर्ष करावा लागणार आहे. आपण सर्वांनी संघर्षाला आणि त्यागाला तयार असले पाहिजे. येईल त्या परिस्थितीला धैर्याने तोंड दिले पाहिजे. डॉक्टर बाबासाहेब आंबेडकरांनी आपल्याला सांगितलंय शिका, संघटित व्हा आणि संघर्ष करा. आता आपण शिकतो आहोत. म्हणून आपण संघटित झालं पाहिजे. संघर्षाला, त्यागाला

तयार झाले पाहिजे. ही आपली जबाबदारी आहे. कारण आपल्याला बाबासाहेबांनी मार्ग दाखवलेला आहे.'

भाषण ऐकता ऐकता जयाप्पा कबीरच्या कानाला लागला आणि म्हणाला, याच्या मनात बाबासाहेब कसे काय आले? कबीर म्हणाला, त्येच तर मला आश्चर्य वाटाय लागलंय. कबीरला सगळंच छापील आणि अनाकलनीय वाटत होतं. महार पोरांना बाबासाहेब तुमचा म्हणून सांगणारा अवचित भालेराव असा कसा काय बदलला? की यापाठीमागं त्याचा नवीन काही डाव असावा? तो अत्यंत लक्षपूर्वक भाषण ऐकू लागला.

'आपण शिकलो म्हणजे आपली जबाबदारी संपली असं नव्हे. येथून पुढं आपली जबाबदारी सुरू होते. आपल्या समाजासाठी काम करणाऱ्या माणसांना आपण मदत केली पाहिजे. त्यांना कामासाठी बळ प्राप्त करून दिलं पाहिजे. त्यांच्या पाठीमागे उभं राहिलं पाहिजे.

तुम्ही सर्व मंडळी कॉलेजात शिकत आहात. सरकार तुम्हाला स्कॉलरशीप देते. यातील काही हिस्सा आपण आपल्या समाजाच्या विकासासाठी काढला पाहिजे. आमचे जालिंदर बनसोडे पदरमोड करून समाजासाठी झटत असतात. जर त्यांना समाजाच्या विकासासाठी आपण थोडी आर्थिक मदत केली तर त्यांच्या मनातल्या अनेक चांगल्या कल्पना ह्या प्रत्यक्षात येऊ शकतील. यासाठी माझी विनंती अशी की, त्यांच्या या सामाजिक कार्याला हातभार लावण्यासाठी तुमचा स्कॉलरशीपचा हप्ता मिळताच प्रत्येकी पाच रुपये त्यांना कार्यनिधी म्हणून द्यावा, म्हणजे त्यांचे काम अत्यंत वेगाने सुरू होईल. आणि त्यासाठीच ही मीटिंग बोलावली आहे.' म्हणत अवचित भालेरावनी भाषण संपवले. सगळ्या वर्गात शांतता पसरली. अशातच कोपऱ्यातून एक फाटक्या अंगाचा विद्यार्थी उठला- म्हणाला,

'हे बनसोडे समाजाचं काय काय करतात?'

'अरे तुला नाही माहिती? कम्माल आहे. ते सर्वत्र भाषणे देतात. त्यांचा कचेरीजवळ खोका आहे. तिथं बसून ते दलितांच्या अनेक केशीस मिटवतात.'

'...आनी दलाली म्हणून पैसे खातात; कोणतरी मध्येच ओरडला. तसा जालिंदर बनसोडे एकदम ओरडला,

'कोण तो? काय बोललास? उठून बोल, काय हिम्मत असली तर-' सगळा वर्ग एकदम आवाक् झाला. सगळीकडं शांतता. तसा तो मुलगा धीरगंभीरपणे उभा राहिला. म्हणाला,

'हे बनसोडे आपल्या समाजातल्या आणि सवर्णांच्या केशीसमध्ये दलालीचा धंदा करतात. फौजदार आणि यांचं खातं आहे. मामलेदारला यांनी फितवून ठेवलंय, हे आमच्याच माणसाकडनं पैसे खातात. आता बोलाऽऽ'

'त्याला धरा रं जरा' म्हणत बनसोडे त्याच्या अंगावर धावला. तसा अवचित भालेराव मध्ये पडला. मुलं एकदम उभी राहिली. कुणाला काय करावं सुचेना. सगळा गोंधळ. अशात बनसोडेला शांत केला. तरी तो मुलगा बनसोडेच्या कथा मोठ्या मोठ्यानं सांगत होता. कबीरच्या अंगात एकदम काय तरी संचारलं. त्यानं डेस्कवरून सरळ उडी टाकली. फळ्याजवळ जाऊन तो एकदम जोरानं ओरडला. तसे सगळेच शांत झाले. तसा कबीर म्हणाला,

'ह्ये बनसोडे जर पैसे खाईत नसतील तर त्यांना राग का यावा? आनी जर त्ये आमच्या समोर अशा दमबाजी शिव्या घालत आसतील तर त्ये आमच्या समाजाचं काय काम करतात? ह्याचा भालेराव सरांनी खुलासा करावा. दुसरं आसं की, भालेराव सर आम्हाला भेटले की सारखं आंबेडकर तुमचा, तुमचा असं म्हणत होते. मग त्यांना आंबेडकर आजच का आठवला? काय पाच रुपयासाठी? हे एकदा आमच्यासमोर सांगावं.' कबीरला एकदम दम लागला. तो थांबला. पोरं एकदम चेकाळली. बनसोडे लालेलाल झाला. भालेराव कसंबसं बळ जमा करत म्हणाले,

'तुमचा काही तरी गैरसमज झाला आहे.'

'आमचा गैरसमज नाही. तुमचाच झालेला आहे. तुमचं आम्ही काही ऐकणार नाही. चला रे पोरानु' मघाशी धीटपणे बोलणाऱ्या पोरानं आरोळी ठोकली. एका दमात पोरं वर्गाबाहेर पडली. भालेराव दणादण पाय आपटत बनसोडेला घेऊन स्टाफरूमकडं चालू लागले.

कबीर ग्रांऊडच्या मध्यभागी आला. त्याचं डोकं तापलं होतं. त्यानं आभाळाकडं तोंड केलं, बनसोंड्याला चांगलं वागायची सुबुध्दी सुचावी. तो स्वत:शीच पुटपुटला. मग त्याला हसू आलं. आपण नेमकं काय करत होतो? त्याचा त्यालाच प्रश्न पडला.

कबीरनं जयाप्पाला घेऊन पटांगणावरच हालकर्णीच्या सुबाना कांबळेला घोळक्यातून बाजूला काढलं. कबीरला त्याच्या धीटपणाविषयी कुतूहल निर्माण झालं होतं. या पोराची ओळख करून घ्यावी, असं त्याच्या मनात आलं होतं. जयाप्पानं तो आपल्या भागातलाच, हालकर्णीचा आहे हे सांगितल्यापासून पुन्हा कुतूहल वाढलं होतं.

'सुबान्या, तू बाकी बनसोड्याची चांगली जिरीवलास.'

जयाप्पा त्याच्या खांद्यावर हात टाकतच म्हणाला. सुबानाच्या चेहऱ्यावरची रेघही हालली नाही. एक नैसर्गिक थंडपणा त्याच्या चेहऱ्यावर दिसत होता. तो आपणहूनच कबीरला म्हणाला,

'तुम्ही चांगलं केलं रावऽऽ तुम्ही बनसोड्याबरोबर त्या भालेरावलाही उघडं केलं ते बरं झालं. नाही तर हे दोघे कायमचे मानगुटीवर बसले आस्ते.'

'पण तोंडावर भांडायचं तुमच्याएवढं धाडस न्हवतं बाबा. तुमी बोलल्यामुळं जरा धीर आला.' कबीरनं मोकळेपणानं कबुली सुरू केली. दोघांच्याही बोलण्यात संकोच जाणवत होता. तसा जयाप्पा म्हणाला,

'च्याआयला, ह्ये काय तुमचं बीळबळीत सुरू हाय. लेको, आपल्या आपल्यात हे आहो- जावो कशाला?' मग दोघेही हसत सुटले. तसा सुबान्या मोकळा होतच म्हणाला,

' बनसोड्या आणि काय बोलाय लागला असला तर सरळ हात टाकायचीच तयारी ठेवली होती.'

'म्हणजे तुझं- त्याचं आधी कुठं भांडण झालंय?' कबीरनं मनातली शंका उच्चारली. तसा सुबान्या म्हणाला,

'न्हाईऽ न्हाईऽऽ समोरासमोर आजच झालं. पण हा बनसोड्या खूप दिवसापासून मला तळामुळातनं माहीत आहे. आमच्या गावाजवळच्या बसर्ग्याचा. पण असतो मात्र कायम इथं. पहिल्या- पहिल्यानं इथं वकिलाच्या हाताखाली स्टॅम्प लिहायचं काम करायचा. त्यातूनच मग संघटनेत आला आणि साल्याला पैसे कमवायचं लायसनच मिळालं. संघटनेच्या नावावर हा कुणाकडूनही पैसे उकळत असतो. त्यात इथं आलेल्या प्रत्येक फौजदार, मामलेदारची ओळख करून घेऊन त्यांचा दलाल म्हणून तो प्रसिध्दच आहे. कुणाचीही कसलीही केस आली की दलाली मारतोच. सहा महिन्याआधी आमच्या म्हारोड्यातलं किरकोळ भावाभावाचं भांडण. त्यात ह्यानं दोघाकडूनही पाच- पाचशे रुपये मारले. असं सगळ्यांनाच गंडवत असतो. त्याचा एक एक पराक्रम ऐकलास तर डोकं फिरायची वेळ येईल.'

'मग ह्याला लोक गप्प कसं बसत्यात?' कबीरनं त्याला मध्येच थांबवलं. तसा तो म्हणाला,

'कायद्यात तयार आहे. त्यामुळे सहजासहजी हाताला लागत नाही. लोक जरा घाबरतातच त्याला. पण लेकाचा, आपल्या समाजातली कीड आहे कीड.' कबीरला

त्याच्या बोलण्यातला आखीवपणा, हुकमत एकदम भावली. हे पोरगं इतरांपेक्षा वेगळं आहे असं त्याला वाटाय लागलं. त्यानं विचारलं,

'ते फणींद्र कांबळे सर म्हाईत हाईत.'

'म्हणजे काय? ते आणि मी कालच्या रविवारीच जिल्ह्याला गेलो होतो. मुंबईच्या डी. सी. कांबळेचा कार्यक्रम होता. त्यांनी आता दलित महासंघाचं काम सुरू केलंय. फारच डॅशिंग माणूस आहे.' सुबाना मग बोलतच राहिला. जयाप्पानं दोघांनाही समोरच्या हॉटेलात नेलं आणि त्यांची चर्चा पुन्हा रंगात आली.

उंडगं जनावर रानात फिरताना हिरवळीकडं वडायचंच. म्हणून काय त्यासाठी कुणी कुणाला अर्धमेलं होईपर्यंत मारायचं, म्हणजे वाईटच. त्यात गावातल्या आयगाऱ्यांनी गावातल्या कुळांच्या शेतात जायचं नाही तर कुणाच्या? वहिवाटीप्रमाणं आप्पुण्या म्हाराची गणू पाटलाच्यात नेहमीचंच येण- जाणं होतं. कामाबिमाला कधीकधी आप्पुण्या त्यांच्यात असायचा. गणू पाटील सरपंच झाल्यापासून नाही म्हटलं तरी त्याचं जरा शेताभाताकडं दुर्लक्षच झालं होतं. त्यानं सगळा शेतीचा भार आपल्या थोरल्या पोरावर- आण्णाप्पावर टाकला होता. आण्णाप्पाला व्यवहारातलं फार काय कळत होतं अशातला भाग नव्हता. आणि त्यामुळंच सगळा घोटाळा झाला होता. आप्पुण्या म्हाराची म्हस मळ्याभोवती चरता चरता मळ्यातल्या बांधावरच्या गुलब्यात घुसली, हे चिलमीच्या नादात त्याच्या लक्षात आलं नाही. आण्णाप्पानं हे बघीतलं आणि एकदम त्याची तळपायाची आग मस्तकात गेली. त्यानं पळत जाऊन खोपटातला सोटा आणला आणि म्हशीला बेदम बडवायला सुरवात केली. म्हस पुढं आणि आण्णाप्पा पाठीमागं अशी रानभर पळापळ सुरू झाली तेव्हा आप्पुण्या धडपडून उठला. आणि 'मारू नगा जी मालक, मूक जनावार हाय' म्हणून ओरडला. तर आण्णाप्पानं मशीची पाठ सोडली आणि सरळ आप्पुण्याला गाठला. म्हशी मागं पळून चवताळलेल्या आण्णाप्पानं आपुण्यालाच बदडून काढलं. बापाच्या वयाचा आप्पुण्या. पण त्याला मारताना आण्णाप्पाचा हात जरासुध्दा कचारला नाही. आपोआपच आप्पुण्याचं अंग हिरवंगार पडत गेलं.

कसाबसा जीव मुठीत धरून आपुण्या म्हारोड्यात आला आणि अख्खा म्हारोडा त्याच्या भोवती गोळा झाला. आप्पुण्याच्या म्हातारीनं रडून, ऊर बडवून गोंधळ घातला. अशातच ही बातमी दादबा म्हाराला तिट्ट्यावर लागली. त्यानं पळतच म्हारोडा गाठला. आप्पुण्याभोवतीची गर्दी नाव नाव वाढतच चालली होती. त्यानं

गर्दीतून वाट काढत आतल्या सोप्यात पाय टाकला. आप्पुण्याच्या दोन्ही सुना भुईवर मीठ वाटून त्याच्या पाठीवर थापत होत्या. आप्पुण्या विव्हळ होऊन कण्हत होता. त्याच्या वयाला हा मार सोसण्यासारखा नव्हता, पण जुन्यातलं हाड असल्यामुळं चिकाटीनं तो सहन करत होता.

दादबानं तिथं थांबून एकूण परिस्थितीचा अंदाज घेतला. कुणाकुणाच्या तोंडातनं वायलं वायलंच येत होतं. म्हाताऱ्याला दवाखान्यात घेऊन जायची गरज नाही हे लक्षात आल्यावर तो तेथून हालला. तो न थांबताच पायाला भिंगरी बांधल्यागत फिरला. त्यानं डेप्युटी गोपाळा, जानबा, भीमा हेडी, तुकन्या, संगाप्पा ह्या सगळ्यांना तक्क्यात गोळा घातलं. आपण जे करतो आहोत त्याविषयी त्यानं फार विचार केलेला होता अशातला भाग नाही. पण एका अनामिक उर्मीनं ते तो सगळं करत होता. दादबाच्या ह्या धावपळीनं पोरंही आपोआपच गोळा झाली. तक्क्यात गलका सुरू झाला. प्रत्येकाच्या तोंडात एकच- 'म्हाताऱ्याला मारलं ह्ये काय बरं झालं न्हाई.' गलका नाव नाव वाढतच गेला.

तसा दादबा गोपाळाला म्हणाला,

'डेप्युटीऽऽ आता ह्येचा निकाल लावायचाच. आता हे लई झालं. मागच्या म्हयन्यात माझ्या बायकोलाबी ह्योच आप्पण्या काय- बाय बोललाता. आसू दे म्हणून सोडू दिलं. तर नाव नाव त्येचं ह्ये वाढतच चाललंय. ही काय मोगलाई लागलीया का काय? ह्यास्नी म्हारवाडा म्हणजे पयल्यागत आपल्या बापाची वतनदारी वाटती का काय?' दादबाच्या बोलण्यानं सगळा तक्क्या गप्पगार झाला. गौत्या गर्दीतून पुढं येतच म्हणाला,

'आता हितं आसं बसून विचार करून कायबी उपयोग न्हाई. एकदा ह्या गावकऱ्यास्नी आमचाबी नमुना दाखवाय पायजे, त्याशिवाय जमनार न्हाई. तवा सगळ्यांनी मिळून पयलं गणू पाटलांच घर गाठूया. काय करायचा त्यो फैसला तीतंच करूया.'

'एकदम एवढी घाई नको गाऽऽ आमी आमच्या पायरीनं जाऊया. प्वॉटपाणी गावावर हाय बाबानु आपलं.' संगापा मध्येच म्हणाला,

'च्याआयलाऽ पायरी आनी बियरी गेली मातीत. ह्या म्हाताऱ्यास्नी हितंच तक्क्यात पुरूया आनी मग सरपंचाच्या घराकडं जाऊ या. ह्येचंबी लई झालं आनी त्येचं बीऽऽ' पंढऱ्या बसल्या जागेवरनंच बडबडाय लागलं. हळूहळू पोरांच्यामध्ये चुळबुळ सुरू झाली. तोंडाला तोंड वाढत चाललं. मग डेप्युटी गोपाळा उठून म्हणाला,

'आशी घिसाडघाई नको. माझं म्हणणं आयीकणार आसल्यासा तर बगा. उद्या पाच- साजन सरपंचाकडं जाऊया आनी विचारूया. काय त्यो निकाल लावलंच की त्यो.'

'ये, डेप्युटीऽऽ उद्याबिद्या काय न्हाई' आत्ताच जायाचं आनी काय आसलं त्यो निकाल लावायचा. काय त्येंची चार पडतील न्हाईतर आमची. खरं, निकाल आत्ताच लागाय पायजे.' गौत्यानं पुन्हा तोंड सोडलं. तशी सगळी पोरं चेकाळली. त्यांनी गौत्याच्या बाजूनंच बडबडाय सुरवात केली. इतका वेळ गप्प राहून सगळं ऐकणारा कबीर एकदम पुढं आला आणि म्हणाला,

'एवढ्या घाईघाईनं काय तरी कराय जाऊन काय तरी व्हवून बसंल. त्यापेक्षा एवढी रात्र गप्प बसू. हा काही म्हारोड्यातला पयलाच प्रसंग न्हाई. एकदम एवढी डोकी फिरवून घेऊन उपयोग नाही. डेप्युटी म्हणतोय त्यात अर्थ आहे. उद्या पहिली पोलिसात केस करू.'

'ये केस आनी बेस! श्याना उटला आनी मापट्यात मुतला. तुजं श्यानपण घरात शिकव जा. लागून गेलाय बॅरिस्टर. काय आसंल त्ये आत्ताच्या आत्ता करायचं. ह्यात माघार न्हाई. कुणाला यायचं आसंल त्येनं यावं. नसंल त्येनं काकणं घालून बसावं.' गौत्याचा तोल सुटला. जानबा, तुकन्या, भीमा, डेप्युटी ह्या कर्त्या माणसांपैकी कुणालाच काय बोलता येईना. दादबा मात्र जाग्यावरच वळवळाय लागला. तसा डेप्युटी म्हणाला,

'आगाऽऽ तू तरी सांग की समजूनऽऽ'

'सांगायचं काय? पोरांचंबी बरोबरच हायकी गाऽऽ' दादबा पुटपुटला. तशी पोरं हुर्यो करत तक्क्यातनं बाहेर पडली. डेप्युटीला गळाटल्यासारखं झालं. पोरं रस्त्याला लागली. कबीर तक्क्याच्या बाहेर उभा राहून जाणाऱ्या घोळक्याकडं पहात होता. डेप्युटी गोपाळा पाठीमागं रेंगाळत रेंगाळत त्याला म्हणाला,

'ही पोरं काय धड करत न्हाईत म्हारोड्याचं. ह्येंच्या मागनं जाऊन तिथं तरी आवारत्यात काय बघतो.' कबीर काहीच बोलला नाही. त्याची नजर घोळक्यावरच स्थिर होती.

म्हारोड्यातून पन्नासभर माणसांचा घोळका बाहेर पडला. वड्राच्या गल्लीतून पंधरा- वीस चिल्लीपिल्ली त्या घोळक्यात सामील झाली. घोळका निकमाच्या

गल्लीतून पाटलाच्या वाड्याकडं वळला. प्रत्येकाच्या डोक्यात नवनवं काही धुमसणारं. काहींच्या मनात धास्तावलेपणा. प्रत्येकाच्या पायाला एक विशिष्ट गती. कोणकुणाशी बोलायच्या मनःस्थितीत नव्हतं. गल्लीत कुठंतरीच जाणारं-येणारं माणूस. कामावरून कंटाळून आलेली आणि दारात निवांत बसलेली मंडळी काचबारून विचारत होती. घोळक्यातला कोणच बोलायच्या स्थितीत नव्हता. त्यामुळं विचारला गेलेला प्रत्येक प्रश्न घोळक्याच्या मागंच गल्लीत विरत होता. मग जास्तच उत्सुकता असणारा 'आयलाऽ म्हारं कुठं चालल्या तरी बघुया' म्हणतच घोळक्याच्या पाठीमागून येत होता.

घोळका सरपंच गणू पाटलाच्या जुनाट पण भक्कम वाड्यासमोर थांबला. क्षणभर घोळक्यात थोडी कुजबूज झाली. वयस्कर माणसं घोळक्यातून मागे सरकली. दादबानं गौत्याच्या कानात काय तरी सांगितलं. गौत्या अंगात कायतरी संचारल्यागत गणू पाटलाच्या दारातूनच ओरडला-

'कोण हाय घरात? भाईर पडा.' त्याच्या आवाजानं वाड्यात आवर्तनं उठत गेली. वाड्याला असल्या आवाजाची सवय नव्हती.

'कोण त्यो गाऽऽ?' म्हणत गणू पाटील सर्रकन बाहेर पडला. घोळका बघितल्या बघितल्या थोडासा दचकला. पण अत्यंत हुशारीनं आणि सवयीनं सारणीत थुंकला. थुंकण्यात एक जोरदार ठसका होता. मग पिकलेल्या मिशीवरून हात फिरवत म्हणाला,

'कुणाची रंऽऽ तुमी?'

'आमी कुणाचीबी आसू. तुझ्या पोराला घरातनं भाईर काढ.' गौत्या एकदम सरपंचाला एकेरीवर आला. तसा डेप्युटी गोपाळा गप्पकन पुढं येतच म्हणाला,

'सरपंचऽ पोरांचं सोडा जीऽऽ खरं आण्णाप्पानं केलं त्ये काय बरं केलं न्हाई.' डेप्युटीच्या बोलण्यानं गणू पाटील बुचकाळ्यात पडला. आण्णाप्पानं आणि काय दिवं लावलं हे त्याचं त्यालाच कळेना. शेवटी काहीही असू द्या, असा विचार करून तो जवळजवळ ओरडलाच-

'अरंऽऽ तुमच्या मायलाऽऽ सगळी म्हारं मिळून आल्यासा व्हय रंऽऽऽ रांडच्यानुऽऽ' पाटलाच्या शब्दातून त्याची पाटीलकी आपोआपच येऊ लागली.

'येऽऽ सरळ बोलायचं. शिव्या द्यायचं काम न्हाई. सांगून ठेवतो. पोराला भाईर काढ.' गौत्या पुन्हा ओरडला,

‘कुणाचा रं सुक्काळीच्या? गांडीची हाडं मोडीन.’ पाटील एकदम बिनसला. त्याचं डोकं भिरंबाटलं. डेप्युटीनं पुढं होऊन पुन्हा गणू पाटलाचं पाय धरल्यासारखं केलं. तसा पंढऱ्या ओरडला,

‘येऽऽ डेपुटीऽऽ त्येच्या कशाला पाया पडालास?’

पाटलाचं मस्तक पेटलं. पण समोरचा घोळका बघून त्यानं मुरब्बी हिशेब मांडला. डेप्युटी गयावया कराय लागला. काहीच न बोलता गणू पाटील थोडा वेळ गप्प उभा राहिला. अचानक त्याचे डोळे तांबारत गेले. पाटलाच्या घरातल्या बायका लग्गीवर येऊन बाहेरचा अंदाज घेऊ लागल्या. अशातच बंडू चेरमन, अर्जुन पाटील, डंग्या मारुती अशी गल्लीतली बरीच मंडळी जमा झाली. हाऽऽ हाऽऽ म्हणता गल्लीत भीड वाढत गेली. सगळी गल्ली थट्ट झाली. गणू पाटील म्हणाला,

‘गोपाळाऽऽ जरा तू आत ये. काय झालंय ते सांग. काय तरी तोडगा काढू या.’

‘काय सांगाय नको आनी काय नको. पोरग्याला भाईर काढा.’ गर्दीतून कोणीतरी ओरडलं.

‘त्यो रांडंचा कुठं घरात काकणं भरून बसलाय काय रंऽऽ भाईर ये म्हणावं.’ दुसऱ्यानं आवाज टाकला.

‘गप्प बसा रंऽऽ आशानं आमाला मातीत घालशीला. कुणाचा आवाज निघाला तर पायताणानं टाळकं फोडीन’ डेप्युटी एकदम ओरडला. कधी नव्हे ते त्याचा आवाज इतका मोठा झाला होता. डोळे पालटले होते. त्याचा तो आवतार बघून सगळीच गार पडली. अशातच गर्दीतून वाट काढत शंकर पाटील सरपंचाजवळ आला आणि आत वळतच डेप्युटी गोपाळाच्या हाताला धरून घेऊन गेला.

गणू पाटलानं घडलेला प्रसंग गोपाळाकडून समजून घेतला. त्याला उद्या बसू या असं तो परोपरीनं सांगू लांगला. तर त्याच्या बरोबर आत आलेल्या गौत्याला काहीच पटायला तयार नव्हतं. शेवटी वैतागलेल्या बंडू चेरमनने सांगून टाकले -‘मग तुमाला काय करायचं त्ये करून टाका.’

‘तात्या, ही म्हारडी काय करत्यात घे. ह्यास्नी लई डुईवर चढवून घेतल्यासा म्हणून ह्ये थॅर चालल्यात’ शंकर पाटलानं शेवटचं हत्यार काढलं.

आत बोलणी चालू असतानाच सगळी गल्ली गावातल्या माणसांनी थट्ट झाली होती. शंभर-दोनशे माणसं. मध्ये म्हारोड्यातला घोळका. हळूहळू जमलेल्या गर्दीला काय चाललंय, काय घडलंय याचा अंदाज येत गेला. कुजबुज वाढत गेली. घराघरातून

हळूहळू काट्या बाहेर येऊ लागल्या. शेवटी ती गल्ली पाटलाच्या भावकीची होती. गर्दीतून कोणी तरी ओरडलं,

'आयला ह्या म्हारड्यास्नी माज आलाय. बरी गावल्यात. हाणा रंऽऽ'

गलका वाढत गेला. प्रत्येकाच्या तोंडात हेच. कुणीतरी गणू पाटलाला बाहेरचं चाललेलं येऊन सांगितलं. गणू पाटील एकदम हालला. पळत पळतच तो कट्टीवर येऊन उभा राहिला. त्याने हात जोडले. म्हणाला,

'बाबानुऽऽ तुमच्या सगळ्याचं पाय धरतो. आता तुमच्या तुमच्या घराला जावाऽऽ उद्या दिवस उगवल्यावर काय त्यो तोडगा काढूया. खरं, आता जावा.'

'तात्याऽऽ आत जा. आमचं आमी बघताव' गर्दीतून दोघे-तिघे ओरडले. गणू पाटलाचे पाय गळाटले. बंडू चेरमन तालामाला बघून ओरडला,

'ह्या घडीला कायबी करायचं न्हाई. ज्येनं त्येनं आपापला रस्ता धरा.'

म्हारवाड्यातल्या सगळ्यांनाच एकूण परिस्थितीचा अंदाज आला. दादबानं हळूहळू सगळ्यांनाच हालवलं. गौत्या अजूनही फुरफुरतच होता. गर्दी पांगत गेली. म्हारोड्यातला घोळका चालू लागला. गणू पाटील उभ्या जाग्यावरून हालला. तुकड्यावर जगलेल्या म्हारड्यांची ही हिम्मत? त्याच्या डोक्याची नस ठणकत गेली. अंगभर एक विचित्र अस्वस्थता पसरत गेली आणि गणू पाटलानं जोत्या सोप्यात यरझऱ्या घालायला सुरवात केली.

म्हारोड्याच्या तोंडाला गावात गेलेला घोळका परत आल्याचं बघून कबीर खोपटाच्या दारातून हालला. त्यानं सरळ मराठी शाळेचा रस्ता धरला. तळ्याच्या चढाला लागेपर्यंत रस्त्यावरच्या दिव्यांचा उजेड होता. तेथून पुढं गच्च अंधार. त्याला पहिल्यांदा वाटलं, मराठी शाळेच्या समोरच्या झेंड्याच्या कठड्यावर बसावं. पण तो विचार त्यानं मनातून काढून टाकला आणि फक्त चालत राहिला. तळ्याच्या काठावर आल्यावर त्याच्या पायाची गती वाढत गेली. तो जवळ जवळ पळतच चालल्यासारखा चालत होता. नेहमीच्या दगडाजवळ आल्यावरही त्याला थांबावं असं वाटलं नाही.

समोर फक्त अंधारच अंधार. तळ्यातल्या पाण्यावर किरमिजी झालेला अंधार. झाडातून उभा पाझरणारा अंधार. दगडांच्या गर्दीत लदबदलेला अंधार. आकाशात फक्त अंधारच अंधार. गडद काळा. फक्त त्याच्यावर निळसर छटा. मध्येच कुठंतरी लुकलुक करणारी एखादी अस्पष्ट चांदणी. पण तीही अंधाराच्या विळख्यात निस्तेज बनल्यासारखी.

चालता चालता तो थांबला. जवळच्या दगडावर टेकला. अंधाराची तरंगत जाणारी वर्तुळं आणि त्याच्या गतीत मिसळलेले त्याचे श्वास. हळूहळू श्वासाचाही अंधार होतो आहे, असा भास त्याला होऊ लागला. मग एक अंधाराचा पुंजका त्याच्या डोळ्यातच गडद झाला. ही पोरं नेमकं कुणाचं अनुकरण करायला लागलीत? ह्या अशा घिसडघाईनं काय होईल? गावाला अक्कल शिकवायचीच आहे. पण असं चाल करून जाऊन काय उपयोग? आपली ताकद काय? त्यांच्यापुढं आमचा टिकाव कसा लागेल? पध्दतशीर लढायला हवं. पण कुणी सांगायचं कुणाला?

'आपल्या म्हारोड्यातला एकसुद्दा माणूस हितनं फुडं गावात कामाला जाणार न्हाई.' गौत्या आपल्या चढ्या आवाजात बोलत होता. दादबा आणि भीमानं म्हारोड्यातल्या प्रत्येक घरात फिरून सगळ्यांना एकत्र केलं होतं. प्रत्येकाला सक्तीनं यायला भाग पाडलं होतं. त्यामुळं म्हातारी- कोतारी, बायाबापड्या सगळीच झाडून सगळी जमली होती आणि गौत्याच्या तोंडातून दादबा बोलत होता. सगळे जनच शांतपणे ऐकत होते.

'शेजारपाजारच्या गावात काम करून पोट भरत न्हाई आसं न्हाई. आपण सगळ्यांनी ठरवून शेजारच्या गावातनं काम मिळवूया. खरं, ह्या गावात कुणाच्यात जायाचं न्हाई. त्याशिवाय गावातल्या मोठ्यांचा माज जिरत न्हाई. कुठनं आणत्यात बघूया माणसं?'

सगळे शांतपणे ऐकत होते. सगळ्यांच्या चेहऱ्यावर विचित्र ताण आलेला. दादबा मात्र एकदम गंभीर होऊन सगळ्यांकडं पाहात होता. गौत्यानं पुन्हा पुन्हा तेच तेच सांगायचा सपाटा चालवलेला होता. त्याला आडवतच भैरू म्हार म्हणाला,

'तुला घरात खादीला मिळालंय म्हणून लई काय काय सुचालंय कीऽऽ! गावातल्यास्नी सोडून कुठं इरड कराय जातोस?'

'भैरूदाऽऽ तसं न्हाई गाऽऽ गौतम म्हणतोय ते बरूबर हाय.' दादबानं मध्येच तोंड घातलं. तसा इतका वेळ गप्प बसलेला सदा म्हार एकदम चवताळून म्हणाला,

'काय बरूबर हाय रंऽऽ गावात कामाला जायाचं न्हाईऽऽ आनी खायाचं काय, दगडं व्हय गाऽऽ? लागल्यात शिकवायला आक्काल.'

'ये म्हाताऱ्या गप्प बस्स. कळत न्हाई काडीचं आनी बोलाय लागलाय. त्यो गणू पाटील कल चावडीत काय म्हणाला ठावं हाय? बोंबलत जावा म्हणाला. काय

करायचं त्ये करा म्हणाला. आनी ह्यो म्हणतोय काय खायाचं? श्यान खाजा की'
पंढऱ्या एकदम कावदारलं.

'पंढऱ्याऽऽ कुणाला श्यान चारतोस? पुन्हा आवाज काढलास तर जीभ हासडून
ठेवीन.' म्हणत कबरा सगळ्यांच्या समोर शांतपणे आला. कुणाला काय घडतंय
हे कळायच्या आतच तो पंढऱ्याजवळ पोहचला आणि त्यानं पंढऱ्याच्या थोबाडीत
लगावतच म्हणाला,

'तुमाला काय ठरवायचं त्ये ठरवा. आमी गावातच कामाला जाणार. आनी
कुणाला आडवायला यायचं आसलं तर या.'

कबीरनं बापाला तक्क्यातून उठवलं आणि तो बाहेर पडला. त्याला आडवतच
गोपाळा म्हणाला,

'कबरूऽऽ काय करूया ते तरी सांग.'

'तात्याऽऽ सांगायचं काय ऱ्हायलं नाही. म्हाताऱ्या माणसांबरोबर बोलायचं
कळत नाही त्यास्नी काय सांगणार? तुमच्या डोक्यानं जे कराला ते करा. पण ह्यात
श्यानपणा नाही. न्याय मागायला पोलिस चौकी हाय. तिथं जायचं सोडून गावात
कामाला जायचं नाही असं ठरवायचं, हे काय मला पसंत नाही.'

गौत्या मध्येच मोठ्यानं म्हणाला,

'तू जा गाऽऽ आमचं आमी बगायला माप घट्ट हाय. तुजा श्यानपणा नको.'

कबीर न बोलता थंडपणे चालता झाला. त्याच्या डोक्यात ल्हायी फुटत होती.

मध्यान्ह रातीला रामा म्हार खोपटाच्या दारात आला. आपलंच खोपाट आहे
याची खात्री झाल्यावर त्यानं दारावर लाथ मारली. सुली अंथरुणातच वळवळली.
तिनं हळूच बाहेरचा अंदाज घेतला. मग फक्त पडून राहिली. पुन्हा दारावर लाथ
बसली. तशी ती दचकली. एकदम अंथरुणावर उठून बसली. दिवा पेटवायचं
धाडस तिनं केलं नाही. पुन्हा दारावर लाथ मारतच रामा गुरगुरला. सुलीनं आवाज
ओळखला. तरीही तिनं विचारलं,

'कोण हाय?'

'तुझा बाऽऽ'

सुलीनं दिवा पेटवला. ती नाइलाजानं अंथरुणातनं उठली. तिनं दार उघडलं.
रामाचा अजूनही तोल जात होता. त्यानं खोपटाच्या चोकटीला घट्ट धरलं होतं.

'च्या मायलाऽऽ झॉपमोड झाली वाटतं?' रामाची जीभ वळायला तयार नव्हती. सुलीनं सवयीनं त्याचा हात पकडला. वडत खोपटात आणला. घोंगडं अंथरून त्यावर त्याला ढकलतच म्हणाली,

'तक्क्यात पासलायचं सोडून हिकडं कुठं मराय आलास? झोप आता?

'का? तुजा मिंड आला नाहीऽऽ वाटतं?'

'गप्प झोप की मुडद्याऽऽ कशाला बोंबलालास?' म्हणत सुलीनं त्याच्या अंगावर वाकाळ टाकली. दिवा फुंकला. रामा गप्पगार होऊन पडला. सुली ह्या कुशीवरनं त्या कुशीवर तळमळाय लागली.

तरी बरं, आज खोपटात एकटीच हाय म्हणून- न्हाईतर ह्यो भाड्या आनी घुडीगोंधळ घातला आस्ता. इनाकारण रात्रीचं खोबरं झालं अस्तं. बरं झालं त्येनी आलं न्हाईत. लक्षीमी पावली...

तिच्या मनात बरंच काय बाय यायला लागलं. त्यामुळं डोळ्याला डोळा लागत नव्हता आणि रात्रही सरत नव्हती.

हा अलीकडं तिच्यात पडलेला फरक होता. बाळासाहेब शेजारी असला की बिनघोरी झोप लागायची. कधी कधी तो उठून जातानाच तिला हालवून जागं करायचा. पण रामा खोपटात असला की तिच्या डोळ्याची पापणी मिटत नव्हती. टक्क उघडे राहायचे डोळे आणि मनात नको नको ते विचार. तिच्या मनानं धसका घ्यावां असं काहीही घडलेलं नव्हतं. रामानं एकदा दोनदा खोपटात दारू पिऊन दंगा केला होता, पण तिच्यावर हात उगारायचं धाडस त्याला झालेलं नव्हतं सगळं समजून उमजूनही तो दिवस उगवायला आबा पाटलाचा मळा गाठायचा. रात्री जेवनवक्ताला घरात येऊन वाढलेलं खाल्लं की तो चावडीत नाहीतर तक्क्यात पासलायचा. एखाद्या दिवशी कुणीतरी दारू पाजली की मात्र त्याचं सगळंच बदलायचं. तो न चुकता खोपटातच यायचा. पण त्याही अवस्थेत त्याला सुलीवर हात उगारणं जमलेलं नव्हतं.

सुलीच्या मनानं मात्र त्याची धास्ती घेतलेली होती. झोपेत काय तरी बरंवाईट केलं तर? ह्या विचारानेच ती टक्क जागी राहायची. प्रयत्न करूनही तिला झोप यायची नाही. असं सतत घडत होतं. त्यामुळं रामा घरात येऊ नये म्हणून ती साकडं घालून बसायची. त्याला जेवायला वाढतानाच तो लवकर बाहेर पडावा म्हणून कायबाय घरच्या पावण्या- पैतल्या भांडणा- बिंडणाबद्दल बोलायची. पैशाची

ओढाताण सांगायची. काहीच सुचत नसलं की, मुलबाळ होत नाही तर दवाखानं कराय नको का? म्हणून भांडण काढायची. याचा अपेक्षित असाच परिणाम व्हायचा. हात वाळायच्या आत रामा खोपटातून बाहेर पडायचा.

बराच वेळ तिचं कूस बदलणं सुरू होतं. रामा घोरता घोरता एकदम जागा झाला. त्यानं अंधारातच हात चाचपून बघितलं. नंतर लोळत सुलीजवळ सरकला. त्याचा हात सुलीच्या अंगावर पडला. तिनं पाल झिंजाडल्यासारखा त्याचा हात झिंजाडला. रामा पूर्ण जागा झाला आणि एकदम ओरडला,

'उंडगे, तू माझी रांड न्हवं, बायको हाईस.'

त्याच्या विचित्र आवाजानं ती दचकली आणि फक्त पडून राहिली..

'तक्क्यात म्हारांनी मीटिंग घेतली म्हणं' बंडू चेरमन आक्काबा राण्यांच्या कानावर घालावं म्हणून बोलला.

'म्हायती हाय'

आक्काबानं विषय वाढवला नाही.

'तात्या आता ह्या शेडबाळ्याचं लई झालं?'

'आता ह्यात शेडबाळ्याचा काय संबध?'

'घ्याऽऽ म्हणजे म्हारडी काय हे सगळं आपल्या मनानं कराल्यात आसं वाटतंय? आता दाद्या म्हार शेडबाळ्याच्या घरात पडून आसतोय.'

'आसं ना का तिकडं. म्हारं करून करून काय करणार? सरड्याची धाव कुंपणापतोरच. त्येचं एवढं काय?' आक्काबा बळजोरीनं बोलल्यासारखा बोलला. म्हातारा कधी नाही ते असं तुटक का बोलाय लागलाय हे बंडू चेरमनच्या लक्षात येत नव्हतं. विचारण्याएवढं धाडसही त्याच्यात नव्हतं. तो तसाच बसून राहिला. सरपंच येतो म्हणाला होता, पण अजून त्याचा पत्ता नव्हता. आक्काबातात्याच्या घरातही सगळं सामसुम दिसत होतं.

'काकूत्येन कुठं गेल्यात?'

'जगदाळ्याच्या घरात दुरड्या आल्यात म्हणं धाकल्या सुनंच्या.'

'धाकली कडगावच्या घाटग्यांची न्हवं? दांडगी पार्टी हाय.'

'रावसायेब घाटग्यांची उत्पन्नबी बेजम हाय. त्यात आता दोन्ही पोरं वकिलीत घुसल्यात. रावसाहेबांची चांगली शिस्त बसलीय.' आक्काबातात्या थोडं मोकळेपणानं

बोलू लागला. त्यांच्या पावण्या- पैचा विषय काढला की असाच थोडा मोकळा होतो. न दाखवताही त्याचा हा खुलेपणा आपोआपच व्यक्त होतो. हे हेरूनच बंडू चेरमन विषय वाढवत राहिला.

सरपंच गणू पाटील, डंग्या मारुती, धोंडिल शंकरदा मिळून आत आले. बंडू चेरमनला थोडं हायसं वाटलं. पण सगळे आल्या आल्या पुन्हा आक्काबा राणेनं मौन धारण केलं. एकूण आज काय तरी बिनसलेलं आहे, हे सगळ्यांच्याच लक्षात आलं. तसा धोंडिल शंकरदा म्हणाला,

'तात्याऽऽ त्या म्हारड्यांचं काय करायचं?'

'तुमी ठरीवलाय न्हवं? मग मला काय इच्यारताय?'

आक्काबा वस्सकन अंगावर आला. तसे सगळे दचकले. म्हाताऱ्याच्या कानापर्यंत गोष्ट पोहचलेली आहे, हे बघून सरपंच गणू पाटील एकदम घाबरला. त्यातूनही म्हणाला,

'आमी कायच ठरवाय न्हाई. नुस्तं बोलत बसलाताव.'

'गण्या खोटं बोललास तर डुबार मोडीन.'

कधी नव्हे ते आक्काबा एकदम एकेरीवर आला. असं सहसा कधी घडत नव्हतं. आक्काबा गल्लीतल्या धाकल्या पोराचाही उल्लेख कधी एकेरी करत नव्हता. मग अशा मोठ्या मंडळीचं तर सोडाच. पण एकदम सरपंचालाच गण्या म्हणून बोलायला सुरवात केल्यामुळं सगळीच गारठली.

'तक्क्यात बसून म्हारांनी कामाला जायाचं न्हाई आसं ठरीवल्यावर मग दुसरं काय करायचं?' डंग्या मारुती धाडस करतच म्हणाला.

'त्यास्नी काय ठरवायचं त्ये त्येनी ठरवून दे. पण तुमाला ह्यो उद्योग सांगितलाता कुणी?' आक्काबा म्हणाला,

'गणबाऽऽ मळ्यातनं रामा म्हाराला तू हाकलून घातलास. तुकन्याला बलवून आणून धमकी दिल्यासा. थळू म्हाराला काय पायजे ते बोलून घेतल्यासा. कशासाठी? ह्यातनं तुमाला काय मिळवायचं व्हतं? आनी आशानं सगळं अंगावर घेऊन पडायला सांगितलं व्हतं कुणी तुमाला?'

'रागाच्या भरात केलं सगळं' गणू पाटील पुटपुटला.

'आसला राग मातीत घालतोय. अरंऽऽ राम्या काय आनी तुकन्या कायऽऽ? म्हारोड्यानं ठरवून सुध्दा तुमच्या बांधाला येत्यात म्हणजे त्यास्नी म्हारोड्यापरास

तुमचा बांध पायजे. एवढं सगळं सरळ आसतानं तुमी उलटं त्यास्नीच धमकी देत्यासा. म्हणजे करायचं काय? थळू म्हाताऱ्याचा जलम गेला चावडीवर बसून. आनी त्येलाच तुमी हाडं मोडीन म्हणून सांगत्यासा. ह्येला काय म्हणायचं?' आक्काबानं सगळी खडानं खडा माहिती जमा केलेली होती. सगळेच खाल मान घालून ऐकत होते. आपण ह्या म्हारड्यास्नी धमकावलं ह्ये जरा चुकलंय. त्यात कुणाला बलवून आणून डाफराय नको व्हतं. पण त्यावेळी सगळीच म्हणाली म्हणून केलं. त्यात मी एकटा तरी काय करणार?.... गणू पाटलाच्या मनात येत गेलं. तो त्या तंद्रीतच म्हणाला,

'मग आत्ता काय करायचं?'

'राम्याला बलवून आणून मळ्यात कामाला पाठवायचं. बंडू, तू तुकन्याला घरात आणून समजूत घालायची. बाकीच्याचं मी बघतो.' आक्काबा शांतपणे बोलत होता.

'ह्ये म्हणजे लई झालं. म्हारड्याचं कौतुक' डंग्या पुटपुटला.

'सांगतो तेवढं मुकाट्यानं करायचं. कालमान बदाललाय. आता पयल्यासारखं दिवस न्हाईत. कायदा त्येंच्या बाजूला हाय. वेळ बरी म्हणून गणबा वाचलास. त्येच आप्पुण्या म्हारानं पोलिसात कळीवलं आस्तं तर तुझ्या घराचं वडावणं लागलं आस्तं. त्यातनं वाचलास म्हणून सगळं सलपं समजू नग. म्हारांनी कामाला यायचं नाही म्हणून ठरीवलं तर काय बिघडत न्हाई खरं, आपण तसं ठरीवलं तर गळ्याला फास लागंल. म्हारांचा राग तुमाला येतोय तसाच सगळ्यास्नी येतोय. खरं, त्यो गिळाय शिकाय पायजे. न्हाईतर सगळंच आंगलट ईल. गुंदीच्या म्हारांनी काय केलं आयकून हाईसा न्हवं? दौलू देसायला पार घाम फोडला. तसं नगो व्हयाला.' आक्काबा बोलता बोलता स्वतःत हरवला. दौलू देसाई आक्काबा राणेचा साडू. गावच्या राजकारणातनं विरोधकांनी म्हाराला पुढं घालून बाईला धरलं, अशी केस रंगवली. एवढं पावण- पै असताना चार दिवस कचेरीत काढावं लागलं. नाचक्की झाली ती झालीच. उलटं म्हाराच्या पाया पडून केस मिटवायची वेळ आली. नंतर दौलू देसायानं म्हाराचा काटा काढला. पण त्याला काय अर्थ? नाचक्की व्हायची तरी झालीच की, असं काय सुरू होई नये म्हणून समजुतीनं सगळं बयवार सांगत होता. त्याच्या सांगण्यात एक प्रकारचा दुखावलेपणा होता. आवाजात तिडीक होती. पण चेहऱ्यावर हतबलता स्पष्ट दिसत होती.

कुडचाभर तंबाखू भाजून तानू म्हातारी खोपटाच्या उंबऱ्याला आली. तंबाखूची खाट सगळ्या खोपटात पसरली होती. जेवानखान झाल्यावर चांगला सूर धरून राकुंडी घासत बसायचा. म्हातारीचा नेम बऱ्याच वर्षापासून चालत आला होता. जेवण- भांडी- कुंडी आवरून म्हारोड्यातल्या बायका तानू म्हातारीजवळ टेकायच्या. म्हातारी भाजलेल्या राकुंडीचा डबा प्रत्येकीकडं सरकायची. पोरगा पैसा आडका दीत नसला तरी तंबाखूला तिला फारशी महागाई नव्हती. भावकीतल्या बायका जमा झाल्या की गावची खबरबात सुरू व्हायची. कधी कधी निम्मी रात संपली तरी बायका बसलेल्याच असायच्या. तेवढाच जीवाला इसवटा. या सगळ्याचीच म्हारोड्याला सवय झाली होती. त्यामुळं कधी- कधी तानू म्हातारी लेकीच्या गावाला गेली तर चुकल्याचुकल्यासारखं वाटायचं.

उंबऱ्याजवळ बसतच तानक्कानं तंबाखू बारीक करायला सुरवात केली. अजून कोणच कशी इकडं फिरकली नाही याचं तिला आश्यर्य वाटाय लागलं. तिनं दारातनंच तक्क्याकडं नजर टाकली. तर सगळा गलका. आता ह्ये भाडे काय म्हारोड्याचं सरळ करत न्हाईत. कायबी ठरीवत्यात. म्हणं गावात काम- धंद्याला जायाचं न्हाई. मग खात्यात काय दगडं? बारा बिग्याची उत्पन्न लागल्यागत बोलत्यात. मागनं रानोमाळ पळाय लागलं म्हणजे बोंबालतील.... म्हातारीच्या मनात हळुवार घासणीबरोबर सुरू झालं. अशातच पदराला हात पुसतच कमळा तिच्याजवळ येऊन टेकतच म्हणाली,

'तुज्या कानावर काय आलं व्हय गंऽऽ ?'

'कशाचंऽऽ?' तानू म्हातारीनं घासणी बंद केली.

'आनी कशाचं? ह्येचं की. आता गावातल्या लोकांनीबी ह्येच आयकून समाजाच्या लोकास्नी कामाला घ्यायचं न्हाई म्हणून ठरविलंय म्हणं.'

'गावातल्या माणसांनी कुठं ठरीवलंय? ह्याच भाड्यांनी ठरविलय म्हणं न्हवं?'

'आदी ह्येनी ठरीवलतं. त्यातनंबी कोण कोण गेलं कामावर तर परत पाटीवलं म्हणं गावातल्यानी. खरं, ह्यात काय चांगलं व्हयाचं न्हाई बाई. सगळ्या गावानंच बांध बंद केला तर जायाचं कुठं?' कमळव्वानं पदर तोंडाला लावला.

'आसं कदी झाल्तं? ताजा हाय राग तवर बडबडतील. मागनं सगळीच इसारत्यात.' तानाक्कानं पुन्हा घासणी सुरू केली.

'तसं न्हाई दिसत बाई, जरा वायलंच दिसतंय. लई पिसाळल्यात म्हणं गावातली.'

पिसळंना तर काय करतील? कुणीबी पायरी सोडल्यावर राग येतोयच की-' म्हणत आक्कवा त्यांच्यात मिसळली.

'आसं कस्सं म्हणतीस? मग त्या भाड्याच्यानी आप्पुण्याला मारलं ह्ये सोबतय त्यास्नी?' कल्लवाचा सूर.

'आगं मारलंत. सकळं झाल्तं. त्येनी पडल्यानी दांडगेसूर. आमचं काय चालतंय? आज, भाड्या मुळकानं न्हाई न्हाई त्या शिवा घातल्या म्हणं तुकन्याला. आसंच सगळं व्हयालं तर कसं व्हयाचं? माझ्या तर जीवाला घोरच पडलाय बाई'- आक्कवाच्या तोंडाचा पट्टा सुरू झाला. तक्क्याकडनं येणाऱ्या जनाला बघून तिघी गप्प झाल्या. जनाक्का त्यांच्याजवळ बसता बसता सुस्कारली.

'काय म्हणत्यात तक्क्यात गंऽऽ?' म्हातारीनं विचारलं.

'म्हणत्यात कायऽऽ? मातीत जायाचं' जना म्हणाली,

'तुकन्याला समोर धिऊन न्हाई न्हाई त्या शिव्या द्याल्यात. तू गावात गेलतासच का? आता मला सांग, गावात जायाचं न्हाई. बांधावर जायाचं न्हाई. कुणाच्यात काय मागायचं न्हाई. कुणाला मेचायचं न्हाई. भाडे आंड टेकून बोलत्यात. त्यास्नी काय वड हाय? ह्येंचं सगळं आयकून डोस्क्यात रक्का घालून जायाची पाळी ईल.'

'ह्ये सगळं कोण म्हणतोय त्यो?'

'आनी कोण? ह्येच की दादबा, गौत्या, भीमा फुढारी झाल्यात न्हवं? म्हणत्यात, गावात पाय टाकायचा न्हाई. उपाशी मराय लागून दे पण त्येंच्या ढेंगखालनं जायाचं न्हाई. आसं म्हणून आयगाऱ्याला जमंल व्हय गऽऽ?'

'आता सगळीच म्हणत्यात म्हटल्यावर काय करायचं?'

कमळव्वा अधिकच अस्वस्थ झाली. तानू म्हातारीचं घासणीचं बोट अधिक वेगानं फिराय लागलं. ती म्हणाली,

'तक्क्यात ह्येंच्या उलट बोलणारं कोण बी न्हाई?'

'माप बोलाल्यात, खरं, सगळ्यास्नी दाबून बसवाल्यात. सदा म्हाराचा कबरा व्हता सगळ्यास्नी गप्प बशीवणारा. खरं, त्यो तक्क्याकडं फिरकायलाच न्हाई.'

'त्यो कशाला फिरकंल? त्येनं मागंच सांगितलंय. आमी गावात कामाला जाणार. काय करायचं त्ये करा.'

'त्येचच बरूबर हाय. ह्यात लईबी उट्टाणपणा दावाय नगो पायजे आमच्या मानसांनी' आक्कवा पुटपुटली.

'आता ह्या गडीमानसास्नी सांगणार कोण?' जनाचा सूर आकसत गेला.

'तू गेलतीस न्हवं तक्क्यात? मग का बोलाय न्हाईस? तानू म्हातारी सरळ बसतच म्हणाली.

'कुठं गडीमानसाच्या तोंडाला लागत्यासा? कायबी बोलत बसत्यात. त्यापरास सगळयांच्या बरबर व्हईल त्ये व्हईल म्हणायचं.'

'एक म्हणता दहादा गावात जायला लागतंय' तानू म्हातारी म्हणाली, 'ह्ये भाडे काय सांगत्यात. उठा गऽऽ मी इच्यारती भाड्यास्नी. हे तुमाला कुणी सांगीटलय म्हणून. इन-मीन गल्लीचा म्हारोडा हाय आनी भाडे माजोर व्हयाल्यात. गाव त्ये गाव. त्यास्नी सोडून रस्त्या-रस्त्यानं बोंबलत जायाला लागंल. न्हाईतर त्येंचं सगळं आयीकताव भाडे पोटाला घालणार हाईत काय इच्यारूया चला.' म्हातारीच्या अंगात एकदम काय तरी संचारलं. ती आपल्या पाठीमागून कोण येतंय, नाही याचा विचार न करताच चालाय लागली.

बाळासाहेब शेडबाळे तालुक्यातून आला तेव्हा रात्रीचे आठ वाजलेले. आल्या आल्या तापलेल्या पाण्यानं हातपाय धुतले. जेवण झाल्यावर नेहमीसारखं दारातल्या कट्टीवर न बसता त्यानं सरळ अंथरुण टाकलं. नवऱ्याच्या ह्या अचानक प्रकाराचं ताराबाईला आश्चर्य वाटलं; पण तिनं विचारलं नाही. हळूहळू बाळासाहेबाच्या अंगभर सुस्ती पसरू लागली. त्याच्या पापण्या जड होऊ लागल्या.

'हाईत काय सायेब?' दादू म्हारानं दारातूनच हाळी मारली. बाळासाहेब शेडबाळेची झोप आपोआप उडाली. तो गप्पकन उठून अंथरुणावर बसला. दादबा, गौत्या आणि भीमा म्हार आत आले. अंथरुणाशेजारीच मोकळ्या जागेवर टेकले. बाळासाहेब उगाचच जांभई दिल्यासारखं करतच म्हणाला,

'एवढ्या राच्चं कसं काय गाऽऽ?'

दादबा फक्त हसला. गौत्या, भीमा म्हार जागेवरच हालले.

'काय काय झालं रात्री?'

'व्हतंय काय? दादबा म्हणाला, 'तक्क्यात सगळ्यास्नी गोळा घातलं. तुकऱ्या जरा वळवळाय लागल्तं त्येला गप्प बशीवल खरं, तानू म्हातारीनं डोस्कं खाल्लं. लई ताप दिला च्यामायला. बहुतेक तिला कबऱ्यानंच उठवून बशीवलं आसणार. त्याशिवाय एवढी तणतणार न्हाई.'

'काय म्हणालती?'

'ह्येच की, गावाच्या इरोदात जाऊन खाणार काय? सगळ्यांनी ह्येंचं काय आयकू नका. एक काय दोन हजार बडबडली. शेवटा शेवटाला शिव्या दीत तक्क्यातनं भाईर पडली.'

'गोपाळा डेप्युटी काय म्हणाला?'

'त्यो काय आमच्या फुंड न्हाई सोडा. उलट त्येनंच रात्री सगळ्यास्नी गप्प बशीवलं.' गौत्यानं मध्येच तोंड घातलं आणि म्हणाला 'सायेब, सुदरायची न्हाईत आमची म्हारडी. किती सांगितलं तरी शेवटी ह्येंचं हायच, खायाच काय? रांडच्ची, उपाशी मेली तरी चालल, खरं आता ह्या गाववाल्यास्नी आद्दल शिकवायचीच. एक माणूस सोडायचं न्हाई म्हारोड्यातनं भाईर. माप दुसऱ्या गावाला मजुरी हाय. तिथं जायाला कोण नको म्हणतंय? खरं, पटवून घ्यायचं न्हाई. ह्यास्नी गावची इरडच गोड लागतीया.'

'गौतम, तसं नाही' बाळासाहेबानं पायावर चादर ओढून घेतली आणि म्हणाला,

'माणसं पिढ्यांपिढ्या गावच्या आसऱ्याला जगल्यात. त्यास्नी तुमच्या सारखा विचार करायला कुठला जमंल? त्यास्नी हळूहळू बाबासाहेबांचा विचार शिकवला पाहिजे. त्यांच्यात स्वाभिमान जागृत केला पाहिजे.' बाळासाहेबाची नेहमीची हुकमी वाक्यं सलगपणे बाहेर पडू लागली तसा दादबा म्हणाला,

'त्या कबऱ्याला आनी त्येच्या बाला कसा थांबवायचा?'

'त्येची कळ एवढ्यात काढायची नाही. जरा दमानं घ्यायचं. आधी गणू पाटलाला सरळ करूया. मग कबऱ्या कुठं जातोय बघूया.' बाळासाहेबानं मांडी घातली.

'आत्ता कशाला कुणाची कळ काढत्यासा. गप्प आपलं आपण म्हारोड्यातच काय तरी करूया जीऽऽ' भीमा म्हार धास्तावलेल्या आवाजात म्हणाला. त्याला गणू पाटलाची आणखी कळ काढून गावात तेढ वाढावी असं वाटत नव्हतं. शेडबाळ्या सावध होत म्हणाला,

'त्येचं काय हाय भीमा, ही सगळी सवर्ण मंडळी माजाला आल्यात. म्हणून मदी मदी असा त्रास दीत बसत्यात. गरीब बघून पाट लागत्यात. त्येंच्यावर एकदा दहशत निर्माण कराय पायजे, म्हणजे ती पुन्हा नादाला लागणार नाहीत. नाहीतर आज आपुण्याची पाळी झाली. उद्या गौत्याची नाही तर तुझी. तुम्हा दोघांच्यावर जास्ती दात हाय. कधी तरी कावा साधणारच. त्यापेक्षा आपणच सावध राहिलेलं बरं. आता आणि कानावर नवीन नवीन यायला लागलंय. आक्काबा राण्याच्या घरात बैठक बसलीती म्हणं. काय ठरलंय अजून कानावर यायला नाही. पण दुसरं काय असणार? ह्येच असणार. म्हणून आपण सगळा बंदोबस्त केला पाहिजे.'

'म्हणजे काय करायचं?' गौत्यानं गडबडीनं विचारलं.

‘अरे, करायला उपाय माप हाईत. आधी तुमचा सगळा म्हारोडा एक व्हायला पायजे. एकसुध्दा माणूस बाजूला असून उपयोग नाही. मग ह्या गावातल्यांना तुम्ही तुमच्या बोटावर नाचीवशीला.’

‘मग आता झालायच की म्हारोडा एक. त्या कबऱ्याला आनी तानू म्हातारीला कोण इच्यारतंय? लई लई झालं तर राम्या एक आमच्यात येणार न्हाई गाऽऽ’ दादबानं सरळ हिशेब सांगितला.

‘अशी दोन- तीन खेडगुणी असत्यातच. त्यास्नी सोडून द्यायचं. फक्त मांगोड्याला एक तुमच्यात कसं मिळवून घ्यायचं बघा.’ बाळासाहेबानं चाचपणी सुरू केली.

‘छाऽऽ छाऽऽ तेवढं काय बोलायचं न्हाई सायेब. मांगटी लई बाराची. त्यास्नी मिळपात घ्यायचं काय काढायचं नाही.’ दादबा एकदम झटकतच म्हणाला, ‘त्यास्नी आमच्यात घेतलं तर सगळा इदोसच. ती काय आमच्या बरोबरीची का काय गा? किती केलं तरी ती मांगटी. शेवटी आपल्या जातीवर जाणारच. आमच्यात येतील आनी सगळं काय काय व्हतंय त्ये गावभर बोंबलत बसतील. लई बातरी जात. तेवढं काय सांगू नका.’

बाळासाहेब काहीच बोलला नाही. त्याच्या कपाळाला किंचित आटी पडली. त्यानं गौत्याला निरखून घेतलं. मग विषय बदलतच म्हणाला,

‘गौतम, काय म्हणतंय तुमचं मंडळ?’

‘म्हणायचं काय? सगळी पोरं कायम मिळून असत्यात. आता बोर्डबी कराय टाकलाय.’

‘म्हणजे मग त्येबी मार्गाला लागलं. आता उद्या सगळ्या म्हारोड्याचं निवेदन पोलिस स्टेशनला दीवूया. म्हणजे आपुण्याला मारणाऱ्यांचंबी प्रकरण मार्गाला लागतंय.’

‘म्हणजे काय? न्हाई कळलं जीऽऽ’ भीमा काळजीत म्हणाला.

‘आगा त्या दिवशी आपुण्याला मारल्या मारल्या तुमी त्येला दवाखान्याला न्हायला पायजे व्हतं म्हणजे लगेच केस झाली आस्ती. आण्णाप्पाला पकडलं आस्तं. तुमी त्ये न्हाई केलं. उगच आपली मिरवणूक काढत गेल्यात पाटलाच्या वाड्यावर. काय गरज व्हती काय? त्यापेक्षा केस केली आस्ती तर सोळा आणे काम झालं आस्तं. आता सगळं उलटं पालटं करत बसाय पायजे. पहिल्यांदा असं असं आपुण्याला मारलंय त्येची चौकशी पोलिसांनी करावी म्हणून लेखी अर्ज पोलिसात करायचा. मग

गावानं म्हारोड्यावर बहिष्कार टाकलाय त्येची चौकशी करा, असा अर्ज टाकायचा. म्हणजे दोन- तीन पोलिस गाड्या गावात येऊन चकरा मारून गेल्या की ह्ये पाटील आनी राणे सगळे कुळीचे इनामदार हाबाकत्यात. पुन्हा कळ काढायच्या भानगडीत पडणार न्हाईत. कशी काय आयडिया हाय, गौतम?'

'एकदम फसकलास. आसंच करायचं. त्याशिवाय ह्या बेण्यास्नी आमचा बी हिस्का कळणार न्हाई.'

गौत्याला एकदम उत्साह चढला. बाळासाहेबाची कल्पना त्याला एकदम नामी वाटली. त्यानं वेळ न घालवता बाळासाहेबाला अंथरुणावरून जवळ जवळ उठवलं आणि अर्ज आत्ताच तयार करा म्हणून द्या, म्हणजे सगळं उद्यापर्यंत तयार होईल म्हणून गडबड सुरू केली.

बाळासाहेब क्षणभरही वेळ न दवडता उठला. त्यानं आपल्या चमडी पिसवीतला कागद धरायला लांबडी वही आणि पेन गौत्याच्या हातात दिले. गौत्या तुमीच लिवा, तुमीच लिवा म्हणून मागं सराय लागलं तसा बाळासाहेब म्हणाला,

'अरंऽऽ मला लिहायला काय लाज वाटत नाही. पण असल्या गोष्टी आता तू शिकाय पायजेस. एक एक गोष्ट तुझ्या हातातनं जायाला पायजे. उद्या तुमचं तुमी हे सगळं चालवाय पायजे. मी काय गाऽऽ आज हाय उद्या न्हाई. मग शिकाय नको तुलाऽऽ?' म्हणतच बाळासाहेब हिशेबी पण खळखळून हसला. गौत्यानं कागद हातात घेतला. बाळासाहेबानं मजकूर सांगायला सुरवात केली. दादबा कौतुकानं सगळं अक्षर आणि अक्षर ऐकत बसला... भीमा म्हार मात्र एकदम गदबाळला. कबऱ्या केस करूया म्हणालता तवा हीच माणसं मागं सरली आनी मारामाऱ्या कराय भाईर पडली, तीच आता तेच कराय लागल्यात. म्हणजे ह्यास्नी कोण जवळचं? शेडबाळ्या का कबीर? ह्यास्नी शेडबाळ्याच का जवळचा वाटतोय. आशी काय जादू हाय ह्येच्यात? गडी सगळं दमानं करतोय आनी ह्यास्नी फितीवतोय. ह्यातनं काय चांगलं व्हईल? व्हय खरं, आपुनबी फितलोयच की ह्येला? का?' शेडबाळ्यानं हाक मारली आणि त्याच्या मनातलं सगळंच बंद झालं.

कबराऽऽ आजून कितीक वरसं तुजी साळाऽऽ?'

मेढीला टेकून बसलेल्या कबीरच्या आईनं- गंगव्वानं कधी नव्हे तो प्रश्न केला. कबरा एकदम सटपटला. हे आईच्या डोक्यात आजच कसं काय? त्याला काहीच कळेना. तसा तो म्हणाला,

'काऽऽ गऽऽ?'

'काय न्हाईऽऽ बा. इच्यारलं आपलं. आजून किती सिकाय पायजे म्हणायचं?' पुन्हा तिचा तोच प्रश्न. आवाज कातर. त्या कातरपणात लपलेली सूक्ष्म वेदना. काय बोलावं हेही त्याला समजंना. हे विचारण्यापाठीमागं काहीतरी घडलं असणारच. कबीरनं अंदाज बांधला. मग त्याच्या डोक्यात वेगवेगळं काय- बाय यायला लागलं. त्या तंद्रीतच त्यानं आईला विचारलं,

'आज कामाला जातानं कुणी आडीवलं तुला?'

'न्हाई बा. कोन आडवील? त्येंचं काय घीऊन खाल्लंय?' गंगव्वाचं स्वत:शीच बोलणं सुरू झालं.

'मग आजच तुझ्या मनात ह्ये कसं आलं?'

'अरंऽऽ काय करतोस? घे तिला. कायबी डोस्क्यात घीऊन बसतीया. कोन येत्योय बघुया म्हारोड्यातला तुला आडवायला, मी हाय घट्ट. येऽऽ गप्प बस गऽऽ पोराच्या डोस्क्याला तरास नगं.' सदबा बायकोवर बोलता बोलता एकदम तरपासला. कबीरला एकूण बोलण्यावरून अंदाज आला. काही तरी घडलेलं आहे. त्याचा एकूणच नूर पालटला. त्याचा आवाजही बदलला. तो आईला म्हणाला,

'काय झालं सरळ सरळ सांग?'

'व्हतंय काय?' गंगव्वा चाचपडली. मग धीरानं म्हणाली,

'भीम्या, म्हणाल्ता पोराचं साळंलाच जायाचं बंद करताव, मग किती नाचतीस बघूया. लई घातकी हाईत बाबा ती. जरा जपून आस तुजं तू. आदीच त्यास्नी तू शिकतोस ह्येचं लई वाईट लागालंय. आता ह्ये गावच्या भांडणाचं आनी मदीच निगालय म्हणून म्हटलं. न्हाई तर तुजं तू ऱ्हा जा तिकडं तालुक्यात. आमचं आमी बगताव हितं कसं तरी.'

इतका वेळ गप्प ऐकत पुस्तकाकडं बघत बसलेलं सुबान्या एकदम म्हणालं,

'मला बी ती गौत्याबिवत्या काय बी म्हणत्यात. तुज्या आण्णाला दावताय म्हणत्यात. माज्याबरबर कुणाला बोलू दीत न्हाईत.'

'हे कधीपासून कराल्यात?' कबराचा आवाज धारदार झाला. त्याचं अंग आपोआपच तापत गेलं. तसा सदाबा त्याला समजावीत म्हणाला,

'मगाशी मी जाऊन गोपाळाच्या कानावर घातलंय. त्यो माजा मी बंदोबस्त करतोय म्हणालाय. आता तू त्ये काय डोस्क्यात घीऊ नगं.'

'आनी काय म्हणालता डेप्युटीऽऽ?'

'आनी काय म्हणतोय? त्येला तरी कुठं पटतंय सगळं. खरं, त्ये दाद्या आणि उंडगी पोरं त्येचं तरी कुठं आईकत्यात. म्हणून आपलं आस्तोय त्येंच्या पाटनं. तुकन्याला आज कुठं सक्काळीच आडीवला पोरांनी. मुळकाच्यात कामाला चालालता.'

'आता ह्या सगळ्यास्नीच एकदा फैलावर घ्यायला लागणार आसं दिसतंय.'

'कशाला? त्येंच्या मरणानं त्येनी मरत्यात. आपुन त्येंच्यात न्हाई पडलं म्हणजे झालं. त्यातनंबी काय कराली तर मी माप घट्ट हाय. गप्प तू.' सदबा कबराला कुणीकडूनही शांत करत होता. मग कबरा काहीच बोलला नाही. नुसताच दिव्याकडं बघत बसला....

एकदा दादबालाच आता फैलावर घेतलं पायजे. त्याशिवाय ही कार्टीबी गप्प बसणार नाहीत. विनाकारण म्हारोड्यात आग लावून सोडलीय, यातून काय साधणार आहेत कुणास ठाऊक? सगळीच अर्धवट. त्यात ह्या दादबाचा चावटपणा. भोगायला मात्र सगळ्या म्हारोड्याला लागणार. कुठं घेऊन जाणार आहेत हे लोकांना कुणास ठाऊक?.....

तो उठायच्या बेतात होता. पुन्हा त्यानं स्वतःलाच आवरलं. आणि फक्त चिमणीच्या पेटत्या वातीकडं शून्य नजरेनं पाहात बसला...

दादबाची जोरदार धावपळ चालली होती. तालुक्यातून आल्यापासून तो सगळ्यांना गोळा घालायच्या पाठीमागं लागला होता. बाळासाहेब यायच्या आत चाळीसभर माणसं तरी तक्क्यात जमायला हवी होती. जालिंदर बनसोडे आणि आनंदा कांबळे हे नेते येणार म्हटल्यावर काय तरी जोडणी असल्याशिवाय कसं भागणार? म्हणून त्यानं सुलीच्या खोपटात जेवणाचा बेत ठेवलेला होता. त्यातही त्याचा हेतू होताच. सगळा खर्च बाळासाहेब भागवंल, हे धोरण. त्याच्या बरोबर पळापळ करायला पांड्या तान्या ही पोरं होती. पण सगळ्याच कामाला ती उपयोगी पडत नव्हती. म्हणून तो पायाला भिंगडी बांधल्यासारखा फिरत होता.

तक्क्याची झाडलोट करून घेऊन तो पोरांना फाळक्या अंथरायला लावून तक्क्याच्या दारात आला. तर कबीर त्याची वाट बघत असल्यासारखाच उभा होता.

'बरं झालं कबरा, आता तू कुठं जाणार न्हाईस न्हवं? आज सांच्याला बनसोड्या आनी आनंदा फुढारी येणार हाईत. तू आसलास म्हणजे त्येंची जरा यवस्था लागंल. मला एकट्याला लई पळापळ करायला लागालीय...' दादबानं जोरदार बडबडायला

सुरवात केली. त्याची बडबड पूर्ण होईपर्यंत कबीर फक्त त्याच्याकडं पाहात उभा राहिला. त्याच्या डोक्यात गोंधळच गोंधळ चालला होता. दादबा थांबला तसा कबीर म्हणाला,

'झालं?'

'व्हतंय काय, आजून लई पळापळ हाय. माणसं जमवायची हाईत. दुकानातनं त्येंच्या जेवनाचं सामान आणायचं हाय आनी काय- काय बरंच हाय' दादबाला कबीरच्या प्रश्नाचा रोख न समजल्यानं आणखी बडबडत राहिला. शेवटी कबीर म्हणाला,

'बोलून झालं काय?'

दादबा एकदम गोंधळला. कबीरच्या तोंडाकडं पाहात राहिला. त्याचे बदलणारे डोळे, फुरफुरणाऱ्या नाकाच्या पाळ्या, या साऱ्याचीच जाणीव त्याला होऊ लागली. तो थंडगार झाला. तसा कबीर बोलता झाला.

'हे बग तात्या- तुला एक सांगतो. येथून पुढं काय बोलायचं आसंल त्ये माझ्याशी बोलायचं. आईला धमकी दे, बाबाच्या पुढं वटवट कर हे चालणार न्हाई. ह्यातनंबी तुला तसं करायचंच आसंल तर काय बरं वाईट झालं तर मी जबाबदार न्हाई. समजलं?'

'आसं का रंऽऽ? माजं काय चुकलं? मी कुणाला काय म्हटलं?' दादबाचा चेहरा एकदम पडला. एकूण प्रकार त्याच्या लक्षात आला. गंगव्वाला बोलल्याचा हा परिणाम. हे समजून आलं तसा तो अधिक अस्वस्थ झाला.

'काय घडलंय? तू काय केला हाईस, ह्ये तुला चांगलं कळतंय. फक्त मी तुला समज द्यायला आलोय. ह्यातनंबी तुजा धंदा सुरूच राहिला तर मात्र मला गप्प राहून भागणार न्हाई, हे ध्यानात ठेव. म्हणं, माजं कॉलेज बंद करतोय. ये बंद कराय म्हणजे हाडं जाग्याला ठेवतो काय बघ?' कबरानं एकदम निकराचं सांगून टाकलं आणि तो रस्त्याला लागला. दादबाच्या अंगभर थरथर पसरत गेली....

म्हारोड्यात मीटिंगला आलेले जालिंदर बनसोडे, आनंदा कांबळे आणि अवचित भालेराव मीटिंग संपल्या संपल्या सुलीच्या खोपटात गेले. त्यांनी तुकन्या म्हाराला कबीरच्या घरला पाठवलं. कबीर खोपटात पुस्तकं पसरून बसला होता. त्यानं तुकन्याला आल्या पावलीच परत पाठवलं. त्याला कुणालाच भेटायची इच्छा नव्हती.

समोरच्या पुस्तकातही त्याचं लक्ष लागत नव्हतं. म्हारोड्यात चाललेली प्रत्येक घटना त्याला अस्वस्थ करत होती आणि त्या अवस्थेततच त्याला बाकी काहीच सुचत नव्हतं. तो फक्त पडून राहिला. खोपटाच्या दारालाच सदबानं बैठक मारली होती. सुबान्या अजून कुठं बाहेरच फिरत होतं. गंगव्वाचं खिडूक- मिडूक चाललं होतं. जेवणं व्हायला अजून तासभर तरी उशीर दिसत होता. पोटात चार घास पडले असते तर वाकळंत डोकं खुपसून पडायचं त्यानं ठरवलं होतं.

पुस्तकं गुंडाळून बाहेर चक्कर टाकून यावी म्हणून तो उठला. एवढ्यात दारातून हाक आली.

'हाईत काय कबीर कांबळे?'

त्यानं आनंदा कांबळेचा आवाज ओळखला. आता ह्या मंडळींची मात्र कमालच झाली. कशाला आले असतील ह्ये? त्याच्या मनात आले. पण घर म्हणून आलेल्या माणसांना रिवाजानुसार बोलवलं पाहिजे म्हणून तो गडबडीनं दारात आला.

'या या' कसंबसं अनिच्छेनं तो म्हणाला.

'तुमच्या गावात येऊन आम्हीच तुला शोधत यायचं हे बरं हाय का? असू दे बाबा, मोठा माणूस तू. आमालाच तुझ्याकडं यायला पायजे.' आनंदा कांबळेनं तिरकस सुरवात केली. त्याला हसून वेळ मारून नेण्याशिवाय गत्यंतर नव्हते. आनंदा कांबळे बरोबर जालिंदर बनसोडे, प्राध्यापक अवचित भालेराव, दादबा, भीमा आणि शेडबाळ्या होते.

'या या घरातच बसू. या' कबीर तोंड देखलं बोलला. वास्तविक त्यांनी खोपटात येऊ नये असंच त्याला वाटत होतं.

'आत कशाला? तूच चल की तक्क्यात. पाच मिनटं बोलू. आमालाबी जायची घाई आहे.' बनसोडेनं प्रस्ताव मांडला. कबीरला एकदम बरं वाटलं. त्यानं लगेच होकार भरला आणि सगळेच तक्क्याकडं वळले.

'कबीर, गावात आणि म्हारोड्यात तणाव निर्माण झाला असताना तू बाजूला राहाणं बरं नाही.' प्राध्यापक अवचित भालेरावनं बसल्या बसल्या विषयाला सुरवात केली.

'ह्या म्हारोड्यात तूच शिकलेला. चळवळ तुला म्हाईत हाय. चळवळीत आसतोस. सगळ्या लोकांना तू एकत्र करायचं का तूच बाजूला? हे काय बरं न्हाई गड्या. काय असले मतभेद तर तू मन मोठं दाखवलं पाहिजेस. बाबासाहेबांची ही चळवळ

आपल्याला समाजात न्हायची हाय. मग असं घरात बसून कसं चालेल?' आनंदा कांबळेनं व्याख्यानबाजी सुरू केली. त्याला थांबवतच बाळासाहेब शेडबाळे म्हणाला,

'तो कुठं बाजूला हाय, तो आमच्यातच हाय. फक्त कायतरी गैरसमज असत्यात. तेवढे बाजूला झाले की सगळं व्यवस्थित होतंय. तशी इथली चळवळ कबीरलाच चालवायची आहे. त्यालाच इथला नेता व्हायचं आहे.'

'बघ. बाळासाहेबासारखा सवर्ण माणूस तुम्हाला मदत करायला पुढं आलाय. असं चित्र फारच क्वचित. नाही तर सगळे सवर्ण सद्या आपल्यावर दात खाऊन आहेत. कुणाला आपल्या राखीव जागांचा राग येतो. कुणाला सवलतींचा, कुणाला स्कॉलरशीपचा. पण असा निर्मळ माणूस तुम्हाला मिळालाय, त्याचा फायदा करून घ्यायला नको काय?'

अवचितराव भालेरावने बाळासाहेब शेडबाळेचं गुणगाण सुरू केलं. तो फक्त सगळं ऐकून घेत बसला. शेवटी आनंदा कांबळेच म्हणाला,

'आरंऽऽ आमीच बोलतोय आनी तू फक्त गप्प हाईस, तुझ्या मनात काय हाय ते तरी सांग.'

'माझ्या मनात काहीही न्हाई.' कबीर म्हणाला.

'तुमाला म्हारोड्यात जे चाललंय ते मान्य हाय असं दिसतंय... तुमच्या असल्या चळवळीत मला यायचं न्हाई. तुमाला जे करायचं हाय ते मला करायचं न्हाई. गावात मजुरीला जायचं न्हाई ही जर तुमची चळवळ असेल तर ती मला मान्य न्हाई. असल्या गोष्टीतून काहीच साधणार न्हाई. उलट समाजाला त्रास होणार आहे. म्हणून मी तुमच्या ह्या भानगडीत येणार न्हाई.'

'आरं, पण गावातल्या माणसांनीच तुमची मजुरी बंद केलीया. हे बरोबर हाय का? आपुण्या म्हाराला मारलं हे चांगलं झालं, असं म्हणायचंय का तुला?' बनसोडेनं मध्येच तोंड घातलं.

'बनसोडे, तुमाला माहिती अर्धवट हाय. मजुरी गावातल्या लोकांनी कधीच बंद केलेली न्हाई. आमचा बाबा आणि रामा म्हार आजबी गावातच मजुरीला जात्यात. त्यांना धमक्या द्यायला तुमचे नेते येत्यात. ही तुमची चळवळ. आणि आपुण्यातात्याचं म्हणाल तर ही गोष्ट वेगळ्या पद्धतीनं धसाला लावाय पायजे व्हती. त्यात धिसडघाई करून ही सगळी गणू पाटलाच्या दारात गेली म्हणून बोंब झाली. त्याच वेळी पोलिसात जायचं म्हणताना कुणी ऐकलं नाही. मारामाऱ्या करून तडा लावचा होता, मग ते तरी का नाही केलं?'

'म्हणजे तुझं आयकाय पाहिजे होतं म्हणं...'

'असं मी म्हटलेलं न्हाई. फक्त काय काय करायचं हे ठरवून पाऊल टाकाय पायजे व्हतं. त्ये केलं न्हाई. त्यावेळी मी सांगून बगीटलं. उलट मलाच खुळ्यात काढलं म्हटल्यावर मला बाजूला बसण्याशिवाय पर्याय नव्हता.'

कबीर अत्यंत शांतपणे, मुद्याला धरून बोलत होता. त्याच्या बोलण्यानं बाळासाहेब अधिक अस्वस्थ होत होता. बनसोडे, आनंदा कांबळेला त्याची बाजू चुकीची आहे हे पटवून देणं कठीण झालं होतं. म्हणून शेवटी बनसोडे म्हणाला,

'आता झालं गेलं विसरून जायचं आनी तू सगळ्यात सामील व्हायचं.'

'म्हणजे काय करायचं?' कबीरनं प्रश्न केला.

ह्येच की, सगळा समाज एकत्र करायचा. गाववाल्यांविरुद्ध लढायचं. सगळ्या पोरांना संघटित करायचं.'

'कशासाठी?'

'आपल्या हक्कासाठी.'

'ह्यात हक्काचा मुद्दा कुठं हाय? हे तर सगळं वेगळंच चाललंय. यात कशाला सामील व्हायचं?'

'तू काय माझी उलटतपासणी घेतोस व्हय रंऽऽ' बनसोड्या एकदम तरपासला. त्याला कबीरचा राग येऊ लागला होता.

'मी उलटतपासणी घेत न्हाई फक्त समजून घेतोय'

'म्हणजे तू लई श्याना समजतोस स्वतःला.'

'वाटल्यास तसं म्हणा.' कबीर शांतपणे म्हणाला. पण त्याचा आवाज बदलला. आनंदा कांबळे मध्ये पडतच म्हणाला,

'तसं न्हाई कबीर. चळवळ आपल्याला मिळून चालवायची हाय. विचार कर. मागनं सांग. पण तू यात यावास असं मला वाटतंय.'

'माझा विचार पक्का झालाय. मला तुमच्यात यायचं न्हाई.' कबीर निर्णायकपणे म्हणाला. तसा बनसोडे एकदम उठतच म्हणाला,

'चलाऽऽ जाऊ दे बोंबलत. मागनं आपुणच ईल टाचा घासत. लई श्याना झालाय. ह्येला त्या फण्या कांबळ्यानं फितीवलाय. उठाऽऽ'

'बनसोडे, फणींद्र सरांचं नाव घ्यायचं न्हाई. तुमी आमच्या गावात आलाय म्हणून गप्प बसतो. पण तुमी आता खरोखरच निघा.'

'न्हाई तर काय मारणार हाईस?' बनसोडे एकदम टोकावर आला तसा आनंदा कांबळेनं त्याला पुढं घालून तक्क्यातून बाहेर काढला.

ह्या लोकांच्या वागण्याला नेमकं काय म्हणायचं? ह्यांना मीच कसा चूक वाटतो? मी सोडून सगळे बरोबर म्हणजे हे लोक माझ्याविषयी काय काय सांगत असतील? आणि ह्या सगळ्यांच्या मनात माझ्याविषयी आडी का? काय बिघडलंय मी ह्याचं? मी शिकतोय ह्याची पोटतिडीक तर नसेल ह्यांच्या मनात? पण ती असायची काय गरज? शेवटी किती केलं तरी मी त्यांच्यातला, भावकीतलाच की! काय यांच्या मनातली भाऊबंदकी अशी बाहेर पडत असेल? नेमका काय घ्यायचा अर्थ? ह्यातून मार्ग काय? ह्या लोकांचंच बरोबर म्हणून त्यांच्यात सामील व्हावं, तर ते मनाला पटलं तरी पाहिजे? मनाला काहीच पटत नसताना त्यांच्यात मिसळलो तर माझ्यात आणि आडाण्यात फरक काय?

कबीरचं डोकं भिरभिरत गेलं आणि अंग बधिर झालं. आपण म्हणजे डोक्यात किडं लिवलिवणारा मुडदा आहोत.

सगळं व्यवस्थित झालेलं होतं. पोलिसात निवेदन, एस.पी. ला एक निवेदन. त्याच वेळी सगळ्या वर्तमानपत्रांना बातम्या त्यासाठी पुन्हा वेगळं निवेदन. मुख्यमंत्र्यापासून ते पंचायत समितीच्या सभापतीपर्यंत त्याच्या प्रती. जिल्हा पातळीवरच्या दलित महासंघाच्या कार्यालयात निवेदन पोहोचण्याची व्यवस्था. हे सर्व एकाच वेळी करण्यासाठी राबवावी लागणारी यंत्रणा बाळासाहेबानं सज्ज ठेवली होती. म्हारवाड्यात जालिंदर बनसोडे आणि आनंदा कांबळे येऊन गेल्यापासून वातावरण बदललेलं होतं. काय म्हणायला फक्त कबऱ्याचा विरोध शिल्लक होता; पण त्याला किंमत द्यायची गरज नव्हती. त्यामुळं ठरवल्याप्रमाणे सगळं घडून येईल याचा बाळासाहेबाला आत्मविश्वास होता. त्यामुळे त्याच्या सर्व कृती अत्यंत निर्धारपूर्वक आणि सावधपणे चालल्या होत्या. लागणारा सगळा खर्च बाळासाहेब पदरचा ओतत होता. फक्त अडचण होती ती वकिलानं सांगितल्याप्रमाणे गावातली तीन-चार माणसं आपल्या बाजूनं उभी करण्याची. लंगडं हाऱ्या आणि पिचकं भीम्या याशिवाय नाव सुचत नव्हतं.

लंगड्या हाऱ्याला आणि पिचक्या भिम्याला घट्ट करून ठेवायला हवं, असं वाटल्यामुळे बाळासाहेबानं त्यांच्या घराला चकरा सुरू केल्या. त्यांच्यासाठी दोन वेळा

दारूच्या बाटल्या घेऊन जायलाही तो विसरला नाही. हाऱ्याला त्याच्या एकूणच वागण्याचा संशय यायला लागला. शेवटी तोही बाळासाहेबाच्या तालमीतच तयार झाला होता. त्यामुळं त्यानं शेवटी एकदा बाळासाहेबाला गाठलंच आणि अचानक चाललेल्या ह्या सरबराईचं कारण विचारायला सुरवात केली. तसा बाळासाहेब अडचणीत आला. पण ताकाला जाऊन मोगा कशाला लपवायचा म्हणून त्यानं आलेच पोलिस तर काय जबाब द्यायचा हे वदवून घेतलं आणि काय करायचं एवढंच गरजेनुसार सांगून टाकलं. तेव्हा हाऱ्या एकदम खुशीत येऊन म्हणाला,

'आमी दोघं तरी हायच खरं, लव्हाराचं जान्याबी जबाब द्यायला ईल बघा.'

बाळासाहेब एकदम फुलला. वास्तविक हे नाव आपल्या टाळक्यात कसं आलं नाही? त्याला आश्चर्य वाटलं. जान्या ल्हवार दगडू देसायाचा उजवा हात. दगडू देसायाच्या आणि गणू पाटलाच्या आड इस्तू जात नव्हता. त्यामुळं गावातल्या राजकारणातही दोघं एकमेकाचं वैरी. तसा दगडू देसायाचा गावात जरा वट कमीच; पण कुणालाही आणि कुठंही विरोध करण्याइतपत माणसं त्यानंही जोडून ठेवली होती. गणू पाटलासारखी त्याची उत्पन्न नसली तरी खाऊन- पिऊन घर सुखात आणि पोरगं जिल्ह्याला कसल्या तरी कोर्सला होतं. बाळासाहेबानं गणू पाटलाच्या विरोधात म्हणून दगडू देसायाला चाचपून बघितलं होतं, पण त्यानं बाळासाहेबाला जवळही उभा करून घेतलेलं नव्हतं. दगडू देसाई नसला तरी जान्या ल्हवार आपल्याला चालतो हे त्याच्या टाळक्यात आलं नव्हतं. त्यामुळे तो हाऱ्यावर बेहद्द खूश झाला आणि त्याच्या जवळून उठला.

बाळासाहेबानं नरसू ल्हवाराची शाळा गाठली. तेव्हा त्याला समजलं जान्या, मान्याच्या घरला गेलाय. बाळासाहेबाच्या डोक्यात लख्ख उजेड पडला. त्यानं आपला मोर्चा मान्याच्या दारू दुकानाकडं वळवला. तर जान्या हातात फुटाणं घेऊन दुकानाच्या दारातच उभा.

बाळासाहेब त्याच्यासमोर जाताच म्हणाला,

'हुडकून कावलो गड्या'

'का गाऽऽ आज माजी कशी काय याद आली?'

'म्हटलं सज्ज भेटावं.'

'शेडबाळ्याऽऽ उगंच भकू नगं. आत्ता दोनशे मिली घेतलीया. डोस्कं फिरवाय लागलास तर आनी दोनशे प्यायला लागंल.'

'मग चल कीऽऽ दोघंबी दोन- दोनशे पिऊ'

'तुला ही कुठली चालंल?'

'चालती चल गाऽऽ' म्हणतच बाळासाहेबानं त्याला पुन्हा दुकानात वडला. दोघांनी दोन- दोनशे मिली हाणल्यावर बाहेर पडले आणि रस्त्याला लागले. जान्या चालता चालताच म्हणाला,

'कुठं जायचं तरी सांग?'

'चल की मर्दाऽऽ रस्त्याच्या कडंला जाऊन बसूया. मलाबी वैताग आलाय.'

'काय तरी डाव दीस्तोय तुजा. न्हीवून मारणार बिरणार न्हाईस न्हवं?'

'थूऽऽ त्येच्या मायला' बाळासाहेब जोरानं हसला.

'काय सांगावं?' तुज्यासारखा ऊलट्या काळजाचा माणूस कायबी करंल. इसवास न्हाई.'

जान्याला आता थोडी- थोडी चढायला सुरवात झाली होती. तरीही तो शेडबाळयाच्या पाठीमागून चालत राहिला. मुख्य रस्ता गावापासून फर्लांगभर अंतरावर होता.

रस्त्याच्या कडेला टेकल्यावर जान्या सरळ डामरी रस्त्यावर आडवं झालं. तसा बाळासाहेब त्याला उठवून बसवतच म्हणाला,

'जान्याऽऽ ह्या इनामदार- पाटलांनी मला जगणं नको केलंय'

'काय बोलतोस गड्या? तू त्यास्नी जगणं नको केलास काय त्येनी तुला? काय तरीच बोल म्हणतानं बोलला...'

'खरं सांगतोय जानू. लई वैताग आणलाय ह्या पाटलानी आनी इनामदारानी?'

'केलं तरी काय?'

'आता काय काय सांगू? आगाऽऽ ह्या रांडच्यानी आमासारख्या बारक्या जातीच्या माणसास्नी सगळीकडनं गोत्यात आणलंय'

'तू आनी बारक्या जातीचा? ते कसं गा? तुबी त्येंच्यातलाच की.'

'ह्येऽऽ खुळा का काय? आमाला त्ये कडूचं समजत्यात. ह्या रांडच्यानीच आमाला कडू केलंय आनी वर हेच आमाला कडू म्हणत्यात. हेच्याच बापजाद्यानी रांडा ठेवल्या आनी आमची वसावळ वाढीवली. तसा तुमच्यात आनी आमच्यात काय फरक?'

'छ्याऽऽ छ्याऽऽ आमचं येगळं. आमी लेकावळ्याचं न्हवं बाबाऽऽ आमी जातिवंत आयगारी. तुमचं येगळं, आमचं येगळं. तुमच्यात आमाला घालू नगं.'

'आत्ता तूच बग. तू किती केलंतर आयगारी. पण तू सुद्दा आमाला बरोबरीचा समजत न्हाईस. मग ती पाटलं आनी राणे- जगदाळे कसं समजतील सांग बघू.'

'हांऽऽ त्ये हाय म्हण खरंऽऽ'

'त्ये आमाला- तुमाला खालचं म्हणत्यातच. आनी म्हारास्नीबी दबीवत्यातच. मग आपण सगळ्यांनी मिळून न्हायल्यावर कशाला नादाला लागतील.?'

'म्हणजे गड्याऽऽ तुजा आमाला म्हाराच्यात घालायचा इच्यार दिसतोय. वा रंऽऽ पठ्ठ्या! त्या सुलीनं भलतंच फितीवलंय की गाऽऽ तुला. ह्यॅटऽऽ तुज्या आयलाऽऽ' म्हणत जान्या उठलं. शेडबाळेनं त्याला पुन्हा हाताला धरून बसवलं. आणि म्हणाला,

'सांगतो तरी, बस-'

'म्हारं सोडून काय बी बोल. लई माजाला आल्यात आता आनी संघटना कराल्यात म्हणं. तू आनी त्येंचा नेता- बिता हाईस काय? आसशीलबी. तुज काय सांगाय ईत न्हाई. पण बाळासाहेब, म्हारं सोडून बोलायचं' बाळासाहेबाला एकूण परिस्थितीचा अंदाज आला. मग त्यानं पुन्हा विषय बदलला.

'तुला आणि दगडू देसायाला गावात राजकारण करायचं आसलं तर गणू पाटलाला सपवाय पायजे.'

'आसं तुला कुणी सांगितलं? आनी त्यासाठी म्हारास्नी जाऊन मिळायचं? हॅ तऽऽ तुझ्या...'

'अरे, तसं न्हाई. तुला राजकारण करायचं असलं तर कायबी कराय पायजे. तरच राजकारण, न्हाईतर काय डोंबाल?'

'ह्येऽ बघ. मला श्यानपण नगं शिकवू. तू हाईस आनी ती म्हारं हाईत. मसणात जावा. आमाला राजकारण करायचं नाही. मग तर झालं.' जान्या एकदम टोकावर आलं आणि उठून चालाय लागलं... बाळासाहेब एकटाच. अंधारात त्याचं कडूपण त्याला अधिक जाणवाय लागलं...

कबीर देसगतीच्या मळवीला शेळी चारत चारत जळकीच्या वड्याला आला. वड्याकाठच्या झाडांना कसला बसला कवळाभर पाला बेनून घराकडं वळायचं, असं ठरवून तो सावरीच्या झाडावर चढायच्या बेतात होता. अशातच त्याला कुणाच्या तरी हाळीचा आवाज आला. कोण हाय ह्यो आनी? पाला काढू देतोय काय न्हाई कुणास धक्कल... म्हणत कबीर जाग्यावरच वळला तर थळोबा त्याच्या समोर कासराभर अंतरावर.

'आजाऽऽ तू हिकडं कुठं गाऽऽ?'

'आलो बाबाऽऽ तूला हुडकत हुडकत म्हटलं, तुला रानातच गाठावं. म्हारोड्यात तुला गाठायचीबी चोरी झालीया.' थळबा एकदम धास्तावलेला दिसत होता. दादबानं आणि गौत्यानं काहीतरी करून ठेवलंय, हे त्याच्या लक्षात आलं.

'काय झालं?'

'जगण्यात राम उरला न्हाई' थळबा म्हणाला.

'गावात कुणाची हात वर उचलायची ताकद नव्हती. भले भले माज्यासमोर गप्प असायचं बाबा. खरं, आता आपल्याच पोरांनी वाईट वकोत आणला. सांगण्यासारखं काय ऱ्हायलं न्हाई. सगळं मातीत गेलं.' थळबाच्या डोळ्यातून घळघळा पाणी सुरू. कबीर तळामुळातून हादरला. दहा माणसं अंगावर आली तरी उधळून लावणारा थळू म्हातारा असा घायकुतीला आलाय म्हटल्यावर कायतरी भयंकर असणार. म्हणून तो काही न बोलता गप्प उभा राहिला. तसा थळबाच म्हणाला-

'आरंऽऽ चावडीच्या दारात बसल्तो. ह्यो गौत्या, पंढऱ्या आनी मी काढलेल्या पोराचं पोरगं पांड्या हातात कागुद घेऊन आली. पांड्या म्हणला, आजा अंगठा कर. मी म्हटलं, वाचून दाव काय लिवलंय त्ये. तर म्हणलं, तुला काय करायचं, गप्प अंगठा कर. तवा शिव्या घातल्या. मग म्हणली, आपुण्याला मारल्याची चवकशी करा म्हणून अर्ज लिवलाय. मी म्हटलं, श्याप अंगठा करणार न्हाई. तर रांडच्यानी , हिसकळ- पिसकळ केलं. चावडीसमोर आडवं पाडलं आनी अंगटा घीवून गेली. वर आनी कुणाला बोललास तर म्हारोड्यात यायचं बंद करीन म्हणली. अख्ख्या जलमात एवढं कधी वाईट व्हयाला न्हवतं त्ये ह्या काढल्याल्या पोरांनी केलं. जगायसारखं काय ऱ्हायलं न्हाई बाळाऽऽ लई वंगाळ झालं.'

म्हाताऱ्याच्या डोळ्याला पुन्हा धार लागली. कबराच्या अंगाची ल्हायी ल्हायी झाली.

'तुज्या हातात काय काठीबिठी नव्हती?'

'आरंऽऽ म्हटलं आस्तं तर एका व्हलपाट्यात निजीवलं आस्तं तिघास्नी. खरं, त्ये पांड्या व्हतं गाऽऽ आदीच घरात दिवसाची भाकरी भाजून घालतानं रोज. त्येची आय हात बोटं मोडती. न्हाई न्हाई त्ये बोलती. कव्वा मरंल म्हातारा म्हणती. त्यात पोराला हात लावला अस्ता तर आनी फुरंगाटली आस्ती. नुस्तं त्येच्यासाठी हात उचलला न्हाई. खरं, पोरा वंगाळ वाट्याला आलं'

'मग, तुकन्याला तरी सांगायचा व्हतास?'

'हूऽऽ बाबा. म्हणजे घरात कलागत. त्येनं डोस्कं फिरवून घीऊन आनी काय केलं तर वणवा. त्या परास माजंच काय व्हतंय त्ये व्हवू दे. लई खाष्ट हाय गा ती बया-' पुन्हा थळबानं सुनंचं तेगार सांगायला सुरवात केली. कबरा सगळंच सुन्न होऊन ऐकत होता. ह्या सगळ्यावर त्याच्याकडंही इलाज नव्हता. त्याला स्वतःचाच राग यायला लागला. त्या भरातच तो म्हणाला,

'ह्या एका एकाला आता तोडावं असं वाटाय लागलंय'

'थूऽऽ थूऽऽ आसं काय डोस्क्यात सुदीक आणू नगं पोरा, तू शिकलास तर सगळं रांकीला लागंल. म्हारोड्यातलं एक घर तरी चांगलं ऱ्हाईल. ही भिकनिशी सगळी भीकंला लावणारीच निपाजल्यात. त्येंचा बंदोबस्त आता मीच केलाय घे तू. राणेमालकाच्या कानावर सगळं घातलंय. काय तरी करूया म्हणाल्यात. देवागत माणूस हाय काय तरी करंलच.' थळबा आशाळभूतपणे म्हणाला. कबरा सरऽऽ सरऽऽ समोरच्या बच्याच्या झाडावर चढला. त्यानं कचाकच फांद्या तोडायला सुरवात केली. हातातलं खुरपं कशावर बसत आहे याचंही त्याला भान नव्हतं. सगळा राग हाताच्या मुठीत एकवटला होता...

जालिंदर बनसोड्यानं येऊन बातमी सांगितल्यापासून बाळासाहेबाची एकदम तारांबळ उडाली. त्याला कधी एकदा म्हारोडा गाठू असं झालेलं. यात बनसोडेनं सांगितलेल्या बातमीचा आनंद होता अशातला भाग नव्हता. तर अजून त्याला बऱ्याच बाबतीत जोडणी लावायची होती. कुठंच फट राहता उपयोगाची नाही. त्यासाठीच त्यानं बनसोड्याच्या मार्फत बेजम पैसा पोलिस ठाण्यात पेरला होता. वर्तमानपत्रात बातम्या देणाऱ्यांच्यासाठी खाणं-पिणं करून टाक म्हणून वायले पैसे दिले होते. त्या सगळ्याची उगवणी उद्या गावात होणार होती. तिथं थोडी जरी फट राहिली तर घोटाळा नको म्हणून त्यानं बँकेत गडबडीनं अर्धी रजा घेतली. किनीट पडायला म्हारोडा गाठला. गौत्या, पंढ्या, पांड्या, तान्या ह्यांना स्वतः फिरून गोळा घातलं. तक्क्यात माणसं जमवाय लागणार नाही याची खबरदारी घेऊन त्यानं दादबाला पहिल्यांदा तक्क्यात सोडला. दादबानं लोकांना म्हारोड्यातल्या तरुण मंडळाचं उद्घाटन जोरात करायचं हाय. काय काय करूया? असं कायबाय सांगाय सुरवात केली आणि बाळासाहेब शेडबाळे हजर झाला. तसा गौत्या उठून दादबाला थांबवतच ठरल्याप्रमाणे म्हणाला,

'सायेब, आमच्या त्या निवेदनाचं काय झालं? काय गेलं कचऱ्यात?'

'द्यायचं काम आपण केलंय- आता पुढचं काम सरकार करणार. पण निवेदन नुस्तं दीऊन चालत न्हाई. चवकशीला आल्यावर जबाबबी तसाच द्यायला लागतोय.'

'आता सगळ्यांनी आंगटं केल्यात म्हणजे जबाबबी तसंच देणार की. जबाब द्यायला कोण भीतोय. आता मेल्यालं मेंढरू काय आगीला भीतंय काय?' डेप्युटी गोपाळानं मोठ्या आवाजात सांगितलं.

'त्ये आता चवकशीला आल्यावर कळंल.' बाळासाहेब हसला.

'इवू दे गाऽऽ कोणबी इवू देऽऽ' भैरू म्हार जोरात म्हणाला. अशातच आपुण्या म्हार वाकत वाकतच तक्क्यात आला. सगळ्यांनाच आश्चर्य वाटाय लागलं. मार बसल्यापासून आपुण्यानं घरातलं अंथरूण सोडाय नव्हतं. आज अचानक तो तक्क्यात आलेला बघून सगळेच आवाक् झाले. आपुण्या सगळ्यांच्या समोर आला. शेडबाळे शेजारी टेकतच म्हणाला,

'बाबानुऽऽ झालं ह्ये लई झालं. आता कसल्याबी नादाला तुमी लागू नगा. किती केलं तरी ती दांडगी माणसं. आपुन खालची. हातीबरबर दांडू खेळून कसं जमंल? तवा हे मिटवा आता'

'तात्याऽऽ आसं कसं? आज तुज्यावर आलं- उद्या आमच्यावर ईल. ह्ये कुठं तरी थांबाय नको? आमच्या बाबासायबानं ह्येच सांगीटलंय. म्हणून आमी करालाव. मग ह्यात कायबी व्हवू दे.' पंढऱ्यानं आपुण्याची समजूत घालायला सुरवात केली.

बाळासाहेब मध्येच तोंड घालत म्हणाला,

'आप्पाण्णाऽऽ कायदा तुझ्या बाजूला असताना तू भितोस कशाला? आणि आता म्हारोड्यातबी येकी झालीया. तुला भ्यायची गरज न्हाई.'

'आसं कायदं लई बगीतल्यात बाबाऽऽ मागंऽऽ आता त्येला पंधरा वरसं झाल्या आस्तील. गावचा पानोटा एक करायला कोणतरी आल्ता. सगळं कायदं शिकवून भांडणं लावून गेल्ता. आमचं खंड्या म्हार त्येच्या पाटनं फिरलं. गावात आलं आनी कुणाचाच्या कुणाचा मार खाऊन मेलं. तवा कुठला कायदा आला न्हाई वाचवायला? तसंच माजंबी गाऽऽ मला आता ह्ये नगं. हे मिटवा आता. वाढवाय नगोऽऽ मिटवा बाबानुऽऽ कुठं तरी मिटवा.' बोलता बोलता आपुण्याच्या गळ्यात आवंढा आला. बाळासाहेब एकदम सटपटला. त्याच्या पायातलं आवसान गळाटलं. पण डोकं शांत ठेवून तो म्हणाला,

'आप्पाण्णा मी तुला पोरासारखा. मी म्हणतोय ते खरं काय खोटं त्ये तुला कळायला जरा टायम हाय. खरं, माझं जरा ऐक. हे भांडाण फक्त गणू पाटलाबरबर

न्हाई. ह्ये भांडाण गावाबरबर हाय. जगातलं म्हारोडं आसं भांडूनच सुधारलं. खरं, तुमचा म्हारोडा तसाच मागं ऱ्हायला. का ऱ्हायला? तर तुमच्यात भांडायची ताकत नव्हती. आता ह्या पोरांच्यात ताकत हाय. ती भांडत्यात. भांडू दे. फक्त तू कच खाऊ नकोस म्हणजे पोरं भांडणात जिंकून येत्यात. न्हाईतर पोरास्नीबी तुझ्यासारखाच मार खाऊन जलम काढाय पायजे. काढू देत काय? तुझा तू इच्चार कर. मी सांगतोय म्हणून न्हवं. तुझ्या मनाला विचार आणि मग ठरीव' तो थोडासा बोलता बोलता थांबला. आपल्या बोलण्याचा परिणाम होतोय हा अंदाज आल्यावर त्यानं पुन्हा सुरू केलं-

'ही चिल्ली पिल्ली बग. त्येंनी काय करावं असं तुला वाटतंय? ते ठरीव. म्हारोड्यातली पोरं आता गावातल्या पोरांसारखी शिकाय लागल्यात. सरकार त्यास्नी झटाझट नोकऱ्या द्यायला लागलंय. उद्या गौत्या, पंढऱ्या ह्या डेप्युटी गोपाळाच्या पोरासारखी सायेब व्हतील. मग ह्या पोरांनी म्हारोडा सुदरायचा न्हाई तर करायचं काय त्ये तरी सांग मला? का ती तुज्यासारखीच बांधाबांधाला फिरू दे? तुमचा बांध बंद झाला तर पोरांचा व्हनार. मग पोरं नवीन नवीन धंदे कराय लागतील. पैसे मिळवतील. त्येच सारखी मार खाईत ऱ्हाईली तर हितंच मरतील. आता तूच आमाला सांगऽऽ काय करूया तेऽऽ तुला पटंल ते सांग.'

'बघाऽऽ बाबानु तुमचं तुमीच. माजं डोस्कं तर श्यान भरल्यावानी झालंय.' आपुण्या पुटपुटला. बाळासाहेबानं वेळ न दवडता तक्क्यातला फज्जा मोडला आणि तो सुलीच्या खोपटाकडं सरकला.

गावात पोलिस गाडी येऊन थांबली. चावडीच्या आसपासची माणसं गडबडली. काय झालं? कुठं झालं? कुणी केलं? सगळ्यांच्यात खसखस पिकली. कुणाला काहीच कळायला मार्ग नव्हता. थळबा मात्र शांतपणे गाडीतून उतरलेल्या प्रत्येक सायबाला वाकून रामराम करत होता. जणू या साऱ्याचीच पूर्वकल्पना त्याला होती. त्याचा चेहरा धीरगंभीर आणि नजरेत प्रचंड अस्वस्थता ठाचून भरलेली.

'पोलिस पाटील कोण इथला?'

'बोलवून आणा त्याला.'

थळबा न सांगताच रस्त्याला लागला. त्याच्याशिवाय हे काम करणारं दुसरं कोणीच उपस्थित नव्हतं. पोलिसांची गाडी पाहून लोक कुजबुजत चावडीजवळ अंदाज घेऊ लागले. पण कुणालाच सुगावा लागणं शक्य नव्हतं.

आबा पाटील चावडीत आला. लोकांनाही थोडं धाडस आलं. त्यामुळे दोघे- तिघे आपोआप जमले. जानबा मास्तर चावडी समोरून जाता जाताच चावडीत वळला. त्यानं आबा पाटलाला खुणावलं. तसा आबा पाटील म्हणाला, बहुतेक म्हारांनी तक्रार केली असणार. तसा जानबा मास्तर जवळच उभ्या असलेल्या लाकडीच्या म्हाद्याच्या कानाला लागला. ते जागा सोडून रस्त्याला लागलं. थळबानं झाडून- पुसून कुलपातल्या खुर्च्या बाहेर आणल्या. खुर्चीवर फक्त तिघे बसले. त्यातला एकटा सी. पी.आय. होता. दोघे फौजदार. सी.पी.आय.ने आबा पाटलाला समोर घेतच विचारले,

'गावात एवढा तणाव असताना तालुक्याला वर्दी कशी दिली नाही?'

'सायेब, गावात तर कायच न्हाई. मग वर्दी कशाची दिऊ?'

'पाटील, गावात हाईस काय गावाच्या बाहेर?' फौजदारनं मध्येच तोंड घातलं.

'गावातच हाय सायेब.'

'मग, म्हारांच्यावर बहिष्कार घातलाय हे ठाऊक नाही?'

'आसं काय व्हयालाच न्हाई.'

'आणि आपाण्णा कांबळेला मारहाण झाली अशी तक्रार हाय. त्याचं काय?'

'आसं काय माझ्यातरी कानावर न्हाई.'

'म्हणजे मग सगळाच आनंद हाय म्हणा तर' म्हणत दुसरा फौजदार हसाय लागला. तसा आबा पाटील खालमान घालून उभा राहिला.

'याचा अर्थ ह्या सगळ्या सवर्ण मंडळीमध्ये ठरवून हा प्रकार घडलेला दिसतो. आता सरळ आरोपीना चावडीत घेऊन यायला सांगा. नावं द्या त्यांची पोलिस पाटलाकडं. आणि गावचा सरपंच, सदस्य ह्यांना त्वरित बोलवून घ्या' सी.पी.आय. नं फौजदारला सांगितलं. तसा फौजदार आबा पाटलाला हातातला कागद वाचतच म्हणाला,

'आण्णासाहेब गणपतराव पाटील, गणपतराव संतराम पाटील, बंडू तुकाराम पाटील, तुकाराम संतू जाखले ह्या लोकांना घेऊन यायचं. आणि सरपंचाला त्याच्या बॉडीतल्या मेंबरना घेऊन यायला सांगायचं.'

'आरोपीतला गणपतराव संतराम पाटीलच सरपंच हाय' आबा पाटलानं खालच्या आवाजात सांगितलं.

'वा म्हणजे सरपंचच दोन नंबरचा आरोपी. छान आहे. आता गाव मीटिंग घ्यायला लावायची कुणाला? आणि हे बाकीचे आरोपी सदस्य आहेत काय?'

'न्हाई. त्यातला एकटाच सदस्य हाय. तुकाराम संतू जाखले.'

'बरबर, आसू दे आणा ह्यांना बोलवून' सी.पी. आयने आबा पाटलाला पिटाळलं. दुसऱ्या फौजदारानं थळबाला जवळ बोलावलं.

'तुझं नाव काय?'

'थळू जानबा कांबळे'

'मग तुला सगळं माहिती असेलच.'

'त्याला पाठवा म्हारवाड्यात. ते कोण कोण आहेत त्यांची नावं सांगा त्याला.'

'सगळ्या म्हारवाड्याचा मिळून अर्ज आहे. शंभरभर सह्या आहेत.' फौजदारनं सी.पी. आयला आठवण करून दिली.

'मग तहसीलदार साहेब आले की, म्हारवाड्यात मीटिंगच घेऊ.' फौजदार पुन्हा थळबाकडं वळला. तसा थळबा तोंड झाकून गप्प बसला. त्यानं फौजदारच्या कोणत्याच प्रश्नाला उत्तर द्यायचं नाही असं ठरवलं. आणि तो जानबा मास्तरच्या आडोशाला सरकला.

'सायेब, असं काहीही झालेलं नाही. हे निवेदन खोटं आहे.' जानबा मास्तरनं तोंड उघडलं तसा फौजदार त्याच्यावरच टरकला. त्यामुळे उभे असलेले सारेच घाबरले.

आबा पाटील फक्त आण्णाप्पाला घेऊन चावडीत आला. तसा सी.पी.आय. एकदम तरपासला. त्याने समोरच्या फौजदाराला हुकूम सोडला,

'काळे, तुम्ही स्वतः त्यांच्या घरी जाऊन या. बरोबर आपल्या लोकांनाही घेऊन जा. आपण पहिल्यांदाच ह्या पाटलाबरोबर पोलिस पाठवाय हवे होते. हाही या प्रकरणात गुंतलेला दिसतो.'

फौजदार काळे आणि बरोबरचे सात-आठ पोलिस आबा पाटलाला घेऊन पुन्हा गावात शिरले. आक्काबा राणे चार वयस्क म्हातारे घेऊन चावडीत आला. त्यानं उभ्या उभ्याच साहेबाला रामराम घातला. संधी न दवडता जानबा मास्तर पुढं होऊन म्हणाला,

'ह्ये आमदार सरनोबत साहेबांचे साडू आक्काबा राणे. गावचे इनामदार हाईत.'

'असंऽऽ असंऽऽ याऽऽ याऽऽ म्हणत सी.पी.आय. ने आक्काबाला समोरच्या खुर्चीवर बसवलं आणि आदबीनं म्हणाले,

'सकाळीच मी आमदार साहेबाशी तुमच्या गावातील या प्रकरणाबाबत बोलतो. प्रकरण गंभीर आहे. आमदारसाहेब, तहसीलदार साहेब गाव मीटिंग घेण्यासाठी कदाचित अर्ध्या तासात येतील. पण हे काही बरं नाही.'

‘सायेब, आमच्या गावात काय घडलेलंच न्हाई आनी ह्ये काय लावलंय लचांड कुणास धक्कल?’

‘कमाल आहे राणे. आजच्या सगळ्या पेपरात मोठ्या मोठ्या बातम्या आहेत. आमच्याकडं लेखी तक्रार आहे आणि तुम्ही काही घडलंच नाही म्हणताय म्हणजे आम्ही काय समजायचं?’

‘सायेब, ह्यात काय तरी राजकारण हाय. आमच्या गावात म्हारांच्यावर बहिष्कार काय फियीस्कार त्यो कोन कशाला घालंल हो. आनी तुमाला खरं वाटत नसंल तर आमच्या मळ्यात आत्ता चला. तिथं तुमाला सदा म्हार पाणी पाजत्याला दिसंल. हे सगळं बनावट हाय.’

आक्काबानं शक्य तितक्या समजुतीच्या सुरात साहेबांची समजूत घालणं सुरू केलं. त्यात सरनोबत सरकार येणार आहेत हे ऐकल्यापासून म्हाताऱ्याला धीर आला होता.

फौजदार पुन्हा आबा पाटलाबरोबर रिकाम्या हातानं आला. तसा सी.पी.आय. पुन्हा तरपासला. फौजदार शक्य तितक्या नम्र आवाजात म्हणाला,

‘प्रत्येकाच्या घरात जाऊन आलो. कोणच नाही घरात सापडलं.’

‘आत्ता ह्या टायमाला कोण घरात बसंल? सगळी कामाधंद्याची माणसं. घरात बसून कसं भागंल? त्यात तुमी येणार म्हणून जरा जरी म्हाईती आस्तं तर सगळी थांबली असती.’ आक्काबानं मध्येच तोंड घातलं. तसा सी.पी.आय गप्प बसला. आक्काबानं बसल्या बसल्याच साहेबांच्या चहा- पाण्याच्या व्यवस्थेला माणसं पाठवली.

आमदार, तहसीलदार यांच्या गाड्या चावडीला येऊन थडकल्या. लोक भराभर गाड्यातून उतरले. आमदार सरनोबतांनी उतरल्या उतरल्या आक्काबा राणेंची चौकशी केली आणि चावडीतल्या आतल्या खोलीतच त्याला घेऊन एकूण प्रकरणाचा अंदाज घेतला. बाहेर आल्या आल्या आमदार तहसीलदारांना घेऊन म्हारवाड्याकडं पायीच निघाले. पाठीमागं सगळा लवाजमा. एक एक माणूस गर्दीत येऊन मिसळत होतं. फौजदार, सी.पी.आय. आणि पोलिस सगळ्यांच्या मागून चालले होते. गल्लीत धीरगंभीर शांतता. गल्ल्यांना असल्या गोष्टीची फारशी सवय नव्हती. कधी- मदी निवडणूक लागली की तेवढेच तालुक्यातले पुढारी गावात यायचे. किरकोळ कारणासाठी एखादा अधिकारी चावडीत येऊन जायचा. पण तो येऊन गेल्याचाही पत्ता कधी गावाला लागायचा नाही. त्यामुळं अशी झुंडच्या झुंड

म्हारवाड्याकडं सरकताना बायकासुद्धा चौकटीला येऊन भांबावून बघत होत्या. आक्काबा म्हाताऱ्यानं कळकी तुक्या, धोंडिल शंकर, डंग्या मारुती या सगळ्यांना गोळा घातलं होतं. विरोधक असूनही दगडू देसाई जातीनं हजर होता. आक्काबा या प्रकरणात पडल्यामुळं त्यालाही यावं लागलं होतं. त्यात सरनोबत सरकार गावात आल्यानंतर न येऊन कसं चालणार? किती केलं तरी पावण्या- पैचे संबंध. रक्ताची नाती. त्यामुळं दगडू देसाई आमदाराच्या खांद्याला खांदा लावून चालत होता. आमदार म्हारोड्यात पहिल्यांदा आपुण्या म्हाराच्या घरात घुसला. तसे सगळेच आवाक् झाले.

अख्खा म्हारोडा तक्क्यात जमा झाला होता. कुणीही पूर्वसूचना दिली नव्हती. पण गावात पोलिस आल्यात एवढा सासूल लागल्या लागल्या सगळे जमले होते. सगळ्यांच्यासमोर दादबा, डेप्युटी गोपाळा आणि गौत्या, पंढ्या. बाकी सगळी घाबरून अंग चोरून उभी होती. आमदार तक्क्यासमोर आल्या आल्या बाळासाहेबानं पढवल्याप्रमाणं गौत्यानं घोषणा दिली. 'डाक्टर बाबासाहेब आंबेडकर की...'

दोन-चार पोरं 'जय' म्हणाली. बाकी सगळी घाबरून तशीच उभी राहिली. आमदारानं तक्क्यात अंथरलेल्या किलतानावरच बैठक मारली. त्यामुळं तहसीलदार आणि बरोबरच्या माणसांना बसावंच लागलं. सगळा म्हारोडा दाटीवाटीनं तक्क्यात घुसला. जागा मिळेल तिथं जो तो टेकला. सी.पी.आय. आणि दोन्ही फौजदार भिंत गाठून उभे राहिले. पोलिस तक्क्याच्या दारातच थांबले. त्यांचं आत काय कामच नव्हतं म्हटल्यावर ते काय करतील?

मग हळूहळू आमदारानं दगडू देसायाच्या कानात कायबाय सांगितलं. तसा तो उठून उभा राहिला आणि म्हणाला,

'तुमच्या अर्जावर विचार करून गावात आणि म्हारोड्यात समजोता करायसाठी आमदार सरनोबत सरकार आल्यात. तहसीलदार आल्यात.' एवढ्यात गौत्या ओरडलं,

'आमाला समजोता करायचा न्हाई. आमाला आमचा हक्क मिळाय पायजे.'

लगेच आमदार उठून उभा राहिले. म्हणाले,

'बाळ, असाच पुढं येऽऽ तुझं काय म्हणणं आसंल ते थोडक्यात सांग. विचार करूया.'

'तसा गौत्या धाडसी वीरासारखी छाती काढून सगळ्यांच्यासमोर आला आणि म्हणाला,

'या गावातल्या सवर्णांनी आमची पिढ्यांपिढ्या छळणूक केलीया आनी आज बी कराय लागल्यात. आमच्या आपुण्याआज्जाला गणू पाटलाच्या आण्णाप्पानं विनाकारण मारलंय. त्याच्याबरबर कोण कोण व्हते त्येंची नावं आमी आमच्या अर्जात घातल्यात. त्यास्नी ताबडतोब अटक व्हायला पायजे. दुसरं म्हणजे, सगळ्या गावानं आमच्यावर बहिष्कार घातलाय. आमच्या समाजाच्या मानसास्नी बांधावरनं परत पाठवाय लागल्यात. ह्येची चवकशी झाली पायजे. गाववाल्यांचा ह्यो अन्याय आमी चालू देणार न्हाई.' गौत्याला पढवलेलं सगळंच बोलून संपलं. त्यामुळं तो थांबला. तसा आक्काबा राणे म्हणाला,

'आपुण्याला मारायला तुमी अर्जात लिवल्याली सगळी व्हती व्हय रंऽऽ बाळ?'

'मग त्याशिवाय नावं घातल्यात?' गौत्या तरपासला.

'अरे, त्यांनी माहिती म्हणून विचारली. वयस्क माणसाशी थोडं बारक्या आवाजात बोलावं' तहसीलदार मध्येच म्हणाला,

'सायेबऽऽ आसलं श्यानपण शिकवू नगाऽऽ आदी आल्यासा त्येच काय करणार सांगा?' पंढ्या पुढं सरसावतच बोललं. तसे इतकावेळ गप्प बसलेले आमदार उठून उभा राहिले. त्यांनी समोरच बसलेल्या सकन्या म्हाराला विचारलं.

'नाव काय तुमचं बाबा?'

सकन्यानं घाबरत घाबरतच नाव सांगितलं. तसे आमदार त्याला म्हणाले,

'तुमच्या त्या म्हाताऱ्याला मारलं ही गोष्ट खरी काय?'

'व्हय जी, लई मारलं. आजून म्हातारं अंथरुणाला डसलंय'

'गाववाल्यांनी तुमच्यावर बहिष्कार घातलाय हेबी खरं काय?'

'सायेब, त्याला काय इच्यारताय, आमी सांगतोय त्ये काय खोटं हाय काय?' गौत्या मध्येच उठून उभा राहिल तसा फौजदार त्याच्या जवळ जातच त्याला गप्प बसवू लागला. आमदारानी त्याला थांबवलं. म्हणाले,

'बाळ, तुझं सगळं ऐकून घेतलंय. आता मला जरा यांच्याशी बोलू दे की-'

'त्यांच्याशी बोलायचं न्हाई. काय आसंल त्ये आमच्याशी बोलायचं.' पंढ्या गौत्याच्या मदतीला आला.

'ही म्हणजे दांडगाई झाली' आमदार म्हणाले, 'तुमचं सगळं ऐकावं आणि तेच खरं मानावं असं कसं चालेल? याचा अर्थ बहिष्कार टाकलाय हे तुमचं खोटं आहे. ते जर खरं असतं तर तुम्ही या लोकांना बोलू दिलं असतं.' तसा सकन्या म्हार एकदम म्हणाला,

'सायेब, तसं काय घडाय न्हाई हे खरं हाय जीऽऽ खरं, आमच्या म्हाताऱ्याला मारलंय हे मातर खरं हाय जी'

गौत्याचा काळा चेहरा एकदम बदलला. त्याला सकन्याला खाऊ का गिळू असं झालं. आमदार गालातल्या गालात हसत म्हणाला,

'मित्रहो! सगळी परिस्थिती माझ्या लक्षात आलेली आहे. तुमच्या म्हाताऱ्याला ज्यानं कुणी मारलं असेल त्याला अटक केली जाईल. नव्हे आता केलेली आहे. पण तेवढ्यासाठी गावात आणि तुमच्यात वैर आणू नका. शेवटी आपण एकमेकाची भावंडं आहोत. बाबासाहेबांनी उगाच भांडण उकरून काढा असं कुठंही सांगितलेलं नाही. आपण मात्र विनाकारण तेढ वाढवतच चाललोय. हे तुमच्या आमच्या दृष्टीनं वाईट आहे. माझी तुम्हाला हात जोडून विनंती आहे, विनाकारण तुमच्यात आणि गावात वितुष्ट निर्माण करू नका'

आमदार आपल्या नेहमीच्या खासगल भावनिक शैलीत बोलत राहिले. सगळे ध्यान देऊन ऐकत होते. फक्त दादबा म्हार तेवढाच जागच्या जागेवर वळवळत होता. तो मध्येच गौत्याकडं बघून भुवया उंचावून खाणाखुणा करून काही तरी सांगण्याच्या प्रयत्नात होता. गौत्या मात्र सकन्यातात्यानं सगळाच घोटाळा केला म्हणून केस पिंजारून दात- ओठ खात होता.

तक्क्यात तालुक्यातनं आलेली माणसं काय काय बोलत्यात ऐकाय गेलेली आपुण्याची म्हातारी खोपटात आली आणि म्हाताऱ्याच्या अंथरुणाजवळच टेकत म्हणाली,

'आण्णाप्पाला पकडला म्हणंऽऽ ईऽऽ'

आपुण्या म्हातारा एकदम सरपटून अंथरुणावर उठून बसला. त्याला एकाएकी हुडहुडी भरल्यागत झाली. घोंगडं अंगाभोत्यानं घट्ट लपेटून घेतलं. तरीही अंग लडलडायला लागलं. म्हातारी एकदम भ्याली. तिनं दांडीवरची वाकाळ त्याच्या अंगावर टाकली. म्हातारा आडवा झाला तरी लडलडतच होता. ती त्याच्याजवळून उठायच्या बेतात होती. तिला थांबवतच आपुण्या म्हणाला, 'च्याऽऽ' म्हातारी चुलीकडं वळली. भानुशीवरचा चहापावडरचा डबा हातात घेतला तर डबा रिकामा. तिच्या काळजात धस्स झालं. तिनं गडबडीनं चूल पेटवून पाण्यात साखर घालून पाणी तापवलं. कपात वतून ती म्हाताऱ्याजवळ आली तर म्हाताऱ्याचं तोंड उघडायला तयार नाही. तिनं भानुशीवरची शिप्पी हुडकून काढली. म्हाताऱ्याच्या घशात शिप्पीनं

हळूहळू तिनं साखरपाणी वतायला सुरवात केली. तसा म्हातारा थोडासा सावरला. त्याचं तोंड हालाय लागलं. फक्त पुटपुटला 'वाईट झालंऽऽ आता बरं व्हईत न्हाई' आणि पुन्हा त्याचं अंग हालाय लागलं. म्हातारी एकदम जोरानं ओरडली. 'तू गप्प झोप बघूऽऽ' म्हातारा निपचित पडला. एवढ्यात कुडाच्या पाकाड्यातली पाल चुकचुकली. 'किस्नंऽऽ किस्नंऽऽ' म्हातारीच्या तोंडातनं बाहेर पडलं. 'घात झाला' म्हातारा एकदम किंचाळत पुन्हा उठून बसला. त्याच्या घशात कोरड पडली. त्याला बोलताही येईना. म्हातारी त्याला आडवं पाडून ओरडतच बाहेर गेली. तक्क्याजवळ थांबलेले जानबा म्हार, भैरू म्हार, तुकन्या, गोंद्या एकदम धावत आले.

'म्हातारी झालं काय?'

'माजा म्हातारा सपतोय रंऽऽ हालवा त्येला' म्हातारीचा धीर सुटला. तिनं मोठमोठ्यानं रडायला सुरवात केली. अख्खा म्हारोडा जमा झाला. म्हातारा अजूनही लडलडतच होता. चुलीवर तवा तापवून त्याला शेकायला सुरवात केली. भैरोबा म्हणाला,

'लगोलग म्हाताऱ्याला तालुक्याला हालवाय पायजे. लईच हुडहुडी भरलीया.'

'खरं न्हायचं कशान?'

'आगाऽऽ बगाऽऽ बगाऽऽ देवळाजवळच्या गाड्या गेल्या काय बघाऽऽ'

'कव्वाच गेल्या' कोणतरी ओरडलं.

'चलाऽऽ उचला त्येलाऽऽ रस्तापतोर तसंच न्हीवूया- तितं काय तरी मिळंल.' जानबा म्हार ओरडला. तुकन्या म्हागनं घोंगड्यासकट म्हाताऱ्याला पाठीवर मारला आणि गर्दीतून वाट काढतच म्हाताऱ्याला बाहेर काढला. जवळ जवळ पळतच सगळे रस्त्याला लागले.

'च्यामायलाऽऽ म्हारंबी आता लई आता लई फुंड गेली की गाऽऽ' लाकडीचा म्हाद्या तिकटीवर जमलेल्या मोडकं आशा, माणकूचा गज्या, बाबल्या या पोरांच्या घोळक्यात उभा राहून बोलत होता.

'अरंऽऽ बाबाऽऽ ती लई दिवस फुंड गेल्यात. आता तुला दिसलं व्हय?' मोडक्या आशानं त्याला साथ दिली. तसा माणकूचा गज्या म्हणाला,

'काय बी म्हणाऽऽ मायला. म्हारडी ती म्हारडीच. कदीबी जातीवरच जायाची. गावात काय सुदा नसतानं म्हणं हेंच्यावर बहिष्कार टाकला.'

बाबल्या म्हणालं, 'आयला, आता खरोखरच त्येंच्यावर बहिष्कार टाकाय पायजे. त्याशिवाय त्यास्नीबी कळणार न्हाई. गावात कशाला म्हणजे कशालाच घ्यायची न्हाईत. बघूया काय करत्यात ती?'

'म्हणजे आनी पोलिसांच्या गाड्या गावात येत्यात. लोकास्नी धरून न्हेत्यात. त्यास्नी लई सरंक्षण हाय बाबा. नुस्तं खुट्ट झालं तर सरळ आत टाकत्यात. कायदाच हाय त्येंच्या बाजूला म्हटल्यावर काय करणार? सरकारचं जावाई हायीत बाबा त्ये.' म्हाद्यानं पुन्हा आपली अक्कल पाजळायला सुरवात केली. तसा कसाळ्याचा पक्या पुढं सरसावतच म्हणाला,

'आता म्हार त्यास्नी म्हणायचं न्हाई. आमाला म्हणायचं. बघा तुमी. आनी थोड्या दिवासान आमाला त्येंच्यात राबायला जायला लागतंय का न्हाई. नोकऱ्या त्यास्नी. कसलीबी सवलत आली की पयली त्यास्नी. बाकीच्यांनी त्याल लावून बोंबलत बसाय पायजे.'

'कायबी म्हण गड्याऽऽ ह्या आशानं म्हारं गावच्या डोस्क्यावर मिऱ्या वाटाय लागणार. अरंऽऽ त्यो गवत्या, चड्डी घालाय ईत न्हाई तर कसलं लेक्चर मारतोय. तुमी पायजे व्हत्यासा तक्क्यात. ह्ये गड्या- दांडगं माजोर झालंय.'

'अरंऽऽ त्यो आता म्हारवाड्याचा नेता झालाय. त्यो आनी दाद्या म्हार त्येंचा नेता आणि आमचा बाळ्या शेडबाळ्या त्येंचा सल्लागार.'

'म्हणजे म्हारवाड्याचं कल्याण' कोण तरी बोललं तशी सगळी खीऽऽ खीऽऽ खूऽऽ खूऽऽ हसाय लागली.

'अरंऽऽ म्हारवाड्याचं न्हाई व्हईना कल्याण. त्या सुलीचं तरी कल्याण करतोय काय न्हाई?' आशानं मध्येच फिरकी मारली तशी पुन्हा सगळीच जोरानं हसाय लागली. तसा गंभीर होत म्हाद्या म्हणाला,

'लेको, नुस्तं हासण्यावारी न्हीवू नका. ह्या म्हारड्यांचा काय तरी बंदोबस्त केला पायजे. न्हाईतर ही आमाला गावात जगू देणार न्हाईत.'

आशा म्हणाला, 'हूंऽऽ जगू दीत न्हाईत. लईच पिरपिर कराय लागली तर एक दिवशी घालायची खोपटात आनी द्यायची पेटवून.'

'एवढं सलपं न्हाई की गाऽऽ नाळचं प्रकरण तुला न्हाई म्हाईती. नाळच्या तिट्यावर पवाराची नवीन लगीन झाल्याली मागारीन तिच्या म्हायारला चाललीती. गुंदीच्या म्हाराच्या पोरानं तिला सरळ मारला डोळा. म्हणून तिथं उभ्या असलेल्या

माणसांनी खुबीकला. तर त्येनं पोलिसात तक्रार केली. आठ दिवस माणसास्नी आत ठेवलंत. जामीनसुदा धरला न्हाई.'

'म्हणजे आता आण्णापाला जामीन मिळणार काय न्हाई गा आयलाऽऽ फुक्कट बशीवत्यात वाटतं त्येला'

'मलाबी तसंच वाटतंय गड्याऽऽ ह्यातनं काय सुटका व्हईल असं वाटत न्हाई.'

'काय तरी काढतीलच की मार्ग. आसं काय म्हयनाभर ठेवून घेत्यात. आनी घेतलं तर घीनात गाऽऽ खरं, भाईर आल्यावर अण्णाप्पा गौत्याचा आनी दाद्याचा कोतळाच काढतोय का न्हाई बघ.'

'आयलाऽऽ तस्सच व्हयाला पायजे. त्याशिवाय ह्या म्हारड्यास्नी न्हाई समजायचं.'

घोळक्यात एक- एकजन नव्यानं येऊन मिसळाय लागला आणि चर्चा वाढतच गेली.

आण्णाप्पाला पोलिसांनी नेल्यापासून सगळ्या गावात एकाएकी तणावाचं वातावरण. पोलिस ठाण्यात लगोलग येऊ नका. एक रात्र तो पोलिसात राहू दे. काय बिघडत नाही, असं आमदारान जाता जाता आक्काबाच्या कानात सांगितलं होतं. पण बाकीच्या मंडळींना हजर करायच्या आधी जामीन मिळतो काय? हे वकिलाला विचारून घ्यायचं होतं. त्यातच काल दिवसभरात तलाठी पोरं पाठवून देऊनही सापडला नव्हता. त्याची जोडणी लावणं भाग होतं. आण्णाप्पाला दिवसभरात कोणच भेटलं नाही म्हटल्यावर गडी पोलिस ठाण्यात भिऊन निम्मा झाला असणार. पहिल्यानं त्याला जाऊन भेटणं गरजेचं होतं. त्यामुळं आक्काबा राणे, गज्या मुळकाला घेऊन भगटायला घरातून बाहेर पडला. जानबा मास्तर आणि धोंडिल शंकरला दहाच्या टायमाला यायचा निरोप ठेवला होता.

तिट्यावर दोघे थांबले. गाडीला अजून वेळ होता. आक्काबानं दगडावर बूड टेकला आणि तंबाखूची पिसवी काढली. तर समोर येऊन बाळासाहेब शेडबाळेची स्कूटर थांबली. आक्काबाला टाळून जाणंही त्याला अशक्य होतं.

'तात्या लवकर भाईर पडला?' तो बोलायचं म्हणून बोलला.

'तू काम लावला हाईस तिकडं निगालोय. तूबी त्याच कामात असणार की' आक्काबाची शीर तडकली.

'कसलं काम? काय न्हाई कळलं?' शेडबाळ्यानं वेड पांघरलं.

'कळंल. लवकर कळंल. डोस्कीची केसं काढाय सुरू केली की सगळं कळंल. मीबी ह्याच गावात ऱ्हाणार हाय. बघूयाच ऊन दमतंय काय रेडा दमतोय.' आक्काबा कधी नव्हे ते बाळासाहेब शेडबाळ्यावर तरपासला. एवढ्यात गाडी आली म्हणून जागेवरून उठला आणि गाडीला हात करत उभा राहिला. शेडबाळ्याला मनातल्या मनात हसू आलं. त्यानं पायाला जोर देतच गाडीला किक मारली.

पोलिस स्टेशनात आण्णाप्पाची उस्तवार फौजदारनं चांगलीच ठेवली होती. बहुतेक आमदारानं त्याला सूचना दिली असणार, हे आक्काबानं ओळखलं. आलोच आहे पोलिस ठाण्यात तर साहेबाला राम राम करून जावं म्हणून आक्काबा पुढं झाला. नुकताच येऊन बसलेला फौजदार आक्काबाला समोर बघून 'या या' म्हणतच अघळपघळ हसला. आक्काबा त्याच्या समोरच्या खुर्चीवर टेकला.

'बोलाऽ राणे, आणलेत का बाकीचे आरोपी? आणून एकदा हजर करून टाका.' म्हणतच फौजदारानं टेबलावरची बेल दाबली. आलेल्या पोलिसाला तीन चहाची आर्डर दिली. आक्काबानं एकूण वातावरणाचा रागरंग ओळखला आणि म्हणाला,

'सायेब काय काय करूया आता?'

'करायचं काय? दुपारपर्यंत कागदं तयार करून कोर्टासमोर हजर करतो. बाकीच्यांना उद्यापर्यंत घेऊन या.'

'तापच झाला सायेब.'

'चालायचंच. कायदा त्यांच्या बाजूला आहे. त्यामुळं त्याचं काहीही चालतं. आमचेही हात बांधल्यासारखे झालेत.' फौजदार हळू आवाजात म्हणाला. आक्काबाच्या ध्यानात अर्थ आला तसा म्हातारा थोडं सैल होतच म्हणाला,

'सायेब, खरं बोलायचं तर आशानं आता उलटं व्हयालंय. आदी कधी आमच्या मनात यायचं न्हाई त्ये आता यायला लागलंय. आशान काय व्हयाचं?'

'काय सांगायचं राणे तुम्हाला' फौजदार एकदम खाजगी आवाजात खूर्ची सरकवतच म्हणाले, 'आम्ही सांगू नये. पण तुम्ही साहेबांचे पाहुणे. लांबून आमचेही पावणेच. मी तासगावचा शिंदे. तुम्हाला म्हणून सांगतो, आमच्या ह्या ठाण्यात चारच त्या जातीचे पोलिस आहेत पण चौघांनी मला दम आणलाय. एकसुद्धा दिवसभर शुद्धीत नसतोय. कायम फुल्ल. माणसं शोधायची, पैसे काढायचे की झोकून फुल्ल. ह्येंच्या बायका इथं येऊन रडत बसतात. काय करणार? शेवटी वैतागून मागच्या

महिन्यापासून दोघांचे पगार त्यांच्या बायकांकडंच द्यायला सुरवात केलीय. बिचारी ती तरी पोटाला पोटभर खातील. अशा लोकांना तुम्ही काय सांगणार? त्यापेक्षा त्यांच्या नादालाच न लागलेलं बरं. आसली आमच्याबी जातीत हाईत खरं, कमी!'

'नादाला आपण नाही लागलो तरी आता तीच कळ काढाय लागल्यात, काय करायचं सांगा?' आक्काबानं विषय वाढवत नेला. त्याला एकूणच सगळं लख्ख वाटत होतं. त्यामुळे डोक्यावरचं निम्म ओझं कमी झालं होतं.

गुण्याच्या दवाखान्यात ठेवलेल्या आपुण्याला चार सलाईन लावून संपली होती. तासाला आणि घटकेला बाळासाहेबाची चक्कर होती. सकन्या आणि दादबा आपुण्याजवळ बसून होते. बाळासाहेबानं स्टोव्ह, भांडं, कपबश्या, तांब्या-वाटी दवाखान्यात आणून ठेवलं होतं. गौत्या, पंढ्या गावाकडनं जेवनाचा डबा घेऊन पोचवायचं काम करत होते. अजून आपुण्या म्हणावा तसा ताळ्यावर आला नव्हता. बाळासाहेब त्याला परोपरीनं धीर द्यायचा प्रयत्न करत होता.

'सायेब, म्हातारं लईच गळाटलंय. त्येच्या मनातलं भ्या घालीवल्याशिवाय त्यो ताळ्यावर न्हाई यायचा.' सकन्या बाळासाहेबाला म्हणाला तसा दादबा संधी न दवडता त्याच्यावर धावल्यासारखं करतच म्हणाला,

'आरंऽऽ तू त्ये तक्क्यात काशीत घातलास, मग ह्या म्हाताऱ्याचं काय? सगळा इस्कोट केलास त्यो भिऊनच की.'

सकन्या एकदम गडबडलं. नको ती आठवण केल्यामुळं त्याच्या अंगावर काटा आला. आपलं खरंच काय चुकलं काय? ह्या विचारानं सकन्या आधीच अस्वस्थ होता. म्हणूनच तो म्हारोड्यात तोंड दाखवण्यापेक्षा दवाखान्यात थांबावं म्हणून आला होता. तो विषय पुन्हा निघू नये असं त्याला वाटत होतं. पण दादबानं पुन्हा तोच विषय समोर आणल्यामुळं सकन्या खाली मान घालून गप्प बसला. बाळासाहेबानं त्याची अवस्था ओळखली. म्हणाला,

'त्यात काय गा? मनात आलं त्ये तो बोलला. त्यात त्येचं काय चुकलं? आनी चुकलं आसंल तरी काय बिघाडलं? माणूस म्हटल्यावर चुकणारच की गा?'

'खरं, त्येची चूक केवड्याला पडली? सगळा म्हारोडा खोटा पडला, नाचक्की झाली सगळी. न्हाईतर ह्या गाववाल्यास्नी माती चारली आस्ती. नाक घासत आली आस्ती.'

'मग आजून कुठं टाईम गेलीया. सगळं व्हतंय. जरा दम धर तू.'

'आताऽऽ कशाचा दम धरतोय. तुमी एवढं रातध्याड राबून सगळं मातीत गेलं.'

'आगाऽऽ कायबी मातीत जायला न्हाई. सगळं व्यवस्थित व्हतंय. तशा खुट्या पिरंगळ्यात त्येची नको करू काळजी.'

बाळासाहेब स्वतःतच हरवला. सकन्या गुडघ्यात मान घालून ढीम्म बसला होता.

कबीर कॉलेजच्या पटांगणात एकटाच उभा होता. सारखं सारखं पोरांच्या प्रश्नांना उत्तरं देणं त्याला वैतागवाणं वाटत होतं. तेच प्रश्न तीच उत्तरे. तुमच्या गावात असं कसं झालं? अजूनही तुमच्या गावात असले प्रकार घडतात म्हणजे भयंकरच. वास्तविक असं व्हायला नको, पण असं का झालं? आयला, तुमच्या म्हारोड्यात असं घडलंय आणि तुम्ही गप्प? आमच्या गावात असं झालं आस्तं तर गाव पेटवून काढलं अस्तं. तुम्ही एवढी कशी रं बुळी? तालुक्याच्या आपल्या समाजाच्या संघटना काय करत्यात? त्यांनी हा प्रश्न हातात घ्यायला नको? असलं हजार प्रश्न. आणि त्यांची हजार उत्तरं. पुन्हा पुन्हा तेच ते. त्यामुळं कोणत्याच तासाला लक्ष लागत नव्हतं. पण आता त्याला इलाजही नव्हता. जे घडत आहे ते पहात बसणं आणि जे वाट्याला येईल ते सोसणं, याला पर्याय नव्हता.

पटांगणावर मुलांची वर्दळ हळूहळू वाढत गेली. दोन- अडीच हजार पोरांचे कॉलेज. पंधरा- वीस गावाहून येणारी पोरं- पोरी. सगळे पटांगण रंगीबेरंगी झालं. घोळके- घोळके. त्यांच्या- त्यांच्यातील दंगामस्ती. मध्येच अंग चोरून जाणारा एखादा प्राध्यापक. पोरींचे थवे. त्यांच्या रंगीबेरंगी कपड्यांचे तवंग. एक उत्स्फूर्त चैतन्य. सगळीकडेच पसरलेला मोकळेपणा. मग आपणच एवढे अस्वस्थ कशासाठी होतोय? ही अस्वस्थता आपल्याला नेणार तरी कुठे? हे कुठं तरी संपवलं पाहिजे. कबीर जागचा हालला. हातातल्या दोन्ही वह्या तो नीट सांभाळतच सुबाना कांबळेला शोधू लागला. अशातच त्याच्या खांद्यावर थाप पडली. तो वळला तर मोहन बल्लाळ.

'च्या आयलाऽऽ, भयंकर बोअर केलं त्या कुलकर्णीबाईन.'

'का? काय झालं?'

'होतंय काय? सारखी सारखी लिहूनच देते. आत्ताच दोनशेपेजीस वही संपली. एक वाक्य शिकवत नाही. सारखं लिहून घ्यायचं म्हणजे वैताग. पण करणार काय?'

'मग तिच्या तासालाच बसायचं नाही. न्हाई तर आधी शिकवा मग लिहून द्या म्हणायचं.'

'ते सगळं करून बघितलंय. प्राचार्याकडं तक्रारपण केली. काही उपयोग नाही. उलटं बाई आता तोऱ्यात स्पीडनं लिहून देते.'

'भलतीच दिसते बाई!' कबीर त्याच्या बोलण्यात गुंतला. नंतर दोघांचा बराच वेळ कुलकर्णीबाईच्या गुणगौरवात गेला. त्यांच्यात येऊन बाकीचे मिसळले. चर्चा वाढतच गेली.

तो वर्गाकडं पुन्हा वळायच्या नादात होता. एवढ्यात हिरामण भोसले, दयानंद रत्नाकर आणि सुबाना कांबळे शोधतच आले. त्यांच्या एकूण पळापळीवरून काहीतरी घडलेले आहे किंवा घडणार आहे याचा अंदाज त्याला आला.

'साल्या, कबऱ्या हुडकून हुडकून मेलाव' दयानंद रत्नाकरने सुरवात केली. कबीर फक्त हसला. त्यालाही सुबाना कांबळेला भेटावं असं वाटत होतं. तो त्यांच्यात मिसळला. चालता चालता हिरामण भोसले म्हणाला.

'तुला फणींद्र सरांनी बोलावलंय.'

'चला मगऽऽ' म्हणत त्यानं क्षणाचाही विलंब लावला नाही. चौघे रस्त्याला लागले.

फणींद्र जनार्दन कांबळे सर त्याची वाटच पहात बसले होते. त्यांच्या घरात प्रवेश करता करता कबीरला पुन्हा अस्वस्थ वाटाय लागले. तो कांबळे सरांनी भिंतीवर लावलेल्या गौतम बुद्धाच्या फोटोवर नजर रुतवून बसला. फणींद्र कांबळे आतबाहेर करतच आवरा आवर करत होते. बहुतेक त्यांना बाहेर पडायचं असावं. ते बायकोला चहा करायला सांगून पोरांच्या जवळ थांबले आणि कबीरला म्हणाले,

'मला वाटलं होतं तू येऊन सांगशील, तर तू आलाच नाहीस. म्हणून बोलवून घेतलं.'

'सांगण्यासारखं काय घडायलाच नाही तर येऊन काय सांगू?'

'पण तुमच्यातल्या एकाला मारलंय हे खरं हाय आसं तूच म्हणालास न्हवं.' हिरामण भोसलेनं मध्येच तोंड घातलं.

'त्याला मारलं ह्ये खरं आहे. पण पुढं घडलंय ते सगळं त्यासाठी नाही. नुस्तं समाजाच्या लोकांना एकत्र करून आप्पाण्णा म्हाराचं निमित्त केलंय. गावानं समाजावर बहिष्कार टाकायला नाही. समाजानं गावावर टाकलाय. ह्यात सगळं डोकं जालिंदर बनसोडे आणि बाळासाहेब शेडबाळेनं चालवलंय.'

'हा बाळासाहेब शेडबाळे कोण?' फणींद्र कांबळेनं मध्येच विचारलं.

‘तो गावातलाच आहे. पण आम्हापैकी नाही. इथल्या के.डी.सी. बँकेत नोकरीला असतोय. गावातल्या डेरीत पैस्याच्या भानगडीत गावला म्हणून सगळ्यांनी हाकललाय. तो आता आमच्या समाजात घुसलाय. दररोज रात्री तक्क्यात मीटिंग घेतोय. लोकांना भडकावत असतोय. गावातलं वातावरण पार बिघडलंय. त्यानंच हे निवेदन, बातम्या अशा भानगडी केल्यात.’

‘पण त्यानं केलंय ते बरोबरच आहे की. आपल्या समाजाच्या एका माणसाला मारल्यावर कोण गप्प बसंल. उलट त्यांनी लगेच्या लगेचंच केस घालाय पायजे होती-’ रत्नाकर मध्येच बोलला.

‘लगेच्या लगेच केलं आस्तं तर ते बरोबर होतं. पण ही सगळी मंडळी त्या पाटलाच्या घरावर जाब विचारायला गेली आणि नंतर काही दिवसानं हे सगळं केलंय. आता गावात आणि समाजात भलता तणाव आलाय.’

‘मग काय बिघडलं?’

‘बिघडलं कायच नाही. पण आमच्या समाजात सगळ्यांनाच दुसऱ्याच्या बांधावर जायला लागतं. त्याशिवाय चूल पेटत नाही. मग आता कामाला जायचं कुठं? आणि खायाचं काय? जवळपासच्या गावात मोलमजुरी शोधत फिराय पायजे.’

फणींद्र कांबळे कबीरचं बोलणं लक्षपूर्वक ऐकत होते. एकूण प्रकरण गंभीर आहे हे ताडून त्यांनी काहीच मत न व्यक्त करता कबीरलाच विचारलं,

‘त्यांच्या मीटिंगला तू कधी गेला होतास?’

‘गेलो होतो एकदाच. पण त्यांचं सगळंच वेगळं दिसाय लागल्यानंतर नाही गेलो पुन्हा. मग त्यांनी घरच्यांना तंबी द्यायला सुरवात केली म्हटल्यावर त्यांच्याशी सरळ भांडणच काढलं. दुसरं काय करणार?’

‘आता त्यांनी तालुक्यात मीटिंग बोलावलीय. तुला कुणी सांगितलं वगैरे?’

‘नाही. मला सांगणारच नाहीत. कारण जालिंदरलाही मी झाडलंय. तो आणि आनंदा कांबळे आले होते गावात. त्यांना बाळासाहेबानं जंगी पार्टी दिलीय म्हणे.’

‘असू दे. असू दे. मी जाणार आहे मीटिंगला’ म्हणत फणींद्र कांबळे जाग्यावरून हालले. सगळ्यांना घेऊन बाहेर पडले. कबीरला त्यांचा तुटकपणा अधिक जाणवला. आणि मग एकूण प्रकरणात माझं काय चुकलं काय? हा प्रश्न त्याला अधिक अस्वस्थ करू लागला.

तो सगळ्यांच्या बरोबर कॉलेजकडं निघाला. पण त्याच्या डोक्यात तेच, एवढं सगळं म्हारवाड्यात घडतंय. आपण काहीच करू नाही शकत. चार-पाच लोकांनाही समजूतदार नाही आलं बनवता आपल्याला. मग आपण म्हारवाड्यात राहिलोच कशाला? त्यापेक्षा गाव सोडलं असतं तर... पण गाव सोडणं हे माझ्या तरी हातात कुठं होतं. आपण लोकांना जवळ करू शकलो नाही हे आपलं अपयश. आपल्यापेक्षा गौत्या अधिक भारी लागला. पण त्याच्या मार्गानं आपल्याला जायचंच नाही. मग लोक जमवायचा प्रश्न कुठं येतो? मग आपण एकट्यानं करायचं काय? फक्त बघत बसायचं...? उलटसुलट विचारानं त्याला हैराण केलं. तो एकदम घायकुतीला आला. मग त्यानं डोकं झिंजाडलं. थोडं सैल वाटलं.

आप्पाण्णा तीन दिवस पोलिस ठाण्यात काढून आला आणि घरात एकदम वर्दळ वाढली. म्हारांनी पाटलाच्या पोराला पोलिस ठाण्याची पायरी दाखवायची म्हणजे इपरीतच. पण झाल्या गोष्टीला इलाज नव्हता. गावचं नाक म्हारांनी कापलं. सगळ्या गावात कुरबूर सुरू होती. आण्णाप्पा क्षणा-क्षणाला उसळून हाणामारीची भाषा करत होता. गणू पाटील शांत असला तरी त्याचं गप्प बसणंच भीतिदायक होतं. रोज त्यांच्यात ऊठ-बस करणारी मंडळी ही सगळी खबरबात आक्काबा राणेच्या कानावर घालत होती. आक्काबानं गणू पाटलाला सगळं बयवार समजून सांगितलं होतं. तरीही रागाच्या भरात माणसाला काय सुचेल सांगता येत नाही. म्हणून त्यांची सगळ्या गोष्टीवर बारीक नजर होती. आण्णाप्पानं भडेगावच्या बेरडांना गाठलंय ही गोष्ट त्याच्या कानावर यायला वेळ लागला नाही. मग मात्र एकदम त्याचं डोकं भणाणलं. आणि तो घरातून बाहेर पडला.

अंधार पडत चालल्यामुळं गल्लीत रामराम घालणारी बरीच मंडळी भेटत होती. सगळ्यांची विचारपूस करत करत आक्काबा गणू पाटलाच्या चौसोपी घरात शिरला तेव्हा गणू पाटील आणि बंडू चेरमन यांचा खल चाललेला. आक्काबा अवचित घरात आलेला बघून गणू पाटील एकदम गडबडला. सहसा आक्काबा काम असलं तरी वाड्यावर बोलवून घेत असे. पण असं अचानक घरात टपकणं क्वचितच व्हायचं.

'या तात्याऽऽ या तात्याऽऽ' म्हणतच बंडू चेरमन जागा सोडून हालला. आक्काबा खुर्चीवर टेकतच म्हणाला,

'तुक्या जाखल्या, डंग्या म्हारल्या आणि दगडू देसायाला बलवून आण.' अर्थातच हा आदेश बंडू चेरमनला. तो पटकन उभाच राहिला. पण दगडू देसाई गणू पाटलाच्या

घरात कसा काय येणार? त्याच्या मनात पाल चुकचुकली. बोलावं तर पंचायत न बोलावं तर पंचायत. घटकाभर तो आळीपाळीनं गणू पाटील आणि आक्काबा राणे यांच्याकडं बघत राहिला. मग धाडस करतच म्हणाला,

'दगडूदादा ईल काय हिकडं?'

'त्येचा बा ईल. मी बलीवलय म्हणून सांगजा.'

आक्काबा एकदम ठिसकला तसा बंडू चेरमन गप्पकन दरवाजाकडं वळला.

सगळी मंडळी जमेपर्यंत आक्काबा राणे एका शब्दानंही कुणाशी बोलत नव्हता. त्याच्या त्याच्या तालातच तोंडातली तंबाखू चघळणे सुरू होते. गणू पाटलाच्या मेंदूचं विचार करून करून शेण झालं. एक- दोनदा विचारून बघितलं पण आक्काबानं तोंडावरची रेघही हालवली नाही. नुसताच बसून राहिला. शेवटी गणू पाटील जाग्यावरचा हालला आणि त्यानं गल्लीतनंच हाळी मारून आबा पाटलाला बोलवून घेतलं. पण त्याचाही उपयोग फारसा नाही झाला. यावरून फारच काही तरी बिघडलेलं आहे हे गणू पाटलानं ताडलं आणि घरातच आत-बाहेर करत राहिला.

सगळी मंडळी जमली. कधी नव्हे ते दगडू देसाईही गणू पाटलाची पायरी चढला. आक्काबाचा शब्द मोडणं त्यालाही जमण्यासारखं नव्हतं. कोणच कुणाशी बोलत नव्हतं शेवटी तुका जाखल्यानं शांतता भंग करतच विचारलं, 'तात्या, जमल्यात न्हवं सगळी. आता कामाचं बोला की काय त्ये.'

आक्काबा एकदम भानावर आला. त्यानं तुका जाखल्या, आबा पाटील, डंग्या मारुती आणि देसायाकडं नजर टाकतच विचारलं,

'आण्णाप्पा कुठं हाय?'

लगेच तुका जाखल्या गडबडीनं गणू पाटलाच्या माडीवर पळाला आणि आण्णाप्पाला घेऊन आला. तसा सरळ बसतच आक्काबा आण्णापाला म्हणाला,

'आण्णाऽऽ पोलिस ठाण्यातनं आल्यापास्नं काय काय केलास?'

'काय न्हाई. घरातच बसून हाय. शेताकडंबी जाईना झालाय. लई लागलंय पोराच्या मनाला.' गणू पाटील मध्येच तोंड घालत म्हणाला.

'तू गप्प गाऽऽ त्येला सांगू दे.' आक्काबानं त्याला थांबवलं.

'काय न्हाई' एवढंच आण्णापा खाली मान घालून पुटपटला.

'काय न्हाई आनी मग भडेगावला कोण गेलतं?' आक्काबानं एकदम मुळालाच हात घातला आणि आण्णाप्पा सटपटला.

'तात्या, तसं काय न्हाई.'

'खोटं बोलायचं न्हाई. नाय तर मुस्काड फुटंल' आक्काबा म्हणाला, 'तू सगळं करत बसतोस खरं, निस्तरायला आमाला लागतंय. आता तुमचं सगळं निस्तरत बसणं माझ्याच्यानं व्हईत न्हाई. तुमचं तुमी निस्तरणार असल्यासा तर काय पायजे त्ये करा जावा. खरं, मागनं माज्या दाराला यायचं न्हाई. मी काय म्हणतोय त्ये ध्यानात आलं का आण्णाप्पा?'

'आलं...आलं...' आण्णापाचा सूर एकदम बदलला. तो म्हणाला, 'तात्या, मी आता कायबी कराय मोकळा हाय. तुज्या दाराला ईत न्हाई. मग तर झालं? माझं मी काय सुचंल त्ये करणार हाय. ह्यात मदी कुणी यायचं न्हाईं. मला कुणी आडवायचं न्हाई.'

'म्हणजे काय करणार हाईस?' डंग्या मारुतीनं मध्येच थांबवलं.

'त्यो काय करतोय? भडेगावच्या बेरडास्नी ईडा दिवून आलाय' आक्काबा म्हणाला, 'ईडा दिवून मारामाऱ्या करायचं दीस गेलं बाबा. आता कली बदाललीया. तू समजतोस तेवढं सगळं न्हाई सलपं. कायदा त्येंच्या बाजूनं हाय. जलमभर चक्की पिसत बसशील आनी गणबाच्या गळ्याला फास लावशील.' सरळ बसतच पुन्हा आक्काबा म्हणाला,

'आण्णाप्पा, मी काय म्हणतोय त्ये ध्यानात घे. म्हारं काय आपली दुसमन न्हाईत. हे सगळं त्येंनी कराय न्हाई. त्यास्नी काय कळतंय? अरंऽऽ किती केलं तर आमच्या तुकड्यावर जगणारी जात ती. कुत्रं चावलं म्हणून काय त्येला ठार मारायचं नसतंय. त्यो श्यानपणा न्हवं. माझी काळ्याची पांढरी झाली म्हणून जरा ऐक. त्येंचा आमचा काय संबंध न्हाई. ती आली बांधाला तर कामाला घ्यायची. न्हाई आली ऱ्हायली. त्यास्नी वाईट वंगाळ न्हाई बोलायचं. जरा दमानं घे. मान-आपमान तुलाच हाय आनी आमाला न्हाय असं समजू नगो. जरा शांताई घीऊन विचार कर. सांगणं माझं करतव- ऐकणं- न्हाई ऐकणं तुजं करतव. रागानं माती व्हतीया आनी धीरानं सोनं व्हतय' आण्णाप्पा काहीच बोलला नाही. सगळ्यांनाच एकूण प्रकार लक्षात आला. गणू पाटील एकदम गडबडला. जे मला कळलं नाही अजून ते आक्काबातात्याला कसं कळलं?' तुका जाखल्या एकूण प्रकार लक्षात आल्यावर म्हणाला,

'तात्या, तुजं सगळं पटतंय. खरं, आशानं ही म्हारं आमाला गावात जगू देनार न्हाईत. त्येचं काय?'

इतका वेळ गप्प बसलेला देसाई म्हणाला,

'आगाऽऽ ह्यो सगळा ख्योळ त्या दाद्या म्हाराचा आनी शेडबाळ्याचा हाय. दुसऱ्या कुटल्या म्हाराला ह्ये पायजे हाय?'

'तसं न्हाई बाबा, ती कार्टी कशी बोलण्यात बघाय पायजेस. ती काय एकट्या दादबानं काढाय न्हाईत. सगळ्या म्हारोड्याची हाईत. त्येंच्या जीवावरच सगळं चाललंय.' डंग्या मारुतीनं माहिती पुरवली.

'त्येंचं त्येनी काय करत्यात त्ये करू देत. आपण सगळ्यांनी त्येंच्या वाटंला जायाचं न्हाई. दगडू तुज्या माणसास्नीबी सांगून ठेव. ह्यात तुमचं गावचं राजकारण आणायचं न्हाई. आनी गणबा, उद्या तू सकाळी भेटल्याबिगार कुठं जाऊ नगो' म्हणतच आक्काबा उठला. पाठोपाठ देसाई. बाकी सगळे तसेच बसून राहिले.

आक्काबा राणेचा शब्द मोडणं अवघड होतं. त्यानं सागितलंय म्हणून गणू पाटील गाडीत बसला. बरोबर सोबत म्हणून जानबा मास्तरला आक्काबानंच पाठवलं होतं. दोघे स्टॅन्डवर उतरले. गणू पाटलाचा अजूनही निर्णय होत नव्हता. पाय हालत नव्हते. तसा जानबा मास्तरच म्हणाला,

'सरपंच, आता न्हाई आनमान करायचा. सरळ जायाचं.' आणि पुढं झाला. गणू पाटलाच्या डोक्यात घण घातल्यागत झालं होतं. एवढी नामुस्की त्याच्या घराण्यात कुणाच्या वाट्याला आली नव्हती. एवढे गावचे इनामदार- जगदाळे- देसाई- राणे यांना त्याचं घर नमलं नव्हतं. पण आता नको त्याच्या समोर नाक घासायची पाळी आली, याचंच त्याला वाईट वाटत होतं. अचानक त्याच्या मनात एकाएकी कसली तरी पाल चुकचुकली. तो थांबला. जानबा मास्तर त्याला पुन्हा चल- चल म्हणाय लागला. तसा गणू पाटील स्वतःच्याच विचारात म्हणाला,

'मास्तर, आक्कातात्याचं मन तुला ह्यात सरळ वाटतंय?

'काय सरपंच? एवढं रातध्याड मेला तुज्यासाठी. आनी तू म्हण त्याचं मन सरळ असंल काय? हे काय बोलणं झालं?'

'न्हाई गाऽऽ जरा मोठ्या कुळीची माणसं. आमा पाटलास्नी कमी मानत्यात. म्हणून आमचं म्हातारं कधी त्यास्नी मेचायचं न्हाई. लई दंबीवल्यात्यानं त्यास्नी. त्येचा राग तर नसंल न्हवं आक्कातात्याच्या मनात?'

'सरपंच, तुला खुळ्यानं काढलंय तसला राग काढायची ही यळ हाय काय? तुझ्या इतकाच ह्यात त्याचाबी अपमान हाय. आमला सांगतानंच कसा जीवावर आल्यागत म्हातारा बोलालता बघाय नाहीस? उलटं त्येलाच हे लई झोंबाय लागलंय. म्हणून ह्ये सगळं कराय लागलाय. आपल्याला हिकडं लावून दिलंय म्हणजे त्याची कायतरी योजना असणारच की, तू आपलं काय तरी मनात आणू नको, चल बघू' म्हणतच जानबा मास्तरनं जवळजवळ त्याला ढकललंच. वाटेतच जानबा मास्तरनं थांबून मोसंबी, केळी घेतली.

गणू पाटील आणि जानबा मास्तर दवाखान्यात आल्या आल्या सकन्या एकदम उडालाच. त्याला एकदम अंधारी आल्यागत वाटाय लागलं. त्या धांदलीतच त्यानं वाकून गणू पाटलाचं जवळ जवळ पायच धरलं. गणू पाटील धीर एकवटून आपुण्या म्हाराच्या उशाला बसला. जानबा मास्तरनं कॉटजवळची खूर्ची ओढून घेतली. आपुण्या म्हाराचे डोळे लुकलुकले. तसा गणू पाटील म्हणाला,

'तुला नक्की काय व्हतंय म्हणायचं रं?'

'कऽऽ कायऽऽ न्हाईऽऽ जीऽऽ' म्हणतच आपुण्याच्या डोळ्याला पाण्याच्या धारा लागल्या. गणू पाटील त्याला समजावीत गप्प करत बसला. तसा जानबा मास्तर सकन्याला म्हणाला,

'आणि कोण आस्तंय तुझ्याबरोबर?'

'कोण न्हाई जीऽऽ' सकन्या चाचरत बोलला. शेडबाळ्या इथं नाही हे किती बरं झालं, असं त्याच्या मनात आलं. जानबा मास्तरनं विषय वाढवला नाही.

'डाक्टर काय म्हणत्यात?' आपुण्याला बोलतं करण्यासाठी गणू पाटलानं सहज विचारलं.

'काय न्हाई जी नुस्तं ठेवून घेतलंय.' आपुण्या कस बसं पुटपुटला. अजूनही त्याला आवंढे येतच होते. मग बराच वेळ गणू पाटील फक्त बसून राहिला. जानबा मास्तर उठता उठताच आपुण्याच्या कॉटजवळ सरकला. खिशातली शंभरची नोट त्याच्या उषाला सरकूनच बाजूला झाला. गणू पाटील उठता उठताच म्हणाला,

'बील भागवायला आण्णाप्पाला पाठवून देतो. आदल्या दिवशी कुणाकडनं तरी सांग.'

सकन्याने फक्त मान हालवली. दोघेही दवाखान्यातून बाहेर पडले आणि रस्त्याला लागले.

गणू पाटील दवाखान्यात येऊन गेला ही गोष्ट कळाल्यापासून बाळासाहेबाच्या डोक्याची शीर उठली होती. पण दाखवून उपयोग नव्हता. गणू पाटील काय काय बोलला हे त्यानं शांतपणे ऐकून घेतलं होतं. त्याबाबत बरं- वाईट बोलण्याचं त्यानं कटाक्षानं टाळलं. शेवटी बोलता बोलता सकन्याच म्हणाला,

'त्यो कसा काय आला आसंल जी'

'तुला न्हाई कळायचं. ह्या पाटीमागं कुणाचं तरी डोकं असणार.'

'म्हणजे वंऽऽ'

'तस्संच हाय' म्हणत बाळासाहेब थांबला. त्याला तो विषय वाढवायचा नव्हता. गौत्या जेवणाचा डबा घेऊन आला. त्याच्या कानावरपण ही गोष्ट सकन्यानं घातली. गौत्या पुन्हा बाळासाहेबाला छेडाय लागला. पण तो फक्त बसून राहिला. आपुण्यात मात्र दोन- चार तासात भलताच फरक पडलेला होता. त्याला हुशारी वाटत होती. बोलण्यातला कापरा संपला होता. थोडं मोकळं मोकळं वाटून तो सारखी कूस बदलत होता.

बाळासाहेब दवाखान्यातून बाहेर पडला. कुठं जायचं? त्याचा निर्णय होत नव्हता. शहरात दिव्यांचा लखख उजेड आणि माणसांचा गजबजाट. सगळीकडे वाहानांच्या धावपळीचा कर्कश आवाज. एक विचित्र गिचमिड. मध्येच कुठं तरी ठिपकणारा अंधार. त्याला आपल्या भोवतालचे आवाज अचानक वाढत आहेत असं वाटू लागलं. मग एक सुन्नपण. त्याचे पाय आपोआपच अन्नपूर्णा बिअर बारकडे वळले.

नेहमीचंच ठिकाण. पण ती इमारत आज एकाएकी भेसूर वाटत होती. इमारतीभोवतीची झाडं सळसळत होती; पण त्या सळसळीतही निर्जीवपण त्याला जाणवत होतं. एकेक पायरी चढताना त्याला दमल्यासारखं वाटाय लागलं. खुर्चीवर जाऊन टेकल्या टेकल्या त्यानं 'ओल्डमंक' हापची आर्डर सोडली. बारमधले मंद दिवे अचानक त्याला एकदम किलकिले दिसू लागले. सोडा, बाटली, पेला येईपर्यंत तो फक्त टेबलवर ताल धरून निरर्थक बोटं आपटत राहिला. बोटांचा आवाज त्याच्या अंगावर आल्याचा भास होऊ लागला आणि तो एकदम थबकला. वेटर समोर आल्या आल्या तो गडबडीनं सरळ बसला. अर्धीअधिक बाटली घशाखाली गेल्यावर त्याला मोकळं मोकळं वाटू लागलं...

'कबीर, तुझं कुठं तरी चुकतंय, एवढं निश्चित.'

फणींद्र कांबळे तालुका दलित महासंघाच्या बैठकीला जाऊन आल्यानंतर त्याला गाठून सांगत होते.

'ते कसं काय, सर?' कबीरने प्रश्न केला.

'त्याचं असं आहे कबीरऽऽ ', फणींद्र कांबळे म्हणाले,

'बऱ्याच वेळा आपण चुकीची कृती करतो; पण ती काळाच्या मोजमापात बरोबर असते. सगळ्या सवर्ण मंडळींना जर शुद्धीवर आणायचं असेल तर आपण मिळेल त्या संधीचा फायदा घेऊन त्यांना धक्का दिला पाहिजे. अशावेळी संधी चांगली का वाईट, हा विचार करत बसण्यात अर्थ नाही. कारण ह्या लोकांच्या डोक्यातली जात कधीच जाणार नाही. आपण कितीही उच्चशिक्षित झालो तरी आपल्याला ते महार म्हणूनच ओळखणार. आपल्याला कधी बरोबरीनं वागवणार नाहीत. त्यांच्या मनातला हा विचार जर घालवायचा असेल तर त्यांना सतत धक्के देत राहिले पाहिजे. प्रत्येक ठिकाणी त्यांची त्यांना जागा दाखवली पाहिजे.'

'पण यातून आपण काय साधणार सर,?' कबीरने त्यांना मध्येच आडवलं.

'बरंच साधणार आहे. ते आपल्याला सतत घाबरून राहतील. त्यांना धसका बसेल. अन्यथा प्रत्येक ठिकाणी ते आपल्या परंपरागत सवयीप्रमाणे आपल्याला टाळतच बसतील. आपल्यावर अन्याय करत बसतील. आज आपल्यातली बरीच मंडळी शिकाय लागलेत म्हटल्यावर त्यांना कुठंतरी अस्वस्थ वाटू लागले आहे. त्यांच्या मनातील जातीय पीळ घट्ट होऊ लागलेत. एका अर्थानं त्यांना आपली भीती वाटत आहे. आणि त्या भीतीपोटीच ते पुन्हा दहशत बसवण्याच्या विचारात आहेत. पण आता आपण नमतं घेऊन चालणार नाही. त्यांना सतत संधी मिळेल तिथं पकडलं पाहिजे. चेपलं पाहिजे. त्यांना जितकं जास्त नुकसान पोहचवता येईल तितकं पोहचवलं पाहिजे. त्यामुळं तुमच्या म्हारवाड्यातील लोकांनी जे काही केलं ते योग्यच केलंय. त्यांची कदाचित पध्दत चुकली असेल. पण कृती एकदम बरोबर आहे. उलट सगळ्यांनी मिळून त्या दिवशी त्या पाटलाला बाहेर काढून बडवलं पाहिजे होतं. म्हणजे अधिक दहशत बसली असती. अशी संधी सोडता उपयोगाची नाही. फारच माजोर असतात हे सवर्ण. तुला अजून अनुभव कमी आहे. नंतर नंतर हे सारं तुलाही पटत जाईल. माझ्यापेक्षा अधिक राग तुला येत जाईल.'

'सवर्णांचा राग मला येत नाही असं नाही सर...,' कबीर म्हणाला, 'पण खेड्यातल्या म्हारवाड्यात जगायचं म्हणजे तुमचं हे म्हणनं मला पटत नाही. तिथं हरघडी गावातल्या माणसांच्या दारात जावं लागतंय. रोज उठून एकमेकांची तोंडं बघावी लागतात. त्यातच त्येंच्या बांधावर आमचं पोट अवलंबून असतंय. तिथं तुम्ही म्हणता तसा संघर्ष उपयोगी नाही, असं माझं ठाम मत आहे.'

'खुळा आहेस तू. उलट त्याच ठिकाणी खरा संघर्ष गरजेचा आहे. शहरात आता फारसा संघर्ष करायची गरज नाही. उलट खेड्यातच हे लोक आपल्या समाजाला अजूनही गुलामासारखं राबवून घेताहेत. त्यांच्या बांधावर आमचं पोट अवलंबून आहे, ही कमजोरी ओळखूनच ते अधिक शोषण करताहेत. त्यातून आमच्या समाजाला बाहेर काढलं पाहिजे.'

'पण यासाठी आमच्या समाजात घरपती एक दुसरा पोरगा शिकायला पाहिजे. शिकाय म्हणजे नुस्ता मॅट्रीक नापास नव्हे. तो नोकरी मिळवण्याइतपत शिकाय पाहिजेत. आमच्या म्हारोड्यात असे नोकरदार किती? तर तीन. आणि कॉलेज शिकणारे किती? तर मी एकटा. चिक्कार पोरं अशी आहेत सर, की दहावी-बारावीला नापास होऊन म्हारोड्यात आणि तालुक्यात फिरत असतात. त्यांना घरातली म्हसरं फिरवायची लाज वाटते. कुणाच्या बांधाला जायचं तर सोडाच. मग ह्या पोरांच्या पोटाला त्यांच्या आई- बापानं राबून घालावं लागतंय. अशा म्हारोड्यात तुमचा संघर्ष काय कामाचा? मला तर वाटतंय. तिथं गावकऱ्यांशी मिळतंजुळतं घेऊनच आपला समाज बाहेर काढला पाहिजे. अशी भांडणं काढून, केशीस घालून नव्हे.' कबीरला बोलता बोलता धाप लागली.

'तुला नाही कळत. तू बाबासाहेबांची सगळी पुस्तकं वाच. आपल्या समाजातल्या सगळ्या लेखकांची पुस्तकं वाच. म्हणजे मी काय म्हणतोय ते कळेल. त्याशिवाय नाही कळणार. तू अशा काळात जन्मला आहेस की तुला ह्या सवर्णांची माजोरी कळत नाही. अरे, हे साले ऑफिसमध्ये सुध्दा आमचा हात तांब्याला लागला तर पाणी पीत नाहीत. नोकरीवर दलित पोरगं आलं की त्याला टिकू देत नाहीत. तुझ्याच कॉलेजात परवा सिद्धार्थ नसलापुरे म्हणून आमच्या समाजातला पोरगा हजर झालाय, तर कॉलेजातले ब्राम्हण त्याच्या नावानं शंख करत वर्गावर्गातून हिंडत हिंडत बसलेत. ह्याला काय म्हणायचं? अशा लोकांना ठेचलं पाहिजे. ह्या लोकांना सतत हाणत राहिलं पाहिजे तरच हे आपल्याला जगू देतील.'

‘नाही पटत सर. तुम्ही म्हणता ते सगळं असल्या शहरात, ऑफिसात ठीक असेल; पण आमच्या गावात म्हारवाड्यात हे उपयोगाचं नाही. तिथं एकदम झटपट सगळं नाही होणार. तुमचा जालिंदर बनसोडे येऊन आमचा म्हारोडा नाही बदलणार. तो उलट दारूसाठी पैसे काढून आमच्याच लोकांना खड्ड्यात घालणार. इथले पुढारी नाही कळायचेत तुम्हाला.’

‘कबीर, बास झाला श्यानपणा. तुला वाटतं तू बरोबर विचार करतोस. पण तुला अजून काहिच कळत नाही. हे माझ्यालक्षात आलंय. कधी तरी होशील शहाणा. आणि येशील माझ्याच विचाराला.’

‘मग त्या दिवशीच बोलू सर आपण.’ म्हणत कबीर रस्त्याला लागला. फणींद्र कांबळे त्याच्या झपाझप चाललेल्या आकृतीकडं नुसते बघतच उभे राहिले.

फणींद्रसर फक्त सोयीचं बोलतात. म्हणे, आंबेडकर वाच. कशासाठी? असं अर्धवटासारखं वागण्यासाठी? ह्यांचाच काय तरी घोळ होतोय. जग कुठं चाललंय? आपण कुठं जायला पाहिजे ह्याचं भान येण्यासाठी आंबेडकर वाच आसं सांगायची हिंमत नाही यांची. उलट म्हणतात, तुझंच चुकतंय. काय चुकतंय? म्हणे मिळेल तिथं धक्का द्या. धक्का द्यायला किमान ताकद अंगात यावी, म्हणून काय करणार काय नाही तुम्ही? उगाच लागले आपले सांगायला, ठेचा म्हणे. ठेचता ठेचता ह्यात तुम्हीच संपून जाणार. हे कसं कळत नाही? सगळाच घोटाळा झालाय कुठं तरी. बाबासाहेब समजून घेण्यातच घोटाळा झालाय. पण सांगायचं कुणी कुणाला? ऐकणार कोण? त्यापेक्षा आपण ठरवलेलंच योग्य आहे. ते लाख सांगोत.

कबीर थांबला. त्याचा चेहरा बदलला. निर्णय पक्का झाल्यामुळं तो संथ चालाय लागला....

‘गड्यानं सोताच्या बाबाची सेवा कराय नसंल एवढी आपुण्याची सेवा केली. कसली काडीची गरज पडू दिली न्हाई की गाऽऽ’ दादू म्हार भीमा हेड्याला म्हारवाड्यातून बाहेर पडता पडताच म्हणाला.

‘तसा त्यो मानूस देवाच्या गुणाचा हाय?’ भीमानं मोकळेपणानं मान्यता दिली.

‘तर गा न्हाई तर आपल्या लोकास्नी कोण जवळ करतंय? वरनं वरनं आमी काय मानत न्हाई, मानत न्हाई म्हणत्यात आनी दारात गेलं की त्येंच्या मनात त्येच आसतंय. मग वरनं दाकवायचं तरी कशाला?’

'त्येला कारण हाय गाऽऽ कायदा आमच्या बाबासायबानं केलाय. न्हाईतर ही कुटली एवढी तरी वाकली आस्ती? ह्यो गणू पाटील आपुण्याला भेटाय गेला. का? तर वाडाचार लागली तर गांडशी येणार म्हणून. न्हाईतर ह्यो आला आस्ता? आमच्या सातपिढीत कधी आसं व्हयाला नव्हत त्ये झालं.'

'आता आनी काय काय व्हतय नुस्तं बघत बस.'

'खरं, आता ही भानगड मिटाय पायजे बाबा. लईबी वाडाचार उपेगाची न्हाई. कुठं गावाच्या शिवंत वाईटपणा घेतोस? त्यापरास मिटवा जावा तिकडं.' भीमा बरेच दिवस मनात असलेलं बोलून गेला. तसा दादबा हसतच म्हणाला-

'आगाऽऽ त्ये आता आमच्या हातात कुठं हाय? त्ये आता आपल्या समाजाच्या तालुक्यातल्या फुढाऱ्यानी हातात घेतलंय. त्येनी वर मंतऱ्यापतोर जाणार हाईत. परवाच्याच मीटिंगीत ठरलंय. त्येंच्याबरबर बाळासायेब आनी डेप्युटी जाणार हाईत.'

'आनी तू न्हाईस?'

'न्हाई बाबाऽऽ चल म्हणालती. खरं म्हटलं, कशाला वाळला खरोच. तुमीच जाऊन येवा. तितं गेलं की आता सगळ्या गुंड्या फिरत्यात बघ. आनी सगळ्यास्नी आटक व्हतीया.'

'व्हईलगा आटक. खरं, मागनं तरास आमालाच की, त्येच्या परास झालं एवढं मायंदाळं झालं. द्या म्हणावं सोडून. रोज उठून कशाबशाला जायाला लागतंय. कुठं निस्तरत बसतोस?'

'हेच आमच्या समाजातल्या माणसांचं चुकतंय. नुस्तं भित्यात. आगाऽऽ भिऊन कसं जमंल? न्हाई घेतील बांदावर. दुसरी गावं धरायची.'

'खरं, तितंबी त्येंच्या समाजातल्या मानसांच्यातच जायाय पायजे की- ते काय सुटल्यालं हाय?' भीमानं विचारलेल्या प्रश्नानं दादबा एकदम निरुत्तर झाला. त्यालाही मनातल्या मनात हे सगळं मिटावं असंच वाटत होतं पण आवसान टिकवून तो बोलत होता. बोलत बोलत ती दोघं तिट्ट्यावर आली. संकेश्वरकडं जाणारी गाडी यायला अजून उशीर होता, म्हटल्यावर चार आण्याचा तंबाखू तरी घ्यावा म्हणून दोघे तिट्ट्यावरच्या शिरपाच्या खोक्याकडं वळले. दादबा खोक्याच्या फळीवर टेकला. तसा सुपारी कातरत असलेला शिरपा गमतीला येतच म्हणाला,

'काय दादबा? बाळ्या- शेडबाळ्या तुमच्यात ऱ्हायाला आला म्हणं?'

'मग तुज्या काय पोटात दुकालंय?' दादबा एकदम बिघडला.

'आर तिच्या मायलाऽऽ लईच कळ येती की गाऽऽ म्हणजे बाळ्यानं तुलाबी यरगटला म्हण. मला वाटलं, फकस्त सुलीलाच धरलीया. तर तुलाबी धरलंय की गाऽऽ' शिरप्या एकदम खूऽऽ खूऽऽ हसाय लागलं. आता याच्याशी विषय वाढवून उपयोग नाही हे ध्यानात आल्यावर दादबा फळीवरून उठतच म्हणाला,

'गावची मापं लई झाली. चार आण्याचा तंबाखू दे.'

'देतो देतो. तुला न्हाई दिवून काय करू? तू आनी पोलिसात केस घालायचास. कुठं निस्तरत बसू. धर बाबा धरऽऽ' म्हणतच शिरप्या पुन्हा हसाय लागला. दादबाला काय बोलावं हेही सुचेना. त्यानं खोक्याजवळून काढता पाय घेतला.

कबीरनं खोपटाचा कड- खोपडा झाडून घेतला. शेळीनं मुतून ठेवलेल्या जाग्यावर कडसारा आणून अंथरला. परड्यातली लाकडं आणून चुलीच्या खोपड्याला ठेवली. खोपटाच्या दारात आला. अजून तक्क्याजवळचा दिवा लागलेला नव्हता. अजून अंधार पडायला थोडा उशीर आहे असं वाटून तो खोपटाच्या भोतेभोर एक चक्कर टाकून आला.

'काय करालास रं कबरा?' शेजारच्या पुतळाकाकूनं हाक दिली.

'काय न्हाई. हिकडं- तिकडंच की' म्हणत कबीर खोपटाच्या समोर आला. तर पुतळाकाकू आपल्या उंबऱ्याजवळ टेकलेली होती.

'काकू गेली न्हाईस कामाला?'

'कुठं जाऊ लेकरा? त्या गुंदीच्या रानात चालत जाऊन मला काय झेपतंय? आनी गावात कुणाच्यात जावावं तर समाजाच्या उलटं गेल्यागत व्हतय. मग काय करतोस? बसलोय घरात.'

'तुझंबी बरोबर हाय खरं.' म्हणत कबीर गप्पगार उभा राहिला. त्याला तो विषय वाढवायचा नव्हता. पण पुतळाकाकू त्यालाच जवळ बोलवत म्हणाली,

'ह्ये किती दीस ऱ्हाईल रं? आनी गावाच्या उलटं जाऊन आपल्यासारख्याचं भागंल व्हय रं?'

'काकू, आता ह्ये ज्येचं त्येनं ठरवायचं. आमाला गावाच्या उलटं जावून जमायचं न्हाई म्हणून आमी जातावच की गावात कामाला.'

'तुजं येगळं हाय बाबा, तू कोण काय म्हणाला तर भांडायला घट्ट हाईस. आमचं कोन हाय? खरं, मी आनी थोडं दीस बघणार न्हाईतर जाणार गावातच कामाला. लई झालं ह्या भाड्यांचं थॅर. गरिबाला सगळीकडनं गोत्यात आणाल्यात.'

'बघ बाई तुझं तू. ह्यात मी काय सांगणार नाही. उलटं माझ्या नावानंच बोंब उटंल.'

'तुज्या नावानं कशाला बोंब मारत्यात? आमचं आमाला काय कळत न्हाई काय? आनी ह्येनी करून करून गावाचं काय केलं? समाजाची माणसं त्येंच्यात गेली न्हाई म्हणून काय गावची कामं पडली? त्येंची त्येनी करत्यातच की गा?'

'माप माणसं हाईत त्यास्नी गावात. त्येंचं चालयच की. तटलंय त्ये आमचंच. ह्येचा इच्यार कोण करणार?'

'काकू त्यो विचार जेचा त्येनं करायचा. दुसरी सांगत्यात म्हणून ऐकण्यापेक्षा आपलं भलं आपल्यालाच बघाय पायजे. सांगणार काय पोटाला आणून घालणार हाईत?'

'हूंऽऽ पोटाला घालत्यात. उलटं आमालाच निरपून काढाल्यात. कल भैरोबाचा गौत्या आलता. म्हणला, घरपती दहा- दहा रुपय वर्गणी काढलीया. तेवढी द्या.'

'कशाची?'

'त्येच की आपुण्याची कुटल्या कोरटात केस झाली न्हवं. त्येच्यासाठी. आनी दवाखान्याच्या खरचासाठी. आता ह्यास्नी कुणी त्ये सगळं कराय सांगीटल्तं.? आनी करायचंच व्हतं तर ह्या भाड्याकडनी मोप पैसं व्हतं. घालायचं व्हतं. आमा गरिबास्नी का भुर्दंड?'

'आता ते मी कसं काय सांगणार? त्ये तुमचं तुमी बघाय पायजे'

'आसं कसं रं? तूबी आमच्यातलाच न्हवं? मग तू ह्या गोष्टीचा इच्यार का कराय नगो? तू त्यास्नी श्यानपण शिकवायचं न्हाई तर कुणी शिकवायचं?'

'काकू, माझं कोण आईकतंय? उलटं मलाच तंबी देत्यात. आता आमच्या घराला समाजानं सगळ्यातनंच वगळलंय. मग कशाला त्येंच्यात पडा?'

मग पुतळाकाकू कायच बोलली नाही. तिच्या विचारातच ती गुंतून गेली. कबीर जागा सोडून पुन्हा आपल्या खोपटाच्या दारात आला. बक्कळ अंधार झालेला होता. त्याला खोपटात जाऊन चिमणी पेटवायची होती.

डेप्युटी गोपाळाच्या घरात गप्पा रंगात आल्या होत्या. शेडबाळ्या गौत्या, दादबा आणि पंढ्या मोठमोठ्यानं बोलत होते. डेप्युटीचा नेसरीचा साडूभाऊ आला होता. तो कुठं एस. टी. खात्यात नोकरी करत होता. आपले एस.टी. खात्यातले अनुभव समरसून सांगत होता. गावात सवर्ण लोक आपल्याला कसे वचकून असतात,

याच्या खुमासदार गोष्टी त्याने सांगून संपवलेल्या होत्या. बाळासाहेब शेडबाळे म्हारवाड्याच्या विकासाच्या आपल्या नवनव्या योजना त्याच्या समोर मांडत होता. डेप्युटी आणि दादबा फक्त ऐकत बसले होते. बाळासाहेब आपल्या योजना सांगता सांगता म्हणाला,

'आमच्या गावात मला मांगवाडा, वडरवाडी आणि म्हारोडा ह्यांची एकी करायचीय. ह्या सगळ्याची एकी झाल्यावर गावातल्यांचं काय चालणार हाय? नाक घासत येत्यात काय न्हाई बघा.' तसा डेप्युटीचा साडू एकदम सरळ बसत म्हणाला, 'सायेब, तसलं काय डोक्यात नका घेऊ. ती मांगटी लई तिरपागडी असत्यात. एक वेळ वडर येतील तुमच्यात पण ती येणार न्हाईत. हे मी अनुभवानं सांगतोय. आमच्या एका महार कंडक्टरला आमच्या सायबानं 'म्हारड्या, सरळ वागाय शिक' म्हटलं. मग आमी सगळ्यांनी एकत्र येऊन ह्या गोष्टीचा विचार केला. जवळ जवळ आमच्या समाजाचे आमी पंधराजन होतो. मांगाची सहाजन आमच्यात सामील करून घेतली. वरच्या सायबाकडं अर्ज करायचं ठरलं. अर्ज केला. चौकशी लागली तवा ही सहाच्या सा मांगटी एकदम पालटली आणि सायबाला लागू झाली. लई इसवास घातकी जात. त्यास्नी आमच्या समाजाचं काय सुध्दा बघवत न्हाई. त्येंच्या समाजात कुठं बाबासायबाचा फोटू बघितल्यासा? त्यास्नी म्हाराचं वाईट लागतंय. म्हणून त्यास्नी तेवढं घीऊ नका मिलपात. लई घातकी.'

पावण्याच्या बोलण्यानं दादबाला चेव चढला. तो म्हणाला,

'आता आमच्या मांगट्याचंच घे की गाऽऽ आमी सगळ्यांनी एकोप्यानं गावाला कैचीत पकडलंय तर सगळा मांगोडा तदीपास्नं गावात पडून आस्तोय. त्यो जान्या मांग आता गणू पाटलाबरबरच फिरत असतोय. यल्लाप्पा दावण्या तर उठाय- बसायला बंडू चेरमनच्यात असतोय. लईच ताटाय लागल्यात.'

शेडबाळ्या एकदम गप्प झालेला होता. त्याच्या डोक्यात वेगळीच लीवलीव सुरू होती....

गोंदा म्हाराची आक्कव्वा दारात आली तेव्हा तायव्वानं हातातलं काम तसंच टाकलं. परड्यांगाच्या दिवळीत ठेवलेला बिंदगा गडबडीनं खदबळून घेतला. दत्ताळी बांधलेला मोगा हातात धरून ती उंबऱ्यातून बाहेर पडली.

दोघी म्हारोडा ओलांडून रस्त्याला लागल्या. आज लग्याच्या लक्ष्मीचा दुसरा दिवस होता. भागातली प्रसिद्ध जत्रा. सात वर्षातून एकदा लग्याची लक्ष्मी यात्रा

भरते. सगळ्या गावात घरपती दोन- तीन दोन- तीन बकरी पाडायचा नेम होता. पहिल्या दिवशी लक्ष्मीला पोळीचा निवद. दुसऱ्या दिवशी खारकांड. सात वर्षानं जत्रा भरत असल्यामुळं जवळपासच्या दहा-पंधरा गावातल्या माणसांची रीघ लग्याला लागलेली असायची. आक्कव्वा आणि तायव्वा लग्याच्या वाटंला लागल्या.

जवळपासच्या कुठल्याही गावाची म्हाई नाही तर जत्रा असली, की म्हारोड्यातल्या बायका कामधंदा चुकवून त्या गावच्या रस्त्याला लागायच्या. एखाद्या दिवशी अशी जत्रा गावली की आणलेल्या रस्स्यावर आठवडा- दोन आठवडे जायचे. मग घरात सांबाऱ्याचं नाव घ्यायला लागायचं नाही. चुलीवर बारीक इस्तू करून रस्सा ठेवला की तो आंबून जाईल ही भीती नसायची. रस्सा आटत जाईल तसा चवीला अधिकाधिक चांगला लागायचा. सगळ्यांनाच कोर- अर्धी कोर भाकरी अधिक जायची. तोंडाला चव यायची.

गावातली जनावरं वडायची बंद करून आता लई वरसं झाली होती. त्यामुळं खारकांड सहसा कधी नसायचंच. काय म्हणायला भीमा म्हार दलालीच्या निमित्तानं बाजार फिरायचा. चोरून वश्याट आणायचा. पण त्याचा पत्ता कुणाला लागणार नाही, याची काळजी त्याच्या घरात घेतली जायची. बकऱ्याचं मटन विकत आणून खायची ऐपत म्हारोड्यात दोन- घरांचीच. तीही नोकदारांची घरं होती म्हणून. बाकीच्या घरातल्या बायका गावातल्या नाही तर जवळपासच्या गावच्या जत्रेची वाट बघत बसायच्या. तेवढंच पोरांना खारकांड. आठ- पंधरा दिवस खारकांडाचा वास घुमायचा.

दोघींनाही पाच- सात मैलाची वाट तुडवायची होती. त्यामुळे पाय जमिनीवर थरत नव्हते. तायव्वा अंगा- पिंडानं दणकट. डब्बल हाडाची बाई. लांबसडक लुगडं पुरायचं नाही. त्यामुळं तिचे लांब पाय पडाय लागले की बुटक्या आक्कव्वाला पळायलाच लागायचं. त्यात वर्षाला एक बाळंतपण सोसून बाईच्या अंगाचं पार बोतार झालेलं होतं. आक्कव्वा मागं पडली की तायव्वा ठिसकायची. पुन्हा बळ एकवटून ती पळायला लागायची. जेवनं सुरू झाल्या झाल्या गाव मागायला सुरवात केली तर कुठं विंदगा भरायची शक्यता होती. नाही तर मिळेल तेवढा मोगा- दोन मोगं रस्सा घेऊन परतायची पाळी होती. त्यात परगावच्या म्हारणी म्हटल्यावर वाढणाऱ्यांचा हात जरा आकसायचाच. त्यामुळं जेवढ्या लवकर पोहचता येईल तेवढं बरं होतं.

चालून चालून वाट सरायला तयार नव्हती. उन्हाचा तडाखा वाढतच होता. बुटक्या अक्कव्वाचं अंगावरचं जुन्यार वल्लंकिच्च्व झालं होतं. तायव्वाचा बक्कळ

विस्तार चिपचिपीत झाला होता. बोलता बोलता वाट सरेल म्हणून आक्कव्वा म्हणाली,

'राती आपुण्या म्हाताऱ्याला बघून आलो बाईऽऽ लई ठकलाय. कसला रेड्यावाणी गडी. भुईला डसलाय. आसलं कसलं दुकणं आलं आसंल गऽऽ?'

'दुकनं कुटलं बाई... नुस्ती हाय खाल्लीया. गणू पाटील घराचं वाळवाण लावंल ह्या भ्यानंच भुईला डसलाय'

' खरं, त्योबी दवाखान्यात बघाय गेल्ता म्हणं की. आमच्यातल्या मानसाला पाटील बघाय आल्याला तुज्या कदी आयकीवात व्हतं?'

'बघाय जाईना तर काय करंल? शेडबाळ्याच्या बाळबानं आमच्या पोरास्नी सरकारात आरज कराय लावला. मग सरकार आपल्याला दंबीवणार म्हटल्यावर गेला की नाक घासत. लागंल त्यो खरचबी देतो म्हणाल्ता म्हणं.'

'मग घ्याय पायजे व्हता भाड्याकडनं. न्हाई तर त्येचं तरी घ्यायचं व्हतं काय?'

'बाळबा नको म्हणला म्हणं. त्येनंच खरच केला सगळा. सेवंलाबी त्योच व्हता. देवावाणी माणूस बघ. येळंला धावून आला.

'खरं, त्यो कसा काय वाकला म्हणायचा गंऽऽ त्योबी त्येंच्याच समाजाचा की.'

'मानसाला योळ- काळ आसतोय म्हणून आला आसंल. न्हाय तर सुलीनं सांगिटलं आसंल.'

'हूंऽऽ ती रांड सांगतीया. उलट त्या रांडनं नको म्हणूनशान सांगिटलं आसंल. लई हाय व्हयमाली. आता आनी वाकडा भांग पाडून बामनीनीवाणी गोल पातळात आसतीया. रांड न्हवरा सोडून श्यान खातीया आनी आसला डेबाजा. चांगल्याच्यात पडली आस्ती तर काय केलीन आस्तीन कुणास धक्कल. रांड, आमच्यातलीच आसून आमालाच नावं ठेवतीया. पोरास्नी दारातनं हाकलतीया. घाण व्हती म्हणं. वट झाला तिचा.' आक्कब्बानं सगळी मळमळ ओकायला सुरवात केली. तायव्वाला हे फारसं बरं वाटलं नव्हतं. त्यामुळं ती तिला थांबवतच म्हणाली-

'ती कशीबी आसंना. खरं, तिच्यामुळंच बाळबा म्हारोड्यात धावला. न्हाईतर ह्या परसंगाला कोण धावलं आस्तं?'

'नस्ता आला म्हणून काय म्हारोडा वश्याड पडला अस्ता? आनी ह्या रांडंत त्या भाड्यानंबी काय बघितलंय कुणास धक्कल? काळी घुस्स हाय रांडऽऽ'

'चमड्याचं म्हातम बाईऽऽ' तायव्वा एकदम पुटपुटली. ती स्वतःच हरवली. लग्याच्या डोंगराकडं बघत पाय उचलाय लागली.

बाळासाहेब शेडबाळेच्या पाठीमागं म्हारवाड्यातले विविध व्याप लागत गेले. आणि त्याचं गावातल्या घरात थांबणं हळूहळू कमी कमी होत चाललं. बँकेतून सुटला की पहिल्यांदा त्याची स्कूटर घरात यायची. हातपाय धुऊन चहा घेतला की मग मध्यान्ह रात्रीपर्यंत बाहेर असायचा. कधी कधी भगटायला घरात यायचा. पण सकाळी घरात येऊनच पुन्हा त्याचा दिवसाचा कार्यक्रम सुरू व्हायचा. पण आता सगळंच बदललेलं होतं. घराचा उंबरा आठ-आठ दिवस त्याला दिसतही नव्हता. घरात आलाच तर इकडं- तिकडं थोडं करून हवं- नकोची चौकशी केली की गडी पुन्हा उंबऱ्याच्या बाहेर. त्याच्या ह्या वागण्यानं सगळ्या घराचा भार तारावर पडला होता.

शाळेच्या पोरी, घरातली ओढाताण आणि रानातली बारकीसारकी कामं ह्यात तिचा जीव खराशीला आला होता. वयानुसार बाळासाहेबाची आई- आक्कू म्हातारी चिडचिडी झाली होती. म्हातारी कोणती गोष्ट नावाला ऐकून घेत नव्हती. आणि नको ते उद्योग करून नवीनच दुखणं निर्माण करत होती. परवा बाळासाहेबाची मधली पोरगी- सुमी शाळेतून मध्येच रडत आली. आणि तिनं म्हातारीला सांगितलं- शाळेतल्या पोरी चिडवाय लागलेत. म्हातारीनं खोदून खोदून काय चिडवतात म्हणून विचारलं आणि सुमीनं सांगून टाकलं- तुमचा बाबा म्हार झालाय म्हणत्यात. तशी म्हातारी बिनसली. शाळा सुटायच्या वेळेला पिसुळीची काटी घेऊन शाळेजवळ उभी राहिली. आणि सुमीनं नावं सांगितलेल्या पोरींना झोडपून आली. संध्याकाळी सगळं घर माणसांनी भरलं. गल्ली थट्ट झाली. तारा सगळ्यांच्या पाया पडली. तेव्हा कुठं माणसं दारातून हालली. मग तारानं म्हातारीला चार शहाणपणाच्या गोष्टी सांगायला सुरवात केली तर म्हातारी -तू कलची रांड श्यानपन सांगती काय? म्हणत अंगावर आली. ताराला ह्या सगळ्याला तोंड देऊन जीव नकोसा झाला होता. गल्लीतल्या बायका तोंडासमोर हळहळायच्या, पण माघारी बाळासाहेब म्हारोड्यात राहातो याचीच चर्चा करायच्या. आठ- पंधरा दिवस कुठं तोंड घेऊन जावं म्हटलं तरी तिला जागा नव्हती. सगळे भाऊ आपापल्या संसाराला लागल्यामुळं तिच्याकडं लक्ष द्यायला कुणाला सवड नव्हती. तारानं गावातल्या– गल्लीतल्या जाणत्या माणसांना गाठून तुम्ही तरी चार गोष्टी शानपणाच्या नवऱ्याला सांगा म्हणून उंबरे झिजवले

होते. त्या माणसांनी तिला सहानुभूती दाखवली तरी ती मंडळीही हतबल होती. त्यामुळे दिवसेंदिवस ताराच्या स्वभावात विलक्षण फरक पडत चाललेला होता. तिचं गल्लीत जाणं- येणं पूर्ण बंद झालेलं होतं. पोरींच्या कपड्यालत्त्याकडं तिचं पहिल्यासारखं लक्ष राहिलेलं नव्हतं. घरातलं कोण जेवलं- राहिलं याची चौकशी तिनं सोडलेली होती. कधीकाळी भक्कम हाडा- मासाची तारा आता तुरकाटी झाली होती. अंगावरच्या कपड्यांचंही तिला आता फारसं कौतुक उरलेलं नव्हतं. दिवसभरातं ती जेवण- पाणी आणि इकडं- तिकडं करत घरातच कोंडून घ्यायला लागली होती. घरातून बाहेर पडायचं तिच्या जीवावर येत होतं. कुणाशी बोलावं, मन मोकळं करावं, पोटभरून रडावं ही तिची इच्छाही संपत गेली होती. चेहऱ्यावर एक प्रचंड उदासपण साचत गेलेलं होतं.

शेजारणी- पाजारणी तिच्यातील ह्या बदलामुळं अस्वस्थ होऊन, कधीमदी घरात येऊन तिला छेडायच्या. धीर द्यायच्या. तिला बोलतं करण्याचा प्रयत्न करायच्या. पण तारा कुणाशीच मन मोकळं करायची नाही. सांगतील ते खालमान घालून ऐकायची आणि समोरच्या कामाला लागायची. त्यामुळे गल्लीतल्या बायकांनाही तिची भीती वाटाय लागली होती. पण करणार काय? त्या चारचौघी जमायच्या. पोरांच्या तोंडाकडं बघून हळहळायच्या. आणि पुन्हा आपापल्या घरच्या वाटंला लागायच्या. आईत होत चाललेला हा बदल पोरींना फारच झोंबत होता. नाही म्हटलं तरी थोरल्या पोरीला सगळं कळत होतं. तिला आईची कुतरओढ दिसत होती आणि त्यामुळंच पोरगी अबोल बनत चालली होती. बाळासाहेब कधी घरात दिसलाच तर सर्रकन ती त्याच्या समोरून जायची. खाकरून थुंकायची. कधी कधी त्याच्या समोरून पाय आपट जाता जाता लालेलाल व्हायची. शाळेला जाणं तिच्या जीवावर यायचं, पण तेवढीच मोकळीक म्हणून शाळेत न चुकता जायची. पोरी कुजबुजायच्या, पोरं मध्येच चिडवायची. तरी धाडसानं तिनं तेवढी जागा सोडली नव्हती.

घरात बरंच काय- बाय घडत होतं. पण बाळासाहेबाला लक्ष द्यायला सवड नव्हती, म्हणण्यापेक्षा घराकडं जाण्याला त्याचा पायच उचलत नव्हता. जीवाच्या करारावर त्याचं घराकडं येणं व्हायचं. घरातले हे सगळे बदल त्याच्या ध्यानात येत नव्हते असे नाही. पण त्याला त्यात लक्ष घालण्याइतपत सवड नव्हती. मात्र शेताच्या बांध- बंदिस्तीकडं त्याची बारीक नजर होती. दोन- चार दिवसातूनं एखादी फेरी त्याची सगळ्या शेतातून व्हायची. कड खोपडा पायाखालून घालून काय काय कराय

लागतंय बघून म्हारोड्यातली माणसं शेताकडं पाठवायचा आणि म्होरोड्यात बसून सगळी कामं करून घ्यायचा. पण घराकडं जाणं मात्र त्याच्या जीवावर यायचं. आता हे त्याच्या आणि घरातल्यांच्याही अंगवळणी पडत चाललेलं होतं.

जेवनवक्ताला तारानं सगळी भांडीकुंडी आवरली. पोरी आधीच झोपी गेल्या होत्या. म्हातारीचं अंथरुणातच खिडूक- मिडूक चाललं होतं. तारानं सवयीनं तंबाखू भाजला. खोपड्याला बसून चांगली तासभर घासणी केली. खळखळून चुळा भरल्या. अंथरुण घातलं आणि पोरांना अंथरुणावर आणून निजवलं. दिवा घालवला. नेहमीसारखंच टक्क डोळे उघडे टाकून ती अंथरुणावर पडली. डोळ्याला डोळा लागत नव्हता. ही रोजचीच तगमग ठरलेली होती. मध्यान्हरातीला थोडासा डोळा लागला आणि दाराची कडी वाजली. ती दचकून जागी झाली. भास झाला असेल म्हणून ती पुन्हा तशीच पडून राहिली. पुन्हा दाराची कडी वाजली आणि बाळासाहेबाचा आवाज आला. ती दिवा न लावताच चाचपडत दाराला गेली. कडी काढली आणि परत फिरून अंथरुणावर आडवी झाली.

बाळसाहेबानं दिवा पेटवला. अंगावरचे कपडे काढले आणि सवयीनुसार ताराजवळ पोरांची सरकासरकी करून दिवा घालवून आडवा झाला. थोडावेळ गप्प पडल्यावर त्याचा हात सवयीनं ताराच्या अंगावर पडला आणि ती पाल पडल्यासारखी दचकून उठून बसली. बाळासाहेबाचा हात पुन्हा अंधारात चाचपडत तिच्या मांडीला आला तसा अंगातल्या बळानं तिनं व्हलपटला.

'उकिरड्यात बरबाटल्याला हात अंगाला लावायचा न्हाई' तारा मोठ्यानं बडबडली. तिचा आवाज एकदम करारी होता.

'तुला ह्ये आनी काय झालंय' बाळासाहेब लगटतच म्हणाला तशी ती त्याला झिंजाडून उठतच म्हणाली,

'भाड्या श्यान खाईत म्हारोड्यात पडतोस, तितंच मर जाऽऽ की. हिकडं कोण हाय तुजं? सगळी मेली. आदी मातीत तरी घाल की रं घालकाड्या भाड्याऽऽ' म्हणत तारानं एकाएकी मोठ्यानं रडायला- ओरडायला सुरवात केली. बाळासाहेबानं गडबडीनं अंधारातच तिचं तोंड दाबलं. पण तिच्या अंगात एकदम बळ संचारलं. बाळासाहेबाला झटक्यात ढकललं. तो तिरपागडा होऊन पोरांच्या अंगावर पडला. सगळी पोरं किंचाळत उठली. घरात गलका उडाला. म्हातारी काचबारून जागी झाली. तिनं पटापट दिवं पेटवलं. ताराचं ओरडणं अधिकच वाढत गेलं. त्यात पोरांचे आवाज मिसळले. एकाएकी गल्ली जागी झाली....

गौत्या, पंढऱ्या आणि बाळासाहेब अंधारातून चालत होते. तळं ओलांडून ते जवळच्या टेकडीच्या दिशेनं चालाय लागले. गाव- म्हारोडा फर्लांग- दोन फर्लांग दूर पडला होता. कोणच कुणाशी बोलत नव्हतं. ते टेकडीवर आले. लांब गुड्डाईच्या टेकडीवर देवळाच्या कळसावरचा दिवा लुकलुकत होता. तिघे पांढऱ्या दगडाजवळ आले. या दगडाशी बऱ्याच भुताखेताच्या गोष्टी निगडित होत्या. त्यामुळं दिवसाचंही या दगडाकडं कोण फिरकत नव्हतं. बाळासाहेब दगडावर ऐसपैस पसरला. मग गौत्या, पंढऱ्यानं बूड टेकला.

'गौतम, डोक्यात एक आयडिया आलीय.' बाळासाहेब सरळ बसतच गंभीर आवाजात म्हणाला,

'आपल्या म्हारवाड्यात आता न्हाई म्हटलं तरी एकोप्याचं वातावरण तयार झालंय. आता सगळ्यात जास्त जबाबदारी माझ्यावर येऊन पडलीय. आपल्या लोकांनी गावात कामाला जायचं बंद केलंय, पण त्यातनं लई काय साधलं असं वाटत नाही. तेव्हा ज्याला जे जमंल ते करायला समाजाच्या लोकांना मोकळीक दिलेली बरी, असं वाटाय लागलंय. ह्यात आपण माघार घेतोय असं न्हवं. फक्त आपली सोय म्हणून आपण याचा विचार करायचा. तुला कसं वाटतंय?'

'म्हणत्यासा त्ये खरं हाय; खरं, म्हारं आली का न्हाई नाक घासत म्हणून लईच त्रास द्यायला लागतील त्येचं काय?' गौत्यानं प्रश्न उपस्थित केला तसा बाळासाहेब ठरवून ठेवल्यासारखं बोलाय लागला.

'गौतम, हे धोरण आपलं कायमचं न्हाई. ही फक्त आपली काही काळाची सोय म्हणून बघायचं. म्हणजे माझ्या डोक्यात असं हाय, एकएक योजना राबवून आपण म्हारोड्याला अर्थिकदृष्ट्या सुधारत जाऊया. एकदा का समाजात पैसा खेळाय लागला की मग कशाला जायाला लागतंय कुणाच्यात राबायला? यासाठी पहिल्यांदा तुम्हा दोघांचा तांगा लावायचं ठरवलंय. आता तुमाला किती पटतंय कुणास ठाऊक. पण माझ्या डोक्यात आयडिया आलीय. तुम्ही तर किती दिवस मोकळं फिरणार? उद्याचं काय तरी बघाय पाहिजेच की. त्यासाठी आपण म्हारोड्यात एक पतसंस्था रजिस्टर करून आणूया. त्यात तुमा दोघांनीच कारभार करायचा म्हणजे तुमचा प्रश्न मिटला. बाकीच्या पोरास्नी एक बँजो पार्टी काढून देऊ. म्हणजे तीबी मिळकतीला लागतील.'

'बँजो पार्टी चालंल खरं, पतसंस्था कशी चालायची?'

गौत्यानं मनातली शंका बोलून दाखवली. तसा बाळासाहेब त्याच्या जवळ सरकतच म्हणाला,

'त्येची काळजी तुला नको. माझं मी बघून घेतो. पतसंस्था काढली की तिला आमची बँक कर्ज देती. फक्त प्रश्न हाय तो भागभांडवल जमा करायचाच. त्यासाठी कायतरी डोकं लढवाय पाहिजे?' मग बाळासाहेब आपल्या मनातच गुतपळला. गौत्या- पंढऱ्या बाळासाहेबाच्या बोलण्यानं एकदम भारावली होती. त्यांना अंधारातही आभाळ निरभ्र दिसत होतं. बाळासाहेब थोडा वेळानं सावरत बसतच म्हणाला,

'सुला, घर बांधाय काढायचं म्हणतीया.'

'मग आता तटलंय कशात?'

'गौतम, तिचा नवरा म्हणजे बिनकाम्या. तिला तुमच्यातल्या कुणातरी पुरुष माणसाचा पाठिंबा असल्याशिवाय ती काय एकटी घर बांधणार?'

'आमी हायच की, उद्यापास्नं सुरू कर म्हणावं. आमी सगळी पोरं मदतीला येताव. मग काय अडचण?'

'मग काय नाही. खरंऽऽ' बाळासाहेब अडखळला. नंतर काहीच बोलला नाही.

तिघे उठले. रस्त्याला लागले. बाळासाहेबाला सुलीचं नवं घर अंधारातही स्पष्ट दिसत होतं.

दुसऱ्या तासानंतर कॉलेजच्या आवारात पोरं घोळक्या- घोळक्यानं जमायला लागली. बेल झाली तरी कोणच वर्गात जाण्याचं नाव घेत नव्हतं. कॉलेजमधल्या दोन- तीनशे पोरांचा घोळका अचानक प्राचार्यांच्या केबीनकडे सरकू लागला. कबीरला समोर काय चाललंय कळत नव्हतं. कुणाला विचारावं तर कोणच सरळ उत्तर देत नव्हतं. एवढ्यात समोरून मोहन बल्लाळ आला.

'काय झालं रे?'

'नसलापुरे सरांच्या विरोधात पोरांनी बंद पुकारलाय.'

'काय केलं नसलापुरेनी?'

'हिस्ट्रीच्या तासाला काय तर बोलले म्हणे.'

'म्हणजे काय बोलले?'

'आसंच काय तरी म्हणले असतील पण ह्या गंजेकरनं पोरांना उठवून बसवलंय.'

'आरंऽऽ तुझ्या' कबीर एकदम सनकला. त्याचे पाय आपोआप हालले. प्राचार्यांच्या ऑफिससमोरचा घोळका वाढतच होता. स्टाफरूम समोर उभा राहून प्राध्यापक गंजेकर सुहास्य मुद्रेने सारा प्रकार पहात होते. कबीरने घाई घाईतच राजा, जयाप्पा, हिरामण, दयानंद ह्या पोरांना गोळा घातलं. सुबाना कांबळेला शोधून काढलं. हाऽऽ हाऽऽ म्हणता वीस- पंचवीस पोरं गोळा घातली. कुणाला काय करायचं हेही कळत नव्हतं. न बोलताच सुबानानं सारं हेरलं होतं. त्यानं जमलेल्या घोळक्याला प्राचार्य केबीनजवळ जमलेल्या घोळक्याच्या समोर उभा केलं. प्राचार्य केबीनमधून बाहेर आल्या आल्या दोन- तीनशेचा घोळका एकदम ओरडला.

'नसलापुरेंनी माफीऽऽ मागितलीच पाहिजेऽऽ' घोषणा वाढत गेल्या. प्राचार्य हातवारे करत साऱ्यांना शांत करू लागले. मदतीला प्राध्यापक गंजेकर धावले. हळूहळू दोन- तीनशेचा घोळका शांत होत गेला. अशातच कबीरने जोराने आरोळी ठोकली.

'जातीयवादी गंजेकरऽऽ'

'मुर्दाबाद' घोषणा अकल्पितपणे वाढल्या. वीस-पंचवीसचा घोळका पाचपन्नासचा झाला. दोनतीनशेवाले एकदम चक्रावले. त्यांच्या घोषणांना एकदम उबळ फुटली. अख्खी स्टाफरूम दारात आली. दोन्ही बाजूच्या घोषणा टोकाला पोहचल्या. प्राचार्यांचे फक्त हात हालत होते. कोण काय घोषणा देत आहे हे ऐकू येणे बंद झाले. गंजेकर झर्रकन प्राचार्यांच्या जवळून हालले आणि केबीनमध्ये घुसले. पुन्हा घोषणा वाढल्या. सुबाना कांबळेच्या अंगात संचारल्यासारखं तो बेंबीच्या देठापासून ओरडाय लागला. पाच- दहा मिनिटात अचानक पोलिस कॉलेज आवारात घुसले. बघ्यांची गर्दी पांगली. पोलिस पळतच पटांगणावरच्या पोरांना हाकलू लागले. अशात कबीर जोरानं ओरडला.

'आपली कुणीही जागा सोडायची नाही.' त्याच्या आज्ञेबरहुकूम पन्नासाठचा घोळका तटबंद राहिला. दोन- तीनशेचा घोळका विस्कटला. पोलिस कबीरच्या घोळक्याजवळ आले. कोणीच हाललं नाही. पोलिसांचे आवाज चढले. कबीर आणि सुबाना पुढं होतच म्हणाले,

'आम्ही जाग्यावरून हालणार नाही.' पोलिस एकदम थांबले. प्राचार्य पळत पळतच घोळक्याजवळ आले. दोन- तीनशेच्या घोळक्यात पंचवीसभर पोरं शिल्लक होती. प्राचार्यांनी हात जोडून दोन्ही गटाच्या निवडक पोरांना केबीनमध्ये यायची विनंती केली. कबीरने पोरांना आतून येईपर्यंत न हालण्याचा सल्ला दिला आणि

सुबानाला घेऊन केबीनकडं वळला. दोन-तीनशेच्या घोळक्याचे सातआठ प्रतिनिधी केबीनमध्ये उभे होते. कबीर आणी सुबाना आत गेले. फौजदार, प्राचार्य बसलेले. प्राचार्यांची अस्वस्थता टोकाला पोहचलेली होती. ते एकदम तडकले.

'अरेऽऽ चालवलंय काय तुम्ही कॉलेजात?' मनाला येईल तेव्हा कॉलेज बंद पाडता. मनाला येईल त्या घोषणा देता. हे कॉलेज आहे का धर्मशाळा.' प्राचार्य बोलत राहिले. कोणीच काही बोलले नाही. दोन- तीनशेचे प्रतिनिधी गांगरून उभे होते. एकूण परिस्थितीचा अंदाज घेत कबीर आणि सुबाना उभे होते. त्यांची काय बोलावं ही मनातच जुळणी सुरू होती. प्राचार्य बोलायचे थांबले तसा सुबाना पुढं होतच म्हणाला,

'सर, तुमच्या परवानगीनं एक विचारू?'

'बोल' प्राचार्य गुरगुरले.

'कॉलेजचे प्राचार्य तुम्ही काय गंजेकर?'

'म्हणायचंय काय तुला?'

'काही नाही. पोलिसांना फोन तुम्ही केला का गंजेकरनी?'

'तेही या कॉलेजचे जबाबदार घटक आहेत.' प्राचार्यांचा आवाज चढला. त्यांना सुबानाचा रोख कळालेला होता.

'मुद्दा तो नाही सर, फोन कुणी केला हा आहे.'

'म्हणायचंय काय तुला?'

'मला काय म्हणायचंय ते तुमच्या लक्षात आलंय. म्हणूनच विचारतो. आम्ही काय गुन्हेगार आहोत म्हणून त्यांनी पोलिस बोलवले? आणि बोलवायचेच होते तर आधी अर्धा तास हे सर्व चालू असताना का नाही बोलवले?'

'तो प्रश्न आमचा आहे. याबाबत आता वाद घालायचा नाही. तुम्ही दोन्ही गटांनी आपापलं काय म्हणणं आहे ते सांगा म्हणजे त्यानंतर मी विचार करायला लागेन.'

प्राचार्य बोलत असतानाही थरथरत होते. ते आळीपाळीने कबीर आणि सुबानाकडं पाहात होते. कधीच न पाहिलेली ही पोरं आज अचानक कशी उगवली?

दोन- तीनशेच्या गटाचा नेता प्रल्हाद कुलकर्णी साधारण बुटका पण उजळ रंगाचा, चुटपुटीत वाटणारा, थोडंसं पुढं होऊन म्हणाला,

'सर, प्राध्यापक नसलापुरे यांनी हिस्ट्रीच्या तासाला शिवाजी महाराज कधीही 'गो ब्राह्मण प्रतिपालक' ही उपाधी लावत नव्हते. ती नंतरच्या काळात ब्राह्मणांनी

स्वार्थासाठी घुसडलेली उपाधी आहे. असे म्हणून ब्राह्मण जमातीविषयी वाईट बोलत होते. त्यांच्या या बोलण्यानं आमच्या धार्मिक भावना दुखावलेल्या आहेत. याची चौकशी झाली पाहिजे.' प्रल्हाद कुलकर्णी बोलायचा थांबला. त्याचे सहकारी आपापसात कुजबुजायला लागले. नंतर त्यातलाच दुसरा धाडस करून म्हणाला,

'त्यांना काहीही शिकवता येत नाही. ते सतत लिहून देत असतात.'

प्राचार्य शांतपणे ऐकत होते. एव्हाना त्यांचं डोकं ठिकाणावर आलं होतं. ते अत्यंत सावधपणे सर्व ऐकत होते. दोन- तीनशेच्या नेत्यांच म्हणणं ऐकल्यानंतर त्यांनी आपला मोर्चा कबीर आणि सुबानाकडं वळवला. आधी त्या दोघांची नावं विचारून घेऊन मग त्यांना त्यांचं म्हणणं मांडायला सांगितलं. तसा कबीर पुढं होतच म्हणाला,

'या कॉलेजात जातिवाचक बोलणाऱ्या सर्व प्राध्यापकांची चौकशी झाली पाहिजे. त्यातल्या त्यात गंजेकरांची चौकशी आधी झाली पाहिजे. कारण तेच या सर्व प्रकरणाच्या मुळाशी आहेत आणि ते सर्वात अधिक जातीयवादी आहेत. आम्हा मागास पोरांना ते सतत हिणवत असतात. त्यांची टवाळी करत असतात. आणि नसलापूरेच्या बाबतीत ह्या मुलांना त्यांनीच उठवून बसवलेलं आहे, असा आमचा स्पष्ट आरोप आहे.'

कबीर थांबला. पण त्याच्या आत्मविश्वासपूर्ण बोलण्यानं दोन- तीनशेची नेतेमंडळी एकदम गारठली. प्रत्यक्ष गंजेकरनाच ह्या पोरांनी पकडलेलं आहे म्हटल्यावर प्राचार्यांची बोबडी वळली. शेजारी बसलेले फौजदार एकूण प्रकार लक्षात आल्यावर एकदम म्हणाले,

'सर, त्या दोन्ही प्राध्यापकांना बोलवून घ्या आणि वादावर पडदा टाका.'

'नकोऽऽ नकोऽऽ त्यांची मी नंतर मीटिंग बोलवणार आहे.'

प्राचार्य गडबडीने म्हणाले. तसा सुबाना एकदम खवळला.

'सायेब, नाहीत बोलवणारे ते. कारण गंजेकर त्यांचा जवळचा आहे. पण सर, तुमाला सांगून ठेवतो, आमीबी जातीवंत पोरं हाय. जर नसलापुरे सरांच्या केसाला धक्का लागला तर कॉलेज पेटवून काढताव सोडत न्हाई. चल रे कबीर! त्यांना काय करायचं त्ये करू देत.' म्हणत सुबाना कबीरला घेऊन बाहेर पडला. केबीनसमोर त्यांच्या घोळक्यात आता शंभरभर पोरं जमलेली होती.

दलित पोरांनी घेतलेल्या आक्रमक भूमिकेमुळे प्राचार्य एकदम हाबकले होते. कॉलेजच्या वीस वर्षांच्या इतिहासातील ही पहिलीच घटना होती. विद्यार्थ्यांच्या बारीक-सारीक अनेक संघटना काम करत होत्या. पण दलित पोरांनी एकत्र येऊन असा पवित्रा घेणे ही गोष्ट एकदमच नवीन होती. विचार करूनही प्राचार्यांना गुंता सुटत नव्हता. म्हणून त्यांनी प्राध्यापक अवचित भालेरावला केबीनमध्ये बोलवून घेतले. घाबरून गेलेल्या प्राध्यापक भालेरावना एकूण परिस्थितीचा काही अंदाज नव्हता. ते केबीनमध्ये आल्या आल्याच प्राचार्यांनी सुरवात केली.

'प्राध्यापक भालेराव, तुम्ही चर्चा मंडळाच्या नावाखाली पोरांना आंदोलन करायला शिकवता. हे चालणार नाही. ह्या कॉलेजमध्ये असं कधीच पूर्वी घडलेलं नव्हतं. पण तुमच्या या चर्चा मंडळामुळं घडतं आहे. त्यामुळं तुमच्या मुलांना तुम्ही शांत करा; अन्यथा चर्चा मंडळ बंद करून टाका.'

'पण सर, चर्चा मंडळाचा आणि आजच्या प्रकरणाचा काही एक संबंध नाही. आणि प्राध्यापक नसलापुरे आल्यापासून चर्चा मंडळाचा एकही कार्यक्रम झालेला नाही. तुमचा काही तरी गैरसमज होतोय.'

'माझा काहीही गैरसमज झालेला नाही. तुमच्या त्या सत्यपाल धर्मरक्षीच्या भाषणाचा परिणाम म्हणूनच हे घडलेलं आहे. याची मी गंभीर दखल घेतलेली आहे हे ध्यानात घ्या. आणि त्या नसलापुरेनाही याची कल्पना द्या,

'पण सर-'

'पण नाही आणि काही नाही. तुम्ही जाऊ शकता.'

प्राचार्यांनी सगळा राग भालेराववर काढून घेतला. पण भालेराव केबीनमधून बाहेर गेल्यानंतर आपलं काहीतरी चुकलंच असं त्यांना वाटाय लागलं. आणि ते पुन्हा अस्वस्थ झाले.

'कबीर, फणींद्र कांबळेसरांनी कॉलेजच्या प्रकरणाबाबत आज सगळ्या दलित संघटनांची मीटिंग बोलावलीय. तुला पण यायला सांगितलंय' राजा कांबळे निरोप घेऊन आला. कबीर काहीच बोलला नाही. तसा सुबाना म्हणाला, 'सगळे मिळूनच जाऊ. त्या भालेरावलाही प्राचार्यानं केबीनमध्ये घीऊन दम दिलाय म्हणं. आता गप्प बसून भागणार न्हाई.'

‘सुबाना, त्या मीटिंगला तूच जा सगळ्यांना घेऊन. मला नाही यायचं.’ कबीरने निर्णायकपणे सांगून टाकलं.

‘पण का?’ राजानं प्रश्न केला.

‘त्याबाबत मला काहीही विचारायचं नाही. तिथं जे काय ठरेल त्यात मी आहे एवढं समजा, आणि जा.’ कबीर एकदम टोकावर येऊन बोलला. मग त्याला कुणीच आग्रह केला नाही.

बंडू चेरमनच्या दारात आलेल्या सित्या म्हारानं घाबरत घाबरतच हाळी दिली . कुणाचाच सासूल लागत नाही म्हटल्यावर तो तसाच उभा राहिला. बऱ्याच वेळानंतर बंडू चेरमनची बायको दारात आली. कधी नव्हे ते दारात आलेल्या सित्या म्हाराला बघून तिला आश्यर्य वाटलं.

‘कसा काय वाट चुकलास रं?’

‘आलो मालकीनऽऽ पाटील हाईत व्हय जीऽऽ’

‘हाईत, बस जराऽऽ’ म्हणत पाटलीन आत वळली. सित्या दाराच्या कोपऱ्याला अंग चोरून उभा राहिला. त्याचं काळीज धडधडत होतं. आता काय काय ऐकून घ्यावं लागणार हे त्याचं त्यालाच समजेना झालतं. क्षणाक्षणाला त्याची अस्वस्थता वाढत होती. बंडू चेरमन बघून न बगितल्यासारखं करत आपल्याच तालात उभा राहिला.

‘राम राम मालक’ सित्यानं काढता येईल तितका लाचार आवाज काढला.

‘आऽऽ रंऽऽ सित्या तू?’ आश्चर्याचा आव आणत बंडू चेरमन म्हणाला,

‘तुला कशी काय सवड गावली रंऽऽ?’

‘गावली मालक कारणाकारणी.’ म्हणत सित्या जाग्यावरच वळवळला. त्याच्या चेहऱ्यावर भीतीचं सावट कायम होतं.

‘बोलऽऽ काय म्हणतोस?’ म्हणत बंडू चेरमन सोप्यातल्या खुर्चीवर टेकला. म्हणाला,

‘हिकडं येतानं बाळ्या शेडबाळ्याला सांगून आलास न्हवं? न्हाई तर त्यो आनी तुला म्हारोड्यात जगू देणार न्हाई. मागनं आनी आमच्या नावानंच बोंबलाय लागशील. आनी तुमचा त्यो दाद्या हेडी तुज्या पाळतीवर आसलंच. काय त्येनंच पाठीवलंय आंदाज काढाय?’

'मालक, एकदा गू खाल्लाय म्हटल्यावर तुमी काय बी बोललं तर चालतंय जीऽऽ खरं व्हती एकदा एकदा चुकीऽऽ तुमी न्हाई संबाळून घ्यायचं तर कुणी घ्यायचं?'

'चुकी तुमची कुटली, आमचीच झालीय गड्याऽऽ बरं त्ये जाऊदेऽऽ तू कसा काय फिरलास सांग?' बंडू चेरमन काहीशा सावध नजरेनं सित्याला न्याहाळत होता. त्याच्या मनात संशयाच्या पाली चुकचुकत होत्या.

'मालकऽऽ त्या शेडबाळ्यानं गळ्यावर सुरी ठेवलीया. आता ह्यातनं सोडीवल्यासा तर तुमीच.' सित्या म्हार चवड्यावर बसतच म्हणाला,

'त्या सुलीचं घर शेडबाळ्या बांधालाय.'

'मग काय वाईट झालं? रांड ठेवल्यान हाय म्हटल्यावर तेवढं कराय पायजेच की. न्हाई तर फुक्कट ती तरी का झोपू दील?'

'तिचं घर बांधना न्हाई तर तिला मसणात घालंना. पर माझ्या नरड्याला फास बांधालाय त्येचं काय करायचं जीऽऽ?'

बंडू चेरमनला सित्याला बोलण्यावरून काय तरी भानगड आहे हे ध्यानात आलं. त्याचा आवाज एकदम चढत गेला.

'म्हणजे झालं काय त्ये सरळ समजून सांग.'

सित्या म्हार घटकाभर बसला. मग भुईवर रेघोट्या मारतच म्हणाला,

'मालकऽऽ सुलीचं खोपाट माझ्या परड्याशेजारी हाय, हे तर तुमाला धक्कल हायच. आता तिचं घर बांधाय काढतानं शेडबाळ्यानं माझ्या परड्यात चार- पाच हात पाया आत सरीकलाय. इच्याराय गेल्यावर म्हणला, तुला एवढी जागा काय करायची? सगळा म्हारोडाबी त्येच्याच बाजूला हाय. माजं कोणच काय आयकून घ्यायला तयार न्हाई. सगळंच गुडारत झालंय. आता काय करू? तुमीच जरा काय तरी वाट काढली तर बरं व्हईल जीऽऽ' सित्या एकदम खळीला आला. बंडू चेरमन त्याच्यावरच एकदम उसळत म्हणाला,

'मग रांडंगत आसा रडत का बसलास? सरळ बांधल्याली भित्त आयदानान पालथी घाल जाऽऽ आलं कोण आडवाय तर सरळ आडवं करायचं. मग बघतो माजं मी.'

'त्येबी करायचं बघितलं. खरं, त्येच्या बाजूला ती सगळी कार्टी हाईत, जी रातध्याड पडून हाईत तितं. त्येंच्याबरबर मारामारी कराय मला कसं रेटंल?'

'मग बस जा बोंबलत. आज चार हात आत आल्यात उद्या सगळं परडंच यरगटून बसत्यात. मग काय करणार हाईस? त्या परास सरळ खापल जा एकाद्याला.'

'सरकारात कळवून बिळवून काय व्हणार न्हाई?'

'आगाऽऽ सरकार त्या शेडबाळ्याचं हाय. मग तितं तुला कोण इच्यारणार?'

'त्येबी खरं हाय सोडा खरं. पर गणू तात्याच्या हातनंबी काय व्हनार न्हाई?' सित्या एकदम काकुळतीला आला.

'व्हईल गाऽऽ खरं तुज्यावर इसवास कोण ठेवणार? त्यो काय तरी करायचा आनी ऐनटायमाला तू पालाटलास म्हणजे काय करणार?'

'तसं कसं व्हईल?'

'तुमा म्हारड्याचं मला काय सांगू नको. लई उफराटी जात. कदी कुणाला टांग लावतील सांगाय यायचं न्हाई.'

'मालकऽऽ पोराच्या टाळूवर हात ठेवून सांगतो जीऽऽ तसं काय व्हणार न्हाई. पर काय तरी कराच.'

'बरऽऽ बरऽऽ काय तरी बघूया' म्हणत गणू पाटील उठला आणि मालकिनीनं आणलेला चहा सित्याला दिवळीतला कप धुवायला लावून त्यात वतून आतल्या सोप्यात गेला.

'अलताप कांबळे आणि जालिंदर बनसोडे मीटिंगला आले नाहीत.' सुबाना कांबळे सांगत होता.

'बाकी सगळे आले होते. नसलापुरे सरांनी आपण काय काय वर्गात बोललो हे पहिल्यांदा सांगितलं. नंतर चर्चेला सुरवात झाली तर आनंदा कांबळे आणि अवचित भालेराव उलटं नसलापुरेंनाच झापाय लागले. असं बोलायची काय गरज होती आणि तसं बोलायची काय गरज होती. मग फणींद्रसर भडकले, तसा आनंदा कांबळे टोकावर आला. तुमच्या आंदोलनात आम्ही नाही म्हणून बडबडाय लागला. शेवटी कशीबशी समजूत काढली. पण त्यांच्या मनात काय तरी काळंबेरं दिसतंय.

'म्हणजे काय असावं?' कबीरने चिंताक्रांत चेहऱ्याने विचारले.

'बहुतेक नसलापुरेचं आणि भालेरावचं कॉलेजात पटत नसावं कारण...' आनंदा बोलता बोलता म्हणाला, 'नसलापुरेनं त्यांच्या भागातल्या पुढाऱ्यांना बोलवून आणून हितं मोर्चा काढावा, आमी कशाला काढायचा?'

'म्हणजे काय म्हणायचं असावं त्याला?'

'अरे, सरळ हाय. आनंदा कांबळे खुटावळेच्या गटाचा हाय. नसलापुरेच्या भागातले पुढारी खोंडेकर गटाचे असतील. दुसरं काय?'

'च्यामायला, ह्या लोकांना जोड्यानं हाणलं पायजे.' कबीर एकदम उसळला.

'हितं त्यांच्या गटातटाचा काय प्रश्न. इथं गंजेकरबरोबर कसं लढायचं ठरवतील काय, त्यो कोणत्या गटाचा आणि ह्यो कोणत्या गटाचा? हे बघत बसल्यात. साल्यांना, आपण हिकडं यीऊच द्यायचं नाही. इथलं सगळं आपलं आपण निस्तरूया.'

'खरं, भालेरावनं त्यात झक मारलीया. त्येचं काय करायचं? उद्या त्यो आनंदा कांबळे आणि फणींद्रसर कॉलेजच्या अध्यक्षाला भेटणार आहेत.'

'कशासाठी?'

'ह्येच की, नसलापुरेची बाजू मांडण्यासाठी.'

'अरे, पण आपण त्यांच्याकडं जायची काय गरज? त्यांनी पाहिजे तर आमच्याकडं यायला पाहिजे. हा काय उलटा न्याय?'

'तू काल मीटिंगला पायजे व्हतास. माझ्या तर डोस्क्याचा भुगा झाला. लई भिकारचोट नेते आपले.' सुबाना वैतागानं म्हणाला. त्याच्या चेहऱ्यावरचे चिंतेचे सावट अधिक गडद होत चालले होते.

सितबा म्हार नायकीच्या फुलावर एकटाच वाटंला डोळं लावून बसला होता. अंगात तापाची कणकण असल्यामुळं सगळं अंग मोडून पडलं होतं. ठणका सोसवत नव्हता. आधीच थकत चाललेल्या सितबाच्या जीवाला ह्या सुलीच्या घरानं नवा घोर लावला होता. बंडू चेरमनकडं जाऊन काय तरी उपयोग होईल असं वाटलं होतं. गणू पाटलानं सरळ काखा वर केल्या होत्या. डेप्युटी गोपाळा उलटा दम देऊन वेगळंच कायतरी सांगत होता. गावात सगळ्या पंचांच्या घराला हेलपाटं घालून त्याचा जीव मेटाकुटीला आला होता. कोणच अंगाला लावून घ्यायला तयार नव्हतं. कोवाडच्या पावण्याला काय तरी करंल म्हणून गाठलं होतं; पण परगावचा पावणा इथं येऊन काय करणार? त्यानं तालुक्याला जाऊन बनसोड्याच्या कानावर गोष्ट घालून बघितली होती. पण त्यानंही कानावर हात ठेवून दुसरंच शहाणपण शिकवलं होतं. सगळीकडून फिरून फिरून नकार ऐकून त्याचा जीव मेटाकुटीला आला होता. आता फक्त कबराच्या कानावर घालून काय उपयोग होतो का? हे बघण्यासाठी तो रस्त्याला डोळं लावून बसला होता.

म्हारवाड्यात कबराला गाठावं तर लोकांना आणखी संशय येणार. त्यातनं वायलंच निघणार. त्यापेक्षा बाहेरच्या बाहेर गाठावं या विचारानं तो घरातून बाहेर पडला होता. नायकीचा वडा गावापासून नाही म्हटलं तरी मैलभर. त्याला चालता चालता राम आठवला. अंगात कसर असताना बाहेर पडायला नको होतं, पण घरात बसूनही डोकं थंड राहात नव्हतं. घरात बसलं की घर अंगावर आल्यागत वाटत होतं. जीव कुठंच रमत नव्हता. नायकीच्या फुलावर बसल्या बसल्या गिजवण्याचं आख्खं शिवार त्याच्या नजरेत येत होतं. सगळीकडं रखरख. कुठं तरी एखादा उसाचा मळा. तेवढाच गारवा. डोळ्याला भकभक सहन होईनासी झाल्यामुळे त्यानं गच्च डोळं मिटून घेतलं. अंधाराची गिचमिड पापणीत वरखाली हालाय लागली. कसला तरी आवाज आला म्हणून त्यानं पुन्हा डोळं उघडलं. लांबून येणारा ट्रक दिसत होता. मग तो ट्रकवर नजर रुतवून बसला. हळूहळू ट्रक जवळ जवळ येऊ लागला. कासराभर अंतरावरचा ट्रक एकदम अंगावर आल्याचा त्याला भास झाला. पुन्हा गच्च डोळे मिटून बसला. ट्रक लांब जाईपर्यंत. पुन्हा त्यानं रस्ता डोळ्यात धरला. तर कबरा उन्हात झपाझप चालत येत होता.

'सितूतात्या, हितं का गाऽऽ?'

'तुजीच वाट बघालोय लेकराऽऽ' म्हणत सितबा उठला.

कबऱ्या एकदम चकारला. कधी वाटेनं जातानासुद्धा वर न बघणारा सितूतात्या आपली वाट बघतोय. म्हणजे काय असेल? त्याच्या डोक्यात प्रश्नांना सुरुवात झाली.

'का गाऽऽ?'

'आनी काय लेकरा, सगळा घोटाळा झालाय.'

'कशाचा?'

'कायच न्हाई तुज्या कानावर? सुली घर बांदालीया.'

'त्ये हाय की म्हाईत. आता निम्म्यावर आलंय म्हणं.'

'त्ये निम्म्यावर याला न्हाई लेकरा, माज्या उरावर आलंय' सितबा तात्या रस्त्याला लागतच म्हणाला,

'माजं निम्मं परडं यरगटलंय. कोनच माजा इच्चार करंना झालंय. दाद्या, गोपाळ्या मलाच गुल कराय लागल्यात. आता माजी वाडवडलाची जागा आशी फुकापासरी यरगटली ह्येचं कुणालाच काय न्हाई. म्हणं रांडंची म्हारोडा सुदरत्यात. आगाऽऽ ह्येंच्या नादाला लागून माझं वंगाळ झालं. तुज्या बासारकं त्येंच्यात मिसाळलो नस्तो

तर गावातली तरी चार माणसं माज्याकडनं हुबा ऱ्हायली आस्ती. आता सगळीकडनंच तीन- आडकून सीताराम झालंय.'

'तुझ्या हद्दीत बांधाल्यात म्हटल्यावर तू पंचायतीत अर्ज कराय पायजे व्हतास.'

'आगाऽऽ सरपंचाच्या, बंडू चेरमनच्या घरला हेलपाटं घालून पायताण झिजली. त्येनी काय अंगाला उसवून ऱ्हाई घेतलं. त्येनीतरी का घ्यावं मनावर सोड खरं. त्येंचंबी बरूबरच हाय. त्ये म्हणत्यात, तुमचा डेप्युटी हाय त्येलाच पंचायतीनं नोटीस काढाय लाव जा. आनी ह्यो डेप्युटी तर मलाच गुल करतोय. आता काय करू सांग?'

'आता मी तरी काय सांगणार गाऽऽ?' म्हणत कबीर विचारात पडला. त्याच्या डोक्यात गिचमिड सुरू झाली. समोरचा नंदाप्पाच्या तळीकडं जाणारा रस्ता एकदम नागमोडी झाल्यासारखा वाटाय लागला. त्याच्या चेहऱ्यावर घामाचे थेंब अधिकच जमा झाले. पाय वडत कण्हत सोबत येणाऱ्या सिताबाच्या काटकुळ्या शरीरावरच्या चिंध्या होत चाललेल्या धोतरातून बघितल्यासारखं त्याला समोरचं शिवार अंधुक दिसाय लागलं...

सुबऱ्या तक्क्यातून पळत पळत घरात आलं. कबीर डालग्याखाली कोंबड्या झाकत होता. त्याला बघितल्या बघितल्या सुबऱ्या दचकला. मग पुन्हा त्याच भरात आई जवळ जात म्हणाला,

'आई, तक्क्यात बाबासायबाचं लई फोटो आणल्यात.'

'एवढं कशाला रंऽऽ?'

'सगळ्या समाजात वाटणार हाईत म्हणं. मोठंच्या मोठं हाईत. आज राच्च्याला वाटतील बघ. आमच्यात बी आणाय सांग बाबाला.'

'तुला कशाला पायजे फोटो?' कबीर त्या दोघांच्या मध्ये तोंड घालत म्हणाला.

'कशाला म्हणजे? बाबासाहेब आमच्या समाजाचे. मग आमच्यात फोटो नको?'

'तुमच्या समाजाचे म्हणून तुमच्यात फोटो आसाय पायजे म्हणून तुला कुणी सांगितलं?'

'सांगाय कशाला पायजे? त्यो शेडबाळ्या बघजा कसा भाषण माराय लागलाय.'

'म्हणजे फोटो त्येनं आणल्यात म्हण तर'

'आसं म्हणत्यात बाबाऽऽ'

'मग घरात फोटो आणायचा नाही. मी काय म्हणतोय कळलं काय?' कबीरचा आवाज करडा झाला.

'तुजं सारकं कायतरीच आसतंय. तक्क्यातला आणायचा न्हाईतर तुजा तू तरी आण बघू' सुबऱ्या वैतागला.

'आरंऽऽ फोटो लावून नुस्तं काय करायचं? बाबासायबांनी काय सांगितलंय त्ये रांडंच्यास्नी वाचा म्हणावं. त्येंनी समाजासाठी काय काय केलंय बघा म्हणावं आनी तुमी काय करालाय ते बघा म्हणावं. नुस्तं फोटो वाटून करणार काय? तर फोटोला रोज देव पूजल्यागत पुजत बसणार. आरंऽऽ बाबासायबांनी जन्मभर ज्येला विरोध केला तेच हे करत बसणार. आणि म्हणं समाज सुधारणार. कसला समाज सुधारत्यात.' कबीरचा आवाज एकदम वाढत गेला. तो काय बोलतोय हे सुबऱ्याला लक्षात येईना. तो टाळा पगळून त्याच्याकडं बघत उभा राहिला. गंगव्वा मात्र एकदम चरकली. कबीर बोलता बोलता थांबला. तसं सुबऱ्या एकदम चिडून म्हणालं-

'सगळं काय कळतंय त्ये तुलाच. बाकी सगळी आडाणी...'

'गप्प रंऽऽ' गंगव्वा जवळ जवळ सुबऱ्यावर ओरडलीच. तसा सुबऱ्या खोपटातनं बाहेर पळाला.

मुरब्बी कार्यकर्ते आनंदा कांबळे आणि फणींद्र कांबळे यांच्या नेतृत्वाखाली गेलेल्या शिष्टमंडळाने कॉलेज प्रशासनासमोर बिनशर्थ माघार घेतली. कारण काय, तर म्हणे जर माघार घेतली नसती तर प्राध्यापक सिध्दार्थ नसलापुरे आणि सर्व दलित प्राध्यापकांच्या नोकऱ्या धोक्यात होत्या. सर्व म्हणजे किती तर शंभरभर स्टाफच्या कॉलेजवर फक्त तीन प्राध्यापक दलित होते. त्यातल्या अवचित भालेराव आणि बसाप्पा शिंदे यांना नोकऱ्या लागून दहा- अकरा वर्षे पूर्ण होऊन गेली होती. मग त्यांच्या नोकऱ्या कशा धोक्यात? हा प्रश्न कोणाच्याही डोक्यात येत नव्हता.

कबीरला मात्र या साऱ्यापाठीमागेच कसला तरी वास येत होता. माघारीचा निर्णय ऐकल्यापासून त्याच्या डोक्यात आग भडकली होती. शिष्टमंडळातून गेलेल्या सुबाना कांबळेला त्याने खाऊ का गिळू केलं होतं. पण त्या बिचाऱ्याला तिथं बोलूच दिलं नाही म्हटल्यावर तो तरी काय करणार? ह्या विचारानं तो पुन्हा शांत झाला होता. पण माघार घेण्यापाठीमागची नेमकी कारणे काय? यात आनंदा कांबळेला कुणी आणि कसा फितवला? आनंदा कांबळेचं ठीक आहे, पण फणींद्र सरांनी याला

मान्यता कशी दिली? की तेही इथल्या नेतेमंडळीत सामील झाले? की पूर्वीपासूनच ते तसे होते आणि फक्त आव आणून सगळ्यांची सहानुभूती मिळवत होते? अशा लाख प्रश्नांनी त्याच्या डोक्यात गोंधळ केला. त्याच्या मेंदूत कीड लीवलीवू लागली. त्यानं तासाला दांडी मारली आणि मोहन बल्लाळला शोधत निघाला. बल्लाळ शोधून सापडण्यातला नव्हता, हे माहिती असूनही त्याने चिकाटी सोडली नव्हती.

सगळं कॉलेज पालथं घातल्यावर लायब्ररीत बल्लाळला गाठलं. बल्लाळ कॉलेजचे तास कमी करायचा, पण पुस्तकांच्या संगतीत अधिक. भरमसाट वाचनानं त्याच्या विचारात एक गती निर्माण झाली होती. एवढ्या कोवळ्या वयात त्याच्या डोळ्यावर आलेल्या चष्म्याची सोडावॉटरची बाटली झाली होती. त्याचा इवला गोल चेहरा आणि काटकुळा कृश देह चष्म्यामुळे अधिकच गम्मतशीर दिसायचा. कबीरने बल्लाळला ग्रंथालयातून बाहेर काढतच विचारले-

'तुझी आणि प्रल्हाद कुलकर्णीची दोस्ती आहे का नुस्ती ओळख?'

'का? एकदम तू प्रसाद कुलकर्णीवर का आलास? आता सगळं मिटलं ना? मघाशीच म्हणाला तो.'

'काय म्हणाला...?'

'दलितांच्या नेत्यांना खिशात घातलं म्हणाला?'

'म्हणजे?' कबीर एकदम अधिर झाला.

'सांगतो. गडबड नको.' बल्लाळ चष्मा सावरतच म्हणाला,

'तुमचे नेते च्युतिया छाप आहेत. गंजेकर सरांनी फिल्डिंग लावली. म्हणजे केलं काय तर तुमच्या आनंदा कांबळेला पंचायत समितीचे सभापती आण्णा कित्तूरकर यांच्या मार्फत गाठलं. मग पुढचं काय तुला सांगाय लागतंय. तुमचा तो नवा नेता फणींद्र कांबळे जरा वळवळ करत होता म्हणे, पण त्याला त्याच्या हायस्कूलच्या मुख्याध्यापकाकडून दाबला. मग कशाला करतोय वळवळ? बाकी काही म्हण कबीर, तुमची नेतेमंडळी भलती विकावू. का तुमच्या रक्तातच विकत जाण्याचा गुण असावा?' बल्लाळचा स्वर एकदम अध्यात्मिक झाला. कबीरच्या मस्तकात जाळ झाला.

'लेका, बल्या तोंड आवर' त्याच्या आवाजात आग आली. बल्लाळ एकदम फक्कन हसला. म्हणाला,

'कबीर, चिडायचं नाही. जेव्हा आपण एखाद्या गोष्टीची मुळं शोधून सत्य हातात मिळवतो तेव्हा सत्याची कारणमीमांसा करताना तर्काशिवाय पर्याय नसतो.'

'म्हणजे काय म्हणायचंय तुला?' कबीरचा आवाज खाली आला.

'सांगतो. गडबड नको. तुझ्या तालुक्यातल्या सगळ्या नेत्यांचा मी चांगला अभ्यास केलाय. तुमच्या म्हणजे तुम्ही म्हणता म्हणून तुमच्या बाबासाहेबांचं मी या भंपक नेत्यांपेक्षा अधिक वाचलंय. हे जे दलित लेखक आहेत ना, त्यांचंही वाचलंय. पण आंबेडकरांना समजून घेण्यापेक्षा स्वतःच्या तुंबड्या भरण्याचीच धडपड सगळ्यांनी अधिक केलीय. मला मान्य आहे, ज्यांना काही मिळालं नाही त्यांना मिळाल्यावर ते ओरबाडून खाणार. पण पोट भरल्यावर दुसऱ्याचा नसेना पण आपल्या समाजाचा तरी विचार या लोकांना का नाही सुचत? आहे उत्तर तुझ्याजवळ?

अरे, तो कुलकर्णी मघाशी काय म्हणाला माहिताय, नसलापुरेच्या पाठीमागं एक पोरगी सोडलीय, वर्षात त्याला आमच्या संघटनेचा नेता करतो की नाही बघ. आणि तुला निश्चित सांगतो. नसलापुरे त्यांच्या संघटनेचा नेता होणार आणि तुझ्याविरुद्ध लढायला उभा राहाणार? हे मी भविष्य नाही सांगत, वस्तुस्थिती सांगतोय.'

बल्लाळ बोलत होता आणि कबीर दिङ्मुढ होऊन ऐकत होता. त्याच्या मनात सतत येत होतं- ह्या पोरानं हे सर्व कोठून शिकून घेतलंय? याला ह्या सगळ्या नाड्या कशा पटकन समजतात? आणि तो त्याच विचारात गुरफटला. बल्लाळ बोलता बोलता थांबला. त्यानं ओळखलं, कबीरचं आपल्या बोलण्याकडं लक्ष नाही. तसा तो त्याच्या खांद्यावर थाप टाकतच म्हणाला,

'च्याआयलाऽऽ लेकोऽऽ मी इतकं तात्त्विक बोलतोय आणि साल्या तू काहीच ऐकत नाहीस. म्हणजे माझे थोर विचार फुकट गेले.' आणि तो ख्यॅऽऽ ख्यॅऽऽ हसू लागला. हसताना तो भलताच भेसूर दिसाय लागला...

डोक्यात प्रचंड अस्वस्थता घेऊन कबीर गावात आला. रोजच्या सारखी त्याला कडकडून भूकही लागली नव्हती. अन्नावरची वासनाच उडाल्यागत वाटत होतं. बळजोरीनं त्यानं अर्धी भाकरी मुरगळली. घोंगडं अंथरून तो खोपटात आडवा झाला. पण पापणी मिटायला तयार नव्हती. समोर घडणाऱ्या सगळ्याच गोष्टी मुकाट्यानं पाहाण्याची सहनशीलता कबीरजवळ नव्हती. आणि समोरच्या परिस्थितीतून वाटही त्याच्याजवळ नव्हती. तो जाग्यावरून उठला.

मनातली सगळी आग उसळी मारून वर आली, की आपल्याला आवरताच येत नाही. असं का व्हावं? अशी अस्वस्थता आपण कितीकाळ सांभाळायची? कोंडून

घेणंही आपल्याला जमत नाही. कशासाठी आपण ही अस्वस्थता घेऊन बसतोय? ह्यातूनं आपल्या पदरात पडणार आहे तरी काय? नाहीच पडले पदरात तरी आपण ह्या सगळ्याशी झटंझोबं देण्याचं सार्मथ्य मिळवलं पाहिजे! एकट्यापुरतं तरी कणखरं होण्याचं ध्यैर्य जमवलं पाहिजे....

त्याच्या डोक्यात सुरू झालं. तो म्हारवाड्यातून बाहेर पडला. नेहमीसारखा शाळेच्या चढाला लागला. तळ्याच्या काठावरनं तो सरळ म्हारकीत घुसला. आपलं एकचं एक कुडकं. उगाचच बांधावर फिरला. मग पठारच्या दिशेनं चालाय लागला. पठारच्या रानातनं माळयाच्या शेताकडं. माळ्याच्या शेतातनं बामणाची खर. बामणाच्या खरीतनं राणबा पाटलाचा मळा. म्होयत्याचं बांबार, जळकीचा वडा, गुरवकी, पाटलाचा आवटा पायाखालून घालत तो शिंद्याच्या मळवीला येऊन टेकला. मोकळी हवा. वाळून कोवळं झालेलं रान. वटत चाललेली झाडं... उन्हाच्या झळा. मध्येच वाऱ्याची झुळूक. चालून चालून त्याचे पाय दुकाय लागले.

...आपण का चालतोय? एवढं चालल्यावर मनात येणारं मोकळेपण आपल्याला हवं होतं का? म्हणजे येणाऱ्या अस्वस्थतेला आपण घाबरतो... पुन्हा त्याच्या मनात पूर्ववत सुरू झाले. तो आबा पाटलाच्या देवआंब्याखाली थांबला. गार सावलीत बसल्यावर आपण खूप दमलोय असं त्याला वाटाय लागलं. त्यानं अंगावरचा शर्ट काढला आणि आंब्याखालचा पाला सरळ करून तो आडवा झाला. डोळा कधी लागला हे त्याचं त्यालाही कळालं नाही.

'कबरूऽऽ ये कबरूऽऽ' त्याच्या कानावर अस्पष्ट आवाज पडला. तो दचकून जागा झाला. तर समोर उघडाबंब रामूतात्या. तो झटकन उठून बसला. नुसत्या लंगोट्यावर असणारा रामू म्हार हातात खोरं घेऊन उभा होता. त्याचे हातपाय चिखलाने माखले होते. डोक्याला कसलं तरी चिरगुट गुंडाळलेलं होतं. दाढीचे खुट वाढलेले. चेहऱ्यावर अंसंख्य सुरकुत्या. रामूतात्या त्याला बोलावतच पुन्हा म्हणाला,

'तू हिकडं कसा गाऽऽ? आनी शेळी कुठं हाय?'

'न्हाई आणली.' कबीरने डोळे चोळले. रामू म्हार चवड्यावर बसला.

'झॉप लागल्ती वाटतं?'

'त्ये कुठलं. पडलो तो आसाच.' कबीर पुन्हा पुन्हा रामूतात्याचा उघडाबंब देह न्याहळत होता. थोडंसं दचकून कबीर म्हणाला,

'हितं पाणी पाजालास?'

‘व्हयऽऽ ह्येंच्यातच आसतोय उन्हाळ पावसोळ.’

‘पगार काय ठरलाय?’

‘काय तसं न्हाई ठराय. लागंल तसं नेयाचं मागून. आनी मला एकट्या गड्याला लागणार तरी काय गाऽऽ?’ कबीर स्वतःशीच हसला. म्हणाला,

‘असं कसं? आता आनी घर बांधालास म्हटल्यावर वडातान आसणारच की?’

‘थूतऽऽ तिच्या मायलाऽऽ घर त्या रांडंचं. बांधालाय तिचा मिंड. माजां त्यात काय संबंध न्हाई.’ रामा म्हार एकदम भडकला.

‘आसं कसं? लग्नाची बायको काय सुटलीया?’

‘न्हीवून घाल जा मातीत. तिचं नाव नको माज्यासमोर.’

‘आमी मातीत घालण्यापरास तूच का न्हाई मातीत घालत? आमी पडलाव परकी. तू तिचा न्हवरा. एवढा डोंगरागत हाईस. तुला जराबी कसा राग ईत न्हाई गाऽऽ?’ कबीर सणकीत बोलून गेला. रामाचा चेहरा पुन्हा खर्रकन उतरला. त्याचे डोळे एकाएकी पाणावले. कापऱ्या आवाजात म्हणाला,

‘कबरूऽऽ आसा म्यॅबी लई येळा इच्यार केला. कव्वा कव्वा सगळं ठरवूनबी खोपटात गेलोय. खरं, तितं गेलं की आंगच लटकं पडतंय. म्हणून दारू ढोसून जाऊन बगीतलं. खरं, आंग लटकं पडायचं काय थांबत न्हाई. तिला भीतोय आसंबी न्हाई. मग आसं का व्हवावं माझं मलाच कळत न्हाई. रांडनं काय तरी करणी केलीया. काय करू?’

‘करणी काय इ्येटं?’ कबीर सटकला. म्हणाला,

‘सगळं तुझ्या मनाचं ख्यॅळ हाईत. त्यापरास सरळ तूच मर जा तिकडं. ताप नको. आगा रेड्यागत गडी तू. करणी-बिरणी म्हणत बसलास हाईस. त्यापरास धाडसानं विचार कर. आगाऽऽ तुजं जातिवंत म्हाराचं रक्त हाय. रेडा एका दणक्यात पाडणाऱ्याला तसल्या रांडंचं मुंडकं खापलाय कसलं भ्या?’

कबीरला आपण काय बोलतोय हेही कळत नव्हतं; पण त्याच्या शब्दागणिक रामाचा चेहरा पालटत होता. त्याच्या डोळ्यात रक्त उतरत चाललं होतं... त्याच्या मुठी आपोआप घट्ट झाल्या होत्या. त्या तिरीमिरीतच तो उठला. पुन्हा उसातल्या पाण्याच्या पाटाकडं वळला. कबीर त्याच्या उघड्याबंब काळ्याशार अंगावरून उन्हाची चकचकणारी किरणं बघत राहिला...

वडरांच्या घरासमोर, म्हारवाड्याच्या सुरवातीला रस्त्याला लागून सुलीचं नवं घर म्हणण्यापेक्षा टुमदार बंगला उभा होता. गावात नव्यानं येणाऱ्या प्रत्येक माणसाला हे घर कुणाचं असेल? असा प्रश्न हमखास पडायचा. दाराला संपूर्ण सागवान. चकाकणारं पॉलिश. भिंतीला दगडीच पण डोळ्याला शांत वाटावा असा रंग. भिंतीच्या मध्यभागी 'प्रज्ञा- शील- करुणा' ही अक्षरे निळ्या- तांबड्या रंगात रंगवलेली. घरातल्या सगळ्या खोल्यांत मोझॅक टाइल्स. बैठकीच्या खोलीतल्या भिंतीवर बाबासाहेब आंबेडकरांचा फोटो. फोटोला चंदनाची चौकट. फोटोवर सततचा मिणमिणणारा दिवा. खोलीत आटोपशीर सोफासेट, वेताच्या तीन- चार खुर्च्या. समोर काचेचा टीपॉय. टीपॉयच्या बरोबर वर छताला बांधलेला झुंबर. खोलीच्या एका कोपऱ्यात टेबल. नक्षीदार टेबलक्लॉथ. त्यावर सुलाचा चंदनाच्या फ्रेममध्येच बसवलेला फोटो. बैठकीच्या खोलीतच सुलाच्या घराची सगळी सुखं येणाऱ्याला भुरळ घालतात.

ह्या घरात तालुक्यातल्या दलित नेतेमंडळींची सर्रास उठबस असते. विशेषतः अलताफ कांबळे, जालिंदर बनसोडे, सत्यपाल धर्मरक्षी यासारखी मंडळी आठवड्यातून एकदा तरी हजेरी लावतात. सुला त्यांची आपुलकीनं उठबस करत असते. ह्यात बाळासाहेब शेडबाळे तिला सर्व प्रकारची मदत करायला सतत तत्परतेने हजर असतो. कोणीच नसेल त्यावेळी गौत्या, पंढऱ्या, दादबा, भीमा म्हार ही मंडळी गप्पाटप्पा, खास बैठका करायला ह्या घरात येतात. पण म्हारवाड्यातली एखादीही बाई ह्या घराकडं फिरकत नाही. उलट रस्त्यानं जातानाही म्हारवाड्यातील बायका तोंड फिरवून जातात. गावातली सगळी माणसं मात्र शेडबाळ्या म्हाराचं नवं घर म्हणून आपसात खिदळत ह्या घराला नाकारत असतात. पण त्यांच्या नाकारण्याचा बाळासाहेब शेडबाळ्यावर कोणताच परिणाम होत नव्हता. उलट तो म्हारवाड्यासाठी जिद्दीनं राबत होता. सगळ्या महारवाड्यात बाळासाहेब म्हणजे देवमाणूस हेच समीकरण रूढ झालं होतं. त्याच्या आज्ञेशिवाय पान हालत नव्हतं.

बाळासाहेब शेडबाळेला आज भरपूर कामं होती. अर्थात ती दररोज असतातच. पण आज नेहमीपेक्षा अधिक. त्यामुळं नऊच्या टायमालाच तालुका गाठलेला होता. त्यानं आपली स्कूटर जालिंदर बनसोडेच्या खोक्यासमोर लावली आणि पेपर चाळत बसलेल्या जालिंदरला 'जयभीम' केलं. जालिंदर हातातला पेपर बाजूला सारून गप्पकन उठला. त्यानं बाळासाहेब शेडबाळेसाठी खुर्ची सरळ केली आणि म्हणाला,

'बोला मालक, काय सेवा?

'सेवा कसली बाबाऽऽ ही वाळूळी कचकच.' म्हणत बाळासाहेबानं आल्या आल्या त्याच्यासमोर बॅगेतली सगळी कागदं पसरली. त्यात गावठाणाचे सातबारा, आठ (अ) आणि म्हारवाड्यातील तरुण मंडळीच्या पन्नासाठ सह्यांचं निवेदन असल्या बारा भानगडी होत्या. जयभीम तरुण मंडळासाठी गावठाणातील जागा मिळवून एक झक्कास बिल्डिंग बांधण्याचा महत्त्वाकांक्षी निर्णय त्यानं घेतलेला होता आणि त्यासाठीच त्याची सारी पळापळ चाललेली होती.

जालिंदर बनसोडे आपला साडेपाच फुटी सुटलेला देह सावरत सगळ्या कागदपत्रांवरून बारीक नजर फिरवत होता. असल्या कागदाच्या खाचाखोचा त्याला आता सवयीच्या झालेल्या होत्या. आणि त्यामुळेच तालुक्यातले बडे बडे वकीलसुद्धा पहिल्यांदा कागदपत्राच्या जमवाजमवीसंबंधी माहिती घेण्यासाठी आपल्या अशिलाला त्याच्याकडे पाठवत होते. मामलेदारपासून ते साध्या कारकुनापर्यंत बाळासाहेबाच्या या तैलबुद्धीची दखल घेतली जायची. जालिंदर बनसोडे कागदं बघता बघता म्हणाला,

'बाळासायेबऽऽ तुमचं काम झालं.'

'मग आपली जंगी पार्टी'

'नुस्त्या पार्टीवर नाही भागायचं. मुठ दाबाय लागणार'

'ते काय विशेष नाही हो. त्याचं मी बघून घेतो.'

'मग पुढच्या आठवड्यात कलेक्टर साहेबांचा दौरा लागलाय. त्यात करून घेतो. पण काय हो बाळासाहेब...' म्हणत जालिंदर बनसोडे एकदम थांबला. पुन्हा म्हणाला,

'एवढी पदरमोड कशाला कराला?'

'जालिंदर, तुला नाही कळायचं. ही पदरमोड नाही. ही गुंतवणूक आहे.' आणि आपण काय बोललो हे लक्षात आल्यावर बाळासाहेब वाक्याची दुरुस्ती करतच म्हणाला,

'समाजाच्या विकासासाठीची गुंतवणूक. म्हारवाडा सुधारायचा म्हणजे अशी गुंतवणूक कुणी तरी कराय पाहिजेच की हो- तुमच्या गावात तुम्ही करता, आमच्या गावात आम्ही करतो. एवढाच फरक.'

बाळासाहेब बोलता बोलता हसला. बनसोडेने ओरडूनच समोरच्या हॉटेलात चहाची ऑर्डर दिली.

मृगाचं नक्षत्र निघाल्यापासून कबीरची नुसती धावपळ चालली होती. म्हारकीतलं टपणं त्यानं एकट्यानं तयार करून घेतलं होतं. पावसाळ्याची जोडणी म्हणून नाही नाही म्हणत गाडीभर जळण गोळा घातलं होतं. त्याची बंदिस्ती केली होती. खोपटाची शेकरणी करून घेतली होती. फक्त कुडाला नव्या-जुन्या तुरकट्या बसवायच्या होत्या. आता खोपटातही भलतीच दाटण झाली होती. राणे मालकानं आपल्या दाव्याची रेडी आर्दलीनं दिल्यापासून खोपटाचं रूपच बदलून गेलं होतं. एका बाजूला चूल-भानुशी. शेजारीच जळणाचा खोपडा. लागून न्हाणी. मध्येच आढ्याची मेढ. तिला बांधलेली दांडी. तिच्यावर अंथरुणाचा आणि वाकळांचा ढीग. त्यावरच सगळ्याची कापडं. मध्येच झोपायची मोकळी जागा. कुडाला लागून गाडग्याच्या उतरंड्या. शेजारीच गोठा. त्यात रेडी बांधायला मारलेले दोन खुट्टे. गोरणीत चगाळ. जवळच शेळी बांधाय रोवलेला खुट्टा. तिच्या लेंड्यांची पसरण. कोंबड्या झाकायची डालगी. कोंबड्यांनी हागून पांढराशीबूर केलेली जागा. त्यावर ओतलेली राख. मग खोपटाचं दार. तेही गंजक्या पत्र्याचं. मोकळेपणानं श्वास घेणंही खोपटात अशक्य होऊन जायचं. पुस्तकं, वह्या खोपटाच्या पाकाड्यात खोचून ठेवण्याशिवाय गत्यंतर नव्हतं.

कबीरनं रेडीला खोपटातून बाहेर काढलं. त्याला एकदम मोकळं वाटाय लागलं... एवढं वर्ष संपल्या संपल्या नोकरी लागली तर फारच बरं होईल. त्याच्या मनात आलं. नेहमीच मनात येणारी ही गोष्ट. त्याशिवाय मनात येणार तरी काय? कॉलेज सुरू व्हायला अजून दहा- पंधरा दिवस होते. नाही म्हटलं तरी तास सुरू व्हायला महिना लागणारच. परीक्षा संपून सुट्टी लागल्यानंतर त्याचं डोकं आपोआपच रिकामं होत गेलं होतं. घरचं काम नसेल त्या दिवशी राणे मालकाच्या मळ्यात त्यानं मजुरीचा नेम धरला होता. आपल्या ॲडमिशनपुरते पैसे तरी आपण कमवावे, असं त्यानं गेली तीन वर्षे नियमितपणे ठरवून घेतले होते.

शेणानं माखलेली रेडी म्हारवाडा ओलांडून गोठणाच्या दिशेला लागली. कबीर तिच्या पाठीमागून यांत्रिकपणे चालत होता. समोरून डेप्युटी गोपाळतात्या आला. त्याला बघताच मान फिरवून निघून गेला. त्याला आता ह्या साऱ्याच गोष्टींची सवय झाली होती. म्हारवाड्यातील चुकून कोणतरीच पुरुष माणूस त्याच्याशी बोलायचं. बाकी सारेच टाळायचे. त्यामुळं त्याचंही सगळं सरळ आणि निवांत झालं होतं. फारसा डोक्याला ताप होत नव्हता. आणि ताप न करून घेण्याची सवय त्यानं लावून घेतली होती.

रेडी गोठणावर दातलायला लागली. गावातली बरीच पोरं म्हसरं गोठणावर सोडून इसपिकचा डाव मांडून घोळक्यानं बसली होती. त्यातला एकही त्याच्या वयाचा नव्हता. पण कबीर त्यांच्यात खेळाय लागला की पोरं त्याच्या भोवतीच घुटमळायची. तो गोठणावरून हालल्याशिवाय कोणच गावाकडं परतायचं नाही.

आज त्याला अजून बरीच कामं उरकायची होती. जमलं तर म्हारकीतल्या टपण्यात जाऊन यायचं होतं. गावात एखादी चक्कर मारून लहवाराच्यात शेवटायला टाकलेली कुदळ आणायची होती. त्यामुळं त्यानं गोठणावर दातलणाऱ्या म्हशीला तळ्याकडं वळवली.

तळ्याच्या घाटावर गावातल्या बायकांचं धुणं बडवणं चालू होतं. ढोरं पाण्याला घालण्यासाठी तळ्याचा एक काट रिकामा सोडला जायचा. त्यात पुन्हा विभागणी. कबीरानं रेडीला हळूहळू दुसऱ्या काठाला वळवली. किस्ना शिंद्याचा धाकटा भाऊ तुकाराम तळ्यात म्हशीला उभा करून निवांत वस्ताऱ्यानं चकोट बोडत होता. म्हस समाधी लावून, डोळं झाकून उभी होती. फक्त तिचे कान हालत होते. कबीरनं रेडी शिंद्याच्या म्हशीजवळच पाण्यात उतरवली. चांगली खडबडीत चीप शोधून काढली. तो पाण्यात उतरला आणि तुका शिंद्याला म्हणाला,

'तात्याऽऽ लई दिवसानं सवड काढल्याली दिसती?'

'काय करतोस गड्याऽऽ कार्टी काय आयीकत्यात म्हणतोस? बोंबलत गावभर हिंडत असत्यात. आता म्हयनाभर बोंबलून सांगून बगीटलं. म्हशीवर तांबवा, गोचड्या मावंना झाल्यात, जरा बोडून आणा. खंडीभर हाईत घरात रांडच्ची. पर एकानं सुद्दा आयीकलं न्हाई म्हटल्यावर आज कामधंदा बुडवून आलो बघ.' तुका शिंद्या बडबडत होता पण त्याचा हात अजिबात थांबलेला नव्हता.

'दांडग्या वा झाल्यात. तांबवा मावंनात. म्हस कसलं त्ये आंग धरणा की गाऽऽ म्हटलं बा झवत गेलं काम. आज हिला बोडावीच. बघ कशी श्यान्यागत हुभा ऱ्हायलीया. काय करंल गाऽऽ नुस्ती पिसू माणसाच्या अंगावर वळवळली तर तगमग व्हतीया. आनी हिच्या अंगावर तर बुट्टीनं वा, तांबवा. काय करंल? मूक जनावार आसलं म्हणून काय झालं? त्येला बी बरं- वाईट हायच की गाऽऽ'

कबीरनं कान देऊन तुका शिंद्याचं पुराण ऐकत रेडीला चकाचक घासायला सुरुवात केली. कबराच्या खोपटात आल्यापासून रेडीनंही चांगलं अंग धरलं होतं. तशी निगाच कबीरनं ठेवलेली होती.

तुका शिंद्या हातातला वस्तरा थांबवत उभा राहिला आणि कबराला म्हणाला,

'आता काय म्हारोड्यात झगमगाट व्हनार म्हणं?'

कबीरला काहीच कळलं नाही. त्यानं हातातली चीप रेडीच्या पाठीवर ठेवतच विचारलं.

'म्हणजे गाऽऽ?'

'थोऽऽ त्येच्या मारी. झालं? आनी ह्ये आता तू मला इच्यार. आगाऽऽ म्हारोड्यातल्या सगळ्या घरात लाईट येणार आसं आयीकलं बाबा. बाकी शेडबाळ्यापास्नं फायदा झाला हांऽऽ तुमच्या म्हारोड्याचा! चांगला डोकेबाज गडी. आता बघ कीऽऽ गावात आजून निम्या घरातनी लाईट न्हाई, तवर सगळा म्हारोडा झगमगीत व्हनार...'

कबीरच्या लक्षात आलं. तो काहीच बोलला नाही. त्यानं पुन्हा रेडीला धुवायला सुरवात केली. तुका शिंद्या बडबडता बडबडता म्हणाला,

'त्या शेडबाळ्याला जरा बायकोजवळबी झोपत जा म्हणावं कीऽऽ रंऽऽ'

'माझ्या वाटणीचं जाणत्यापणानं जरा तूच सांग की गाऽऽ आयकंल तरी.'

'खुळा काय खुळखुळा? गावातल्या कुणाला त्यो मोजत न्हाई. आयीकला तर तुमचंच कुणाचं तरी.'

'असं कसं? तुमी त्येचं जातवालं. तुमीच त्येला जवळचं. मेल्यावर तिरडीला तुमीच जायला पायजे की. मग आमचं कसं आयकंल?'

'ह्ये खुळ्याऽऽ त्येला आता आमच्यातला कोण म्हणत न्हाई. त्यो आता तुमचाच. सगळं गाव आता त्येला 'बाळ्या म्हार' म्हणतंय. ठावं न्हाई वाटतं तुला?' म्हणत तुका शिंद्या गमतीदार हसला. कबीरनं पुन्हा विषय न वाढवताच रेडीला तळ्यातून बाहेर काढली. काठावर आल्यावर त्यानं तळ्यातल्या पाण्यावर नजर टाकली. हिरवागार तेलकट तवंग गडद होत चालला होता. त्याला एकाएकी शिसारी आल्यागत वाटाय लागलं...

तक्क्यात दिवस- रात्र कधीही ढोल- बुलबुल आणि खुळखुळं, झांज यांचा आवाज घुमत होता. गेल्या चार महिन्यापासून पोरांनी तक्क्यात बँजो पार्टीची सुरुवात केली होती. पोरांना शिकवण्यासाठी नूलच्या बँजो पार्टीचा मास्तर आठवड्यातून एकदा तक्क्यात येत होता. त्याच्या शिकवण्यानं पोरांना आता आता ताल जमू लागला

होता. पंढऱ्या बँजो पार्टीच्या मुकादमाचं काम करत होता. त्यामुळं म्हारवाड्यात रिकामी फिरणारी पोरं तांग्याला लागली होती. त्यांच्या भोत्यानं बारकी चिल्ली-पिल्लीही तक्यात ठाण मांडून बसत होती. वाद्यांच्या लयीत महारवाडा सतत झुलू लागला. ही सगळी कृपा बाळासाहेबाची होती. त्यानंच कुठल्या बँकेचं कर्जप्रकरण करून सगळं साहित्य खरेदी केलं होतं. मास्तरच्या जाण्या- येण्याचं आणि पगाराचं तोच बघत होता. बँजो पार्टीतल्या दहा- बारा पोरांसाठी नवे लालभडक ड्रेस आणि जरीच्या टोप्यांची खरेदी करून ठेवलेली होती. बँजो पार्टीमुळं म्हारवाड्यातल्या सगळ्या पोरांच्यात उत्साह संचारला होता. जयभीम तरुण मंडळाच्या बोर्डाशेजारीच बँजो पार्टीचा बोर्ड दिमाखात उभा होता. गावच्या एस.टी. थांब्यावर तसाच बोर्ड सर्वांच्या नजरेत भरेल असा लावला होता. त्यामुळं गावच्या बँजो पार्टीची प्रसिद्धी चांगली दहा गावांत झाली होती.

म्हारवाड्यात बँजो पार्टी निघाल्या निघाल्या यल्लाप्पा दावणेनं मांगोड्यातल्या आठ- दहा पोरांना एकत्र करून झांज पथक तयार केलं. राणबा मांगाच्या आणि शंकऱ्या कोरण्याच्या पोटावर पाय आणण्यासाठीच म्हारवाड्यात बँजो पार्टी काढलीय, याची चर्चा सुरू झाली. म्हणून चिडलेल्या यल्लाप्पानं रागाच्या भरातच झांजपथक उभारलं. शिकवायला माणूस शोधायची मांगोड्याला गरज नव्हती. राणबा मांगासारखा हरहुन्नरी माणूस. पंधरा- वीस खेड्यांत त्याच्या सनईला तोड नव्हती. किरपण. लांबसडक नाकाचा आणि एरंडागत नुसताच वाढलेला राणबा मांग सनई वाजवाय लागला की भल्याभल्यांना ताल भरायचा. गालांच्या फुगा करून एकदा सूर धरला की कितीही वेळ तो वाजवत राहायचा. अनेक बँड कंपन्यांनी त्याच्या घरला चकरा मारून विनवण्या केल्या होत्या, पण हा माझा पिढीजात गावच्या बलुत्यावरचा धंदा नाही सोडणार! या एकाच ठेक्यानं त्यानं सर्वांना माघारी फिरवलं होतं. पण 'तक्क्यातला बँजो फक्त तुझ्या पोटावर पाय आणायसाठी काढलाय' हे ऐकल्यापासून त्याच्या डोक्यात वारं शिरलं होतं. तोच यल्लाप्पा दावण्याला पुढं घालून गावातला उंबरा- उंबरा फिरला होता आणि त्याच्या 'पी- डबाक' सोबत हिमतीनं त्यानं झांज पथक उभा केलं होतं. चवळीच्या शेंगसारखी लवलवणारी मांगांची पोरं फक्त म्हारवाड्याच्या ईर्षेनं पेटली होती. रात्र- रात्र झांजा घेऊन ढोलाच्या तालावर बेभान होऊन नाचत होती आणि पुन्हा दिवसाचं आपापल्या उद्योगाला लागत होती. त्यांनाही रस्त्याच्या कडेला बँजो पार्टीच्या बोर्डा शेजारी झांज पथकाचा बोर्ड

लावायचा होता. पण चलन कमी असल्यामुळं बिचारी आतल्या आत घुसमटत होती. यल्लाप्पा दावण्या पोरांचा उत्साह टिकवण्यासाठी 'पोरानु, पैसं काय वाट्टंल तिथनं आणूया. खरं. कमी न्हाई पडायचं. एकदा म्हारड्यांची जिरवूयाच. गाव आपल्या बाजूनं हाय.' असा धीर द्यायचा. पुन्हा पोरं जोमानं कामाला लागायची. एखादं हळूच चोरून तक्क्यात जाऊन यायचं. आणि 'आबा बाऽऽ त्येंचा बँजो बसला बीऽऽ पुढच्या आठवड्यापास्नं इडं घेणार हाईत' असं आक्रित सांगितल्यागत सांगत यायचं आणि पोरं दुप्पट रागानं तालमीला उभी राहायची. कधी कधी म्हारवाड्यातला बँजो आणि मांगवाड्यातलं झांज पथक अचानक मध्यरात्रीपर्यंत घुमत जायचे आणि अख्ख्या गावावर त्यांच्या आवाजाचा तवंग पसरायचा.

कधी नव्हे ते पोस्टमन सकन्याच्या सखू म्हातारीला शोधत तक्क्याजवळ आला. सकन्याच्या पोराला जवळ बोलवून त्यानं यल्लू म्हातारीचं घर विचारून घेतलं. तक्याच्या कट्टीवर बसून त्यानं उंबऱ्याला लवंडलेल्या केरबा म्हाराला हाळी घालत जाग दिली. सकन्याची सखू म्हातारी वाकून आलेली बाई. गपागप चालत तक्क्याच्या कट्टावर आली आणि पोस्टमनजवळ टेकली. म्हणाली,

'का रंऽऽ बाबाऽऽ मला का बलीवलास?'

'म्हातारीऽऽ तुजं सरकारातनं पैसं आल्यात.'

'माजं? माजं कोण हाय गा सरकारात? नसंल बाबा. दुसरं कुणाचं तरी आसतील बघ. सुद्दीन बघ जरा.'

'म्हातारी, न्हाई कळायचं तुला. गप्पवानी हितं आंगटं कर. तुजं, त्या तुळसा म्हारनीचं, यल्लू म्हारनीचं, बाटू म्हाराचं आणि केरबा म्हाराचं नाव संजय गांधी निराधार योजनेत गेलंय. आता तुला महिन्याला साठ रुपय मरंपतोर मिळणार.'

'आ' म्हातारीचं डोळं एकदम पांढरं व्हायची वेळ आली. तिला काय सुदरनाच. एवढ्यात गौत्या तिथं येऊन टपकला. त्यानं पोस्टमनला पुन्हा कुणाकुणाचे पैसे आलेत हे विचारून घेतलं आणि म्हातारीला म्हणाला,

'आज्जीऽऽ आमच्या बाळासायबानं तुला पगार चालू केला. आता मरंपतोर तुला काळजी न्हाई.'

'बरं झालं रं बाबा. त्येची वाडी दिडी व्हवू दे. हारपांजोर लागू देऽऽ लक्षीमी त्येचं भलं करू देऽऽ माज्या म्हातारीचा त्येला आसीरवाद लागू दे' सखू म्हारीन न थांबता बडबडत होती. तिला थांबवतच गौत्या म्हणाला,

'आज्जीऽऽ ह्ये सगळं कराय सायबालाबी लई खरोच आलाय.'

'लेकरा, सगळा भुर्दंड त्येलाच कशाला? आमीबी जराजरा सोसाय नगो. तू सांग सायबालाऽऽ न्हाईतर म्याच इतो त्येंचं पाय धरायला' म्हातारीचं तोंड पुन्हा सुरू झालं. पोस्टमन जाग्यावरून उठला. त्याला अजून म्हारोड्यातली चार घरं पालथी घालायची होती. गौत्या त्याच्या पाठोपाठ चालू लागला....

पावसानं सुरवात केल्यामुळं कबीरची तारांबळ उडालेली होती. बाबाचं काम थांबवून जमन्यासारखं नव्हतं. त्याच्यावर आक्काबा राणेचं शेतपाणी होतं. एखादा दिवस सदा म्हार गेला नाही तर राणे मालकाच्या जोडणीत सगला घोळ व्हायचा. म्हारकीतलं वाटणीचं टपणं तर पेरून घ्यायला पाहिजे होतं. कबीरनं आईला-गंगव्वालाच कामाला जायचं थांबवलं होतं. तिकाटनं वडून टोकणून तर घ्यायलाच हवं होतं. तो तिकाटण्याच्या जोडणीला सकाळपासून लागला होता. म्हारोड्यात फक्त डेप्युटी गोपाळाच्या घरात तिकाटणं. त्याच्या घरात मागायला जाण्यापेक्षा सरळ गावातच कुणाच्यात तिकाटनं सापडतं का बघायला त्यानं गावात चक्कर टाकायचं ठरवलं.

ज्याची त्याची टोकणनीची घाई. माणसं सगळी रानात. गावात औषधीला माणूस नव्हतं. तरीही त्यानं चिकाटीनं चक्कर टाकली. मग तो म्हारकीच्या दिशेला लागला. म्हारकीला लागून असलेल्या मस्करच्या रानात टोकणनी सुरू होती. त्यानं जानबा मस्करला जाऊन गळ घातली. तासाभरासाठी तिकाटणं मिळंल म्हटल्यावर तो तसाच म्हारवाड्याकडं वळला. गंगव्वानं लिपनात ठेवलेलं बॅचं भात काढलेलं होतं. पाकडून निवडून पुन्हा बुट्टी भरून ठेवलं होतं. कबरा आल्या आल्या ती बाहेर पडली.

'लागून गेली कुलवाडीनऽऽ निघाली घाई सादायला' गौत्या तक्क्याच्या कट्टीवरनं जोरात म्हणालं. गंगव्वा गर्रकन वळली. तर गौत्या दात काढत होता.

'कारंऽऽ भाड्याऽऽ तुजा काय बा सर्गाला चाललाय?' म्हणत गंगव्वा तक्क्याच्या कट्टीकडं वळली. एवढ्यात सगळं ऐकत असलेला कबरा आईला थांबवतच तक्क्याच्या कट्टीवर बसलेल्या गौत्याजवळ गेला. त्याचं डोकं भणानलं होतं. गौत्या छाती काढून एकदम उभा राहिला तसा कबराचा भडका उडाला आणि त्यानं गौत्याच्या मुस्काडात ठेवून दिली.

'तुज्याऽऽ आयलाऽऽ तुज्याऽऽ म्हणत गौत्या पुन्हा उठाय लागला तसा कबरा लाथा- बुक्क्या हाणतच त्याच्या छाताडावर बसला. तशी गौत्यासोबत असणारी पोरं जोरानं बोंबलाय लागली. चुकून माकून म्हारोड्यात राहिलेलं माणूस आणि म्हातारी कोतारी तक्क्याजवळ जमली. कबराला वडून सगळ्यांनी बाजूला काढलं. तसा थरथरणारा गौत्या पुन्हा मोठ्या मोठ्यानं बरळाय लागला. कबराचा तोल सुटला. त्याचं रक्त उसळलं. तसा त्यानं दगड उचलला. एवढ्यात गंगव्वानं त्याला येऊन मिठी मारली. गौत्या घाबरून- 'बघून घेतो' म्हणतच तक्क्याजवळनं पळाला.

कबीर आईबरोबर म्हारकीच्या टपण्यात पोहचला तेव्हा जानबा मस्कर त्याची वाट बघतच थांबला होता. गडबडीनं कबरानं तिकाटणं वडून घेतलं. एकच एक टपणं अर्ध्यातासाचं काम. पण रागाच्या सणकीत रेड्यागत कबरानं भराभर न थांबता आडवं- उभं तिकाटणं वडून घेतलं. गंगव्वाला त्याच्या बरोबर तिकाटण्यामागं चालून तोंडाला फेस आला. आडासं संपल्या संपल्या ती एकदम टेकली. घटकाभर थंड बसल्यावर तिला थोडं बरं वाटाय लागलं. मग कबराला जवळ बोलवतच ती म्हणाली,

'लेकराऽऽ हे भाडे म्हारोड्यात जगू देणार न्हाईत. त्येला हात लावाय नगो व्हतास.'

'त्येनी काय वाघ बांधल्यात? उगचंच तू काळजी करतीस. माझं मी बघून घेतो. आईऽऽ तू लईसं मनावर नको घेऊ.'

'आसं कसं लेकरा. त्यास्नी पाटिंबा हाय. कायबी करतील. आपल्या सारक्याला कोन हाय? त्यास्नी जरा वचकून ऱ्हाशील तर बर व्हईल. माजंच चुकलं. म्याच त्या भाड्याला वळून इच्याराय नगो व्हतं. म्हणजी ह्ये रामायण घडलं नस्तं..' गंगव्वा स्वतःलाच दोष देत बसली.

'लई झालं तुझं. ऊठ आता. टोकणाय सुरू करूया' म्हणत कबऱ्यानं कमरेला टॉवेलची व्हटी बांधली. व्हटीत बुट्टीतलं भात घेतलं आणि काकरीला लागला....

जेवनवक्ताला तक्क्यात जमलेल्या माणसांचा आवाज खोपटाकडं सरकाय लागलाय हे ध्यानात आल्यावर गंगव्वानं हळूच झोपलेल्या मालकाला खोचरून जागं केलं. बाहेरचा आवाज ऐकून सदबा एकदम दचकून जागा झाला. कबीर गाढ झोपेत होता. माणसांचा गलका खोपटाच्या दारात येऊन अधिकच वाढला. तसा सदबा म्हार अंथरुणावर उठून बसला. त्यानं भानुशीवरची काड्याची पेटी शोधून दिवा लावला. एवढ्यात बाहेरून आवाज आला.

'ये गाऽऽ सदबाऽऽ जागा हाईस काय?' आवाज डेप्युटी गोपाळाचा होता. कबीर झटक्यात जागा होऊन उठून बसला. त्यानं गडबडीनं कुडात खोचलेली कुऱ्हाड वडून काढली. सदबा म्हार खाकरतच खोपटाच्या दारात गेला. एकूण अंदाज घेतच म्हणाला,

'काय सगळी मिळपान आल्यासा? काय भानगड?'

'तुज्या पोराला लई मस्ती आलीया म्हणून इच्याराय आलाव हाय.' दादबा म्हार समोर येतच म्हणाला. तसा कबीर खोपटाच्या दारात येतच म्हणाला,

'मस्ती आतापर्यंत याय नव्हती, पण आता येणार हाय. मग तुझं म्हणणं काय?' दादबाला मागं सारतच डेप्युटी पुढं झाला. म्हणाला,

'कबराऽऽ तू समाजाच्या कामात इत न्हाईस. आमी काय म्हण्लो का तुला? न्हाई. पर हे गौत्याला मारलास ह्ये काय बरं झालं न्हाई.'

'का मारला त्ये विचारून आलास काय?' सदबानं डेप्युटीला मध्येच थांबवलं.

'आगाऽऽ आसं कसं? त्ये आडाणी प्वॉर. त्येला काय कळतंय? खरं, तुज्या पोरानं तरी इच्यार कराय नगो?'

'ये डेप्युटीऽऽ तू काय लावलास हाईस पीरऽ पीरऽऽ फकस्त त्या कबऱ्याला भाईर सोड म्हणावं.' गौत्या पाठीमागून ओरडलं. तसा दाराला उभी केलेली कुऱ्हाड हातात घेऊन कबीर ताडकन त्यांच्यासमोर येतच म्हणाला,

'या गाऽऽ कोन कोन त्येऽऽ भाईर आलोय याऽऽ' कबराच्या आवाजासरशी दादबा आणि डेप्युटी दोन हात मागं सरकले. इतका वेळ गप्प उभा असलेला बाळासाहेब शेडबाळे सर्रकन पुढं येतच म्हणाला,

'कबीरऽऽ काय ह्येऽऽ तुझ्यासारख्या शिकलेल्या माणसानं असं करायचं? शोभतंय तुला? आगाऽऽ बाबासायबानं ह्ये सांगाय न्हाई आपल्याला.'

'शेडबाळेऽऽ श्यानपणा तिकडं तक्यात शिकवायचा. हितं न्हाई. आता कुणा कुणाला आनलास का न्हाई त्यास्नी या म्हणावं समोर याऽऽ'

'कबीरऽऽ शांत होऽऽ तुझी मी माफी मागतो. शांत होऽऽ' शेडबाळ्या एकूण रांगरंग ओळखून घायकुतीला आल्यागत कराय लागला. त्याच्या अंगाला थरथर सुटलेली होती.

'शेडबाळेऽऽ ह्ये आमचं भाऊबंद हाईत. आमचं आमी बघून घेताव. पयलं तू हितला जाऽऽ' सदबा म्हारानं निकरानं सांगितलं. शेडबाळे मागं वळला. त्याच वेळी त्यानं गौत्याला खांद्यावर हात टाकून बरोबर घेतलं.

डेप्युटी गोपाळा कबीरला समजावत उभा राहिला. पण त्याचा एकूण आवतार बघून त्याच्याजवळ जायचंही धाडस त्याला झालं नाही. इतका वेळ घराच्या उंबऱ्याजवळ उभारून सगळा प्रकार बघत उभा असलेला थळू म्हातारा पुढं झाला. त्यानं कबराच्या खांद्यावर हात टाकला आणि म्हणाला,

'लेकराऽऽ आपल्याच मानसास्नी फितीवलंय तितं तू तरी काय करनार आनी मी तरी काय करणार? चल आत. ज्येच्या मरणानं तो मरतोय. आपुन मारून कशाला पापाचं धनी व्हयाचं?' कबीर थळबाबरोबर खोपटात गेला. तसा इतका वेळ गप्प उभा असलेला सदबा म्हार डेप्युटीला आणि दादबाला म्हणाला,

'डेप्युटीऽऽ ह्या दाद्याला सांग. पुना जर माज्या पोराच्या नादाला कोण लागलं तर ह्यो सद्या म्हार काय करंल आनी काय न्हाई, हे सांगाय येणार न्हाई. तुला म्हाईती हाय म्हणून सावध करून ठेवतो..'

डेप्युटीच्या अंगावरून झर्रकन काटा सरकला. करड्या सदबाचा राग त्यानं कैकवेळा बघितलेला होता. सत्या मांगाच्या बरोबरीनं कुऱ्हाड हातावर टाकून रानात फिरणारा सदबा एकदम त्याच्यासमोर आला आणि त्याच्या अंगाचं पाणी झालं. तो बारीक आवाजात म्हणाला,

'जरा चुकलंच गाऽऽ खरं, ही सगळी म्हणाली म्हणून समजूत घालायला आल्तो.'

'कशाला आल्तास त्ये म्हणत न्हाई पर पुन्ना जर काय आवाज निघाला तर ह्या दाद्याला जीवान राकत न्हाई, हे थळोबाच्या शपतीनं सांगतो.' म्हणत सदबा आत वळला. दादबा म्हाराच्या अंगाला एकाएकी घाम सुटला. कसाबसा डेप्युटीच्या आधारानं तो तक्क्याकडं वळला. तसा डेप्युटी म्हणाला,

'तरी म्या तुमाला म्हणाल्तो, ह्ये झेपण्यासारकं न्हाई. पोरांच्या नादानं भकू नगोसाऽऽ आयीकतंय कोण? आता ह्ये केवढ्याला पडलं?'

पावसानं उघडीप दिल्यामुळं गावात माणसांची नुसती झुंबड उडाली होती. माणसाला माणूस मिळत नव्हतं. कुणाची राहिलेली शेतं पेरायची होती; तर उगवून आलेल्या भाताला एखादी कोळपणी मिळते का, याची घाई लागली होती. गणू पाटलानं आपलं बक्कळ रान असून सुद्धा इटू धुमाळाची जळकीची दोन टपणी पाच हजारच्या व्याजात घेतली होती. इटू धुमाळाच्या दोन टपण्यापेक्षा किती तरी पटीनं गणू पाटलाचं स्वतःचं रान पड पडलं होतं. त्यात वावरं गवात भरलं होतं.

नांगरी घालणंही त्याच्या पोराला म्हणजे आण्णाप्पाला जमलं नव्हतं. पण एखाद्याची गरज मारायची म्हटल्यावर असला हिशेब करून कसं जमणार? आणि पाच हजार रुपये काहीच तारण न घेता आजच्या काळात कोण कुणाला कसं देणार? म्हणून पुढं- मागं घोटाळा निर्माण होऊ नये म्हणून गणू पाटलानं इटू धुमाळाची दोन टपणी ताब्यात घेतली होती.

इटू धुमाळाचं रान तसं काळवाटाचं. त्यात जुंधळा, मिरची असली पिकं घ्यायची सोडून आण्णाप्पानं सरळ भात पेरून सोडलं. पिकलं पिकलं नाही पिकलं तर जनावरांना पिंजार तरी मिळेल, हा त्यापाठीमागचा धोरणी हेतू होता. दोन्ही टपण्यात भात पेरल्या पेरल्या आण्णाप्पानं कामावरच्या गड्यांना शेताच्या बांधावरच्या सगळ्या वाटा खुडून घ्यायला लावल्या. वास्तविक ह्या वाटा इटू धुमाळ कधीच खुडत नव्हता. पण आण्णाप्पानं खुडल्या. कारण सारखं सारखं येऊन नजर ठेवायला त्याचं हे एकच एक शेत नव्हतं आणि नुकसान टाळायचं असेल तर त्याच्या जवळ दुसरा पर्याय नव्हता. त्यामुळं शेतातल्या भाताचं नुकसान होऊ नये या निर्मळ हेतूनं त्यानं वाटा खुडून टाकल्या. आण्णाप्पाच्या इतर शेतातली गोष्ट वायली होती. तिथं त्यानं अख्ख्या बांधांच्या वाटा खुल्या ठेवलेल्याच असायच्या. उलट चिखल जास्त झाल्यावर लोकांना त्रास नको म्हणून शेताच्या चार काकऱ्याही वाटंसाठी लोकांना वापरू द्यायचा. घरातल्या बायका कधी- कधी पिकाचं नुकसान झालं म्हणून शिव्या देत उभ्या राहिल्या तर गणू पाटील बायकांनाच गुल करून गप्प बसवायचा. ती त्यांच्या सततच्या डोळ्यासमोरच्या शेतांची गोष्ट होती. पण अशा नव्या ठिकाणी असं करून भागणार नव्हतं.

गणू पाटलाच्या आण्णाप्पानं इटू धुमाळाच्या टपण्यातली वाट खुडली म्हटल्यावर गज्या मुळकाचा भाऊ शामा मुळीक आपल्या शेतातनं वहिवाट वाढणार म्हणून अस्वस्थ झाला. आणि त्यानंही आपल्या बांधावरची वाट खुडून टाकली. मग आपल्याच शेतातली वाट कशाला राखावी म्हणून रंगा कुपट्यानं आपल्या बांधावरही बाभळीची शिरी आणून मारली. आणि जळकीला जायच्या सगळ्याच वाटा बंद झाल्या.

बाळासाहेब शेडबाळ्याची बायको तारा- उरलेली दोन तीन टपणी गडबडीनं टोकणून घ्यावीत म्हणून पगारी बायका घेऊन नेहमीच्या वाटंनं इटू धुमाळाच्या बांधावर आली तर वाट बंद. ती गज्या मुळकाच्या बांधाकडं वळली तर तिथंही

शिरी, म्हटल्यावर तिनं मुळकाच्या शेतात कोळपाय आलेल्या सिद्राम वाळक्याला हाळी मारली. तो जवळ येत म्हणाला,

'वयनीऽऽ तुमच्या शेताकडं जाणाऱ्या सगळ्या वाटा खुडल्यात. आता कसं जाणार?'

'हे औंदाच कसं काय घडलं म्हणायचं ईऽऽ?'

तारानं विचारलं, पण तिच्या मनात पाल चुकचुकली.

'कुणास धक्कल. खरं, सगळ्यांनी खुडल्यात वाटा.'

तारा काहीच बोलली नाही. बरोबर कामाला आलेल्या बायकातली गुणाकाकू म्हणाली,

'मग आमी कुठनं आभाळातनं जायाचं व्हय गाऽऽ?'

'आता त्ये म्या कसं सांगू?'

'मग तुज्या मालकानं आसं कसं केलं?' गुणाकाकूचा आवाज चढला. तशी तारा म्हणाली,

'चला काकू! आपलंच मानूस धड न्हाई तितं दुसऱ्याला बोलून काय उपेग?'

आक्कू म्हातारी उजदारच्या सोप्यात आपली वाकाळ अंथरुण लवंडली होती. तिच्या शेजारीच बाळासाहेबाची थोरली पोरगी कांची अंगावर पांघरुण न घेताच पडली होती. सुमी पुस्तक पघळून अभ्यास करत बसली होती. सकट्याची राधावयनी जेवन- भांडी आटोपून ताराची चौकशी करावी म्हणून आत आली. म्हातारीला ओलांडतच म्हणाली,

'आत्तीसाबऽऽ जेवल्यासा?

'जेवलो लेकीऽऽ तुमीऽऽ?'

'व्हयं' म्हणतच राधावयनी मधला सोपा ओलांडून चुलीच्या सोप्याला आली. तारा चुलीतलं इंगाळ काढून धग शेकत बसली होती.

'आलता व्हय गंऽऽ?' राधावयनीनं आल्या आल्याच सुरुवात केली.

'आल्ता कीऽऽ बॅग ठेवली. त्येच्या आईसंगं बोलता आनी भाईर पडला.'

'मग सांगितलीस त्येला?'

'काय सांगायचं? आनी सांगून तरी काय उपेग? त्येनं घरा- दारावर पाणी सोडलंय. शेतातलं उत्पन्न तेवढं पायजे. मग बगंल की त्येचा त्यो.'

'खरं, उद्या सकाळ तू का सांगाय न्हाईस म्हणूनशान तुज्यावरच उलटायचा.'

'उलटून काय करंल? मारंलच न्हवं? एकदाचा जीव तरी घीऊ दे. मोकळी व्हईन. आता सगळं गळ्याला आलंय. न्हाई सोसवत बाई.' ताराचे डोळे डबडबले. राधावयनी समजूत घालतच म्हणाली,

'आगऽऽ आसं रडून न्हाई जमत. आसल्या माकडास्नी त्येंच्यासारकं वागूनच वटणीवर आणाय लागतंय. न्हाय तर लई भ्या दाकीवत्यात. उद्या तुला घरातनं भाईर काढंल आनी त्या रांडंला हितं आणून ठेवील.'

'आता तेवढंच ऱ्हायलंय. त्येबी करूंदे. म्हणजे सासू म्हणणाऱ्या रांडंलाबी आक्काल ईल. त्यो एकीकडनं आनी ही एकीकडनं. दोघांनी मिळून खंग भाजलाय.' ताराला डोळ्यातलं पाणी काय केलं तर आवरेना. मग तिनं डोळ्याला पदर लावला.

'बाळासाबऽऽ गज्या मुळकानं काय वाट आडीवली म्हणं?'

पिचका भीम्या बाळासाहेबाला म्हारोड्याजवळ गाठतच म्हणाला.

'आसं म्हणत्यात बाबाऽऽ मीबी जायला नाही शेताकडं.'

'मग आडीवलं कुणाला गाऽऽ?'

'शेताकडं जाणाऱ्या म्हाराच्या बायास्नी. वाटा बंद केल्यात म्हणं'

'मग काय ठरीवलास? वाकून जायाचं न्हाई बघ रांडंच्यास्नी'

'आता तुझ्या सारख्याचा पाठिंबा असल्यावर काय गाऽऽ' म्हणत बाळासाहेब शेडबाळे स्वतःशीच हसला.

'आता त्यास्नीबी कुठंतरी कात्रीत धराय पायजे.'

'तसं कशाला गाऽऽ त्येनी कलं म्हणून आपण कशाला वाईट करायचं? ज्येच्या त्येच्या मरनानं मरत्यात. आपण कशाला व्हा पापाचं धनी?'

'आसं म्हटलास की आमचं वाळवाणच. आगाऽऽ सगळ्या गावात तुज्यासंगट आमी दोघंच. त्यात हाऱ्याचं काय सोडून दे. खरं, मला लई दंबीवतील गाऽऽ'

'काय तरी तोडगा काढू याऽऽ भीवू नको. मी हाय की घट्ट'

'आसं म्हणून नुस्तं न्हाई जमनार. आता तुझी पटारची वाटबी बंद करणार हाय म्हणं गणू पाटील.'

'कोण म्हणालतं?'

'आशी कुणकुण आलीय कानावर.'

'बरं झालं की, यावर्षी शेतं पड पडायची. म्हणजे पुढच्या वर्षी पीक चांगलं येतंय.'

'बघ बाबाऽऽ'

'आरंऽऽ बघायचं काय? आता वाटा बंद झाल्यावर करणार काय?' बाळासाहेब स्वत:शीच हसला आणि सुलीच्या ऐटबाज घराकडं वळला.

गौत्याशी झालेल्या झकापकीनंतर घडलेला प्रकार कबीरला अधिक त्रासदायक वाटत होता. डेप्युटी गोपाळा, दादबा हेड्यासारख्या केस पिकलेल्या बाप्यांनी मेंढरासारखं कसंही वागावं. आणि बाळ्या शेडबाळ्या सांगतो म्हणून रात्री जेवनवक्ताला चाल करून आल्यासारखं विचारायला यावं ही गोष्ट अधिक बोचणारी होती..... म्हणजे ही माणसं कोणत्याही थराला जाऊ शकतील, इतकी ती शेडबाळ्याच्या कह्यात गेलेली आहेत. असं बाळ्या शेडबाळ्याकडं काय असेल? ज्यामुळं तो इतक्या जुन्या जाणत्या माणसांना खुळं बनवू शकतो, की त्यानं महारवाड्यातल्या माणसाची अतृप्त आणि सुप्त आकांक्षा ओळखलेली असावी? जिला गोंजारत तो त्यांच्यावर हुकमत गाजवतोय. नेमकं काय असू शकेल? या माणसांना कधीच का त्याच्यावर अविश्वास दाखवावा असं वाटत नसेल? आपुण्या म्हाताऱ्याच्या प्रकरणात गावच्या विरोधात जाऊन कामाला न जाता घरात थांबणारी ही माणसं पुन्हा गावात कामाला जाताना वरमली का नसतील? त्यांना काहीच वाटलं नसेल का? की त्यांना कशाचंच काय वाटत नाही, इतकी ती यांत्रिक बनून गेलेली आहेत? ती जर यांत्रिकच झाली असती तर शेडबाळ्याला तरी का मुठीत सापडली असती? तो दाखवत असलेल्या आमिषाना ती कशी काय बळी पडतात?.... कबीरच्या मनात प्रश्नच प्रश्न उगवत होते. पण या साऱ्यात आपणही तयारीनं राहिलं पाहिजे हे त्यानं ठरवून टाकलेलं होतं. त्याचाच परिणाम म्हणून त्यानं हत्यारांची जुळवाजुळव सुरू केली होती. कधी कोणता प्रसंग येईल याची खात्री नसल्यामुळे तो सर्व बाजूंनी जय्यत तयारीनिशी असलं पाहिजे म्हणून नवनव्या गोष्टी ऐपत नसताना आणत होता. एका अर्थाने त्याची स्वत:शीच चाललेली ती मोर्चेबांधणी होती. पण त्यानं ठरवून टाकलं होतं, मुद्दाम सहसा कधी बोलायचं नाही. तेही फक्त डेप्युटी, गौत्या आणि दादबाशी. बाकीचं कोणी चुकलंच तर मनावर घ्यायचं नाही. पण शेडबाळ्या सतत पडद्यामागं राहून काही करायला लागलाच तर त्याला सोडायचं नाही. हे त्याचं ठरवणं निर्णायक आणि त्याच्यात खूपच बदल घडवणारं

ठरलं होतं. त्यामुळेच तो स्वतःत हरवल्यासारखा सुन्न होऊन वावरत होता. गौत्यानं त्याचा अर्थ उलटाच लावून 'गडी कसा भ्यालाय' म्हणून सांगत फुशारकी मारायला सुरवात केली होती.

धोऽऽ पाऊस असतानाही बाळासाहेब शेडबाळेनं स्कूटर काढली. रेनकोट चढवला आणि रस्त्याला लागला. तालुक्यात पोहचून जालिंदर बनसोड्याच्या खोक्यात येईपर्यंत तो रेनकोट असूनही अर्धाअधिक भिजला होता. पावसाचा जोर गावातल्यापेक्षा तालुक्यात अधिक जाणवत होता. जालिंदरच्या खोक्यात आल्या आल्या त्यानं त्याच्याकडून सिग्रेट मागून घेतली. ही त्याची नेहमीची सवय नव्हती. पण सिग्रेटपासून तो लांब होता अशातलाही भाग नव्हता. सिग्रेटचे मस्तपैकी झुरके मारता मारता त्याच्या अंगात ऊब निर्माण होत गेली. जालिंदर आज बऱ्यापैकी कमाईवर असावा असं त्याच्या समोर बसलेल्या तीन- चार लोकांवरून दिसत होतं. बहुतेक भानगडी भावकीच्याच असणार असं समजून बाळासाहेब निवांत सिग्रेट ओढत होता. अशातच जालिंदर त्याला म्हणाला,

'आयलाऽऽ ह्या लोकास्नी काय म्हणायचं सांग? गावाशेजारी म्हारकी हाय. म्हारकीला लागून जैन समाजाची जमीन हाय. म्हणजे जैनलोकांची. तर ह्या जैनांनी म्हारकीत वीस गुंठे अतिक्रमण केलंय आनी आता लेकाच्यांनी वहिवाटीचा दावा लावलाय. आता ह्या गरिबास्नी त्या जैनाबरबर दावा पेलंल?' बाळासाहेब ऐकता ऐकता स्वतःशीच हसला. ही त्याची गावाबाहेरची खास लकब. मग म्हणाला,

'जालिंदरऽऽ ह्या सगळ्यावर माझ्याकडं एकच उपाय हाय. आणि तो म्हणजे आपण दलितांची घोडा संघटना काढली पाहिजे.'

'अरेऽऽ संघटना तर आता दलितात चिक्कार झाल्यात. ह्या तालुक्यातच दलितांच्या चार संघटना हाईत. शंभरभर नेते हाईत. पण मराय लागतंय मला एकट्यालाच. आणि तू सांग संघटना काढायला. काय उपयोग?'

'ह्येच चुकतंय तुझं. जालिंदर, मला असल्या संघटना नकोत. मी म्हणतोय ती संघटना फक्त दिवाणी आणि फौजदारी गोष्टीसाठी काढायची. हितंसुद्धा आपला दबाव निर्माण केला पाहिजे. हितं आता मोर्चानं येऊन बसल्याशिवाय आपलं कायच मार्गाला लागणार नाही. आमच्या आपुण्या म्हाराच्या केसचं काय झालं? पडत्यात तारखा. आपुण्या येऊन बोंबलत जातोय. हाय कोण त्येला वाली?'

जालिंदरसमोरचा पटकंवाला त्याच्या बोलण्यात सामील होतच म्हणाला,

'खरंच करा जीऽऽ लई लोक घायकुतीला येत्यात. काय करायचं कळत न्हाई. आदीच आमी आडाणी. त्यात ही कामं येडझवी. गरिबाला कुत्र्यागत फिरीवत्यात जीऽऽ' बाळासाहेब पुन्हा स्वतःशीच हसला. त्यानं हातातलं सिग्रेटचं थोटूक रस्त्यावरच्या चिखलात फेकलं. त्याचा धूर पावसातून वाटोळा फिरत वर जात होता.

जालिंदरला आता कचेरीतल्या साहेबांना गाठण्याचे वेध सुरू झाले होते. पण पावसाचा जोर कमी व्हायला तयार नव्हता.

'काय शेडबोळेऽऽ बँक न्हाई वाटतं आज?' जालिंदर कायतरी बोलायचं म्हणून बोलला.

'आता समाजसेवा करायची म्हटल्यावर बँक एके बँक करून कसं जमंल? काय तरी झोंबडं मागं लागल्यावर दांडी माराय नको?'

'आनी काय लागलं झोंबडं?' जालिंदरच्या कपाळाला आट्या पडल्या.

'आयलाऽऽ त्या गावातल्या गज्या मुळकानं म्हारवाड्यातल्या बायकास्नी पेराय जातानं शिवीगाळ केली! त्या रात्री घरात आल्या. आता ह्या असल्या गोष्टी महत्त्वाच्या काय बँक महत्त्वाची, तूच सांग बघू?'

'नुस्ती शिवीगाळ केली काय मारहाण केली?' जालिंदरच्या बेरकी नजरेनं सगळं हेरलं.

'एकीला कुठं हिसळ फिसकळ केलं म्हण. खरं, त्येंच्या सगळ्या वाटा आडीवल्यात म्हणं.'

'आयलाऽऽ मग फौजदारीच घालून चांगला बाक काढूया थांब तुमी...' म्हणत जालिंदर कागदाच्या शोधात लागला. शेडबाळे त्रासिक चेहरा करून जालिंदरला माहिती पुरवू लागला. बाहेर पावसाचा जोर हळूहळू कमी होत चालला होता.

कॉलेजच्या ऑफिसजवळ आल्यावर पावसाची जोरदार सळक आली आणि कबीर पळता पळता निम्माअधिक भिजला.

च्याआयलाऽऽ आता मोडक्या बाजारातली का असेना पण छत्री खरेदी केली पाहिजे. म्हणजे पन्नास- साठ रुपयाला तरी भुर्दंड... नवी घ्यायची झाली तर शंभरभर रुपये लागणार. कुठनं आणायचे? त्यात एखाद- दुसरी वही तरी घ्यायला पाहिजे होती. सुबऱ्याला पुस्तकं शाळेतनं मिळाली पण वह्या घ्यायला लागणारच की,

त्याला शाळेचा ड्रेसही घ्यायला लागणार. कुणाकडनं तरी दोनतीनशे उसनंपास्न कराय लागणार....

ऑफिसमध्ये आल्या आल्या त्यानं प्लॅस्टिकच्या पिसवीत गुंडाळून ठेवलेली कागदपत्रे काढली. एवढ्यात जयाप्पानं त्याच्या खांद्यावर थाप टाकली. म्हणाला,

'शेवटी कुठला विषय घ्यायचं फायनल झालं?'

'आणि कुठला? पॉलिटिक्सच.'

'मर्दाऽऽ तास सुरू होऊन आठ दिवस झाले. तुझा अजून पत्ता नाही. म्हटलं, सोडलास वाटतं कॉलेज?'

'आता तशीच पाळी आलीय.' कबीर स्वतःशीच पुटपुटला. त्यानं गडबडीनं ऑफिसची कामं आवरली.

बाहेर अजूनही पावसाची रिपरिप सुरूच होती. तशातच राजा कांबळे त्यांच्याजवळ पळतच आला. कबीरला म्हणाला,

'तुला सकाळपासून सुबाना शोधतोय.'

'आता कुठाय?'

'लायब्रीच्या दारात उभारलाय.'

जयाप्पाजवळ एकची एक छत्री. तिघे छत्रीतून चालू लागले. पाऊस थांबायला तयार नव्हता.

सुबाना कांबळे लायब्ररीच्या हॉलमध्ये टेबलवर पसरलेले पेपर पालथे घालत होता. जयाप्पा त्याच्या समोर जातच म्हणाला,

'काय मालकऽऽ आत्तापासून जाहिराती शोधालास काय?'

सुबाना फक्त हसला आणि कबीरला बघितल्या बघितल्या उठून बाहेर आला.

'आज आला नसतास तर तुझ्या गावाकडं चक्कर टाकायचा विचार होता. काम नव्हतं काही. फक्त तू कॉलेजला का नाही आला हे बघायला.' सुबानाचे नेहमीसारखे स्वतःशी स्वगत सुरू झाले. त्याने कधी नव्हे ते केस चापून बसवलेले होते. त्याच्या चेहऱ्यावर दाट उदासीनता वावरत होती आणि सुट्टीत उन्हात फिरून फिरून अंग रापल्यासारखं दिसत होतं. कबीर त्याकडं पाहातच विचारात गुंतला. याचं काय तरी बिनसलंय. त्यानं मनातच अंदाज बांधला. मग म्हणाला,

'काय केलं सुट्टीत?'

'म्हणजे कोणत्या सुट्टीत?'

'करतोय काय? गावातल्या खापरीच्या कारखान्यावर कामाला जात होतो.'

'म्हणजे महिना मजुरीत गेला.' राजा बडबडला.

'जाणारच. नाही तर तुझ्यासारखा काय आमचा बाप नोकरदार हाय?' जयाप्पानं राजाला छेडायला सुरवात केली. राजाचा बाप कारखान्यात नोकरीला असल्यामुळं त्याला असल्या भानगडींची तोशीसच पडत नव्हती, हे त्याच्या गुबगुबीत चेहऱ्यावरून स्पष्ट दिसत होते.

'काल फणींद्र सर भेटले होते.' सुबाना संथ आवाजात म्हणाला.

'सुबाना, आता तसल्या उद्योगात पडायचं नाही असं ठरवलंय. औंदा बरे मार्क पडले तर काय तरी सेकंड क्लासची जोडणी व्हईल. नाहीतर काय उपयोग नाही. आणि ह्या आमच्या नेत्यांच्या वरचा आता माझा पार विश्वास उडालाय. त्यामुळं त्याचं काय मला सांगून नको.' कबीरनं निर्णायक आवाजात सांगून टाकलं.

'म्हणजे यावर्षी तू थोर अभ्यासू गृहस्थ होणार म्हण-' राजानं थट्टा करायला सुरवात केली.

'मागच्या वर्षी सुरवातीलाही तो असंच म्हणालता' जयाप्पानं माहिती पुरवली. पण सुबाना काहीच बोलला नाही. मग कबीरलाच आपलं चुकलं असं वाटाय लागलं. तो सावरतच म्हणाला,

'आज तुझं काय तरी बिनसलंय?'

'नाही रंऽऽ पण मलाही तुझ्यासारखंच वाटाय लागलंय. ह्या लोकांच्या नादाला लागून उपयोग नाही. लय मादरचोत आहेत भडवे.' सुबाना आवेगात बोलून गेला.

'झालं काय?'

'त्येच की, फणींद्रसर काल आले. म्हणाले, यावर्षी कॉलेजात अवचित भालेराव विरुद्ध आंदोलन करायला लागणार. मी म्हणालो का? तर सांगाय लागले, त्यानं मातंग समाज विकास मंडळ स्थापन केलंय.'

मग ह्यांचं काय बिघडलं?'

'विचारलं मी पण. तर सांगाय लागले, त्ये लोक बाबासायबांना मानत नाहीत. त्यांनी आता आण्णाभाऊ साठेला मोठं कराय सुरवात केलीय.'

'मग ह्यात भालेरावला का विरोध करायचा?'

'तीच तर गम्मत आहे. अरेऽऽ तासभर असं बाहेर बाहेरचं बोलत राहिले आणि शेवटी म्हणाले, भालेरावनं शेडबाळेची पतसंस्था मंजूर करून आणली आणि पैसे खाऊनही माझ्या पतसंस्थेची मंजुरी आणली नाही. चार हजार रुपये खाल्ले.'

'चार हजार रुपये खाल्ले.'

'पण पतसंस्था मंजूर करून आणणार भालेराव कोण?'

'आरंऽऽ त्याचा कोण मामा सचिवालयात हाय म्हणं. तो मंजुरी देतोय. असं भालेराव चिक्कार पैसे मिळवत असतो म्हणं. आता तुमच्या म्हारवाड्यात पतसंस्था आणायला शेडबाळेनं पाच हजार दिलं म्हणं.'

'मग आम्ही इथं भालेराव विरुद्ध आंदोलन का करायचं म्हणं?'

'त्येच तर.' मी विचारलं. तसे एकदम भडकले. 'च्याआयलाऽऽ, पहिल्यांदा फार बेस्ट वाटलाता माणूस. पण तोही भिकारचोटच निघाला. काय करणार?'

'आरंऽऽ मला तर तो मागच्या सहा महिन्यापासूनच फालतू वाटत होता. पण म्हटलं. मला माणूस समजला नसंल. पुढं बघू. तर हे तू सांगतोयस म्हणजे भलताच गम्मतशीर माणूस आहे.'

'त्येच म्हटलं, तुझ्या कानावर घालावं. नाहीतर तो तुला येऊन गाठायचा.'

'नाही येणार माझ्याकडं. आणि मी पक्कं ठरवलंय. ह्या सगळ्यातून बाजूला होऊन फक्त अभ्यास करायचा. एवढं वर्ष तरी मानमोडून राबायचं.'

'व्वाऽऽ म्हणजे पुढच्या वर्षी तुझा पेपरात फोटो येणार म्हणं' राजा म्हणाला आणि स्वतःच ख्यॅऽऽ ख्यॅऽऽ हसाय लागला. सगळ्या गंभीर चर्चेचा एकदम पचका झाला.

चावडीसमोर पोलिस गाडी थांबली. साहेबासह पोलिस उतरले. नेहमीसारखीच थळबाची धांदल उडाली. त्यानं साहेबांना इमानेइतबारे चावडी उघडून दिली. सरावानं त्याचे कान टवकारले. सायेब नावं कुणा-कुणाची घेतोय? कुणाची काय भानगड उपटलीय? आपल्या कानावर कायच कसं आलं नाही...? त्याच्या मनात प्रश्न सुरू झाले. एवढ्यात सायबासोबतच्या पोलिसानं त्याला पोलिस पाटील गजानन मुळीक, इटू धुमाळ आणि रंगा कुपट्याला आणायचा हुकूम सोडला. थळबाच्या डोक्यात काय घुसायलाच तयार नव्हतं. जीऽऽ सरकार- जीऽऽ सरकार करत थळबा रस्त्याला लागला.

थळू तराळाला दारात बघितल्या बघितल्या आबा पाटील जोत्या सोप्यातूनच ओरडला,

'थळ्याऽऽ हिकडं कुठं रं?'

मालकऽऽ पोलिस आल्यात जीऽऽ बलीवलंय.'

'मायला ह्यो वणवा आनी कशाला आला.'

'मुळकाला, इटू धुमाळाला आनी रंगा कुपट्याला आणाय सांगीटलंय जीऽऽ'

'म्हणजे कुणी तरी काशीत घातली म्हण तर...! बरं, आण जा तू त्यास्नी. मी जातो चावडीला.'

थळबा वळला. तोवर आबा पाटील ओरडला.

'आरंऽऽ थळ्या, कितीजन पोलिस हाईत?'

'मापलं न्हाईत खरं, चौघंजन आसतील जीऽऽ'

'आयलाऽऽ नुस्ताच म्हातारा झालास बघ. बर जाऽऽ जाऽऽ'

म्हणत आबा पाटील घरात वळला. थळू तराळ तोंडात मारल्यागत रस्त्याला लागला.

आबा पाटलानं चावडीत आल्या आल्या सायबाला राम राम केला.

'पाटील, गावात सगळं मिटलं मिटलं म्हणून उटीवता आणि आम्हाला ताप का देता?'

'झालं काय?'

'घ्याऽऽ म्हणजे पुन्हा म्हारवाड्यात सभा. गावात सभा. ह्या सगळ्या भानगडी तुम्ही आम्हाला कराय लावणार का?'

सायबाचा रोख आबा पाटलाच्या लक्षात आला. तो सहज पुटपुटला.

'म्हणजे शेडबाळ्यानं काय नवं खेकटं केलं वाटतं?'

'हा कोण शेडबाळ्या जरा दावता का होऽऽ?'

'सारखा कचेरीतच आस्तोय की तो. आजून बघाय न्हाई त्येला तुमी सायब.'

'आता एकदा बघाय लागणार.' साहेब स्वतःशीच पुटपुटला. आणि मग आबा पाटलाला म्हणाला,

'म्हाराच्या बायकांना शेताकडं जाताना आडवल्याची तुमच्या कानावर काय खबरबात.'

'न्हाई बा. तसं काय न्हाई व्ह्याला. न्हायतर लगेच आलं आस्तं कानावर.'

फौजदार स्वतःच्याच विचारात गुतपळला.

'हा शेडबाळ्या विनाकारण आम्हालाही ताप द्यायला लागलाय.' फौजदार एकदम मोठ्यानं म्हणाला तसा आबा पाटील त्याच्या तोंडाकडंच बघाय लागला. नंतर कोणच कुणाशी बोललं नाही.

गज्या मुळीक आणि रंगा कुपटे चावडीत आले. त्यांच्या सोबत सरपंच गणू पाटीलही होता. त्या तिघांनी आल्या-आल्या साहेबांना रामराम घातला.

'सरपंच, का लावलाय आम्हाला ताप. एकदा गाव बसून मिटवा बघू सगळं.' फौजदार हसत हसतच म्हणाला.

'मिटवायला आम्ही कुठं काय करतोय? पण तीच काय तरी पराचा कावळा कराय लागल्यात. काय करूया.' सरपंच गणू पाटील खुर्चीत टेकतच म्हणाला,

'आता सायेब, त्या म्हाराच्या बायानी कधी मुळकाचा बांध बघितला नसंल तरी त्यास्नी आडीवलं म्हणून तक्रार. काय बोलायचं आनी काय करायचं? सरकार हाय त्येंच्या बाजूला म्हणजे लई दंबवाल्यात. आता तुमीच काय तरी मार्ग सुचवा.'

'आता कसला मार्ग सुचवणार? आम्हालाच तुम्ही सुचवा मार्ग. काल फिर्याद नोंद केलीया. उद्या आता मुख्यमंत्र्यापासून सगळ्याकडं अर्ज करत्यात. पुन्हा आणि करा चौकशी. कसली डोंबलाची चौकशी?'

फौजदार भलताच वैतागला होता. त्यानं गज्या मुळकाला आणि रंगा कुपट्याला गाडीत बसवलं आणि स्वतः बसता बसताच म्हणाला,

'राणे मालकांना नका येऊ म्हणावं तालुक्याला. माझं मी पाठवतो.' आबा पाटलानं मान हालवली. सरपंच गणू पाटलानं पुन्हा वाकून रामराम घातला.

'कबरूऽऽ तुला काय समाजलं व्हय रं?' आई घरात आल्या आल्या कबीरला विचारू लागली.

'कशाचं?'

'गज्या मुळकाला आनी रंगा कुपट्याला पकडून न्हेलं म्हणं.'

'कशाबद्दल?'

'आत्ता गऽऽ बाई, सगळ्या गावाची खबरबात तुला न्हाई! आरंऽऽ शामा मुळकानं शेडबाळ्याच्या शेताची वाट बंद केली. म्हणून त्येनं सुलीच्या, शेवन्तीच्या आणि आक्कूबाईच्या नावानं केस घातली म्हणं.'

'ह्येंच्या नावानं केस घातलीय?'

'व्हय बाबाऽऽ लोकाला खोटं करून ह्येंनी तरी किती दंबवायचं?'

गंगव्वा हानवट गुडघ्यावर ठेवून चुलीकडं बघतच म्हणाली,

'ह्या रांडा त्या शेतात जायाला न्हाईत म्हटल्यावर पोलिसात खोट्या पडणार न्हाईत व्हय गाऽऽ? घोड्या चांगल्या नटूनथटून गेल्या म्हण तालुक्याला.'

'कधी?'

'कल सक्काळी. म्हणून आज आल्तं पोलिस. आता ह्यास्नीबी बलीवतील की कचेरीत खरं- खोटं करायला. न्हाई म्हणतोस?'

'आई, तसं न्हाई त्ये. तुला न्हाई कळायचं. ह्यास्नी कायबी व्हईत न्हाई. कायदा आमच्या समाजाच्या बाजूचा हाय. त्यात ह्या पडल्या बायका. म्हणजे गावातल्यास्नीच तरास व्हणार'

'खरं तो फौजदार म्हणला म्हणं की, हे सगळं खोटं हाय म्हणून.'

'त्यो म्हणून काय करायचं? त्येला चवकशी कराय पायजे. अटक कराय पायजे. त्ये काय चुकलंय त्येला? कायद्याप्रमाणं सगळं कराय पायजे

'कायदा काय खोट्याला खरं म्हणा म्हणतोय काय रं?'

आई भाबडेपणानं बोलली. तिला सगळं समजून सांगणं कबीरला अवघड वाटाय लागलं. त्यानं पुस्तक मिटवलं. तो खोपटाच्या बाहेर पडला.

...मायला, अभ्यास करायचं ठरवून घरात परतलं की हे एक एक नवीनंच सुरू होतंय....

तो तळ्याकडं वळला तर समोरनं आक्कू काकू येत होती.

'कबरूऽऽ अंधारात रं?' ती एकदम आडवीच आली. मग त्यालाही थोडी खुमखुमी आली.

'काय काकू, पोलिसात गेलतीस म्हणं?'

'तर गाऽऽ नुस्तं पोलिसात न्हवं कुणा कुणा सायबाच्या घरातबी गेलताव. त्येनी आमास्नी खुर्चीवर बशीवलं.'

'कुठल्या सायबाच्या घरात?'

'लेकरा. आमाला कुटली नावं ठावं? खरं, गाद्या- गिद्या, कपाट- खुर्च्या, त्ये पंकं का काय म्हणत्यात त्ये आणि लई काय बाय. दांडगा सायेब आसावा एकतरी'

'मग पोलिसास्नी शामा मुळकानं आडीवलं म्हणून सांगीतल्यासा, काय धरलं म्हणून सांगितल्यासा?'

'आमी दोगीनी आडीवलं म्हणून सांगिटलं. सुलीनं धरलं म्हणून सांगीटलं बाबा.'

'मग?'

'मग काय- बाळासाबानं हाटीलात काय काय खायाय घातलं. चमचे- बिमचे. आमाला कुटलं येतंय खायाय. सुलीनं तेवढं वरबडलं बग. आनी आलाव घरला.'

'मग उद्या गावात गेल्यावर तुजं कसं?'

'लेकरा, त्येच समजंना झालंय. बोललाव खोट्ट खरं, उद्या गावात श्यान घालतील तोंडात. मला तर काय समजंनाच झालंय. पर घरचा मालकच कराय लावला म्हटल्यावर काय इलाज हाय?'

'त्ये कुठला!' म्हणत कबीर पुन्हा वाटेला लागला.

नेमकं कुठं चुकलंय? म्हारवाड्यात कुणालाच कसं हे चुकालंय असं वाटत नाही? की आपल्याला वाटतं म्हणजे आपलंच काय तरी चुकालंय? गावातल्या माणसांना असंच वागवाय पाहिजे का? त्यांनी खूप छळलंय आमच्या माणसांना म्हणून त्यांना असं छळलं पाहिजे. असं मनात का नाही येत. आणि आलं तर किती फायदा घ्यायचा.....

बाळासाहेब शेडबाळे दाराला थडकला, तेव्हा मध्यरात्र उलटून गेली होती. नेहमीच्या सवयीनं त्यानं दारावर टकटक केली. मग त्यानं हळू आवाजात हाका मारत राहिला. नंतर दाराची कडी वाजवण्याचा त्यानं सपाटा सुरू केला. ताराला जाग आली. पण म्हातारी काढंल कडी म्हणून ती तशीच पडून राहिली. तारवटलेल्या बाळासाहेबाची सहनशीलता संपली आणि त्यानं दारावर लाथा मारायला सुरवात केली. आवाजानं शेजारपाजारच्या घरातली माणसं जागी व्हायला लागली. तेव्हा नाइलाजानं ताराबाई उठली. म्हातारी हाटमुऱ्यासारखी डोळं झाकून पडली होती. तारानं कडी काढली. बाळासाहेबाच्या तोंडाचा भासऽऽकन वास आला. ती गर्रकन वळली. एवढ्यात बाळासाहेबानं झडप घालून तिचा बुचडा पकडला. कळायच्या आत तिच्या कमरेत लाथ बसली. तारा कळवळून कोलमडली.

'रांडंलाऽऽ मस्ती आली याऽऽ' बाळासाहेबाचा आवाज बाहेर पडला. म्हातारी गोंधळून उठून बसली. त्यानं पुन्हा लाथा- बुक्क्या हाणायला सुरवात केली. तारा तोंडात पदराचा बोळा घालून उपडी पडली. म्हातारी गप्पाकन उठली आणि त्याच्या अंगावर झेपावली.

काऽऽ रं भाड्याऽऽ तिनं काय केलंय म्हणून मारालास?'

'दार कुणी उघडायचं? तिच्या बानं काय तुझ्या बानं?'

'तुला कुणी मूत पीत म्हारोड्यात बसाय सांगितलंत व्हय रंऽऽ?

'मी म्हारोड्यात बसंन न्हाई तर मसणात बसंन.'

'मसणात बसला असतास तर बरं झालं आस्तं रं वाद्याऽऽ' म्हणत म्हातारीनं जोरानं बोंब ठोकली आणि अर्ध्या रातीला अख्खी गल्ली घरासमोर गोळा झाली.

'भाड्याऽऽ म्हाराच्या रांडचं आयकून उलथाय लागलायऽऽ म्हाराचं घर घुसलायऽऽ भाड्यानं जात बुडीवलीऽऽ भाड्याऽऽ नरडं दाब माझंऽऽ मारून टाकऽऽ' म्हातारी तोंडाला येईल ते बडबडून हातपाय घासाय लागली. पोरी उठून बावचाळून रडाय लागल्या. गल्लीतली माणसं अंथरुणातून तशीच उठून दारात जमली. तुका सकट्या बेफाम झोपेतून उठून आल्यामुळं बाळासाहेबाच्या दारात उभा राहिला. म्हणाला,

'हे बघ बाळबाऽऽ तू म्हाराच्यात ऱ्हा जाऽऽ न्हाई तर मांगाच्यात घुस जाऽऽ आमचं काय बी म्हणणं न्हाई. खरं हे राच्चं आमच्या झोपचं खोबरं करू नगंऽऽ'

'हेच्या वागण्यावर गल्लीत एकदा इच्यार कराय पायजेच.' गर्दीतून कोणतरी पुटपुटलं.

'इच्यार कसला करायचा वडा की रंऽऽ रांडच्याला' दुसरा-

'त्येला मारा. म्हणजे त्यो म्हारास्नी मारलं म्हणून केस घालतोय. मग बसा पोलिस ठाण्यात.' तिसरा.

मग गल्लीत जोरानं हशा पिकला. अशात गर्दीतून वाट काढत देववाली शेवन्ता पुढं झाली.

'हासता काय भाड्यानुऽऽ धरा आनी चेचा की रंऽऽ कणीक चेचल्यागत. रोज भाड्या राच्चं पीऊन कलोट करतोय. आनी म्हणं सायब हाय. कसला सायेबऽऽ?' पुन्हा ख्यॅऽऽ ख्यॅऽऽ सुरू झालं. आत आयाबाया ताराची समजूत काढत होत्या. म्हातारी थंड झाली होती. आणि बाळासाहेब नशेत ल्हास होऊन भिंतीला टेकून बसला होता.

राणे मालक गेल्या पंधरा दिवसापासून सारखं पाट लागले होते. एकदा पोराला घेऊन वाड्यावर ये म्हणून. सदोबानं कबीर जवळ एकदा बोलून बघितलं होतं, पण माझं मी जाऊन येतो. एवढंच तो म्हणाला होता. त्यानंतर त्यानं विषयच काढला नव्हता. आणि राणे मालकाच्या घराकडंही गेला नव्हता. सदबाला जीवाला

खाल्ल्यागत वाटाय लागलं. मालकानं बोलवायचं आणि आपल्या पोरानं जायचं नाही हे त्याला थोडं विचित्रच वाटत होतं. शेवटी त्यानं मनाचा निग्रह करून कबीरला भर पावसातच घरातून बाहेर काढलं. कबीरला आक्काबा राणेच्या घराकडं जायचं नव्हतं असं नाही, पण उगाच जाऊन म्हारोड्यात घडणाऱ्या गोष्टीबाबत फुक्कट ऐकून डोक्याला त्रास करून घेण्यात त्याला रस नव्हता. गावात कुणाच्याही घरात गेलं, की हेच सुरू असायचं. पुन्हा म्हारांनी पायरी सोडली हा शेरा असायचा. आणि कबीरची नस ठणकायची. म्हारोड्यात जे घडतंय ते त्याला बिल्कूल आवडत नव्हतं हे खरं होतं. पण म्हारांनी आपल्या पायरीनं वागावं ह्या बोलण्यात लपलेला गावातल्या माणसांचा अहंकार त्याला मानवण्यासारखा नव्हता. ही माणसं बदलाताहेत हे खरं असलं तरी सगळं अनिच्छेनं चाललंय असंही त्याला लक्षात यायचं. ह्या माणसांना बदलताना त्रास होणार हे त्याला मान्य होतं. पण सतत तेच तेच ऐकणं त्याच्या जीवावर यायचं. उलट गावातल्या त्याच्या वयाच्या किंवा त्याच्यापेक्षा लहान पोरातून वावरताना त्याला बरं वाटायचं. कारण त्यांच्या मनात असा काय पीळ फारसा नव्हता. आणि बोलण्यातही उपकाराची भावना नसायची. त्यामुळं गोठणावर पोरांच्यात खेळताना त्याला कधी परकेपणा जाणवायचा नाही.

कबीर बापासोबत चालत आक्काबा राणेच्या वाड्यात आला तेव्हा पावसाची रीप रीप होतीच. आक्काबा राणे आपल्या जोत्या सोप्यात झोपाळ्यावर बसून झोकं घेत होता. वाड्यात दिव्यांच्या झगमगाटामुळं बक्कळ उजेड होता. आक्काबा त्या दोघांना समोर बघितल्या बघितल्या झोपाळा थांबवतच म्हणाला,

काय रंऽऽ सद्याऽऽ किती दिवसानं आणलास पोराला?'

सदबा काहीच बोलला नाही. तो हळूच जाऊन जोत्या सोप्याच्या खांबाला टेकला. कबीर तसाच उभा राहिला. तसा आक्काबा त्याला बोलवतच म्हणाला,

'बाळऽऽ वर येऽऽ इकडं खुर्चीवर येऊन बसऽऽ'

म्हाताऱ्याच्या सांगण्यात सहज नैसर्गिकपणा होता. कबीर जाऊन खुर्चीवर टेकला. पण बाप खाली आणि आपण खुर्चीवर हे त्याला कसंतरीच वाटलं. तो खाल मान घालून बसला.

राणे म्हातारा बराच वेळ काही बोलला नाही. तोवर कबीरनं त्यांचा चौसोपी वाडा निरखून बघायला सुरवात केली. गावात सगळ्यात जंगी वाडा. लहानपणी ह्या

वाड्यात आत काय काय असेल? हे बघण्याची त्याची जबरदस्त इच्छा होती. पण त्यावेळी ते शक्य नव्हतं. बऱ्याच वेळा तो दारातल्या पायरीवर बसून परतला होता.

राणे म्हातारा कबीरकडं बघतच म्हणाला,

'आजून कॉलेज किती वरसं राहिलं?'

'हे शेवटचं वर्ष.'

'नोकरी औंदा करायची म्हणतोस काय फुडंला?'

कबीर काहीच बोलला नाही. इतका वेळ कौतुकानं सगळं ऐकत बसलेला सदबा मध्येच तोंड घालत म्हणाला,

'औंदाचं वरीस शिकूं दे मालक. मागनं काय नोकरीच करायची हाय.'

'माझं बी तसंच म्हणणं हाय खरं, हेची इच्छा आसली तर कारख्यान्यात जागा भरणार हाईत. गावातली नऊ पोरं ठरीवल्यात. ह्यो करतो म्हटला तर दहावा घालावा आसं पयल्यांदा मनात व्हतं. खरं, परवा सरनोबत सरकार म्हटले, सदबाच्या पोराला सरकारी नोकरीत लावू या म्हणून मी बी बदलला बिचार.' आक्काबा म्हातारा अत्यंत संथगतीने, स्वतःशीच बोलल्यासारखा बोलत होता. त्यात कुठंच उपकार दिसत नव्हता. आणि वरचढपणाही जाणवत नव्हता. पण कबीर त्याच्या प्रत्येक शब्दाकडं संशयानं पाहात होता. पोरगा बोलत नाही म्हटल्यावर सदबाच म्हणाला,

'तुझ्या मनात काय हाय सांग की रंऽऽ कबरा'

'त्येच्या मनातलं ह्या साली विचारायचं न्हाई, पुढच्या साली.' म्हातारा निर्णायक आवाजात म्हणाला. कबीरच्या तोंडात आलं होतं, आत्ताच होतंय का बघा. पण त्याला अवसरच मिळाला नाही. मग त्यानं पुन्हा मान खाली घातली.

'आमचा पितांबर सांगत होता, तू चलत जाऊन- यीऊन करतोस म्हणून. खरं काय?'

'व्हय. किती अर्ध्या तासाचा रस्ता. त्यात पितांबर भेटला की अधेमधे डब्बलसीठ घीऊन येतोय.' कबीर एकदम मोकळा झाला.

'आणि स्कॉलरशिपच्या पैस्याचं घरात धान्य आणतोस म्हणं?'

म्हाताऱ्यानं बरीच चौकशी करून ठेवलीय हे कबीरच्या लक्षात आलं. मग तो काहीच बोलला नाही. तसा आक्काबा सदबाकडं वळतच म्हणाला,

'व्हय रं सद्याऽऽ पोराची स्कॉलरशिप खादीला घ्यायला तुला हितनं जुंधळं न्हायला कुणी नको म्हणलंत?'

'मालकऽऽ ग साली तेवढंच त्येंचं पैसं खरच झालं. जरा वडाताणच झाली. काय करणार?'

'मला बोललातास?'

'सारकं सारकं तुमाला तरी किती तरास द्यायचा.'

'आरंऽऽ तुज्या बायलाऽऽ तुला तरास व्हयालाय म्हण की' म्हणत आक्काबा जाग्यावरनं उठला. म्हातारा सत्तरी गाठला तरी अजून कणखर आणि पिळदार दिसत होता. चेहऱ्यावर तकतकी. डोळ्यात निर्मळपण. कबीरला म्हातारा एकदम आवडला. एवढ्या जवळून त्याला म्हाताऱ्याला बघताच आलं नव्हतं. त्याच्या शेतात कामाला गेलं तरी म्हातारा सहसा शेताकडं कधी फिरकायचा नाही. म्हातारा वाड्याच्या मागच्या सोप्यात गेला आणि त्यानं सदबाला हाक मारली. सदबा जाग्यावरून उठला आणि मागच्या सोप्यात गेला.

सदबा मागच्या सोप्यातली धूळ खात पडलेली सायकल वाड्याच्या पुढच्या दाराला घेऊन आला. म्हातारा कबीर जवळ येतच म्हणाला,

'मागच्या म्हयन्यातच द्यायची व्हती तुझ्याकडं लावून. खरं, कशात इसारलं. आता घीऊन जा. हिला काय दुरुस्ती बिरुस्ती बघ. लागणार न्हाईच. कारण पोरगा सुट्टीत आला की वापरतोय. लागलीच तर करून घे आणि पैसे येऊन सांग.'

कबीरला नको म्हणावं असं वाटलं, पण जीभ उचलली नाही. तो अंग चोरून बसला, हे म्हाताऱ्याच्या लक्षात आलं तसा म्हणाला,

'गाव- म्हारोड्याच्या राजकारणासाठी सायकल दिलीया म्हणशील तर तसं नाही. तुझं जरा जरा ऐकून हाय म्हणून तुला संशय वाटलं म्हणून सांगतोय. तुझा आजा आमच्या बांधावर मेला. तुझा पणजा मला पवायला शिकवायचा आणि तुझा बा आमच्यात न्हाणाचा मोठा झालाय. म्हणून ही द्यालोय म्हण वाटलं तर. आनी ह्यावर्षी जोरात आब्यास कर. पुढच्या वर्षी तुझ्या नोकरीचं माझ्याकडं. जा आता.' म्हणत म्हाताऱ्यानं कबीरला दंडाला धरून उठवलं आणि सायकलीजवळ उभा केलं. कबीर यांत्रिकपणे सायकल घेऊन बाहेर पडला...

तक्क्यात नेहमीसारखीच गर्दी होती. बाया- बापड्या- पोरं- टारं दाटीवाटीन बसली होती. गौत्या सगळ्यांना सरकून सरकून जागा करून देत होता. पंढ्या चौकटीबाहेर उभ्या असलेल्या माणसांना आत रेटून कोंबत होता. डेप्युटी गोपाळा

आज थोडा अधिक खुशीत होता. त्याच्या बक्कळ सुटत चाललेल्या पोटावर ताणून बसलेला शर्ट आणि म्हयन्यात वस्तारा न लागल्यामुळं वाढलेली दाढी. तरीही ऐटदार घातलेली टोपी यामुळं त्याचा एकूणच आवतार बघण्यासारखा दिसत होता. बाहेर रिप- रिप पाऊस असल्यामुळं खांबावरच्या बलच्या उजेडात कीड्यासारखा अंधार लिवलिवत होता. अशातच तक्क्यासमोर जीपगाडी येऊन उभी राहिली. बाळासाहेब शेडबाळे पॅन्ट सावरत खाली उतरला. 'जरा चिखल आहे. शिस्तान' त्यानं पाठीमागून उतरणाऱ्यांना सूचना केली. मग अलताप कांबळे आपला झब्बा सावरत उतरला आणि त्याचा पाय फत्ताकन चिखलात गेला. अर्थात शेडबाळे इतका त्याला कुठला आलाय म्हारवाड्याचा रस्ता पाठ. 'आयला, सुधरायचा न्हाई म्हारोडा. साधी खडी टाकून घेता येत नाही तक्क्यासमोर साल्यांना' असं काही तरी बडबडत तो तक्याच्या पायरीवर आला.

'शेडबाळे, घागरभर पाणी आणाऽऽ' अलताप कांबळे जवळ जवळ ओरडलाच. चप्पल राड झाल्यामुळं त्याचं डोकं चढलं होतं. पंढऱ्या पळत जाऊन घागर-तांब्या घेऊन आला. त्यानं तांब्याभर पाणी अलतापच्या पायावर ओतलं. अलताप थोडासा थंड झाला. जालिंदर बनसोडे अलतापची अवस्था बघून हुशारीनं उतरला होता. तसा तो सगळ्याच बाबतीत हुशार आणि सावध असल्यामुळं त्याला ते जमून गेलं.

तक्क्यातली सगळी गर्दी चिडीचिप झाली. मग अलताप आणि बनसोडे तक्क्यातल्या खुर्चीवर टेकले. शेजारी शेडबाळे बसला. डेप्युटीनं सगळ्यांना शांत बसवलं. मग बोलायला सुरवात केली.

'आपल्या हरिजन वाड्यात आता आनी एक सुदारणा आली. आपल्या सगळ्यांच्या घरात आता लक्षीमी येणार. आता पैशासाठी गावात कुणाला हिंग्लायची गरज न्हाई. हितनं फुडं गावात आनी कुटंच काम न्हाई करायचं. आपल्या पैशावर आपला कसलाबी धंदा सुरू करायचा. आपली पतसंस्था म्हणजे बँक आता आपुन हुबा करायची' डेप्युटी न थांबता न अडखळता बोलत होता. बसलेले सगळी एकाग्र होऊन ऐकत होते. त्यांना सगळंच कळत होतं अशातला भाग नव्हता, पण आपल्या म्हारवाड्यात बाळासाहेब बँक काढणार हाय, एवढं मात्र कळत होतं. डेप्युटी बसला तसा अलताप कांबळे आपला लांबसडक झब्बा सावरत उभा राहिला. त्यानं आपल्या पिंजारलेल्या केसावरून आणि वाढलेल्या दाढीवरून आळीपाळीनं हात फिरवला.

त्याच्या उभा राहण्यात रुबाब होता. सगळाच अवतार भीती वाटावा इतका भडक होता. त्यानं बोलायला सुरवात केली.

‘तुमच्या वस्तीत आता बारकी बँक निघणार. मग तुम्ही कर्जावर नानातऱ्हेचं उद्योग करू शकता. नाहीच जमलं तर आपल्या गरजा भागवू शकता. कुणाकडं हात पगळायची गरज नाही. पैसा तुमच्या तक्क्यात आला म्हणायचा. त्यासाठी पहिल्यांदा घरपती तीन- तीनशे रुपय जमवाय लागणार. बाकीचा पैसा बाळासाब, आम्ही फिरून जमा करणार आहोत. एवढं केलं की आपल्याला पाहिजे तेवढं कर्ज मिळणार आहे. आता आपण दलितांनी स्वाभिमानी होण्याची गरज आहे. सवर्णांच्या उंबऱ्याला जाण्यापेक्षा आपण त्यांना आपल्या उंबऱ्याला यायला लावू.’ अलतापचा आवाज हळूहळू वाढत गेला. नंतर तो तक्क्यात भरून म्हारवाड्यात पसरू लागला.

अलताप कांबळेच्या भाषणापाठोपाठ जालिंदर बनसोडेचे भाषण झाले. मग बाळासाहेबानं डॉ. आंबेडकर पतसंस्थेचं संचालक मंडळ जाहीर केलं. चेरमन म्हणून डेप्युटी गोपाळाची निवड जाहिर करताच टाळ्यांचा कडकडाट झाला. मग दादबा, भीमा, भैरू म्हार ह्या सगळ्यांची ओळीनं नावं येत गेली. अकरा नावं झाली. त्यात सुलाचं नावही महिला प्रतिनिधी म्हणून घालायला बाळासाहेब विसरला नव्हता. पण त्याचं नाव अकराच्या संचालक मंडळात नव्हतं. ही गोष्ट पंढऱ्याच्या ध्यानात आली. तसा तो उठूनच म्हणाला,

‘सायेब, ह्यात तुमचं नाव बी पायजेच.’

‘माझं नाव हायच रंऽऽ मीच हे सगळं कराय लागलोय म्हटल्यावर माझं नाव असल्यागतच जमा. ते घालाय कशाला पाहिजे.’ बाळासाहेब म्हणाला तसा जालिंदर त्याचं बरोबर आहे म्हणत मान डोलवाय लागला. गौत्या नव्या पतसंस्थेचा सेक्रेटरी म्हणून जाहीर झाल्यानंतर भैरू म्हाराला एकदम भरून आलं. सभा संपली. तसा डेप्युटी गोपाळा पुढच्या जोडणीला लागला...

बेंदूर दोन दिवसावर येऊन ठेपलेला होता. यावर्षीची कर जगदाळ्याच्या घरात म्हंटल्यावर सगळी पळापळ एकट्या भरमूनानालाच करावी लागत होती. त्यात यावर्षी कुठल्याच म्हाराला बैलाच्या दोरीला हात लावू द्यायचा नाही असं सगळ्यांच्या मतानंच ठरलेलं होतं. दरवर्षीच्या करीला दोन दोऱ्या म्हारांच्या हातात आणि दोन दोऱ्या मांगांच्या हातात हा रिवाज पडून गेलेला होता. पण परवाच्या

वाटा बंद प्रकरणात सगळ्यांचीच डोकी इस्कटलेली होती. आधी आपुण्या म्हाराचं प्रकरण, लगेचच बायकांच्या नावावर खोटी केस म्हटल्यावर सगळीजनच चिडून बसली होती. त्यामुळं म्हाराला करीला हात लावू द्यायचा नाही हे आता गल्लीतलं बारकं पोरगंही बोलत होतं.

करीला बांधायसाठी भरमूनानानं घरच्या गाईच्या पाड्याची निवड केली होती. गेली दोन महिने घराच्या गोठ्यात अंधारी खोली करून त्याला भरडा सुरू केलेला होता. गावात करीची मानकरी पाच खुटाणी. त्यात जगदाळे, राणे, देसाई आणि पाटलांची दोन घरं. त्यामुळं आलटून पालटून या पाच घरातच करीचा बैल बांधला जायचा. आणि गावतल्या इतर लोकांच्या दृष्टीनं तेच फायद्याचं होतं. नाही म्हटलं तरी दोन महिने बैल बांधायचा म्हणजे त्याला हरहुन्नरी खाद घालायला लागायची. हारभऱ्यापासून ते जुंधळ्याच्या खिचडीपर्यंत त्याला नानाप्रकारची खाद जगदाळे, राणे, देसाई आणि पाटलांनाच परवडणारी होती. गरीबाला हे सोसण्यातलं काम नव्हतं. आणि पुन्हा बेंदरादिवशी दोन- तीन हजाराचा खर्च. म्हणजे कंबारडं मोडायचंच काम होतं पण ही पाच घरं हौशेनं बैल बांधायची आणि हात सैल सौडून खर्च करायची. त्यामुळं चार खेड्यातले लोक बेंदरादिवशी फक्त कर बघायला यायचे.

भरमूनानानं यल्लाप्पा दावण्यावर करी दिवशीची सगळी व्यवस्था सोपवलेली होती. दोन दोऱ्या नेहमीच्या रिवाजाप्रमाणं मांगांनी धरायच्या आणि उरलेल्या दोरीला गावातल्या माणसांना घ्यायचं हे निश्चित करून आठवडाभर मध्यान्ह रात्रीला पाड्याला करीच्या मागावर पळवून आणण्याचा नेम सुरू होता. अशातच गावात कुणीतरी बातमी आणली, शेडबाळ्यानं म्हारवाड्यात मीटिंग घेऊन बेंदरादिवशी दंगा घालायचा असं ठरवलंय. ही बातमी आल्या आल्या भरमूनानाचं चित्त उडालं. त्याची तळपायाची आग मस्तकाला गेली, पण मनावर ताबा ठेवणं गरजेचं होतं. जाणत्या माणसांबरोबर सल्लामसलत करणं गरजेच होतं. म्हणून त्यानं बडू चेरमन, दगडू देसाई, सरपंच गणू पाटील, आबा पाटील, जानबा मास्तर, गज्या मुळीक, डंग्या मारुती, किस्ना शिंदे ह्यांना गोळा घालून आक्काबा राणेच्या वाड्यार बैठक बसवली. तर आक्काबा राणेनं एका गोष्टीत कंडका पाडला. म्हणाला,

'पोलिसात कळवायचं. दोन- तीन पोलिस मागून घ्यायचं. आणि आपण आपल्या तयारीत ऱ्हायाचं. आलीच गावात तर ठोकून काढायची. आसली नामी संधी गावणार नाही'

आक्काबा म्हाताऱ्याचा एवढा शब्द गज्या मुळकाला आणि बंडू चेरमनला पुरेसा होता. त्यांनी गावातल्या पन्नासाठ पोरांना तयार ठेवलं होतं. फडकरी गँगनं टोणं-कुऱ्हाड्या जमवून ठेवलेल्या होत्या. आबा पाटलानं रीतसर पोलिस स्टेशनला जाऊन सरपंचाचा लेखी अर्ज देऊन फौजदाराच्या कानावर सगळं बयवार घातलं होतं. गावात सगळीकडंच जय्यत तयारी सुरू होती. सरपंच गणू पाटलाच्या आण्णाप्पानं शेडबाळ्यावर नजर ठेवायला दोन खासगल माणसं नेमली होती. आपोआपच जो तो घरचं काम समजून कामाला लागला होता. प्रत्येकजन ह्या कानाचं त्या कानाला होणार नाही याची खबरदारी घेत होता.

मांगवाड्यात सर्वाधिक उत्साह संचारला होता. करीचा मान आता फक्त आपल्या माणसांनाच मिळणार याचा आनंद तिथं अधिक होता. त्यामुळं झांज पथकातली पोरं करीचा बैल वाजवत नेताना आपल्याला राणबा मांगाच्या वाजपाबरोबर गावात पहिला मान घ्यायचा म्हणून रात्र- दिवस तालीम करत होती. म्हारवाड्यातली कोण झांज पथकाच्या आडवी आलीच तर आपली तयारी असावी म्हणून पोरांनी रानातून शोधून भरीव मेसकाटीची टोणकी तयार ठेवली होती. असा उत्साह गावात आणि मांगवाड्यात बऱ्याच वर्षांनी संचारला होता.

गावात चाललेलं हे वातावरण थळू म्हार उघड्या डोळ्यानं बघत होता. त्याच्या जीवाची तगमग होत होती. असा प्रसंग त्याच्या हयातीत पहिल्यांदाच येत होता. तो लक्ष्मीला हात जोडून पुन्हा पुन्हा गाऱ्हाणं घालत होता, 'आई लक्ष्मी म्हारोड्याला बुध्दी दे गाव पांढरीला बुध्दी दे आनी ह्या परसंगातनं म्हारोड्याला वाचीव.' तेवढंच तो करू शकत होता. दुसरं त्याच्या हातात काय होतं?

कबीरनं कॉलेजचे तास संपल्या संपल्या सायकलवर टांग टाकली. त्याच्या कानात पितांबर जगदाळेनं सकाळी कॉलेजला जाता जाता सांगितलेला वृत्तान्त घुमत होता. त्याचं कोणत्याच तासाला लक्ष लागलेलं नव्हतं. तो परोपरीनं आपल्या मनाला समजावीत होता. यात आपला काही एक संबंध नाही. पण त्यातून त्याची सुटका होत नव्हती. त्या तंद्रीतच त्याच्या सायकलचं पॅडेल जोरदार फिरत होतं. झुरूमुरू पावसातही त्याच्या अंगाला घामाच्या धारा लागलेल्या होत्या. पण त्याच्या पायाची गती मात्र कमी होत नव्हती.

कबीरनं म्हारवाड्यात आल्या आल्या सायकल खोपटाला लावली. वह्यांची प्लॅ स्टिक पिसवी आणि छत्री उभ्या उभ्याच खोपटात व्हलपटली आणि तो तक्क्याची इमारत ओलांडून डेप्युटी गोपाळाच्या घरात शिरला. आडवा झालेला गोपाळा अवचित कबीरला बघून एकदम गोंधळून उठून बसला. त्याला कायच सुदरायला तयार नव्हतं. तसा उभ्या उभ्याच कबीर म्हणाला,

'डेप्युटी, तुमी म्हारवाडा मातीत घालणार?'

'काऽऽ रंऽऽ काय झालं?' धाडस गोळा करत डेप्युटी बडबडला. त्याला कबराच्या आवताराची भीतीच वाटत होती.

'उद्या बेंदरात कर धराय तुमच्यातलं कोण पाठवू नको. एवढं माझ्यावर उपकार कर. गावातलं वातावरण वाईट हाय. त्यो शेडबाळ्या सांगतोय म्हणून काय तरी करशीला तर सगळं व्हत्याचं नव्हतं व्हईल. सांगायचं कर्तव्य केलंय. पुढं काय करायचं तुझं तू ठरीव.' कबीर एका दमात बोलला.

'आगाऽऽ ह्या गौत्याचं आणि शेडबाळ्याचंच हे काम हाय. आमी तरी काय करावं?' डेप्युटी घाबरतच म्हणाला.

'त्या दोघांना गावात जावा म्हणावं पण दुसऱ्या कुणाला पाठविलास तर घात व्हईल.' म्हणत कबीर बाहेर पडला. डेप्युटी गोपाळा टाळा पगळून दाराकडं बघत राहिला...

कबीर घरात आला. त्याच्या डोक्यावरचं ओझं उतरल्यासारखं वाटत होतं. त्यानं ताटलीत जेवण वाढून घेतलं आणि तुकडा मोडताना त्याच्या डोक्यात आलं.... आपण एवढं डोकं फिरवून का घेतलं? कशासाठी आपण इतके अस्वस्थ झालो? पितांबरनं एवढ्या विश्वासानं सांगितलं मग त्याचा आपण विश्वासघातच केला की...? आणि ह्या सगळ्याचा आपल्याशी काय संबंध होता....?

गावातल्या घराघरात बेंदराची कणीक वाजाय लागली. घराघरातून बैलाच्या मिरवणुका सुरू झाल्या. चावडीजवळ हळूहळू बघ्यांची गर्दी जमाय लागली. मांगवाड्यातली झांज पथकातली पोरं उत्साहानं ढोलाच्या तालावर झांजा वाजवत नाचत होती. बैलांच्या चौऱ्या, अंगावरचा हुरमेस, फुटणाऱ्या लसण्या आणि वाजणाऱ्या फटाक्याच्या आवाजात गाव तरंगत होतं. कधी नव्हे ते आक्काबा राणे हातात पितळी ईडीचा टोणा घेऊन चावडीच्या पाराजवळ बसून सगळ्या मिरवणुका बघत होता. तालुक्यातून आलेले तीन- चार पोलिस गावभर चकरा मारत फिरत

होते. म्हटलं तर बेंदर नेहमीसारखाच होता. पण गावातला प्रत्येकजन शोधकपणे कशाचा तरी अंदाज घेत होता. गावातली पोरं टोळक्या टोळक्यानं हिंडत होती. सरपंच गणूपाटलानं आक्काबा राणेशेजारीच ठाण मांडलं होतं. फडकरी गँगमधले बरेच जन अंगापुरती नशा करून हातावर कुऱ्हाड टाकून फिरत होते. प्रत्येकाची नजर म्हारवाड्याकडून येणाऱ्या रस्त्यावर सहज रूतत होती आणि पुन्हा समोरून जाणाऱ्या बैलाच्या मिरवणुकीवर खिळत होती.

पावसानं उघडीप दिल्यामुळं हळूहळू जवळपासच्या गावचे लोक कर बघायला जमायला लागले. संध्याकाळ झाली. करीचा बैल भरमूनाना जगदाळ्याच्या घरातून बाहेर पडला. बैलानं पहिल्यांदा उजेड बघितल्यामुळं त्याचं मुसमुसणं वाढत गेलं. करीच्या बैलासमोर मांगोड्यातील झांज पथकाची पोरं बेभान होऊन नाचत होती. बैल धरणारे मांग आणि गावातली माणसं यांची धांदल उडाली होती. मिरवणूक चावडीजवळ आली. करीचा चाप मांगानी बघता बघता रचला. आक्काबा राणे पारावर उठून उभा राहिला. त्याची नजर म्हारवाड्यावर खिळून होती. टोणकं घेऊन जमलेली शंभरभर पोरं सावध होती. बैलाभोवती प्रचंड गर्दी जमली होती. राणबा मांगाची पिपाणी झांज पथकाचा ढोल एकदम बंद झाले. भरमूनानानं पाड्याच्या अंगावर थाप टाकली. दोऱ्या धरणाऱ्यांनी 'हरऽऽ हरऽऽ महादेव'चा घोष केला. लसणी फुटल्या. बैल बेभान होऊन पळत सुटला. मागं धरणारे. पाड्यानं चापावरून अल्लादी उडी टाकली. कर तुटली. आणि आक्काबा राणेनं श्वास सोडून पुन्हा पारावर बैठक मारली.

'कबीर, आहेस कुठं? कॉलेजात असतोस ना?' त्याने दचकून पाहिलं. मोहन बल्लाळ. तो मनापासून हसला.

'च्या आयलाऽऽ मला वाटलं कॉलेज बदललास की काय?' तो कबीरजवळ येतच म्हणाला.

'कॉलेज बदलून जाऊ कुठं? हां. आता नापासच झालो असतो तर घरात बसलो असतो. पण ते जमलं नाही.'

'ते जमलं नाही हे थोरच झालं. नाही तर पुन्हा घराला ताप. बसून खादीला घालणं आजच्या दिवसात परवण्यासारखं नाही' तो हसला. मग कबीरही.

मोहन बल्लाळ जवळ आला की आपल्यात काही तरी बदल होतो. पण काय? हे कळत नव्हतं. पण थोडं मोकळं वाटतं, एवढं निश्चित.

'आयला, यावर्षी इंग्रजी स्पेशल ठेवून झक मारली. तू कुठला ठेवलास?'

'पॉलिटिक्स.'

'व्वा! राज्यशास्त्र. बरं झालं थेरॉटिकल माहिती मिळवून दलितांच्या राजकारणात पडायला तुला संधी आहे. अर्थात त्यासाठी थेरीचा काय उपयोग नाही. आणि प्रॅक्टिकलला आवश्यक गुणसंपदा तुझ्याजवळ नाही. त्यामुळं तुला नेता म्हणून कोणीही स्वीकारणार नाही.' त्याचं सुरू झालं. अत्यंत पध्दतशीर. आणि मुद्देसूद. कुठंच फट नाही.

'अरे बाबा, जास्त त्रास न घेता मला बी.ए. ची डिग्री मिळवायची आहे. तुझ्यासारखं घासत बसायला मला वेळ नाही.'

'छान! मग तू असं का करत नाहीस? सरळ प्राध्यापक जनार्दन कुलकर्णींना का भेटत नाहीस? त्यांना दरवर्षी एक हजार रुपय देत राहिलास की पेपरात फारसं काही न लिहिताही ते तुला पास करून आणतात. ताप नाही. आपला तो जगदिश सावंत माहीत आहे ना? त्याला परीक्षेत कुठलाच पेपर जमला नाही. त्यानं पेपरला हजार याप्रमाणे सहा हजार रुपये जनार्दन कुलकर्णीला दिले. त्याला पंचावन्न टक्के मार्क पडले. साक्षीला मी होतो. मला तो प्रकार एकदा याचि देही याचि डोळा पहायचा होता. तृप्त झालो जगदिशचं मार्कलिस्ट बघितल्यावर. तुला वर्षभर घासून किती पडले?'

'बरोबर पन्नास.'

'घ्या. मग जगदिशचा मार्ग उत्तम आहे की नाही? कुलकर्णी म्हणे हंगामाला तीस- चाळीस हजार मिळवतात. माफक. जास्त नाही. इनकमटॅक्सची धाड पडेल ना? त्यामुळं फारच कमी केसीस करतात. मग लावूया तुझा नंबर?'

'साल्या, विश्वास नाही बसत.'

'माझाही बसला नव्हता. तुझ्यासारखाच मीही अडाणी पण साक्षात अनुभवला प्रसंग. तुकाराम महाराज हवे होते. अभंग रचला असता त्यांनी.'

'आयला, मग कशाला यायचं कॉलेजात? सहा हजार जमवले की काम संपलंच की'

'मग- सांगतो काय तुला? वास्तविक जनार्दन कुलकर्णीचा आपण पट्टी काढून सत्कार केला पाहिजे. किती मोठं उध्दाराचं काम ते माफक अपेक्षा ठेवून करतात. त्यांच्या कार्याची आपण दखल घेतली पाहिजे. माझ्या लिस्टात आता दोन सत्कारमूर्ती झाल्या. हे आमचे गुरुवर्य आणि दुसरे तुमचे नेते जालिंदर बनसोडे. तेही फक्त आपल्या जातीच्या माणसाकडून पैसा खातात. कचेरीत काम असूद्या नाही तर सचिवालयात. त्यांच्याकडं येणाऱ्या तुमच्या जातभाईला पैसा टेकवावाच लागतो. त्यांनी परवा प्रगतीचं नवं पाऊल ठेवलं. आमच्या गल्लीत मागासवर्गीय मुलांचं वसतिगृह काढलंय. नवं कुरण. मग कराय नको सत्कार? नाहीतरी आपल्याकडं गुणग्राहकता कमीच. अशा थोर विभूतींना दररोज वंदन करण्याची सक्ती केली पाहिजे.' मोहन बल्लाळ गंभीर चेहऱ्यानं डोळ्यावरचा चष्मा सावरत बोलत होता आणि कबीर फक्त हसण्याचं काम करत होता. शेवटी बल्लाळ अत्यंत खाजगी सुरात म्हणाला,

'एवढं माझं ऐकल्याबद्दल तुला मी चहा दिला तर...?'

'आनंदच!' म्हणत कबीर त्याच्या बरोबर चालाय लागला.

जिल्ह्याच्या कलेक्टर कचेरीतून 'जयभीम तरुण मंडळा'ला पाच गुंठे गावठाणातली जागा मंजूर झाल्याचं पत्र शेडबाळेनं हातात घेतलं. मग त्याला भलताच जोर चढला. त्या रात्री त्यानं जालिंदर बनसोडेवर चार पाचशे रुपये खर्च केले. वरकड म्हणून शंभरच्या पाच नोटा त्याच्या हातावर ठेवल्या. त्याच्या डोक्यात विचारांची गर्दी उडालेली होती. शेताच्या वाटा बंद केल्या आणि अत्यंत विचारपूर्वक डाव खेळूनही त्याला अपयश आलं होतं. त्याची भरपाई करायची संधी बेंदरात चालून आली होती, पण डेप्युटी गोपाळानं ऐनवेळी पाठ फिरवली होती. त्यामुळं काही दिवस तो मनातल्या मनात उदास होता. पण त्याच्या चाललेल्या कामात त्यानं कुठंच खंड पाडलेला नव्हता. तरुण मंडळाला जागा मिळाल्यानं त्याला नवा हुरूप चढलेला होता.

सकाळी सकाळी त्यानं म्हारवाड्यातल्या सगळ्या पोरांना गोळा घातलं. हातातला कागद मोठ्यानं वाचून दाखवला. पोरांना आपल्या तरुण मंडळाची स्वतंत्र जागा म्हटल्यावर जोर चढला. गौत्यानं पळत जावून वाण्याच्या दुकानातल्या फटाक्या आणल्या आणि तक्क्यासमोर माळ लावली. सगळा म्हारवाडा आवाजानं दणाणला. हाऽऽ हाऽऽ म्हणता बातमी सगळीभर झाली.

'वडरवाड्याला लागून असलेली गावठाणाची मोकळी जागा म्हाराच्या पोरांना मिळाली.' जो तो कसं घडलं, काय घडलं याचीच चर्चा करायला लागला.

बाळासाहेबानं पोरांचा घोळका चावडीकडं वळवला. कधी नव्हे ते शिंत्र्या ग्रामसेवक सकाळी सकाळीच गावात आला होता. हिंडून हिंडून न सापडणारा ग्रामसेवक आपणहून एवढ्या लवकर हे चावडी रखवाली करणाऱ्या थळबाला कोडंच वाटत होतं. पण बाळासाहेब पोरांची झुंड घेऊन आला तेव्हा त्याला हळूहळू सगळा उलगडा होत गेला. बाळासाहेबानं चावडीत आल्या आल्या कलेक्टरच्या हुकूमनाम्याचा कागद शिंत्र्या ग्रामसेवकसमोर टाकला. आधीच दोघांची चर्चा झाल्यासारखं. शिंत्र्यानं फक्त कागद हातात घेऊन नजर फिरवली आणि किंचित हसत म्हणाला,

'आता ग्रामपंचायत तुमच्या आडवी येणार.'

'ते कसं काय?'

'तुम्हाला जागा द्या म्हणून ग्रामपंचायतीचा ठराव कलेक्टरकडं जायला पाहिजे होता.'

'पण कलेक्टरनं हुकूम दिलाय म्हणजे तो काय मूर्ख आहे म्हणून दिलाय? आनी समजा, तुमच्या पंचायतीनं विरोध केलाच तर जुमानतोय कोण? कलेक्टर मोठा काय तुमची पंचायत मोठी?'

'त्ये काय करायचं त्ये करा होऽऽ मी आपली अडचण बोलून दाखवली.' शिंत्रे ग्रामसेवक हसत हसतच म्हणाला. एवढ्यात पंढ्यानं चावडीसमोर आणून एक फटाक्यांची माळ लावली. पुन्हा आवाजानं गाव हादरलं. चावडी दणाणली. एवढीच संधी साधून बाळासाहेब म्हणाला,

'आता आमचं काम आसं हाय बघा. मग तुमची पंचायत काय करणार? आता आमी कुणाला मोजत न्हाई.

ग्रामसेवक काहीच बोलला नाही. शेडबाळे पुन्हा म्हणाला,

'एकदा घरटाण पत्रकाला आमच्या मंडळाच्या नावावर जागा चढली की मग कशाची अडचण? आणि घरटाण पत्रकाला जागा लावायला पंचायतीचा काय संबंध? पुढचं काय आमी चार दिवसात जागा बांधून काढताव. फक्त तुमचा पाटिंबा असू दे म्हणजे झालं.'

ग्रामसेवक फक्त हसला. शेडबाळे चावडीसमोरच्या पोरांच्या घोळक्यात शिरला. त्यानं अंगातल्या ताकदीनं घोषणा दिली,

'जयभीम तरुण मंडळाचाऽऽ'

'विजय असोऽऽ' पोरं कितखाऊन ओरडली. गर्दीनं म्हारवाड्याचा रस्ता धरला. गावातली पोरं गर्दी करून म्हारवाड्याकडं सरकणाऱ्या घोळक्याकडं बघत होती...

ग्रामसेवक चावडीतून उठला. त्याला आपल्यावरची जबाबदारी पूर्ण करायची होती. गावचं राजकारण व्हलस. ह्यात आपल्यासारख्या गरीबालाच दाणीला जावं लागतंय. हे पूर्वानुभवावरून त्याच्यासारख्याला चांगलं माहीत असल्यामुळं शेडबाळ्या कितीही दोस्त असला तरी सगळी भानगड अंगावर घेण्याइतका तो खुळा नव्हता. त्यानं सरपंच गणू पाटलाचं घर गाठलं. त्यांच्या कानावर सगळी परिस्थिती घातली. गणू पाटलाचं मस्तक फटाक्याच्या आवाजानं आधीच गरम झालेलं होतं. ग्रामसेवकाच्या वटवटण्यानं तो एकदम भडकलाच,

'हे सगळं व्हईपर्यंत तुमी कुणाची उपडालता काय?'

गणू पाटलानं सगळा राग ग्रामसेवकावर काढाय सुरवात केली.

'आ हो! ह्यातलं मला काहीच माहीत नाही.'

'आसं म्हणाय लाज न्हाई वाटत? तुमाला सरकारनं पगार दीऊन नेमलंय कशाला? गावची मालमत्ता राकायलाच न्हवं?'

'खरं, त्यांनी उतारा तलाठ्याकडनं मिळवला असणार.'

पाटील गप्प झाला. मग त्याच्या डोक्यात काय तरी आलं. त्या विचारातच सरपंच म्हणाला,

'सित्र्याऽऽ खरं बोलायचं. तुमाला शेडबाळ्यानं किती दिलं?'

'देवा शप्पथ! मालक, तसं कायच नाही. तो माझ्याकडं कधी आलाच नव्हता. लईशी वळखपाळखही नाही.'

'मग एवढ्या यरवाळी तुम्ही गावात कसं?'

सरपंचाच्या अचानक प्रश्नानं शिंत्र्या गांगरला. पण बिचकून गप्प बसणाऱ्यापैकी तो नव्हता. म्हणाला,

'आज पंचायत समितीत मीटिंग आहे म्हणून दप्तर घेऊन जायला आलोय. तुमच्या मनात आहे तसं काहीच नाही. अगदी गळ्याशपथ. विश्वास ठेवा' तो

घायकुतीला आला. त्याच्या चेहऱ्यावर सगळी लाचारी जमा झाली. इतक्या वर्षाच्या नोकरीत हे कसब त्यानं जाणीवपूर्वक जमवलेलं होतं.

'कबऱ्या, लय झालं तुझ्या शेडबाळ्याचं कौतुक. लेका, एका व्हलपाट्याचा न्हाई शेडबाळ्या! आणि त्येचा एवढा धसका? आमच्या गावात असता तर नरडं राकून पुरून आलो अस्तो.'

राजा कांबळ्यानं लांबलचक लेक्चर सुरू केलं. सुबाना कांबळे त्याला थांबवतच म्हणाला,

'कबरा मलाऽऽ वाटतं आपण शेडबाळ्याला एकदम वाईट समजून त्याला शिव्या घालतोय. तो जे जे करतोय ते सगळं चुकीचंच हाय, असं कसं म्हणता येईल? असं काय तरी सारखं घडत गेलं तर आपल्या समाजातल्या लोकांना गावच्या बरोबर जाता येईल. हा का विचार तू करत न्हाई?'

'प्रश्न चांगल्या- वायटाचा नाही, सुबाना. आता आता कुठं गावच्या लोकांचा पीळ सैल व्हायला लागला होता. गावातल्या घरातले तुटक्या कानाचे कप संपत चालले होते. अशात आणखी थोडं पुढं जायचं झालं तर त्यांच्याशी सतत वैर करून नाही भागणार. थोडं त्यांच्या कलानंच जायला लागणार. आणि तेही तुमचं तुम्ही. गावच्या राजकारणातली पार्टी न घेता. हा शेडबाळे पडला गावचा राजकारणी. त्याच्या सांगण्यानं जे जे होईल ते गावाला वाईटच लागणार.'

कबीरनं आपल्या डोक्यातली खळखळ मांडली. तसा इतका वेळ गप्प बसलेला हिरामण भोसले म्हणाला,

'तुझं निम्मं पटतंय. म्हणजे लोकांच्यातला पीळ सैल झालाय हे खरं हाय. पण, त्यांच्याबरोबर वैर बाळगल्याशिवाय मागचा वजावाटा कसा काढाय गावणार?'

'आरं, बाबा. वजपा काढाय आधी तुम्हाला बरोबरीला तरी आलं पाहिजे का नाही? आणि मागचा वजपा तुम्ही काढणार कुणावर? तर आत्ताच्या माणसावर! त्याचा उपयोग काय? उलटा तोटाच. हेच कोण समजून घेत नाही. मूर्ख आहेत सगळे.' कबरा एकदम भडकला.

'ह्या वेळी शहाण्याचा फारसा उपयोग नाही. मूर्ख लोकच अधिक उपयोगाचे. तुझ्यासारख्याचा फारसा उपयोग म्हारवाड्याला होईल असं वाटत नाही. चळवळीला तुझा काही एक फायदा नाही.' हिरामण बडबडत राहिला.

'हे बघ, चळवळ बिळवळ गेली बोंबलत. पँथरच्या वेळी होती चळवळ. त्यावेळी प्रत्येकाच्या डोक्यात आग होती. म्हणून आपण तसूभर पुढं होतो. आता त्यातलं कायच शिल्लक नाही. आपलं सगळं पुढारी पैशाला विकत गेल्यात. ते कसली चळवळ करणार? उलट त्यांना मातीत घालायची आता चळवळ केली पाहिजे.' सुबाना एकदम कावदारून बोलला. चळवळीचं नाव काढलं की त्याचं हे नेहमीच होतं.

'आता कसा शहाण्यासारखा माझ्या मताला आलास?'

म्हणतच कबीरनं सुबानाला जाग्यावरून उठवलं. तिघंही कॉलेजच्या व्हरांड्याकडं निघाले.

समोरून तासाला निघालेले प्राध्यापक बोधिसत्त्व वनवने आले. सुबानाला बघून थोडे तिरकस चालत जवळ आले. म्हणाले,

'काय म्हणतात पँथर सुबाना कांबळे?' सुबाना काहीच बोलला नाही. वनवने तसेच पुढे आले. कबीरनं भुवईनंच सुबानाला कोण म्हणून विचारलं. तसा सुबाना म्हणाला,

'हा आमच्यातला नवा म्हणजे आठवड्यापूर्वी कॉलेजात हजर झालेला विद्वान प्राध्यापक बोधिसत्त्व वनवने. मागच्या वर्षी कुठल्या कॉलेजात होता. इथं रिझर्वेशनची जागा निघाल्यावर आलाय. आमच्या गावाजवळचा हाय. आपण म्हार आहे हे कळू नये म्हणून म्हारांना शिव्या घालत असतो.

कबीरनं झटक्यात वळून वनवनेला बघितला. उंचा- पुरा. पांढरेशुभ्र कपडे. केसाची लांबलचक झुल्पे. पायात उंची बूट. चालण्यात कृत्रिम ऐटबाजपणा. कबीर गप्पगार त्यांच्या बरोबर चालू लागला. तसा राजा त्याला म्हणाला,

'कबीर, तुमच्या गावात आमच्या वडलांचा एक दोस्त मराठी शाळेत बदलून आलाय. मास्तर हाय बघ. काय नाव त्याचं? कायतरी बदलून घेतलेलं आडनाव हाय. गावातच राहातोय म्हणं. कधीतरी भेटला तर बघ. आपल्यातला हाय.'

कबीर गावातल्या मराठी शाळेतल्या शिक्षकांची आडनावं आठवू लागला. पण त्याला कोण आठवलं नाही. मग म्हणाला,

'कधी आलाय बदलून?'

'मागच्या म्हयन्यात की रे फार मजेशीर माणूस हाय. एकदा तू त्याला भेटच.'

'म्हणजे?'

'अरे, भेट तर आधी आणि मग मला सांग. फारच मजेशीर गृहस्थ आहे.'

'म्हणजे या वनवन्यासारखाच का?' सुबाना म्हणाला.

'नाही रेऽऽ कबीर सांगेलच तुला.' म्हणत राजानं विषय तोडला. तिघे आपापल्या वर्गाकडं निघाले...

'आता अशीबी जागा गेलीया, तशीबी जाणारच. मग उगं झंगटं करत कशाला बसायचं?' काळकी तुकानं सरपंचासमोर व्यवहार ठेवला.

'आनी उद्या गावानं इच्यारलं, ही जागा जाऊ ने म्हणून तुमी काय केला सांगा, तर काय सांगशील?' बंडू चेरमननं त्याच्यासमोर पुढचा धोका ठेवला.

'आत्ता हेच्या आयला, त्येबी खरंच हाय की गाऽऽ चेरमन उगच रोज उठून डोस्क्याला तरास करत बसण्यापरास सरळ बाळ्या शेडबाळ्याची डुबरं मोडून ठेवूया, मग कसं व्हईल?' काळकी तुकानं आणखी एक पर्याय सुचवला.

'आगाऽऽ मागं मोडलीती डुबरं. तेची केस आजून चालू हाय. हेलपाटं घालून मरायची पाळी आली. त्यापरास सरळ खल्लास करायचं काय तरी बोल.'

'त्यो श्यानपणाचा धंदा न्हवंऽऽ' गणू पाटील मध्येच म्हणाला.

मग सगळेच गप्प बसले. बराच वेळ कोणच कुणाशी बोललं नाही. थोड्यावेळानं गणू पाटीलच म्हणाला,

'माझा इच्यार हाय, जरा ह्यासाठी मामलेदारबरबर बोलावं. आजून कब्जा झाल्याला न्हाई. तवा त्या जागंवर डेरीच्या इमारतीचा पाया भरून घेतला तर कसं व्हईल?'

'मग इच्यारायचं कशाला? भरूनच टाकूया की.' तुकानं उत्साहात सांगितलं.

'आनी कलेक्टरच्या हुकमाचं काय?'

'हुकूम कुणाला? म्हारास्नी आलाय. पंचायतीला नेमापरमानं आलाय काय?' तुका जाखल्यानं कायद्याचा मुद्दा काढला.

'त्ये आता शिंत्र्याला इच्याराय पायजे.'

'न्हाईऽऽ न्हाईऽऽ आपल्याकडं हुकूम आल्याला नाही. त्यो शेडबाळ्याच दिऊन गेलाय' सरपंच म्हणाला.

'त्यो माप दील गाऽऽ त्यो काय कलेक्टर?' म्हणत बंडू चेरमन सरळ बसला.

'मग घ्या आक्काबातात्याला आनी गाठूया तालुका' म्हणत काळकी तुका उठलाच. तशी सगळ्यांनी जागा सोडली.

सगळी पंच कमिटी वडरवाड्यासमोरच्या मोकळ्या जागेत जमली होती. गावातली शंभरभर पोरं पूर्ण तयारीनिशी उभी होती. कुदळी- खोरी घेऊन पंधरावीस माणसं उभी होती. बाबू गवंडी सूत टाकून सगळं आखून घेत होता. आक्काबा राणे वडराच्या कट्टीवर बसून सगळ्यावर बारीक नजर ठेवून होता. पायापूजनासाठी घागरी, पूजेचं साहित्य बंडू चेरमन जातीनं जमा करत होता. राजा बामण सगळ्या सामानावर नजर फिरवून कमी-जास्ती बघत होता. सगळं घाईघाईत पण ठरवल्यासारखं घडत होतं.

मामलेदार म्हणाला होता, तुमच्यापर्यंत हुकमाची प्रत पोहचायच्या आत इमारतीवर खापऱ्या बसल्या पाहिजेत. नाही तर कलेक्टरचा हुकूम मोडता येणार नाही. त्यामुळं दोन दिवसात चार भिंतीवर आढ टेकवायचं ठरवून सगळी जोडणी लावलेली होती. फक्त पावसानं साथ द्यायला पाहिजे. म्हणून प्रत्येकजन आभाळाला हात जोडत होता. ह्या हंगामात विटा मिळणार नाहीत म्हणून जानबा पाटलाच्या परड्यातलं दगड रचून घ्यायचं ठरलं होतं. गावातल्या सगळ्या सुतारांना हातातला कामधंदा सोडून कामाला लावायचं ठरलेलं होतं.

पायापूजन झालं. पहिली कुदळ सरपंच गणू पाटलानं मारली. मग पंधरावीस कुदळी उकरू लागल्या. प्रत्येकजन आपल्या परीनं काय काय करता येईल पहात होता. जमिनीत चिक्कार ओल होती. माती खोऱ्याला उसून मुद्दा होत होती. कुदळीनं हेंडा निघण्याऐवजी नुस्ता बिरीबिरी चिकलच निघत होता.

म्हारवाड्यातली पोरं सुलीच्या दारात जमली. धाडसानं पुढं होत डेप्युटी गोपाळा सरपंच गणू पाटलाला म्हणाला,

'मालक, जागा आमच्या पोरास्नी मिळालीया की'

'आत्ता त्ये आमाला कसं कळणार गाऽऽ?'

'कल कलेक्टरचा कागोद शित्र्याकडं दिलांय की'

'कोण शित्र्या?' सरपंचानं आवाज चढवला.

'आत्ता काय सांगायचं? ग्रामसेवकाकडं दिलाय म्हटल्यावर तुमच्याकडं आलाच की हो' गोपाळा कसंबसं म्हणाला.

'आजून न्हाई बघाय गड्याऽऽ डेरीची इमारत बांधायचा ठराव लई दिवसाआधी झालाय.'

'मालक, मी डेप्युटी हाय. मला कसं ठावं न्हाई?'

'आता तुला ठावं न्हाई त्येला आमी काय करणार?'

हळूहळू बंडू चेरमननं वाकड्यात शिरायला सुरवात केली. एवढ्यात गज्या मुळीक पुढं होतच म्हणाला,

त्येला सांग गाऽऽ तुला काय करायचं त्ये कायद्यानं कर जा म्हणून. न्हाईतर फिर्याद कर जा म्हणावं. गावातल्या लोकांनी आमच्या बायका डेरीच्या पायात घातल्या म्हणून. खोट्या फिर्यादी करायची सवयच हाय न्हवं त्येला.'

एकूण तालामाला बघून डेप्युटी माघारी वळला. पोरं त्याच्या मागोमाग जोरानं ओरडाय लागली. तसा गोपाळा म्हारोड्यातल्या पोरांना हाकलतच तक्क्याकडं निघाला.

'सुंदऱ्याऽऽ तुमच्या शाळंत नवीन गुर्जी कोण आल्यात रंऽऽ?'

कबीरनं पुतळाकाकूच्या सुंदरला जवळ बोलवतच विचारलं.

'दीक्षित गुर्जी म्हणून हाईत. लई मारकुंडा हाय. आमालाच मारतोय सारखा. फेंदाड्या नाकाचा!'

'कुठं ऱ्हातोय त्यो?'

'त्ये गाऽऽ सोकासन्याचं घर. मारुतीच्या देवळाजवळ.'

'मग येतोस तुज्या गुर्जीकडंऽऽ मी चाललोय बघ.'

'न्हाई बाबाऽऽ तुजं तूच जाऽऽ' म्हणत सुंदऱ्या त्याच्याजवळून पळाला. कबीर रस्त्याला लागला.

तुका सोकासन्यानं नवं घर बांधल्यापासून त्याच्या जुन्या घरात गावातली पोरं अभ्यासाला असायची. तेच घर गुरुजींना मिळालं होतं. दुसरं मिळणार तर कुणाचं? आधीच गावातल्या लोकांना राहाला जागा नव्हती. त्यात भाड्यानं कोण कुणाला देणार? त्यामुळं हायस्कूलमधले बहुतेक शिक्षक जाऊन- येऊनच करायचे.

कबीर सोकासन्याच्या दारात पोहचला तर गुर्जी शांतपणे मिसरी घासत बसले होते. दारावर रंगवलेली नावाची पाटी होती. सि. धों. दीक्षित. म्हणजे याचं नाव सिताराम असणार. सिताराम दीक्षित. च्या आयलाऽऽ काय बेकार वाटतं. काय म्हणून बदललं असेल यानं नाव... त्याच्या मनात आलं. कबीर गुरुजींच्या समोर जातच म्हणाला,

'जयभीमऽऽ'

गुर्जींनां ते आवडलं नसावं. त्यांनी प्रत्युत्तरच दिलं नाही. फक्त मिसरीची गुळणी तोंडात धरून 'याऽऽ याऽऽ' असे पुटपुटले. पण त्यांच्या चेहऱ्यावर थोडासा त्रासिकपणा नकळत उमटत गेला. कबीर हे हेरूनच म्हणाला,

'राजेंद्र शिवराम कांबळेनं सांगितलं मला, तुम्ही इथं आला आहात असं. म्हटलं भेटावं.'

'बरं झालं' गुर्जी गुळणी थुंकून बहुतेक तोंड धुवायला आत गेले. बराच वेळ कबीर एकटाच बसून राहिला. गुर्जी आले. अगदी ताजेतवाणे होऊन. मग समोरच्या खुर्चीत बसत म्हणाले.

'घर शोधण्यात आठवडा गेला. तरी तुमचं गाव बरं दिसतंय. पटकन घर मिळालं. बाकीच्या गावात आपल्या लोकांना घर देत नाहीत होऽऽ मग आपल्या वस्तीतच बघावं लागतं आणि पोरांचा प्रश्न येतो.'

'तुम्ही आडनाव दीक्षित लावल्यामुळं, असं व्हायला नको पायजे. पण कसं काय?'

'असं वाटलंत मलाही. पण त्ये कुठलं. शाळेतले बाकीचे मास्तर असतातच की प्रसिध्दी करायला. त्यामुळं आडनाव बदलूनही प्रश्न सुटला नाही.'

'मग दुसरा काय तरी मार्ग काढायचा.' कबीर खोचक म्हणाला.

'काय काढणार होऽऽ मी पण भयंकर विचार करून बघितला. पण नाही सुचत. त्याचं काय हाय, आडनाव बदललं, कपडेलत्ते बदलले तरी हे आपलं तोंड नाही ना बदलता येत. एकूण वाण बघितला की लक्षात येतंच.'

'पण तुमच्यासारख्या तोंडाचे लोक सवर्णातही आहेतच की...'

'आहेत हो, पण ते थोडे वेगळे असतात. पण आपलं हे जरा वेगळंच आहे' गुर्जींना आपल्या फेंदड्या नाकाचा बहुतेक भयंकर त्रास होत असावा म्हणून ते कण्हत कण्हतच बोलले.

'गुर्जीऽऽ आता प्लॅस्टिक सर्जरी निघालीय. सगळं व्यवस्थित करून देतात. बघा जमलं तर.' कबीर प्रयत्नपूर्वक गंभीर होत म्हणाला.

'त्याला पैसा दाबजोर लागतो होऽऽ मग सोडून टाकला विचार.' म्हणत गुर्जी पुन्हा जाग्यावरून उठले. इकडं- तिकडं फिरले. पुन्हा बसत म्हणाले,

'तुम्ही कॉलेजात राजाच्या वर्गात असता?'

'नाही. तो माझ्या वर्गात असतो.'

'म्हणजे तेच हो. मग माझं काम झालंच' गुर्जी स्वत:शी पुटपुटले. मग मोठ्यानं म्हणाले,

'मला जरा एस. वाय. बी. ए. च्या नोट्स मिळवून द्या की, काय हाय, माझा एक लांबचा पावणा बसलाय एस. वाय. ला. त्याला पाहिजे होत्या.' कबीरला पुन्हा हसू आलं. त्यानं अंदाजानं पुन्हा फिरकी टाकली.

'राजा म्हणाल्ता, तुम्हीच बसलाय.'

'सांगितलं तुम्हाला त्यानं? काय माणूस? आहो, आमच्या ह्या धंद्यात एक मास्तर दुसऱ्यावर सारखा जळत असतो. त्यामुळं असल्या गोष्टी जरा चोरून कराव्या लागतात. म्हणून जराऽऽ पण द्याल का हो नोट्स?'

'बघू, देऊ की'

'मग मिळाल्यावर घराकडंच घेऊन या. काय हाय. मी म्हारवाड्यात आलो असतो. पण कार्टी सारखी, गुर्जी गुर्जी म्हणून पाठ घेतात. आपल्या जातीतल्या मुलांना वागायचा सेन्सच नसतो. शाळेतही याचाच त्रास होतो. तरी बरं, त्या पोरांना माझी जात ठाऊक नाही. नाही तर पुन्हा त्रास. तुम्हीही सांगू नका बरं का म्हारोड्यात. विनाकारण त्रास हो.

कबीरचं डोकं सणकलं. तरीही त्यानं प्रयत्नपूर्वक स्वत:ला आवरलं. म्हणाला,

'कशाला सांगू गुर्जी? दीक्षित काय म्हार असत्यात?'

'तसं नाही हो, माझं काय चुकलं का? पण खरं ते सांगतो. आपला विकास व्हायचा असेल तर म्हारोडा सोडला पाहिजे. म्हारवाडा सोडला की जग कळतं. कसं वागावं, कसं बोलावं हे ही कळाय लागतं. मग म्हारवाड्याकडं जावं असं नाही वाटत. आनी श्यान्या माणसानं मुलं लहान असताना म्हारवाड्यात थांबू नये. वाईट संस्कार होतात त्यांच्यावर. माझ्याच मुलांचं सांगतो तुम्हाला- माझा मुलगा पहिलीत असताना दिवाळीच्या सुट्टीत गेलो घरला. तर पोरगा चार दिवसात सगळ्या म्हारकीगत शिव्या द्यायला लागला. मला सुध्दा 'रांडच्या' म्हणाला होऽऽ'

'बरोबरच' कबीर पुटपुटला. तसा गुर्जी काचबारून म्हणाला,

'काय म्हणला तुम्ही?'

'काय नाही. तुमचं बरोबर आहे म्हणालो.'

'सांगतो काय? फार वाईट संस्कार होतात म्हारवाड्यात. त्यानंतर माझ्या मुलांना म्हारवाड्याचं तोंड दाखवलं नाही. आता पोरगी बारावीला हाय. तिला पास काढून

दिलाय. आपल्या समाजात बायका शिकल्या पाहिजे. तर होऽऽ आमचं बिऱ्हाड शिकलं नाही याचा त्रास आता मला किती व्हतोय तुम्हाला काय सांगू?' गुर्जींची टेप थांबायला तयार नव्हती. कबीरचं डोकं सारखं ठणकत होतं. पण अत्यंत समंजसपणे तो सारं ऐकत होता. शेवटी म्हणाला,

'गुर्जीऽऽ तुमचा सत्कार केला पाहिजे.'

'मागच्या वर्षी होतं माझं नाव आदर्श शिक्षकाच्या यादीत. पण शेवटी वशिला कमी पडला हो' गुर्जी गंभीर झाले आणि कबीरला स्वतःचाच राग आला.

जयभीम तरुण मंडळाला स्वतः कलेक्टरनं दिलेली जागा गावकरी बळकावण्याच्या प्रयत्नात आहेत, ही तशी कुठल्याही दलित नेत्याची तळपायाची आग मस्तकाला घेऊन जाणारीच घटना. त्यामुळं बाळासाहेब शेडबाळेनं सांगितल्या सांगितल्या जालिंदर बनसोडे आणि अलताप कांबळे आग ओकाय लागले. जालिंदरनं सरळ फोनवरून घटना जिल्ह्याच्या नेत्याच्या कानावर घातली. तोवर अलतापनं पंधरा-वीस कार्यकर्ते मंडळी जालिंदरच्या खोक्यासमोर गोळा घातली. सवर्णांना किती माज आलेला आहे आणि आपण किती निष्क्रिय आहोत याचा नेहमीचा उंची आवाजातला पाढा वाचला गेला. मग संघटना मजबूत करून संघटनात्मक लढा उभारण्याची मनोमन शपथ घेतली गेली आणि सगळी नेतेमंडळी पोलिस ठाण्यात घुसली. पोलिस ठाण्यासमोर आम्ही आमरण उपोषण करणार आहोत, अशी जाहीर धमकी देण्यात आली. तहसीलदार कचेरीत घुसून जाब विचारण्यात आला. त्याची आईल- बाईल काढण्याची नामी संधी अलतापने सोडली नाही.

वातावरण गंभीर झाले. प्रान्ताकडं फोन खणाणले. पोलिसांची धावपळ झाली. उद्याच्या भीतीनं फौजदार नाइलाजानं गाडीत बसला. सोबत अलताप कांबळे आणि जालिंदर बनसोडेला घ्यायला विसरला नाही. बाळासाहेब गाडीपासून दोन हात पाठीमागं थांबला. मुरब्बी अलतापनं त्याला गाडीत बैस असं ही म्हटलं नाही. गाडी रस्त्याला लागली. बाळासाहेब शांतपणे बँकेकडं वळला.

गावात पोलिसांची गाडी आली. कामावरचे गवंडी दचकले. सरपंच गणू पाटील ठाण मांडून होता म्हणून घाबरले नाहीत. फौजदारानं बांधकाम बघितलं. भिंती पायातून वर आल्या होत्या. त्यानं आदबीनं गणू पाटलाला काम बंद करायला सांगितलं. सांगतानाही आपण भलतेच वाईट काही करत आहोत असा भाव

आवाजात होता. जालिंदर म्हारवाड्यात गेला. गौत्यानं पुन्हा फटाक्याची माळ आणली आणि सुलीच्या घरासमोर लावली. फौजदार खिन्न झाला. त्याच्याकडं अलतापनं बघितलं. खुदकन हसला आणि म्हणाला,

'चलाऽऽ साहेबऽऽ'

सरपंच गणू पाटील आणि पंचायत समितीचे सभापती स्वतः जाऊन कलेक्टरला भेटून आले, पण फारसा उपयोग झाला नाही. आमदारला मध्ये घातल्याशिवाय काम होईल असं वाटत नव्हतं. म्हणून स्वतः आक्काबा सगळ्या पंचकमिटीला बरोबर घेऊन आमदारच्या दारात आले. कुठल्याशा गावचं शिष्टमंडळ आल्यामुळं बैठकीची खोली फुल्ल भरली होती. आक्काबा राणे तेवढाच मागल्या दारानं आमदारच्या जेवणघरात शिरला.

तासभर गणू पाटलासह सगळे जांभया देऊन वैतागले. आक्काबा राणे घरात असल्यामुळे आतला हालहावालाही कळत नव्हता. बैठकीच्या खोलीतला घोळका उठला तसा राणेमालकानं बैठकीच्या खोलीत येतच गणू पाटलाला खूण केली.

'याऽऽ याऽऽ सरपंच. तुम्हाला बाहेरच थांबाय लागलं. काय करता ते मांगोलीचं शिष्टमंडळ आलं होतं. त्यांच्या गावाला पाण्याची एक दांडगी भानगड. काय करता? त्यांचं ऐकलं. म्हटलं आपल्या माणसांना त्रास झाला तर चालतोय. राग तर न्हाई ना?'

आमदारानं बोलून बोलून गणू पाटलासह सगळ्यांचाच कंटाळा घालवून टाकला. मग राणे मालकांबरोबर त्यांच्या घरच्या गप्पा चालल्या. गणू पाटलानं पुन्हा जांभया द्यायला सुरवात केली. सगळं आवरल्यावर आमदारांनी पुन्हा मोर्चा गणू पाटलाकडं वळवला. म्हणाले,

'मग काय सरपंचऽऽ इकडतिकडचं?'

'सगळं झक्कास.'

'यायचंय तुमच्या गावाला. म्हणण्यापेक्षा जेवायलाच येणार आहे. पण राणे सरकारांच्याकडं नव्हे. तुमच्या घरात. राणे सरकारांच्यात काय नेहमीच असतं. आमदार असलो तरी त्यांच्यात जेवावं लागतं नसलो तरी जेवावं लागतं. खास तुमच्यात म्हणून येणार आहे. आहो, ही हजार लचांडं. वेळ पुरत नाही. लोकांनी निवडून दिलंय. त्यांची कामं तर केली पाहिजेत. पण सरपंच, काय सांगायचं तुम्हाला? लोक गावच्या विकासाच्या कामापेक्षा बाकीच्याच भानगडी जास्त आणत्यात.

ह्या पोराला नोकरी लावा. ह्या पोराची बदली करा. असली सगळी कामं. आता तालुक्याच्या विकासाची कामं करायची का ह्यांची घरगुती कामं करायची? नाही म्हटलं की राग दांडगा. पुन्हा विरुध्द पार्टी आहेच त्यांना फितवायला. भलती कुतरओढ होते, ह्या असल्या भानगडीत.

बरं, ते जाऊ द्याऽऽ काय म्हणतोय तुमचा म्हारोडा. लोकं आली का नाही ताळ्यात?' आमदारानं पाठीमागच्या केसचा उल्लेख करतच विचारलं.

'त्यासाठीच तर आलोय' म्हणत गणू पाटलानं सारी माहिती आमदारांच्या समोर ठेवली. तसा आमदार आक्काबा राणेकडं वळतच म्हणाला,

'सरकार, हे आता गावच्या प्रत्येक म्हारोड्यात चाललंय. त्यांची लोकं सुधारली पाहिजेत. गावच्या लोकांच्या बरोबरीनं आली पाहिजेत. हे सगळं मान्य. पण ही बरोबरीला येण्यापेक्षा खेकटीच जास्त करत बसत्यात. बरं, आम्हालाही जाहीरपणे त्यांच्या विरुध्द बोलता येत नाही. लगेच वर्तमानपत्रवाले बोंब मारत्यात. मुंबईत गेलं की तिथं नुस्तं हेच ऐकायचं, दलितांचा विकास हे शासनाचं कर्तव्य आहे. दलितांना हे द्या आणि दलितांना ते द्या. द्या पण ते कशापध्दतीनं द्या, आज म्हारोड्यात काय चाललंय हे कोणच बघत नाही. काय करणार? मला तर कधी कधी ह्या सगळ्यांची भिरड येते. पण हे आपल्या आपल्यात. चारचौघात बोलायची पंचायत.

पण आपण असं करू- पुढच्या आठवड्यात मी सरळ कलेक्टरला गाठतो. त्यांना दुसऱ्या जागेची ऑर्डर करा म्हणून विनंती करतो. नाहीच म्हणाला कलेक्टर तर मग वरनं सचिवाकडनं बघूया.'

'बघूया नाही. हे व्हायलाच पाहिजे.' आक्काबातात्यानं जोर दिला.

'सरकार, तुमच्या गावचं काम म्हणजे व्हायलाच पाहिजे. पण ही भानगड म्हारांची आहे त्यामुळं होईल याची गॅरंटी नाही. काय करूया, कायदा त्यांच्या बाजूला आहे.'

'कसला त्येच्या आयला कायदा'ऽऽ' म्हणत गणू पाटील काही तरी बोलायच्या नादात होता. एवढ्यात आमदारांच्या दारात येऊन दोन-तीन गाड्या थांबल्या. आमदार उठले,

'सरकार, मीटिंग आहे. चलू?' म्हणत त्यांनी आक्काबा राणेचा निरोप घेतला.

रोज नवनव्या घडणाऱ्या घटना कबीरच्या कानावर येत होत्या. मस्तक गरगरून जात होतं. मनात काहीच घ्यायचं नाही असं ठरवण्यानं सगळं कानावर आपटणारं

टाळणंही शक्य नव्हतं. स्वभाव बदलायचां असं ठरवून कुठं पटकन सगळं बदलता येतं? त्यामुळं कानावर पडणाऱ्या घटनांनी त्याची अस्वस्थता वाढवायलाच सुरवात केली होती. गावात नाव नाव म्हारोड्याचा राग वाढतच चालला होता. म्हारोड्यातही सहज सुलभ ईर्षा निर्माण झाली होती. कोण कुणाच्यात पसामुठ मागाय गेलं तर मोकळ्या हातानं परत फिरायची पाळी होती. त्यात कोसळणारा पाऊस.

शेजारून चाललं तरी कोण कुणाशी बोलत नव्हतं. गावातलं भांडण मराठी शाळेच्या, हायस्कूलच्या पोरात पसरलं होतं. म्हारोड्यातल्या पोरांनाही येगळून टाकलेलं होतं. हे ठरवून झालेलं नसलं तरी झालेलं होतं. पोरांची रोज एक नवी तक्रार सुरू होती. म्हारवाड्यातले नेते त्यांच्याही डोक्यात तिरस्कार भिनवत होते. मांगोड्यातल्या माणसांना कसली ती थरणूक नव्हती. सगळ्या गावाचा ओढा तिकडंच लागला होता. म्हारोड्यातल्या हातावर पोट असणाऱ्या माणसांना त्याची सर्वाधिक झळ पोहचत होती. त्यांना सगळं कळत असूनही समाजाच्या विरुध्द कसं जायचं? ह्या विचारानं ती आतल्या आत कुढत होती. शेजारच्या रानात दिवस उगवायला पळत होती. पण फक्त दिवसाच्या मजुरीवर घर चालवणं अशक्य होतं. गावातल्या माणसाचं वेगळं. उन्हाळ्याच्या बोलीवर पावसाळ्यात चारपायली जादा उस्नंपास्नं करता येत होतं. पण परगावात असं करणार तरी कोण? बांधावर पगार भागवला की मालक रिकामा.

कबीरची अस्वस्थता तर काय करू शकणार होती? मुळात वस्तीतले म्होरके डांगलून गेले तरी बोलत नव्हते. उलट गौत्या, पंढऱ्यासारखी पोरं तो दिसला की, खाकरून थुंकायचा प्रयत्न करत होती. डोकं शांत ठेवायचा त्याचा आटोकाट प्रयत्न चालू होता. पुस्तकांशी दोस्ती जमली होती. पण पुस्तकंच पुन्हा डोक्यात वळवळ निर्माण करत होती. जीवाच्या करारावर तो सगळ्या म्हारोड्यातल्या माणसांना डोक्यातून बाहेर ठेवण्याचा प्रयत्न करत होता. समोर येईल ते थंडपणे स्वीकारण्याची सवय लावून घेण्याच्या प्रयत्नात होता. पण ह्या सगळ्या कोंडमाऱ्यात अडकलेला मेंदू कधी तरी फुटणार, याचीच भीती त्याला वाटत होती...

राजा, तुझ्या त्या मास्तरचं तैलचित्र इथल्या एस.टी. स्टॅन्डवर लावण्याचा माझा विचार आहे' कबीर हॉटेलात बसता बसताच म्हणाला.

'लावलंच पायजे. तसा बहादूर गडी आहेच तो. गेल्या आठ वर्षात एकदाही गावच्या म्हारोड्याचं तोंड त्यानं बघाय नाही.'

राजा अधिक माहिती पुरवू लागला. तसा सुबाना कांबळे एकदम गंभीर होतच म्हणाला,

'प्रश्न त्या एकट्या मास्तरचा नाही महाराज. तो मास्तर आपला तसा प्रतिनिधी म्हणायचा. आपल्या म्हारोड्यात हे सगळीकडंच हाय. पोरगं शिकून सवरून म्हारोड्यातनं नोकरीला भाईर पडलं की पाठीमागं यायलाच धजत नाही. तुम्हाला सांगतो, आमच्या म्हारोड्यात तेराजन नोकरीला हाईत. त्यातला एकटाही घराकडं महिन्यातनं एकदा फिरकत नाही. चार- सहा महिन्यातनं एकदा. तेही दिवसादिवस. संध्याकाळी चालले. तिघं तर असे आहेत, अजून ह्या चार वर्षात फिरकलेले नाहीत. असं का होतं, हेच कळत नाही.'

'सोपं हाय. आरं त्यांना कुणी महार म्हणून ओळखावं हे आवडत नाही. म्हारवाड्यात आलं की म्हार म्हणणारच की. तू माप सायब आसशील. पण गावतल्यांच्या दृष्टीनं म्हाराचंच पोरगं. आणि आमच्या लोकांना हेच डाचत अस्तं. म्हणून येत न्हाईत.' हिरामण भोसलेनं आपलं ज्ञान प्रकट केलं.

'मग त्यासाठी मागं बघायचंच नाही? मागची मेली तरी फिरकायचं नाही? मग त्याच्या शिकलेसवरलेपणाचा म्हारवाड्याला काय फायदा? त्यापेक्षा आडाणी राहिला असता तर निदान घरात तरी राहिला असता. आणि गावातल्या लोकांनी म्हार म्हटलं तर एवढी लाज का वाटावी?' कबीरनं मध्येच तोंड घातलं.

'बोलाय सोपं आस्तं. उद्या तू शिकून नोकरीला लागलास की तुझं ही असंच होणार हाय. लिहून देतो.' राजा एकदम कबीरच्या अंगचटीला आला.

'शंभर टक्के! फार तर एवढंच होईल. तू शहरातही नीट जगणार नाहीस आणि म्हारोड्यातही येऊ शकणार नाहीस. यापेक्षा वेगळं काहीच होणार नाही.' हिरामणनं राजाला साथ दिली.

'बास झाला श्यानपणा. मला कधी माझ्या म्हारपणाची लाज नाही वाटत. मात्र कुणी माणूस म्हटलं नाही तर चीड येते. तू तुझ्या मापानं नको मोजू मला.' कबीर एकदम चिडला.

'मालक, चिडू नका. भर गर्दीत तुला कुणी 'येऽऽ म्हार' म्हणून हाक मारली तर कसं वाटंल?'

'कसं वाटंल म्हणजे? हाक मारणारा कळता, शिकलेला माणूस असेल आणि फक्त चिडवायला तशी हाक मारत असेल तर चिड येईल. पण गावातला जख्ख म्हातारा, ज्याच्या तोंडात निर्मळपणे तो शब्द बाहेर पडला तर मला नाही काय वाटणार.'

'वाऽऽ म्हाराज व्वा! तुमचं पाय जरा दाखवा. दर्शन घेतो. पवित्र होतो.' राजा एकदम चेष्टेला आला. तसा इतका वेळ गप्प बसलेला सुबाना गंभीरपणे म्हणाला,

'हिरामण, तू बाकी त्या मास्तरसारखा होणार, ही काळ्या दगडावरची रेघ.'

'जे तुला वाटतंय ते माझ्यावर घालू नको. तुलाच ती भीती वाटाय लागलीय.

'मग लेको, भोसले आडनाव लावाय तुला काय कुत्रं चावलंत? कांबळे आडनाव तुला चालत नाही. कारण कांबळे म्हटल्यावर जात उघडी व्हती.' सुबानानं एकदम वर्मावर बोट ठेवलं.

'सुबान्याऽऽ तुझा ह्यो यडझवा शोध साफ खोटा हाय. आरंऽऽ त्यावेळी आडनाव बदलायची फॅशन व्हती. आपल्या बड्या बड्या नेत्यांनी आडनावं बदलल्यात. म्हणून कैक लोकांनी आडनावं बदलली. त्यात मी एक.'

'हे बघ हिरामण, मला बनवायचा प्रयत्न करू नको. दोस्ता, आपण आपल्याशी सुध्दा खरं बोलाय तयार नाही, मग म्हारवाड्यांशी काय खरं बोलणार?'

मग हिरामण काहीच बोलला नाही. तसा राजा पुन्हा आपल्या डोक्यात काहीतरी वळवळल्यामुळं म्हणाला,

'आपण तालुक्यातल्या म्हारवाड्याचा सर्व्हे कराय पायजे. किती लोक नोकरीला गेले? किती घराकडं येतात?'

'आणि कितीनी आई- बापाला फसवलं. कितीनी आई- बाला घरातनं हाकलून घातलं. कर तू. सर्व्हे कर. मोकळा हाईस. तेवढं काम करून टाक. पहिल्यांदा तुझ्या बाची मुलाखत घे.' कबीरनं त्याला एकेरीवर छेडलं.

'आमच्या म्हाताऱ्याचं सोड रेऽऽ त्याला त्याच्या बानंच घरातून हाकलून काढलंय. पण सेरियसली, असा अभ्यास व्हाय पायजे.'

'मग कर ना. तुझ्या म्हाताऱ्याला घरातनं का हाकललं हे शोधून काढ म्हणजे तुझ्या अभ्यासाला गती येईल. मग तू पुन्हा आमच्यातला विद्वान. तुला भाषणाला निमंत्रणं. म्हणजे मग तुझा सत्यपाल धर्मरक्षी. पुन्हा लोकांना पिळाय रिकामा.' कबीर बोलतच सुटला. सुबाना त्याच्याकडं बघतच राहिला...

म्हारवाड्यात सगळ्या घरात एकाच दिवशी मीटर जोडून घेतली. फक्त थळबाचं आणि कबीरचं घर वगळलं होतं. बाकीच्या घरात एकदम झगमगाट झाला. घरातली बारकी- सरकी पोरं हुरूप आल्यागत पुस्तकं पसरून सगळ्या घरभर हुंदडत होती. म्हाताऱ्याकोताऱ्यांनी घरात एवढा प्रकाश एकदम बघितल्यावर चकारल्यागत झालं होतं. त्यामुळं प्रत्येकजन ह्या घरात लाईट कसा दिसतोय, त्या घरात लाईट कसा दिसतोय बघत हिंडता हिंडता शेवटी तक्क्याजवळ येऊन थांबत होता. तिथं बाळासाहेब शेडबाळे, दादबा, गोपाळा, गौत्या अशी सगळी जमून बसली होती. गौत्यानं आपल्या घरात बाबासाहेबाच्या फोटोवर बारका बल आणून सोडला होता आणि त्याचीच कथा तो रंगवून सांगत होता. पंढऱ्या सगळ्यांना कधीकाळी हायस्कूलमध्ये वाचलेलं विजेच्या धोक्याबाबतचं ज्ञान फुशारकी मारत सांगत होता. अशातच घरातल्या झगमगाटामुळं डोळं दिपाय लागल्यावर आपुण्या म्हार काठी टेकत टेकत तक्क्यासमोर आला. त्याला बघताच शेडबाळ्या म्हणाला,

'काय तात्या, घरात आता कसं काय वाटतंय?'

'ह्ये गड्याऽऽ झॅक वाटतय. खरं, डोळंच दिपाय लागल्यात गाऽऽ' आपुण्याचं ऐकून सगळी पोरं एकदम हसाय लागली.

'सवय नसली की व्हतंय तसं.' बाळासाहेब बोलला. बाळासाहेब तक्क्यासमोर जमलेल्या साऱ्यांना निरखून बघत होता. नारबा म्हार त्याला गर्दीत कुठंच दिसत नव्हता. त्यानं गौत्याला हळूच विचारलं तसा गौत्या 'आलोच' म्हणत नारबाच्या घराकडं निघाला. शेडबाळ्या आपुण्या म्हाताऱ्याला म्हणाला,

'म्हारोड्यात लाईट आली. माझा निम्मा जीव समाधान झाला. आता आणि काय काय करतो, नुसतं बघत बस गाऽऽ'

'देव तुला औक्ष दिल बाबाऽऽ'

'आगाऽऽ तुझ्या सारख्याचा आशीर्वाद असल्यावर आणि काय पाहिजे. आता म्हयन्याभरात पतसंस्था सुरू करतो बघ.'

'व्हईत आलं व्हयगाऽऽ शेरस?' भीमा म्हारानं मध्येच तोंड घातलं.

'आलं न्हवं, झालं. हाईस कुठं? बाळासायबानं आता सेप्रेट धान्य दुकानालाबी अर्ज केलाय. तेवढं मंजूर झालं की गावच्यांची तोंडं बघाय नकोत.' दादबानं टिमकी वाजवली.

'आरंऽऽ त्या मांगट्यास्नी समाजमंदिर मंजूर झालं म्हणं?'

गोंद्या म्हार कुणाचं तरी ऐकलेलं बोलला. तसा बाळासाहेब एकदम टुणूकदिशी उठून बसला. म्हणाला,

'तुला कोण म्हणलं?'

'आण्या मांग सक्काळीच म्हणला. यल्लाप्प दावण्याला सरपंचान सांगितलं म्हण. त्यो कसला आमदाराचा पैसा आस्तोय न्हवं? त्यातनं बांधून देणार हाईत म्हणं.'

'च्या आयलाऽऽ त्या आक्काबा राण्यानं काशीत घातली म्हणायची.' बाळासाहेब म्हणाला, 'आगाऽऽ आमदार फंड म्हणून आसतोय. त्यातनं म्हारोड्यात समाजमंदिर बांधून देत्यात. ह्या आमदारच्या मनात त्या आक्काबानंच काय तरी भरलं असणार. म्हणून त्यानं मांगोड्यात समाजमंदिर धरलं असणार.'

'मग आता आमी अर्ज केला तर त्येंच्या विरुध्द' पंढऱ्यानं अक्कल चालवली.

'बघूयाऽऽ बघुयाऽऽ' बाळासाहेब पुटपुटला.

'बघूया, नको आनी काय नको, त्या मांगट्याच्यात तेवढं समाज मंदिर व्हयाला न्हाई पायजे. काय वाट्टल त्ये करा. लई चढून बसतील मांगटी.' दादबाचा राग एकदम उसळला.

'मागट्यांनी आता गावाला लईच यरगटलय. दांडगी मस्तीत आसत्यात. त्यास्नी वाटतंय, आता गावात आमचंच चलतंय. बेंदरापास्नं तर काय तोरा इच्यारू नकोऽऽ' भीमाबानं आपलं सुरू केलं.

'आगाऽऽ व्हयाचंच. ती किती केलं तर त्यास्नी जवळचीच.' आपुण्या पुटपुटला.

'गप्प गाऽऽ तुमचं ते दे सोडून. म्हणं आमच्यापेक्षा तीमोठी. रांडंची, आमच्या बाबासायबानं दिल्याल्या सवलती घेत्यात आनी आमच्यावरच तरपासत्यात. लईच घरच्या बेण्याची हाईत तर सोडा म्हणावी की मिळत्यालं सगळं.'

'येऽऽ बंद कर तुझं तेच ते. कितीदा आयकायचं? खरं बाळासायब, त्येंचं समाज मंदिर व्हयाला नको पायजे.'

दादबानं पुन्हा तुणतुणं लावलं. बाळासाहेब आपल्याच विचारात गढला.

दीक्षित मास्तर भगटायच्या टायमाला कबीरचं घर शोधत शोधत म्हारवाड्यात आला. कबीरची कॉलेजला जाण्यासाठी आवराआवरी सुरू होती. त्यात उठायलाच वेळ झाला होता. अशातच गुर्जी, दारात म्हटल्यावर तो वैतागला. गुर्जीनी खोपटात पाय टाकू नये म्हणून दारातच कबीरनं सुरू केलं.

'गुर्जी नोट्स एकट्याला सांगितलेत. या नाही तर पुढच्या आठवड्यात मिळतील. मग आणून देतो.'

'ते झालंच' गुर्जी काय तरी बोलायच्या नादात होते. अशातच कबीरनं कपडे घालता घालता टकळी सुरू केली-

'काय झालं, मध्ये मी जरा गडबडीत होतो. त्यात तुम्हाला नोट्स पाहिजेत हे विसरूनच गेलो. पण परवा तुमच्या मुलीला बगितल्यावर आठवण झाली. मग एका मित्राला सांगितलंय'

असं बरंच कायबाय तो बडबडत राहिला. तो थांबल्यावर गुर्जी म्हणाले,

'मी नोट्ससाठी आलो नव्हतो. माझं जरा दुसरंच काम होतं, म्हणून आलो होतो.' हे ऐकून कबीरला वाटलं, आयला आपण फुक्कटच बडबडलो. पण मास्तरचं आपल्याकडं काय काम असणार?

'गुर्जी, संध्याकाळी बोललं तर? आता मला कॉलेजला जायला हवं. त्यात आमच्या घरात चहाही नाही. तुम्हाला दिला असता.'

'छेऽऽ छेऽऽ चहा नको हो. तुम्ही आता बाहेर पडायलाच लागलाय ना? चलाऽऽ रस्त्यापर्यंत मीच येतो तुमच्याबरोबर म्हणजे बोलता येईल.'

कबीरचे आता त्यांना टाळायचे सगळेच मार्ग संपले होते. त्यामुळं त्यांच्यासोबत बाहेर पडण्याशिवाय मार्ग नव्हता. गुर्जीला बघितल्या बघितल्या त्याचं डोक भणभणलं होतं. आणि त्यांच्याबरोबर रटाळ बोलायचा त्याला कंटाळा आला होता. पण आता तर सगळं ऐकून घेणं भागच होतं. त्यामुळं मुकाट्यानं कबीरनं सायकल काढली आणि गुर्जीबरोबर रस्त्याला लागला. गुर्जी म्हारवाडा संपेपर्यंत एक शब्दसुध्दा बोलले नाहीत. उलट कबीरबरोबर आपल्याला कोण बघत तर नाही ना? हे वळून वळून बघत होते. ही गोष्ट कबीरच्या लक्षात आली. पण तो काहीच बोलला नाही. दोघेही वडारवाड्याजवळून तिट्ट्याच्या रस्त्याला वळले. आता कोणताच धोका उरला नाही म्हटल्यावर गुर्जी काळजीच्या सुरात म्हणाले,

'रात्री तो बाळासाहेब शेडबाळे आला होता होऽऽ'

'अलीकडं तो तर रोजच तुमच्या घरी असतो की-' कबीरनं जमवलेली माहिती गुर्जीसमोर ठेवली.

'रोज नाही. पण कधी कधी अस्तोय. पण रात्री जरा त्यानं अतीच केलं. म्हणजे काय त्रास नाही दिला. पण अतीच केलं.

'काय केलं?'

'काय नाही. तो वाड्यात कसली पतसंस्था काढालाय म्हणे'

'पुढं.'

'त्या पतसंस्थेसाठी दहा हजार रुपये द्या म्हणाला. आता एवढी रक्कम माझ्यासारख्या गरिबाला म्हणजे पोराबाळाच्या माणसाला कशी शक्य आहे होऽऽ?'

'गुर्जीऽऽ तुमच्यासारख्या माणसाला दहा हजार म्हणजे काय जास्त नाहीत. त्यात तो काय स्वतःला मागत नाही. समाजाच्या पतसंस्थेसाठी मागतोय. ते काय बुढणार आहेत?' कबीरचं बोलणं ऐकून गुर्जी एकदम गोंधळले. म्हणाले,

'नाही म्हणजे तुम्हीही त्यात आहात काय? हे माहीत नव्हतं' गुर्जी एकदम बदलले. कबीरला हसू फुटले.

'गुर्जी त्या पतसंस्थेचा आणि माझा काहीही संबंध नाही. तो शेडबाळ्या माझ्यासमोर येतसुध्दा नाही.'

'तेच होऽऽ तेच समजलं म्हणून आलो होतो. तो शेडबाळ्या तुम्हालाही भेटेल तेव्हा माझ्यासमोर शिव्या घालत असतो. त्याला आपल्या समाजातली पोरं शिकलेली बघवत नसावं. मी म्हटलं त्याला, तुमचं काम चांगलं आहे, मी पाचशे रुपये देतो. तर माझ्या बायकोच्या समोर त्यानं माझी गळपट धरली. त्यात गडी पिऊन फुल्ल. आता कोणत्या शहाण्या माणसाला हे बरं वाटंल? त्यात हा काही आपला जातवाला नाही. शेवटी मी त्याच्यापासून सुटका करून घेतली. तेवढ्या वेळेपुरतं रक्कम देतो म्हटलं.'

'द्यायचं कबूल केलंय ना? मग द्या की.'

'तसं नाही हो, म्हणजे रात्री उगच गोंधळ नको म्हणून कबूल केलं. तर जातेवेळी म्हणाला, उद्या रात्रीपर्यंत पैसे आले नाही तर म्हारोड्यातली पोरं तुला जिवंत ठेवणार नाहीत. आता माझ्यासारख्या परगावच्या माणसानं काय करायचं हो?'

'गुर्जी एकदम काकुळतीला आले. कबीरला त्यांची केविलवाणी अवस्था बघवेना. शेवटी कबीर चालता चालताच थांबला.

'गुर्जी, तुम्हाला यातून खरंच मार्ग काढायचाय?'

'आता काय सांगायचं? खरंच होऽऽ'

'मग मी सांगतो तसं करा. शेडबाळे रात्री. अपरात्री घरात येऊन त्रास देतोय, अशी एक तक्रार लिहून पोलिसात द्या. त्यानं तुम्हाला काय केलं तर मी आहे. बघूया काय करतोय ते.'

'खरं, ह्यातून पुन्हा वाईटच निघत जाणार. तसं करून माझ्यासारख्याला कसं जमेल?' गुर्जी घायकुतीला आले. कबीरचं मस्तक फिरलं. म्हणाला,

'मग काय, मी भांडू तुमच्यासाठी? तुम्ही आमच्या समाजातले शिकलेले. कसले शिकलेले? गुर्जी, ह्यात मला तुम्हाला मदत करायची नाही. जमत असेल तर तक्रार नोंदवा.' म्हणत कबीरनं सायकलवर टांग टाकली. गुर्जी हताशपणे त्याच्याकडं बघत राहिले.

मोहन बल्लाळ वर्गाच्या दारात येऊन वाट पहात उभा होता. त्याच्याबरोबर आणखी दोघे होते. तास सुटल्या सुटल्या कबीर बाहेर पडला. प्राध्यापक सावंतांनी भलतच बोअर केलेलं होतं. तो व्हरांड्यातून उतरला. तर समोर मोहन बल्लाळ.

'आयला, दहा मिनटं झाली उभे आहोत.'

'मग आणखी पाच मिनटं थांब. देशसेवा करून येतो' कबीरनं त्याला करंगळी दावली. बल्लाळ आपला चष्मा सावरत उभा राहिला.

कबीर देशसेवा आटपून त्याच्याजवळ आला तसा बल्लाळ शेजारच्या दोस्ताला समोर घेतच म्हणाला,

'हे तुमच्या समाजाचे आणखी एक नेते काशिनाथ ऐनापुरे. याच वर्षी आपल्या कॉलेजात आलाय. मागच्या वर्षी जिल्ह्याला होता. वक्तृत्त्व स्पर्धेतली ओळख. म्हटलं, चल तुझा गोतावळा गाठून देतो.' कबीरनं काशिनाथला नमस्कार करतच हातात हात दिला. त्याच्यासोबत तुकाराम हुलस्वार नावाचा काशिनाथचा दोस्तही त्याच्या ओळखीचा झाला. तसा कबीर बल्लाळकडं वळतच म्हणाला,

'हे आमच्या गोतावळ्यात आले. आणि तू कुणाच्या गोतावळ्यातला म्हणायचा?'

'हे बघ कबीर, तुमचे जातवाले तुमच्या गोतावळ्यात. बाकीच्या जातीचे आपापल्या गोतावळ्यात. माझं म्हणशील तर कुणाच्याच गोतावळ्यात जमत नाही.'

'आमचा गोतावळा आमच्या जातीच्या पोरांचाच आहे, हे तुला कुणी सांगितलं?'

'सांगाय कशाला पाहिजे? रोज बघतोय की, तुझ्या भोवती तुझ्याच जातीची पोरं नसतात?'

'अरे, पण सगळेच वर्गातले असतात. त्यात आमचेही आणि अगदीच काट्यावर येऊन म्हणशील तर आमच्याशी दोस्ती करायला तुमच्या सवर्णांच्या मनातली जात जाते कुठं?'

'भकू नकोऽऽ असं काही नस्तं. फक्त तुझ्या मनात ते येत जातं. आपण आपली जात विसरत नाही म्हटल्यावर दुसराही तसाच असेल असं आपल्याला वाटत असतं.'

'बल्लाळ, तुझं- माझं नेहमीच चाललेलं असतं. पण यांची आत्ताच ओळख करून दिलायस. त्यांच्याशीच आपण बोललो तर कसं होईल.'

'काही का असेना. पण तुझ्या भाषेत आता फरक पडत चाललाय. थोड्याच दिवसात तू मध्यमवर्गीय होशील.'

बल्लाळनं पुन्हा टोमणा मारला.

'च्या आयलाऽऽ गावठी बोललं की तुझी भाषा नाही सुधरायची.' आणि पुस्तकी बोललं की मध्यमवर्गीय झाला. म्हणजे मी बोलू कसा? ते एकदा सांगून टाक.'

'हांऽऽ तो एक मुद्दा आहेच. एकदा असा प्रयोग करून बघऽऽ गावात शुध्द बोलायचं आणि कॉलेजात पूर्ण गावठी बोलायचं.'

'म्हणजे गावात पायताण पडू देत आणि कॉलेजात तू दात काढायला रिकामा. बल्लाळ, तसं मी बऱ्याच वेळा करत असतो. पण तुझ्याइतकं नाही जमत.'

'नाही जमणार ना? कसं जमेल. माझा बाप मास्तर आहे. त्याच्याशी कसरत करताना हे सगळं जमत गेलंय. कसं म्हणतोस.' म्हणत बल्लाळ एकटाच हसत राहिला.

मग चौघेही चहासाठी हॉटेलकडं वळले. तशी संधी साधतच काशिनाथ म्हणाला,

'माझं गाव भोदवण. हॉस्टेलला होतो जिल्ह्याला. पण यावर्षी बदलून टाकलं कॉलेज. म्हटलं, बास झालं शहरात. आता आपल्या गावाकडं जावं. तिथं मी बाबासाहेब आंबेडकर विद्यार्थी कल्याण संघटनेचं काम करत होतो. तुमची इथं कोणती संघटना?'

'आमच्या कॉलेजात दलित मुलांची अशी कोणतीच बांधील संघटना नाही. कधीही वेळ- काळ बघून जमतो आम्ही.'

कबीर म्हणाला. त्याला काशिनाथच्या बोलण्यातला चटपटीतपणा आवडला. त्याचं एकूण व्यक्तिमत्त्वही रुबाबदार होतं. त्यात जीन पॅन्ट आणि फ्रीसाईज शर्ट मुळं तो अधिकच रूबाबदार दिसत होता. त्याचे डोळे आक्रमक वाटत होते. तो म्हणाला.

'बरं केलंत, कोणत्या संघटनेत तुम्ही सामील झाला नाही ते. किमान तुमचं अस्तित्व स्वतंत्र तरी राहिलं.'

'कुठलं आलंय स्वतंत्र अस्तित्व. आम्हाला अस्तित्वच नाही. आता तुम्ही आलायच तर बांधून टाका एखादी संघटना.'

'तुम्ही पाठिंबा दिला तर सगळे मिळून बांधूच.'

'बांधा बांधा. संघटना बांधा. वर्गणी गोळा करा. दारू प्यायला शिका आणि समाजाचं भलं करा,' बल्लाळनं मध्येच तोंड घातलं आणि सगळेच हसाय लागले.

शेडबाळे गौत्याला घेऊन एकटाच मराठी शाळेच्या कठड्यावर बसला होता. बराच वेळ तो आपल्यातच गुंतला. गौत्या फक्त अंधार निरखत बसला होता. शेवटी शेडबाळे त्याच्या खांद्यावर हात टेकवत म्हणाला,

'गौतम, आता लईच वडातान व्हयालीया.'

'कशाची?' गौत्यानं न कळून विचारलं.

'हेच की रंऽऽ त्या केसला पैसे, ह्या केसला पैसे, त्यात धान्य दुकान मंजुरीला पैसे, पतसंस्था मंजूर कराय पैसे गेलं ते वेगळंच. घरचा खर्च. पुन्हा म्हारोड्यातला खर्च. सगळीकडनं भलताच आत आलोय.'

'सायेब, एवढा खर्च कसा काय सोसला कुणास धक्कल. पण आता काय तरी मार्ग काढा. तुमी तरी किती पदरमोड करणार. त्येला काय परमाण हाय का काय?'

'त्येच म्हणतोय रं मी.'

'मग काढा की मार्ग. पैसे गोळा करूया.'

'गोळा कराय लागत नाहीत. गौतम, असं केलं तर...'

'कसं?'

'समाजाच्या कामासाठी लागणाऱ्या पैशाला आपण आपल्याच पतसंस्थेतनं कर्जापोटी पैसे उचल करूया मागनं आपल्याला जमतील तसे भरत जाऊ या. नाही तरी डी.डी.सी कडनं आपण कर्ज घेतोयच. तीच फिरवाफिरवबी दिसंल.'

'मग काढा की. आनमान का. म्हारोड्यातल्या कुणाचाबी आंगठा आणून देतो. न्हाई कोण म्हणतोय?'

'नाही कोण म्हणंल खरं, ते मनाला बरं वाटेना झालंय रंऽऽ काय असं करू? एक एकर माझी जमीन इकून टाकू?'

'सायेब, खुळं का काय? जमीन इकायची न्हाई आनी काय न्हाई. उद्या सगळ्या म्हारोड्याचं आंगठं तुमाला खुशीनं आणून देतो.'

'काय कळंना गड्या'

'कळायचं बिळायचं सोडा. ते माझं मी बगतो. ते पतसंस्थेत कसं कसं करायचं तेवढं सांगा तुमी' म्हणत गौत्या उठला. पाठोपाठ शेडबाळ्या. त्याला अंधारातही लख्ख उजेड असल्यागत दिसत होतं...

शिलंगण्याचं सोनं ह्यावर्षी म्हारं तोडणार न्हाईत.' बंडू चेरमननं चावडीच्या समोर उभा राहिलेल्या सरपंचाला सांगितलं.

'कोण म्हण्लं?'

'त्येंच्यात ठरलंय असं थळ्या म्हणालता.'

'मग बरंच झालं की. त्येला यल्लाप्पा दावण्याला बलवाय लाव.'

'कशाला?'

'ह्यावर्षीपास्नं सोनं तोडायचं काम मांगांच्यावर सोपवून टाकू.'

सरपंचानं पर्याय तयार ठेवला. देव बसल्याचा पाचवा दिवस होता. शिलंगण तोंडावर आलं होतं. वर्षाच्या नियमानं शिलंगण्याच्या आदल्या दिवशी म्हारं आपट्याच्या झाडाच्या चार- पाच भारं फांद्या तोडून आणून ठेवत होती. रिवाजाप्रमाणं तोडून आणलेलं सोनं तेच गावच्या नेहमीच्या ठिकाणी रचून ठेवत होते. पालखी गेली की लोक सोनं लुटत होते. पण शेडबाळ्यानं तक्क्यात यावर्षी सोनं तोडायचं नाही आसा हुकूम काढला होता. ही कुणकुण थळबाकडून लागताच बंडू चेरमननं सरपंच गणू पाटलाच्या कानावर घातलं. पण सरपंचाचा पर्याय बंडू चेरमनला तितकासा पसंत नव्हता. तो म्हणाला,

'गणूदाऽऽ तू म्हणतोस तसं करायला हरकत नाही. खरं, ह्यावर्षी म्हारांनी सोनं तोडायचं बंद केलं. पुढच्या वर्षी मांगास्नी कोण तरी फितवलं की ती तोडायचं बंद करणार. त्यापेक्षा कुणालाच तोडाय लावाय नगोऽऽ'

'मग काय आपुन जाऊन तोडूयाऽऽ'

'एकदा त्ये परवडलं. खरं, ह्येंच्या आंडमळ्या नको.'

'मग काय करूया म्हणतोस?'

'सरळ पंचायतीच्या आनी सोसाटीच्या शिपायास्नी सोनं तोडाय पाठवूया.'

'ती तयार व्हतील?'

'न्हाई व्हवून काय करत्यात? नोकऱ्या करायच्या हाईत.'

'मग तसं करू या' गणू पाटलानं संमती दिली. बंडू चेरमनला आपण फार मोठं काम केलं असं वाटाय लागलं. त्या तोऱ्यातच तो देवळातल्या नवरातकऱ्यांच्याकडं वळला.

'कबरूऽऽ कुंडक्यातलं भात कधी कापणार गा?' थळू आज्जानं भेटल्या भेटल्या पहिला प्रश्न केला. कबीरच्या डोक्यातही तेच घोळत होतं.

'कापावं म्हणतोय या चार दिवसात.'

'घरातच बडवून काढायचं म्हणतोस काय मळणी घालणार?'

'मळणी घालाय आता कुठं दहाखंडीचं रान हाय. हितंच बडवून काढायचं आपलं.'

'लवकर आन कापून. लोकांची न्यात बदाललीया. कल कुठं गणू पाटलाचं शेतातच तोडून पाडून नाशिवलं म्हणं.'

'काय?' कबीरला एकदम आश्चर्य वाटलं.

व्हय लेकरा, हुबं पीक नुस्तं खुरप्यानं तोडून पाडलं म्हणं.'

'कुणाचं काम आसंल?'

'देवाला ठावं. खरं, पाटलाच्यात ह्या आमच्या भाड्यांचीच नावं घ्यालत्यानी.'

'कुणी आपल्या पोरांनी?'

'त्येनी नावं घ्याल्यात. त्येंचं तरी काय चूक म्हणाय येतय? ह्या भाड्यानी एक एक त्यास्नी तरास द्यायचंच कराल्यात म्हटल्यावर त्यास्नी वाटणारच की.'

'तुला काय वाटतंय?'

'आता कसा इसवास देणार? आता ही कार्टी खुट्ट्या खुट्ट्या एवढी न्हाईत तर पिऊन ल्हास आसत्यात. नशेत गेली आसली तर गेली आस्तील.'

'काय सांगालास आज्जा? पोरं पित्यात?'

'थोऽऽ त्येच्या मायला. आसतोस कुठं म्हारवाड्यात काय म्हमईत. आगाऽऽ रोज राच्च्याला यॅक प्वॉर सुद्दीत नसतंय. सगळ्या म्हारोड्याला इच्यार.'

'काय तर नको सांगू. त्ये पंढ्या- गौत्या म्हणलास तर पटंल. खरं ह्ये पांड्या, तान्या, इटल्या सगळीच?'

'आता काय सांगायचं? लेकरा, म्हातारा झालो की रंऽऽ माणसं बगून. मला माणसं पिल्याली कळत न्हाईत?'

'आनी ही आणत्यात कुठलं पैसे?'

'त्यो हायकी रेडा. गावातनं म्हारवाड्यात सोडलाय.'

'खरं, त्येच्याकडं एवढा पैसा हाय? सारखा उधळत बसाय?'

कबीरच्या मनात सहज शंका आली.

'त्येच तर गौडबंगाल हाय. गडी पैसं आणतोय कुठनं आनी खर्च करतोय कुठनं? त्यो सित्र्या ग्रामसेवक म्हणाल्ता, हेनं लाईट लावायबी म्हारोड्यातनं खाल्लं म्हण पैसे. तसं त्येच्या बँकंतबी खाईत आसंल. त्याशिवाय एवढा पैसा उधळतोय कुठनं?'

'लाईट लावतानं पैसे कुणाकडनं खाल्लं?'

'आगाऽऽ आपल्या समाजाला म्हणं पंधरा रुपय भरलं की मीटर देत्यात. ह्येनं काढलं घरपती दोनशे. मग वरचं पैसं गेलं की हेच्याच खिशात.'

'आता मी पंधरा रुपय भरलं तर?'

'मिळतंय की मीटर. ग्रामसेवकाचा दाखला घ्यायचा. त्या लाईटच्या माणसाकडनं दाखला घ्यायचा. आनी बँकंत पैसा भरायचा. लग्गी मिळतंय. ह्येनी सगळ्यांनी लाईट लावलं तवाच मला ग्रामसेवक सांगाल्ता सगळं. तूबी भर म्हणालता'

'मग मला का न्हाई सांगितलास?'

'मला वाटलं, आसंल तुला ठावं. पेपरात येतंयच की. आसलं काय आसलं की.' कबीरच्या डोक्यात उजेड पडला. पण थळू आज्जानं पोरांच्या विषयी सांगितलेलं त्याला अजूनही पटत नव्हतं. त्यामुळंच तो म्हणला,

'आज्जाऽऽ शेडबाळ्या रोज दारू पाजतोय पोरास्नी?'

'त्ये कुटलं गाऽऽ कव्वातरी. खरं, खाल्ल्यालं त्वांड गप्प कुठं बसतंय.' थळू आज्जा बडबडतच राहिला. कबीरच्या डोळ्यासमोर एकदम काजवं चमकाय लागले. म्हणजे आता पोरांना पारच नासवून टाकलं म्हणायचं तर. आता ही पोरं रस्त्यावर काय येणार? आणि म्हारोड्यातल्या एकट्यालाही का वाटत नसेल आपली पोरं वाया जाऊ नयेत असं? का ह्यांच्या डोक्यावरच बाळासाहेबानं परिणाम केलाय... त्याच्या डोक्यात सुरू झालं.

‘बल्लाळ, आमचा म्हारोडा खऱ्याखुऱ्या अर्थानं सुधारला.’ कबीरनं घोळका जमल्या जमल्या सांगायला सुरवात केली.

‘आणि काय केलं शेडबाळेनं?’ राजा कांबळेनं त्याला आडवतच विचारलं.

‘गावातल्या पाटलाविरुध्द म्हारांना आणि एक केस घालाय लावली असेल’ हिरामणने टकळी सुरू केली.

‘तसं न्हाई. त्यानं म्हारोड्यातली आणि एक बाई कटवली असेल.’ सुबाना बोलला आणि सगळेच हसाय लागले. तसा काशिनाथ ऐनापुरे म्हणाला,

‘राव, तुमच्या शेडबाळेला मला बघायचं आहे.’

‘भेटेल. तुला लवकरच भेटेल. आता तू दलित विद्यार्थी संघ काढणार आहे ना. मग तुला लवकरच भेटेल.’

बल्लाळनं पुन्हा हशा उडवला. मग थोड्या वेळानं सगळेच थांबले.. तसा कबीर म्हणाला,

‘लेको, मला जरा सांगू द्या.’

‘सांगा, मालक सांगा. तुमच्या म्हारोड्याच्या सुधारणा सांगा, बल्लाळ पुन्हा टकळी सुरू करणार असं वाटून सुबानानं त्याच्या तोंडावर हात ठेवला.

‘आमच्या म्हारोड्यात आता दारू न पिणारा माणूस उरला नाही. कालची पोरं सुध्दा पिऊन ल्हास असतात.’

‘मग ह्यात नवीन काय? आमच्या म्हारोड्यात हायस्कूलची पोरं बाबाच्या मांडीला मांडी लावून पित्यात.’ सुबानानं माहिती पुरवली तसा राजा एकदम उसळला,

‘च्या आयलाऽऽ बाता नको मारू. हायस्कूलची पोरं दारू पित्यात? आनी कुणाला तरी जाऊन सांगजा. पटंल त्यास्नी. आम्ही काय म्हारोड्याच्या भाईर होतो काय?’

‘मालक, काळ बदललाय. तुला खरं वाटत नसंल तर चल माझ्या बरबर. खोटा ठरलो तर तुझ्यात गडी ऱ्हातो.’

‘आनी तुला काम काय लावू?’ राजा खीऽऽ खीऽऽ करत सुटला.

‘पण तू म्हणतोस ते खरं असेल तर भयंकरच आहे म्हणायचं! आमच्या वस्तीत नाही बाबा कोण’ ऐनापुरे गंभीर झाला.

‘भयंकर कसलं? हे व्हायचंच. आता तुझ्यासारखे नेते म्हणजे आमचा बनसोड्या अलताप म्हण वाटलं तर. काहीही काम केलं की म्हारोड्यात येऊन कोंबडी आणि

दारू मागत्यातच. नुस्ती मागत न्हाईत. पिऊन तिथंच ल्हास व्हवून पडत्यात. हेच पोरं बघत्यात. मग त्यास्नीबी वाटतंयच की, जरा आपनबी चव बघावी. त्यात त्येंचं काय चुकलं.'

सुबाना एकदम खासगलपणे सांगू लागला. तसा ऐनापुरे पुन्हा गंभीर होत गेला.

'असं काही नाही. तू काय तरी बाता नको मारू' बल्लाळ म्हणाला, 'आता सगळीच पोरं पितात. ती तुमच्या म्हारवाड्यात आहेत आणि गावात नाहीत असं समजू नको. सगळीकडं तेच चाललंय. आता कॉलेजवरच घे की. तू नसशील पीत. पण पिणारे किती दाखवू? याची कारणं काय तरी दुसरीच आहेत. ती शोधली पाहिजेत.'

'शोध बाबाऽऽ शोध. दारू पिऊन शोध.' राजानं पुन्हा फिरकी टाकली.

'असं नाही राजाऽऽ प्रकार फारच भयंकर आहे. किमान आपण आपल्या समाजासाठी तरी यातून मार्ग काढला पाहिजे.'

काशिनाथ ऐनापुरे एकदम अस्वस्थ होत म्हणाला. मग सगळेच गप्प झाले.

गोंदबा म्हाराच्या आक्कव्वानं गडबडीनं जर्मनी वाटल्या तेवढ्या खदबळून काढल्या. खरकट्या गाडग्यातून पाणी वतून ठेवलं. हाऱ्यातलं गपापा भिंतीच्या कडेला वतलं. त्यात जुनेर टाकलं. चुंबळ हातात घेतली आणि गडबडीनं बाहेर पडली. नाही म्हटलं तरी बराच उशीर झाला होता. दरवर्षी या दिवसात मण- दोन मण भात नुसती खळी हिंडून गोळा व्हायचं. कापणी- मळणीला गेल्यावर मिळायचं ते वेगळं. पावसाळा येईपर्यंत असं जमवलेलं भात घराला पुरं पडायचं, पण यावर्षी कुणाच्या बांधाला जायची सोय नव्हती. मुळकाच्या भांडणात पोलिसात केलेल्या अर्जावर अंगठा केल्यापासून गावात कामाला जायची अडचणच झाली होती. मग मोकळं मागाय जायचं कसं? या विचारानं ती कुठंच बाहेर पडली नव्हती. पण कोण कोण जातंय असं कानावर आल्यावर तिनं रात्रीच मनाशी ठरवून ठेवलं होतं- काय म्हणतील ते म्हणू द्यायचं. दिल्या शिव्या तर काय अंगाला घरं पडत नाहीत. पण सुगी गेली तर पोटाला कुठनं आणायचं? एकदा काय म्हणत्यात तर बघूया, या निश्चयानं ती शिवारात चालली होती.

सकाळी उठल्यापासून तिचं मन थोडं थोडं कच खात होतं. पण ती मनाची पुन्हा पुन्हा समजूत काढत होती. आतल्या आत घालमेल उडाली होती. मनाचा हिय्या करून तिनं सगळी आवराआवर करून उंबऱ्यातून बाहेर पाय टाकला होता.

म्हारोड्यात फारशी वर्दळ दिसत नव्हती. काय म्हणायला तानू म्हातारी तेवढीच उंबऱ्याला काठी टेकून बसली होती. म्हारोडा सोडल्यावर तिला थोडं मोकळं वाटलं. पायाची गती आपोआपच कमी झाली. शिवारात माणसंच माणसं दिसत होती. बांधा- बांधावर खळी आणि रचलेल्या भाताच्या बनव्या. काही ठिकाणी मळणी मशीनचा घोंगावणारा आवाज. जिथं- तिथं कामाची झुंबड.

तुका खांबलाच्या शेतात वाळत घातलेल्या पिंजरावरून जाताना तिला पाय भरून आल्यागत वाटाय लागलं. खळ्यावर तुका खांबलाच्या भावजा आणि बायको वाळत घातलेलं भात हालवत होत्या. वाळत घातलेल्या भाताची रास बांधल्याशिवाय आपल्या पदरात काय पडणार नाही, हे माहीत असूनही आक्कवा खाबलीनीला म्हणाली,

'आक्काबाई, म्हारीन आलीया जीऽऽ'

'मग काय तुझ्यावरनं भाताचा मुटका उतरून टाकू व्हय गऽऽ'

खांबलीन भात हालवणारा हात थांबवतच म्हणाली. तिच्या भावजा हसत हसतच भातातून हात खेळवत होत्या.

'आलोय म्हणूनशान सांगितलं जीऽऽ खळं भरून लक्षीमी पावलीयाऽऽऽ पसा- मूठ घाला गरिबाच्या व्हट्यात.' आक्कवा दबक्या आवाजात म्हणाली.

'बाईऽऽ आदी रास बांधाव काय तुला घालाव' खांबलाची भावजं बोलली. तसा तुका खांबल्या वैतागतच म्हणाला,

'तितं कुठं झडणीचं पसा- मूठ आसलं तर वाढ जाऽऽ जाऊ दे तिकडं.'

तुका खांबल्यानं सहजासहजी असं काही म्हणावं ह्याचं आक्कवाला आश्चर्य वाटाय लागलं. त्याची बायको हातपाय झाडतच खळ्यातून बाहेर पडली. व्हळीच्या तळाला पडलेल्या भातातलं दोन पसा भात आक्कवाला वाढलं आणि पुन्हा खळ्यात गेली. भवानी तर मनाजोगी झाल्यामुळं आक्कवाला बरं वाटलं.

कोकण्या बाळूच्या खळ्यावर गेल्या गेल्या तिनं हाळी दिली. बाळबाची बायको कधी वाटंत भेटली तर काऽऽ न्हवंऽऽ म्हणायची. त्यामुळं आक्कवा जरा सलगीनंच म्हणाली,

'आक्कासाबऽऽ आलं का न्हाई आटपत?'

'कुठलं बायी आटीपतंय. दोन मळण्या झाल्या. आजून दोन हाईत. तुजं बरं हाय बघ. खळ्यावर आलं की शेर- माप्टं मिळतंय. तरास न्हाई- बिरास न्हाई.'

'त्येबी खरंच हाय' म्हणत आक्कवा चंप्यावर बसली. बाळूच्या बायकोनं बिंदग्यातून आणलेली आंबील टोपात वतून घेतच विचारलं,

'पितीस व्हय गंऽऽ जराशी?'

'काय भांडं आणाय न्हाई जीऽऽ' आक्कवाला भांडं न आणल्याचं वाईट वाटाय लागलं. स्वतःचाच राग आला. ती गडबडीनं उठली. लांब दिसणाऱ्या पळसाच्या झाडाकडं धावत सुटली. आक्कवानं पळसाच्या पानाचा भलामोठा टोप केला. पोटभरून आंबील प्याली. जीव शांत झाला. मग तुरकाटीच्या साळोत्यानं व्हळीचा जागा लोटून तिनं ढीग केला आणि म्हणाली,

'उद्या इवून हे मातरं माजं मी न्हेतो जीऽऽ कुणाला हात लावू दिवू नकोसा'

ती चालली. तशी बाळूची बायको थांबवतच सुपातनं भात घेऊन आली. आक्कवा बुट्टीत वतून घेऊन पुढच्या खळ्याकडं वळली.

...आपलंच चुकलं. लोकांच्या मनात कायबी न्हाई. कव्वाच इसरून गेल्यात. इनाकारण पोती- दोन पोती भात बुडीवलं. आता तरी गावंल तेवढं गोळा कराय पायजे..... असं मनातल्या मनात ठरवत ती धुमाळाच्या शेतात आली. तर धुमाळाच्या खळ्यात इळक्याचं भात वाळवाय सुरू होतं. त्याच्या शेजारच्या टपण्यात तेल्याची मळणी सुरू होती. आक्कवा धाडसानं इळक्याच्या बायकांना हाळी देऊन उभी राहिली.

'आगंऽऽ गावातल्या म्हारांनी गावात कामधंदा करायचा न्हाई आसं मतून घेतलंय आनी तू शिवारात कशी?'

इळक्याची भिवरा तणतणतच खळ्यातून बाहेर आली. आक्कवा काहीच बोलली नाही. तशी तीच म्हणाली,

'व्हय गऽऽ आक्कवा, तुमच्या म्हारोड्यात त्यो शेडबाळ्या पुरल्यागत आसतोय. कसं गऽऽ म्हारोड्यात इवू देत्यासा?'

'इवू द्यायला त्येंचं काय जातंय? त्यो भाड्या त्या रांडचं घर भरतोय. मग ह्यास्नी काय?' इळक्याच्यात कामाला आलेली सकटाची सून बोलली.

'तसं न्हवं गऽऽ ह्या म्हारनीनी तरी त्येच्या बायको- पोरांचा इच्यार का करूने?' इळकीन म्हणाली.

'त्या का करतील? त्यास्नी चांगला सायेब गावलाय. त्येला धुतील काय ताराचा इच्यार करतील? आनी त्या भाड्याला कळत न्हाई?'

'त्येला कसं कळंल? शेजंला ती रांड हाय म्हटल्यावर त्येला आनी जोर दांडगा. लाईट काय लावतोय. कज्ज्या काय खेळतोय. आता तर इल तवा ताराला नुस्ता बडीवत आस्तोय. ढोरागत मारतोय घीरणाऽऽ'

बायकांची चर्चा वाढत गेली. आक्कवाच्या डोळ्यासमोर शेडबाळ्याच्या ताराचा गरीब चेहरा यायला लागला. तिला लगबगीनं पळून जावं असं वाटाय लागलं. पण तिनं धीर सोडला नाही. मनावर दगड ठेवून ऐकत राहिली. शेवटी धाडस करून म्हणाली,

'आक्कासाबऽऽ वाढत्यासा न्हवं खळंऽऽ?'

'न्हाई वाढून काय करतोय. तुला बळ यायला नगो भात खाऊनऽऽ' म्हणत इळकिनीनं मापटंभर भात आक्कवाच्या बुट्टीत वतलं. ती बुट्टी उचलून चालाय लागली तशी इळकीन म्हणाली,

'बाईऽऽ आमी त्या सुलीला का फुलीला, त्या रांडंला म्हणालाव सगळं. न्हाई तर तू आनी मनाला लावून घेशील.'

'न्हाई जीऽऽ' म्हणत आक्कवाचं डोळं पाण्यावलं. ती पठारातून माळ्याच्या शेतात उतरली. तिला बायकांचा एक एक शब्द इंगळीगत डसत आठवाय लागला....

आक्कवा जेवनखान आटोपून लवंडायच्या नादात होती. गोंदबा कधीच घोरत होता. शेजारीच पोरं उलटी पालटी पासाललीती. प्रत्येक पोराला सरळ झोपवायचं आणि लवंडायचं म्हणून आक्कवा उठली. घरात लाईट आली तरी उषाला चिमणी घ्यायची सवय काय मोडली नव्हती. अशातच दारावर थाप पडली. वाजलं असंल काही तरी म्हणून पोरांना सरकाय लागली. पुन्हा दारावर धाड धाड वाजलं. तशी ती म्हणाली,

'कोन हाय त्ये?'

'काकूऽऽ मी गवत्या! दार उघड.'

'भाड्या, तुमास्नी झोपाबिपा हाईत का न्हाई. सकाळी ये जाऽऽ'

'काकू, पयलं दार उघड आनी गोंदूतात्याला उठीव.'

आक्कवा शिव्या घालतच दाराला गेली. आडणा काढला. तर दारात गौत्या, पंढ्या आणि कोण कोण.

'काकूऽऽ तात्याला उठीव आनी तुबी चल तक्क्यात.'

'का रंऽऽ'

'त्ये आमाला ठावं न्हाई.' म्हणत गौत्या आत घुसलं. त्यानं गाढ झोपलेल्या गोदूतात्याला हालवून उठवलं.

'तात्या, तक्क्यात बलीवलंय.'

'काऽऽ गाऽऽ?' गोंदबा पार ढेपाळलाता.

'कुणास धक्कल.' म्हणत गौत्या दारात आलं.

'काकूऽऽ तुबी चल.'

'जाऽऽ की, एकटं त्येनी येत्यात की.'

'न्हाईऽऽ तुजंबी काम हाय.'

'येतो जारा रंऽऽ' म्हणत आक्कवा भडकली. तिच्या अंगात करक भरली होती.

तक्क्यात डेप्युटी, दादबा, शेडबाळ्या, भीमा आणि कोण कोण बसलेलं. गोंदबाला बघितल्या बघितल्या दादबा म्हणाला,

'बिऱ्हाड कुठं हाय?'

'हाय की घरात.'

'मग तिलाबी घिऊन ये'

'का? तिनं काय केलंय?' गोंदबाची झोप पार उडाली.

'तीनंच सगळं केलंय. सगळ्या म्हारोड्याला बट्टा लावलाय. पयलं काकूला घीऊन ये' गौत्या उसळला.

'पर झालंय काय त्ये तरी सांगा.'

'सांगण्यापरास तिलाच इच्यार.' दादबा हेडी बोलला. गोंदबानं तक्क्याच्या दारातनंच आक्कवाला हाळी घातली. आक्कवा नाइलाजानं तक्क्यात आली. तर सगळेजन तिच्याकडं चोर सापडल्यागत बघत होते.

'काकू, आज तू खळं मागाय गेलतीस म्हणं?' गौत्यानं आक्कवाला विचारलं.

'गेल्तो की- मग काय झालं?' आक्कवा एकदम वैतागली.

'मग काय झालं म्हणजे? म्हारोड्यात ऱ्हायाचं हाय न्हवं?'

गौत्याचा आवाज चढला.

'न्हाई तर काय मारून काढतोस? आनी म्हारोड्यात काय पोटाला बिबा घालून ऱ्हायाचं व्हय रं?' आक्कवा तरपासली.

'गोंदबा, आपलं काय ठरलंय? गावात मागाय जायाचं न्हाई आसं ठरलंय का न्हाई?' दादबानं पुन्हा तोंड उघडलं.

'व्हय ठरलंय की-'

'मग बिऱ्हाड खळी मागाय कसं गेलं?'

'जातीय कुटली. ह्येनंच लावून दिली आसंल.' पंढऱ्यानं आवाज काढला.

'येऽऽ हांडग्याऽऽ मी उद्या सुद्दा जाणार हाय. तुमाला काय करायचं आसंल त्ये करा जावा. तुमच्या नादान आमला उपाशी मरायचं न्हाई.' आक्कवाचा आवाज घुमला.

'जड जाईलऽऽ जडऽऽ' गौत्या बरळलं.

'जाऊ दे रंऽऽ भाड्याऽऽ जड जाऊ दे. काय करतोय कच्चा भाड्या, त्येचा आंड काढून हातात देतो. मीबी वस्तादीन म्हारीनच हाय. जानार बघ. उद्या कोन कोन हाय त्ये सगळं मिळून येवा आडवायला.' म्हणतच आक्कवा तक्क्यातनं बाहेर पडली. ल्हायीगत उडणारी आक्कवा लांब गेल्यावर बाळासाहेब शेडबाळ्या सरळ बसत गोंदबाला म्हणाला,

'तात्या, म्हारोड्यात एकी ऱ्हायाय पायजे का नको?'

'पायजे की.'

'मग ही गोष्ट तुझ्याकडनं मोडली आसं कशाला? आनी मागायचीच आसली खळी तर परगावाला लावून दे बिऱ्हाडाला. ह्या गावात खळं मागून मुक्यासमोर नाक कशाला खांजळायचं?'

बाळासाहेबानं संथगतीत सुरू केलं.

'तेबी खरं हाय पर...' गोंदबा अडखळला.

'तसं न्हवं, खळं मागाय आक्कवा गेली आनी सगळ्या म्हारोड्यावरचा राग शेतात कुणीतरी तिच्यावर काढला तर...' शेडबाळे समजुतीनं बोलाय लागला.

'तसं काय करत्यात खरं सदबाची बायको जातीयाय की, तिला कुणी काय केलं?

'ती गोष्ट वायली. ती आमच्या मिलपात न्हाईत. आनी आक्कूबयनीचं नाव मुळकाच्या पोलिस केशीत व्हतं. मग कोण गप्प बसंल? काढला कोळ तर काय घ्या.' डेप्युटी पुटपुटला.

'तेबी खरंच हाय' गोंदबा हळूहळू त्यांच्याच मताला यायला लागला.

'आनी येळ परसंगाला आम्ही काय तरी सोय करायचं मनात घेतलंयच की' बाळासाहेब अस्पष्ट पुटपुटला.

गोंदबा आपल्याच विचारात गुतपळला. त्याला आता आक्कवाचीच भीती वाटाय लागली...

'सुबाना, आदमापूरला बौध्द धर्म प्रवेशाचा मोठा कार्यक्रम आहे. वीस- तीस हजार माणसं जमणार आहेत. जायचं म्हणतोय. येणार काय?' काशिनाथ ऐनापुरेनं चहा पितापिताच विचारलं.

'असल्या कार्यक्रमांनीच आपलं वांगं केलं?' सुबाना कांबळेचा आटा सरकला. म्हणाला,

'आता तू आमचा नेता. तू गेलास की आम्ही गेल्यासारखंच.'

'असं कसं? कोणतरी, काय तरी करतंय हे चांगलंच की, आपल्यासारखं खा रं पोटा आणि जा रंऽऽ दिसा तरी नाही.' हिरामणनं मध्येच तोंड घातलं.

'आता काशिनाथ आणि तू दोघं मिळून काय करायचं ते करून टाका. आम्ही आपलं असंच. खा रं पोटा, जा रं दिसा.' सुबानानं वादाला सुरवात केली.

'आम्ही दोघं तरी जाणारच. आपल्या समाजाच्या कार्यक्रमाला आम्ही नाही जायचं तर जायचं कुणी? थोडं तरी समाजाशी बांधील राहिलं पाहिजे की' हिरामण बोलला.

'हे बघ, हे सगळं मताचं राजकारण हाय. एवढा मेळावा घेतला की वीस- तीस हजार दलित आमच्या पाठीमागं आहेत असं सांगून तुंबडी भरायला आमचे नेते रिकामे. त्यापेक्षा परडी घेऊन जोगवा मागत फिरा म्हणावं साल्यांना' सुबानानं हिरामणला आडवलं.

'समज, जगच तसं चालत असेल तर आमच्या माणसांनी तरी पतिव्रता का रहावं? आणि राहून उपयोग काय? जे पदरात पडेल ते पाडून घ्यावं.' काशिनाथनं भूमिका मांडली.

'म्हणजे त्यासाठी सगळ्या समाजाचा बळीचा बकरा करायचा म्हण की-' कबीरनं न राहून विचारलं.

'अरे, ह्यात बळी द्यायचा कुठं प्रश्न येतो. इकडं एक चळवळीचा भाग पार पडला. इकडं सत्ताधाऱ्यांना वाकवता आलं. यात बळीचा प्रश्न आलां कुठं? आणि समज,

दिलाच बळी तर दुसऱ्या कुणाकडून बळी जाण्यापेक्षा आपल्याच माणसानं दिला तर काय वाईट? नाही तरी सोम्या- गोम्या दरवेळी आपल्याला बळी देतच असतो की, ते चालतंय आणि हे का नाही चालत.'

'काशिनाथ, इथं मात्र तुझं माझं जमणार नाही. इतर कुणीही बळी देणं आणि आपल्याच माणसानं बळी घेणं ह्यात निश्चित फरक आहे. गृहस्था, दुसऱ्यांनी बळी घेणं ही आपली परंपरा आहे. ते बळीच घेणार. त्यांच्याकडून दुसरी अपेक्षाच नाही. पण आपल्या माणसांनी आपल्यासाठी काय केलं नाही तरी किमान त्यानं समाजाचं भांडवल तरी करू नये. कारण तो आमच्यात जन्मलेला असतो. त्याची जबाबदारी वेगळी असते.'

कबीरनं शांतपणे आपलं म्हणणं मांडायला सुरवात केली. तसा राजा त्याला आडवतच उसळला,

'खड्ड्यात गेली तुझी जबाबदारी. असल्या वांझोट्या जबाबदारीनंच आपलं वाटोळं केलं. त्यापेक्षा आपलं आपण वाटेल तसं जगावं.' त्याचा आवाज चढत गेला. कबीर त्याला शांत करतच म्हणाला,

'बरं, तुझ्या म्हणण्यानुसार वागायचं ठरवलं. बौध्द धर्म प्रवेशाचा मेळावा झाला. पण नुस्त्या स्टेजवर बौध्द धर्म प्रवेशानं प्रश्न सुटणार आहे, असं तुला वाटतं?'

'असं कुठाय? पण त्यांना बौध्द धर्म नावाची एखादी गोष्ट जातपात नसणारी अस्तित्वात आहे एवढं तरी कळेल, एवढं झालं तरी चिक्कार झालं.' काशिनाथ बोलला.

'त्यानं काय साधणार? बरं, लोकांचं जाऊ दे. पण तू बौध्द धर्म प्रवेश केल्यावर इथलं सगळं नाकारणार?' कबीरनं राजासमोर सवाल ठेवला.

'मी आता कुठं हिंदूच्या प्रथा, परंपरा पाळतोय? उलट मागच्या आठवड्यात मी गावातल्या थळोबाच्या देवळात मुतून आलो.' राजा फुशारकी मारतच म्हणाला.

'च्या आयलाऽऽ, हा बघा याचा पराक्रम! मुतायचं मुतून तुला थळोबाच सापडला? दुसरां देव नाही सापडला? मुतायचा होतास दुसऱ्या देवावर गावात जाऊन. आणि मुतून हा प्रश्न सुटला? तुझ्या मनातला देव- धर्म गेला? तुझ्या घरातल्यांना ह्यातून तू बाहेर काढलास? आता तुला देव नावाची गोष्ट आठवायची बंद झाली?' एक ना हजार प्रश्न कबीरनं त्याच्या समोर ठेवले. तसा काशिनाथ गंभीर झाला. सुबाना मध्येच तोंड घालत म्हणाला,

'त्याला मुतावसं वाटलं ही वळवळ काय कमी हाय? मला त्याचाच आधार वाटतोय.'

'मला तर काही काळ ही वळवळ, चळवळ सगळंच बंद व्हावं असं वाटाय लागलंय. मग कोणतरी पुन्हा शुध्द चळवळ चालवणारा जन्माला येईल. सगळं सुरळीत लागेल. नाही तर आज आपण चार- पावलं मागंच निघालोय.'

कबीरनं पुन्हा सुरू केलं. तसा वैतागलेला हिरामण म्हणाला,

'बाबा होऽऽ तुमची वळवळ, चळवळ, बौद्धधर्म ह्या सगळ्याला नमस्कार करून मी स्टॅण्डकडं जातो. गाडी हाय.' आणि तो निघाला. तसे सगळेच उठले. मात्र कबीरच्या डोक्यातली बौद्ध धर्म प्रवेश वळवळ थांबायला तयार नव्हती. आपले लोक बौद्ध होतात का? तर बाबासाहेब बौद्ध झाले होते. पण त्यांना कसं धर्मांतर हवं होतं हे कोणच का ध्यानात घेत नाही. बौध्द व्हायचं, पुन्हा मरगाईची जत्रा कराची. यल्लू आईचं नवस करायचं. सगळं पूर्वीचंच. फक्त नावाला बौध्द प्रवेश. अशाचा उपयोग तरी काय? धर्म बदलण्यानं मानसिकता बदलते काय? ती बदलायची कोणच का तयारी करत नाही?

असं बरंच काय- बाय त्याच्या मनात येत गेलं.

कबीर थळूआज्जाला बरोबर घेऊन चावडीत गेला. तर शिंत्रे ग्रामसेवक चावडी बंद करून चाललेला. तो थळबाला बघितल्या बघितल्या तसाच थांबला. थळबा टप्प्यात आल्यावर म्हणाला,

'आयला, थळ्याऽऽ जमत नसली तर सोड की रंऽऽ नोकरी! काम सोडून कुठं हिंडालास?

'तुमालाच हुडगालतो जीऽऽ'

'पिकून पडाय लागलास तरबी खरं बोलायचं नाव न्हाई बघऽऽ' म्हणतच ग्रामसेवक हातातल्या चाव्या फिरवत उभा राहिला. त्याचं कबीरकडं लक्षही नव्हतं.

'शिंत्रे सायेब, तुमचं वय काय?' कबीरनं सहज शांतपणे विचारलं. शिंत्र्या एकदम दचकला. मग त्याच्याकडं बघतच म्हणाला,

'का रंऽऽ बाबाऽऽ माझ्या मरणावर तुझं काय ठरवून बिरवून ठेवला हाईस काय? त्याच्या कपाळाला आट्या पडल्या.

'तसं न्हाई. सहज विचारलं आपलं' कबीर सलगीनं म्हणाला,

'आठ्ठेचाळीस संपत आली.' शिंत्र्या बोलला. तसा कबीर स्वत:शीच हसला. मग थळू आज्जाकडं बघतच म्हणाला,

'आज्जा, तुझी नोकरी किती वर्षे झाली?'

'कोन मापतय लेकरा, तुझ्याएवढा आसल्यापास्नं हायकी चावडीत. पन्नास वरसं व्हऊन गेल्या आसतील.'

'असं व्हय' म्हणत कबीरनं शिंत्र्याकडं बघितलं. शिंत्र्याला काहीच बोध झाला नाही. तो खुळ्यासारखा हसतच राहिला. तसा कबीर म्हणाला,

'शिंत्रे साहेब, काम होतं तुमच्याकडं...'

'माझ्याकडं? कसलं?'

'हेच की, म्हारवाड्यातल्या घरात पंधरा रुपय भरले की लाईट येते अशी काय योजना हाय म्हणं. मला पंचायत समितीत कळालंय. आमच्या दोघांच्याच घरात नाही लाईट.' म्हणत कबीरनं थळूआज्जाकडं हात दाखवला. शिंत्र्या एकदम आवळा... आयला, बेणं चौकशी करून आलंय वाटतं. ह्येला सगळंच माहीत असणार असा विचार करतच शिंत्रे म्हणाला,

'मागच्या म्हयन्या- दोन म्हयन्यात शेडबाळेनं काय दिली वाटतं न्हवं लाईट...'

'ती दोनशे रुपायाची. आमाला पंधरात पायजे.' कबीरच्या आवाजात जरब आली. तसा शिंत्रे एकदम ढिला पडला. त्यानं हेरलं की- बेणं सगळी तयारी करून आलंय. तो लोचट हसला.

'शेडबाळेनंबी माझ्याकडनं दाखलं पंधरा- पंधरा रुपये भरायचंच न्हेल्तं. दोनशे कुठलं?'

'आता ते तुम्हाला आणि शेडबाळ्यालाच माहीत.'

'छेऽऽ छेऽऽ त्यात माझा काय संबंध? मी आपलं सरकारी काम केलं. पैसे त्यानं बँकेत भरलं. लाईट आली आसंल.'

'खरं, दुसऱ्या दिवशी अन्नपूर्णा बारमध्ये जंगी पार्टी झाली म्हणं की' कबीरनं नको तोच विषय त्याच्या समोर ठेवला. शिंत्र्या एकदम नरम होतच म्हणाला,

'काय तरी गैरसमज झालाय तुमचा. त्याचा- माझा काडीचा संबंध न्हाई. आता तुमच्या म्हारोड्यात नियमात बसत न्हवतं तर रेशन दुकान मंजूर करून दिलंय. एक पै घ्यायला न्हाई की होऽऽ'

'म्हणजे शेडबाळ्याला नवं कुरण मिळालं म्हणा तर' कबीर हसत हसतच म्हणाला, शिंत्रे एकदम घायकुतीला आला. त्यानं भराभर दाखले तयार करून दिले. एवढ्यात सरपंच गणू पाटील चावडी उघडी बघून आत आला. कबीरला बघितल्या बघितल्या म्हणाला,

'कबरा, काय काढलास गाऽऽ?'

'लाईटला पैसे भरायचं म्हणतोय.'

'हांऽऽ हांऽऽ तुमच्या लोकास्नी मोफत देत्यात न्हवं?'

'मोफत कुठली, दोनशे रुपयात.'

'छेऽऽ छेऽऽ पंधरा रुपयात होऽऽ त्या शेडबाळेनं कुठं म्हारोड्यात प्रत्येकाकडनं दोन- दोनशे काढलं म्हण.' शिंत्र्या गडबडीनं बोलला. काय तरी गोमच्याळ झालंय हे सरपंचाच्या ध्यानात आलं. मग त्यानं सविस्तर विचारून घेतलं आणि म्हणाला,

'शिंत्र्या, उद्या तक्क्याजवळ जाऊन तू लोकास्नी सांगायचं. पंधरा रुपयात लाईट मिळती म्हणून. कुणाला पायजे असली लाईट तर पैसे भरून या म्हणावं. करशीला न्हवंऽऽ?'

शिंत्र्यानं मान हालवली. कबीर चावडीतून बाहेर पडला.

काशिनाथ ऐनापुरे 'दलित संघाच्या' हँडविल घेऊन कॉलेजवर आला. त्याच्या बरोबर हिरामण भोसले, दयानंद रत्नाकर आणि राजा कांबळे होता. दलित संघाची नव्यानं शाखा स्थापन करण्यात आली होती. संघातर्फे तालुकाव्यापी मेळावा घेऊन या भागातल्या दलितांच्या समस्यांवर विचार करायचं ठरवलं होतं. त्याचे सगळ्या नेतेमंडळींशी सलोख्याचे संबंध होते. मेळाव्याला मार्गदर्शन करण्यासाठी मुंबईहून झुंबरलाल देशिलगार येणार होते. देशिलगार जवळपासचाच. पण मुंबईत गेल्यापासून त्याने चांगलेच संबंध निर्माण केले होते. मुख्यमंत्र्यापासून बहुतेक सगळे मंत्री त्याच्या घरोब्याचे तर होतेच, पण त्याबरोबरच सेनाप्रमुखांशीही त्याने संबंध निर्माण केले होते. त्यांची संघटना महाराष्ट्रात सगळीभर पाय रोवत होती. देशिलगार फार स्वच्छ नसला तरी उडदामाजी काळे गोरे या न्यायानं तो सर्वांनाच जवळचा वाटत होता. प्रस्थापित नेत्यांचा विरोध झुगारून तो खंबीरपणे संघटनात्मक पातळीवर पुढं येत होता. त्यामुळं दलित मंचच्या सगळ्या बड्या नेत्यांची घालमेल सुरू होती. त्यांनी सर्व मार्गांनी देशिलगारची नाकेबंदी करण्याचा चंग बाधला होता. काशिनाथ

ऐनापुरेनं फारशी बांधणी- बिंधणी न करता धाडसानं मेळाव्याचा निर्णय घेतला होता. गट- तट विसरून साऱ्यांनी मेळाव्याला यावं असं निवेदन त्यानं छापून घेतलं होतं. लोक येतील असा त्याचा स्वतःचा विश्वास होता. कारण तालुक्यात एकही संघटना एकसंघ राहिली नव्हती. नेत्यांच्या मारामाऱ्या टोकाला पोहोचल्या होत्या. त्याचा फायदा घ्यावा म्हणूनच त्यानं हालचाली सुरू केल्या होत्या. कॉलेजमधली पाचपन्नास पोरं पाठीशी उभा राहातील असं त्याला वाटत होतं. त्यामुळंच कॉलेजवर आल्या आल्या कबीर, सुबाना, जयाप्पा या साऱ्यांना गोळा घालून त्यानं आपली भूमिका सविस्तरपणे समोर ठेवली. तसा सुबाना त्याला म्हणाला,

'काशिनाथ, गडबड झाली. पण आता इलाज न्हाई. अजून आठ दिवशी हाईत. तालुका पिंजून काढाय पायजे, तरच लोक येतील. त्यासाठी गावोगाव फिराय लागणार. प्रत्येक म्हारवाडा गाठाय लागणार. माझ्या मते मांगवाड्यातही आपल्याला घुसावं लागेल.'

'तिथं कशाला? ती काय सामील होत नाहीत. त्यांना म्हारांच्या संघटना चालत नाहीत.' जयाप्पा म्हणाला.

'पण ही फक्त म्हारांची संघटना असं कुणी सांगितलं?' काशिनाथनं प्रश्न केला.

'बरं, जाऊन तर बघा मांगवाड्यात.' म्हणत जयाप्पानं विषय थांबवला. तसा सुबाना पुन्हा म्हणाला,

'वस्तीतल्या लोकांना विश्वासात कसं घ्यायचं हाच प्रश्न आहे.'

'त्यात काय? आपण जाऊन आपली भुमिका सांगायची. आपला कार्यक्रम सांगायचा. म्हणजे येतील लोक' काशिनाथ उत्साहात म्हणाला. तसा सुबाना त्याला थांबवतच म्हणाला,

'तुझं काय तरी चुकतंय. तुला अजून वस्तीतली माहिती नाही. तालुक्यातल्या कुठल्याही गावातल्या वस्तीत गेलास की लोक तुमच्या जवळ यायलाच तयार होणार नाहीत. या बनसोड्या, अलताप आणि आनंदा कांबळेनं भलते घोळ घालून ठेवल्यात. लोकांचा आपल्या समाजातल्या पुढाऱ्यांच्यावरचा विश्वास उडालाय. त्यामुळं त्यांना मोर्चा, मेळावा आणि कशातही रस नाही. त्यामुळं अडचण येईल.'

'तू लोकांच्या समोर न जाताच कसं सांगतोस अंदाजानं?'

हिरामणनं विचारलं.

'आता रोजच लोकात ऱ्हातोय म्हणून सांगालोय.'

‘तुझ्या गावच्या वस्तीतलं कोण येणार नाही म्हणजे दुसऱ्या वस्तीतबी तसंच व्हईल असं कसं?’ राजानं विचारलं. सुबाना आपल्याच विचारात गुंतला. पुन्हा म्हणाला,

‘बरं, ते जाऊ दे. आता करायचं काय काय बोला?’

‘माझ्या मते आपण सरळ सायकली काढून सगळ्या मोक्याच्या गावातल्या वस्तीत जाऊया. तिथं लोकांशी संपर्क साधू. गावातल्या कॉलेजच्या, हायस्कूलच्या पोरांना गाठू. म्हणजे सोपं होईल.’ हिरामणने आपल्या मनातला कार्यक्रम मांडला. काशिनाथनं त्याला मान हालवली. सुबानाला असंच वाटत असल्यामुळं त्यानं ही संमती दिली. पण इतका वेळ चर्चा चालू असून कबीर मात्र त्यात कुठंही सामील नव्हता. सगळं शांतपणे ऐकत होता. त्याच्या मनात घालमेल चालली होती. काशिनाथ त्याच्याकडं वळतच म्हणाला,

‘कबीर, तू काहीच नाही बोलत?’

‘तो काय बोलणार? आपण ठरवू त्यात असणारच की,’ राजानं उत्तर देऊन टाकलं. तसा इतका वेळ गप्प असलेला कबीर एकदम म्हणाला,

‘मी तुमच्या कोणत्याच संघटनेत येणार नाही. मला त्याबाबत वादही घालायचा नाही. फक्त तुम्ही सगळे आहात म्हणून मेळाव्याला येईन. बाकी काही करणार नाही.’ सगळेच गंभीर झाले. हिरामणच्या डोक्यात मुंगी वळवळली. तो म्हणाला,

‘तुला काय मेळाव्याचं नेतेपद पायजे ते आडून बसलास?’

कबीर एकदम उसळला. म्हणाला,

‘आयला, काय वाट्टेल ते बोलतोय.’

‘मग तू का येत नाहीस ते तरी सांग’ राजानं त्याला छेडलं. तसे सगळेच हसाय लागले. त्यांना थांबवतच कबीर म्हणाला,

‘तुमच्या ह्या देशिलगार, खुटावळ, खोंडेकर ह्या सगळ्या गटाच्या नेत्यांबाबत माझी अशी काही मतं आहेत. त्यामुळं त्यांना मोठं करायला माझा किंचितही हातभार लागू नये एवढं मी माझ्यापुरतं पाळणार आहे.’

‘म्हणजे म्हणायचंय काय तुला?’ राजानं विचारलं.

‘त्ये तुला नाही कळायचं. पण तुमच्या उत्साहात मी सामील आहे. तुम्हाला कुठंही मी अडचण करणार नाही. पण तुमच्या बरोबर कुठल्या म्हारवाड्यातही येणार नाही.’

‘मग तू काय इथं बसून उपडतोस?’ राजा चिडला.

'हांऽऽ हे असलं काय करण्यापेक्षा जमलं तर ते करत बसलेलंही चांगलंच.' कबीर पुटपुटला.

'येऽऽ आसलं काय कोड्यातलं बोलू नको. सरळ तुझ्या मनात काय हाय ते सांगून टाक. तूच तर म्हणालतास तालुक्यातल्या ह्या बनसोड्याला आणि चिल्लर नेत्यांना संपवलं पाहिजे आणि आता तूच रद्दी काढाय लागलास ह्येला काय म्हणायचं?' जयाप्पानं त्याला विचारलं.

'तालुक्यातल्या चिल्लर पुढाऱ्यांना तर संपवलंच पाहिजे, पण दलितांचं भांडवल करून तुंबड्या भरणाऱ्या प्रत्येकालाच संपवलं पाहिजे असं माझं अजूनही म्हणणं आहे आणि म्हणूनच मी तुमच्यात सक्रिय भाग घेणार नाही.'

काशिनाथच्या डोक्यात लख्ख उजेड पडला. कारण तो देशिलगारला जवळून ओळखत होता. त्याला कबीरची एकाएकीच भीती वाटाय लागली. त्यानं सगळ्यांनाच उठवलं. 'तो येत नाही तर जबरदस्ती नको' म्हणत विषय बंद केला आणि पुढच्या तयारीला लागला...

पुस्तकात डोळं खुपसून बसलेल्या कबीरनं कूस बदलली. आईच्या भाकरी अजून चाललेल्याच होत्या. बाप नेहमीच्या सवयीनं मेढीला डोकं टेकून पडलेला. सुबऱ्याचा अभ्यास. शेळी मिटीमिटी तोंड हालवत बसलेली. रेडीचा रवंथ निवांत सुरू होता.

'तवा फुलाय लागलाय.' गंगव्वा स्वतःशीच पुटपुटली.

'मग काय पावणं येणार काय भांडाण व्हणार?' कबीरनं हसत हसतच विचारलं.

'तुला सगळं खोटं वाटतंय. कधी तरी येशील वाटंला.'

'कुठं काय म्हटलंय. फक्त तू पुढं काय म्हणणार ते सांगितलं.'

'त्येच रंऽऽ तुला देव नगो धरम नगो. आबाळातनं पडल्यागत बोलतोस. लईबी मस्ती बरी न्हवं. त्यो सत्या मांगबी तुझ्यासारकाच बोलायचा म्हणं. खरं, मागनं त्येला एक एक भोगाय लागलं तवा सगळं कराय लागला.'

'मायला हिच्याऽऽ काय लावलीया रंऽऽ पिटपिट.' म्हणत सदबा उठून बसला. गंगव्वा गप्प झाली. तिनं तव्यातली भाकरी चुलीला लावली.

'कबराऽऽ झालं तुजं वाचून?'

'का? काय काम व्हतं?'

'काम नव्हतं काय?' सदबा स्वतःशीच बोलत म्हणाला,

'औंदा लागूनच बारकं चपार काढूया व्हय रं?'

‘आता त्ये आनी कशाला?’ गंगव्वा म्हणाली.

‘शेळीला, रेडीला बाजूला काढलं तर पोरास्नी वाचाय तरी जागा व्हईल.’

‘बघूया मागनं.’ म्हणत कबीरनं विषय तोडला..... चपार बांधण्यापेक्षा सरळ घरच बांधाय काढलं पाहिजे. पण आत्ता काय घडतंय? नोकरी लागल्याशिवाय उलाढाल काय व्हईल असं वाटत नाही. कधी संपायचं हे वर्ष? आता अभ्यासाच्याच पाठ लागाय पाहिजे. क्लास मिळाला तर सगळंच जुळत जाईल.

कबीर, धंदा काय खऱ्यातला न्हाई.’ सुबाना कावल्यागत म्हणाला. त्याचा चेहरा सुकलेला होता. डोळे आत ओढले होते. गेल्या चार दिवसांपासून मेळाव्याच्या तयारीसाठी तो काशिनाथला घेऊन फिरत होता. त्याचा आवतार बघून कबीर काहीशा काळजीतच म्हणाला.

‘काय रं काय झालं?’

‘सांगण्यासारखं कायच नाही. पार इसकाटलंय सगळं.’

सुबाना म्हणाला,

‘कुठल्या वाड्यात गेलं आनी माणसांनी सरळ बलीवलं असं झालं नाही. जावं तिथं ‘आले बघा ऐतखाऊ’ अशीच भावना. करडूवाडीच्या आपल्या वस्तीत गेलो. पंधरा- वीस म्हाताऱ्या गोळा झाल्या. त्यांस्नी सांगत बसलो काय- बाय तर एक म्हातारी मध्येच उठून म्हणली, तुमी म्हारोड्यातली पोरं, शिकून काय आनी नाही शिकून काय? एकच. तुमाला कुठं आई- बाबा, घरदार दिसतंय? मिळाल्या बायका की म्हारोड्याचं त्वांड नको व्हतंय. आता आनी सगळ्यास्नी शिकल्याल्या नाच्या पायजेत. मग ती बोलायचीच थांबली. खोदून खोदून चौकशी केली तर कळालं, त्या वस्तीतली पंधरा पोरं कुठं कुठं नोकरीला हाईत. एकसुद्धा परताय मागत न्हाई. पैसे सुद्धा पाठवत नाहीत. सगळ्यानी आपल्यापुरते संसार केल्यात.’

‘मग ह्यात नवीन काय सांगालास?’ कबीरनं मध्येच विचारलं.

‘मी नवीन काय सांगत नाही. तुला विचारतोय, असं का व्हावं?’

‘अरं, बाबाऽऽ मी मागंच तुला म्हटलंय, आपल्या सगळ्यास्नी आपल्या घरची लाज वाटती. लाज म्हार म्हणून हिणवण्याची वाटाय पाहिजे ते राहिलं बाजूला. आपल्याला आपल्या माणसांचीच लाज वाटालीया.’

‘मग लगीन झाल्यावरच ती कशी वाटती?’

'असं काय न्हाई. ती पयल्यापासूनच मनात अस्ते. लगीन झाल्यावर तीव्र होते. दुसरं काय? म्हणून तर आपल्यातला प्रत्येक नेता, मोठा माणूस सवर्णाच्या जातीतली पोरगी हुडकत असतो. त्यांना बामणाच्या पोरीशी लगीन केलं की क्रांती केल्यागत वाटतं. पण ती क्रांती न्हाई तर आपल्या माणसांची लाज वाटण्यातला प्रकार हाय.'

'असं कसं, त्याला दुसरीबी बाजू हायच की'

'मान्य हाय मला. जात संपवायला प्रेमविवाहाशिवाय पर्याय नाही. पण करणारे सगळे त्या भूमिकेतून लग्नं करत नाहीत. तर त्यांना वरच्या जातीकडं सरकायची जबरदस्त इच्छा आहे असं मला वाटतं. म्हणूनच ते सगळा आटापिटा करत असत्यात. लगीन झाल्यावर माघारी फिरकत नाहीत. त्यांना भटा- बामणागत जगायचं आस्तंय. सवलती मात्र म्हारांच्या पायजेत, पण जगायला मात्र भटा-बामणासारखं पायजे हे का? कुण्या चळवळवाल्यानं नाही तर आपल्यातल्या मोठ्या हुद्यावर आसणाऱ्या माणसानं आता आपलं भागलंय, आजून आपल्या खेड्यातल्या महारवाड्यात सवलती पोचाय न्हाईत, त्यास्नी सवलती मिळाव्या म्हणून आपण सवलती सोडल्या पायजेत असं कधी केलंय? उलट त्या मिळवायला केवढी झटापट. तुला म्हायती हाय, आपल्या तालुक्याला बारावीला पयला आल्याला त्यो मांगाचा पोरगा. त्येला न्हायी मिळालं मेडिकलला अडमिशन. आणि मिळालं कुणाला तर एक प्रोफेसर हाय कुणी कांबळे म्हणून त्येच्या पोराला. त्येनं जर ओपनमधनं घेतलं आस्तं तर हे पोरगं गेलं आस्तं का न्हाई?'

'हे तुला कोण सांगालतं?'

'ह्यो आपला प्राध्यापक भालेरावच सांगालता.'

'त्यो तरी कुठं करतोय तू म्हणतोस तसं?'

'त्येच रंऽऽ मी तेच म्हणतोय. मग आपल्या ह्या वळवळण्याला काय सुध्दा अर्थ नाही. उलटा डोक्याला तापच.'

'काय चाललंय गुलूगुलू?' म्हणतच राजा त्यांच्यात येऊन मिसळला. तसा कबीर म्हणाला,

'काय नाही. सुबाना आपल्या मेळाव्याच्या तयारीचं सांगाय लागलाय.'

'माझं तर कालपासून डोकं गच्च झालंय. उतरायलाच तयार नाही.'

'का रंऽऽ?' सुबानानं विचारलं.

'त्या बाईचा चेहरा डोळ्यासमोरून जायला तयार नाही.'

राजा म्हणाला, 'कबरा, पार हादरलो. आरंऽऽ त्या कट्टीच्या जंगलातनं दट्टीला गेलो. तक्यात सायकली लावल्या. मग लोकास्नी गाठावं म्हणून, घराघरात हाळी द्यावी म्हणून रस्त्याला लागलो. तर तक्क्यासमोरच्या घरातनं म्हातारी बाहेर आली. घुटमळत राहिली. तिला थोड्यावेळानं कुणी तरी सांगितलं, ही पुढारी पोरं हाईत. ती एकदम धावली. तिनं हिऱ्याची गळपट धरली. म्हणाली, 'भाड्याऽऽ माझी भोरमाळ टाकऽऽ न्हायतर तुला जित्ता सोडत न्हाई' आणि जोरानं किंचळाय लागली. हिऱ्या गळाटलं. लटलटाय लागलं. पळपळत माणसं आली. म्हातारीला झटली. पण बहादूरनीनं गळपट सोडली नाही. कसंबसं तिला बाजूला केलं. सगळ्यायस्नीच दरदरून घाम सुटला. हिऱ्याला तर बोलायबी ईत नव्हतं, तांब्याभर पाणी प्यालं. नंतर कळलं, तिच्या पोराला नोकरी लावाय म्हणून आपल्या समाजाच्या पुढाऱ्यानं तिची भोरमाळ न्हेली.

तो परत फिरलाच नाही. पोरंग मागनं कुठं लागलं नोकरीला. पण तेबी आता तिच्याकडं बघत नाही. त्यामुळं डोक्यावर परणाम झालाय तिच्या. 'आयशपथ, पुन्हा कुठं नाही जाणार बाबा लोकास्नी बलवायला.' बोलतानाही राजाला घशाला कोरड पडल्यागत वाटाय लागली.

'कोण आसंल रंऽऽ पुढारी' कबीरचे दात आवळले गेले.

'आनी कोण? ह्यो बनसोड्याच की. मी काढला की सगळा पत्त्या. त्येच सांगितलं काशिनाथला. आता काढायचीच संघटना तर त्याचा मोळा मोडला पायजे.' सुबाना एकदम करारी झाला.

'तुम्ही बनसोड्याचा मोळा मोडाल पण त्या प्रवृत्तीचं काय? ही तर आता आपल्यातल्या बारक्यातल्या बारक्या पुढाऱ्याची प्रवृत्ती बनलीय. प्रत्येकाला मोठं व्हायचंय. समाजल्या लोकांना लुबाडून मोठं व्हायचंय. हे वाईट. जो तो वर्गणीची भाषा बोलतो. पैसे उकळायचे मार्ग शोधतो. जितकं जास्त फसवता येईल तितकं फसवणं म्हणजे नेतेगिरी. नेत्यानं खरं बोलायचं नाही. कुणाशीही प्रामाणिक राहायचं नाही. आपल्या माणसांना इतकं छळायचं की त्यांचं कंबारडंच मोडलं पाहिजे. तो पुन्हा उठता कामा नये. तरच नेतेगिरी शाबूत राहाणार. लोक खरोखर सुधारले, त्यांच्यात चांगल्या जगण्याचं भान आलं तर अशांना नेता म्हणून कोण स्वीकारणार? म्हणून ते पद्धतशीर पिळवणूक करतात, हे कॉंग्रेसच्या राजकारणानं त्यांना चांगलं शिकवलय. प्रश्न आहे आपण काय करायचं याचा?'

कबीर बोलता बोलता एकदम थांबला. त्याला आपली शक्तीच नाहीशी होत चाललीय असं वाटाय लागलं...

तालुक्यात प्रतिमेळाव्याची मोठमोठी पोस्टर गल्लोगल्ली लागली. अफाट खर्च करून कापडी फलक, लिथो पोस्टर यांनी रस्ते झाकळून गेले होते. अलताप कांबळे आणि जालिंदर बनसोडे यांनी झुंबरलाल देशिलगारचा धसका घेतला होता, की वरून त्यांच्या नेत्यांचा आदेश आला होता कळायला मार्ग नव्हता. पण सगळी प्रतिष्ठा पणाला लावली होती. गावोगाव भिंती रंगवण्याचं काम सुरू झालं होतं. प्रतिमेळाव्यासाठी मुंबईच्याच दलित अध्यक्षाला पाचारण करण्यात आलं होतं. जालिंदर बनसोड्याच्या डोक्यातून निवेदनाची जोरदार आयडिया निघाली होती. मग इंद्रसेन नाईक नावाच्या लेखक होऊ पाहणाऱ्या नेत्यानं शिवराळ भाषेचं कौशल्य पणाला लावून लिहिलेलं निवेदन छापण्यात आलं होतं. त्यात देशिलगारच्या सतरा भानगडींबरोबरच टवाळ कॉलेजची पोरं त्याच्या नादानं कशी बहकत आहेत, याची खुमासदार कथा सांगितली होती. स्पीकर लावलेली एक रिक्षा, एक टॅक्सी भाड्यानं घेऊन हॅण्डविल, पोस्टर, नम्र निवेदनं वाटत स्वतः अलताप कांबळे आसपासच्या गावात फिरत होता. प्रत्येक छापील मजकुराच्या खाली आपले नम्रची शंभरभर नावं पदव्यांसह छापली गेली होती.

काशिनाथ ऐनापुरेच्या घराकडं पोरं पाठवून त्याला जीवे मारण्याची धमकी देण्याइतपत अलताप कांबळेनं मजल मारली होती. ही बातमी पोरांच्यात पसरली. तसा सुबाना कांबळेचा आटा सरकला. त्यानं गरगाच्या हॉटेलासमोर काशिनाथ ऐनापुरेला सांगून टाकलं.

'आपल्या मेळाव्याला येणाऱ्यांना मी काट्या, कुऱ्हाडी घेऊन यायला सांगितलंय. बघूया एकदा कोण ऱ्हातं ते.'

'आम्हाला त्यांच्या मार्गानं जायचं नाही' काशिनाथ शांतपणे म्हणाला.

'बास झालं तुमचं हांडगं तत्वज्ञान! आता हे सगळं माझ्या मेंदुच्या पलिकडं गेलंय. ह्यात मला कुणी श्यानपणा शिकवायचा न्हाई.'

'आरंऽऽ बाबा, तुला श्यानपणा शिकवत नाही कोणी. प्रश्न असा हाय, की आपल्या मेळाव्याला येणाऱ्यांची संख्या किती? कदाचित आपण सोडून कोणीच

असणार नाही. कारण अलताप आणि बनसोड्यानं गावोगाव दहशत निर्माण केलीय. कॉलेजात भालेरावनं पोरांना दम भराय सुरवात केलीय. त्यात पुन्हा, ते ट्रक पाठवून माणसं आणणार आहेत. आपल्याला यातलं काहीच करता येणार नाही. आपले लढायचे मार्ग वेगळे, त्यांचे वेगळे. त्यांना काय करायचं ते करू द्यात. आपण फक्त प्रामाणिक प्रयत्न करू.' काशिनाथनं सुबानाची समजूत घालणं सुरू केलं.

'ह्ये बघ, शेवटी मी एकटा असलो तरी मला माझा मार्ग खुला हाय. ह्यात मला कुणी आडवायचं नाही.'

सुबानानं शेवटचं सांगून टाकलं. त्याच्या भुगा झालेल्या मेंदूत दुसरं काय शिरणंच शक्य नव्हतं.

आपला मेळावा अलताप कांबळे काय किंवा जालिंदर बनसोडे काय, कुणाच्याच विरोधात नव्हता. मग ह्या लोकांनी आपल्या मेळाव्यावर तुटून का पडावं? त्यासाठी हजारो रुपये चक्काचूर का करावेत?..... काशिनाथच्या मनात आलं आणि त्याची अस्वस्थता हळूहळू वाढाय लागली.

कॉलेज सुटल्या सुटल्या कबीरची सायकल कडगाव रोडकडून गरगाच्या हॉटेलकडं वळली. आज त्याच्याबरोबर कोणच नव्हतं. सगळे मेळाव्याच्या पळापळीत. मेळावा प्रकरणाला भलताच रंग चढला होता. तरीही कबीरचं डोकं शांत होतं. वरून शांत दिसणाऱ्या त्याच्या मनात मात्र प्रचंड खळखळ चालू असावी, हे त्याच्या चेहऱ्यावरून जाणवत होतं. गरगाच्या हॉटेलजवळ आल्या आल्या कबीरनं नेहमीसारखी सायकल सार्वजनिक वाचनालयाकडं वळवली आणि वाचनालयासमोरच्या स्टॅन्डला लावली. एवढ्यात बाळासाहेब शेडबाळेची स्कूटर त्याच्यासमोर येऊन थांबली. तो उतरला.

'काय सुटलं कॉलेज?' शेडबाळ्यानं त्याला विचारलं. त्याला एकदम आश्चर्य वाटलं. थोडा संशयही. तो म्हणाला,

'सुटलं की.'

'गावाकडं चाललास?'

'नाही. अजून कामं आहेत.'

'चल की, चहा घेऊ.'

'नको. आत्ताच घेतलाय.'

थोडा थोडा म्हणत शेडबाळेनं कबीरच्या काखेत हात घालत जवळ जवळ ओढलंच. त्याला काय कळेना. हा नेमका कसा वागतोय, याचाही अंदाज बांधता येईना. तो फक्त त्याच्याबरोबर चालत राहिला.

लता हॉटेलच्या स्पेशल रूममध्ये शेडबाळे घुसला. कबीर त्याच्यासमोर निर्विकारपणे समोरच्या पेल्याला फिरवत बसला.

'परीक्षा जवळ आली असेल?'

'अजून लांब आहे.'

'मागच्या महिन्यात पतसंस्था सुरू केली.'

'समजलं.'

'धान्य दुकानही तिठ्ठ्यावर काढलं.'

'समजलं.'

'तुला पतसंस्थेचं मेंबर झालं पाहिजे.'

'जमणार नाही.'

'का?'

'ऐपत नाही.'

'पैसे मी भरतो'

'गरज नाही.'

'हे बघ कबीर, तुझी- माझी काय भाऊबंदी नाही. आपल्याला कशाला पाहिजे एकमेकाचं वैर. तेव्हा मला वाटतं त्या पतसंस्थेचं तू बरंवाईट बघावंस. त्यातून म्हावाड्यात बरंच काय काय करता येईल. तुझ्यासारख्या पोराची साथ मिळाली तर म्हारोड्याचं सोनं करीन.'

'आणि आता कुठं माती झालीय?"

'तसं नाही कबीरा. तू बरोबर आलास तर आणखी बरंच करता येणासारखं आहे.'

'मला जमणार नाही.'

'पण का?'

'मला वेळ नाही.'

'अरे, तुला काहीच करावं लागणार नाही. गौतम आहे. दीक्षित गुरुजींच्या पोरीला क्लार्क म्हणून घेतलीय.'

'मग माझी गरज काय?'

'फक्त मॅनेजर म्हणून बसायचं. सह्या मारायच्या. फक्त देखरेख.' शेडबाळे चतूर हसला.

'देखरेख तर तुमची असणारच की?'

'ते झालंच. पण जरा माझ्यापेक्षा चांगलं डोकं तुझं चालतंय. म्हणून म्हटलं. आणि अलताप कांबळेचीही तशी इच्छा हाय'

अलताप कांबळेचं नाव काढल्या काढल्या कबीरची शिर तडकली. कबीर सरळ बसला. म्हणाला,

'शेडबाळे, ऐकायचं हाय?'

'बोल की.'

'तुमच्यासारख्यांच्या नादाला लागायला मी मूर्ख नाही. तुम्हाला म्हारोडा गिळायचा हाय. मला वाचवायचा हाय. हा तुमच्यातला आणि माझ्यातला फरक हाय. आणि त्यामुळं तुमचं- माझं जन्मात जमणार न्हाई. समजलं?' कबीर एकदम थांबला. त्याचे डोळे आपोआप लाल होत गेले. बाळासाहेबानं काही वेळ कपाळाला हात लावला. सगळा राग शांतपणे गिळत म्हणाला,

'मग काय? कंडकाच पडला. पण अजूनही तू शांतपणे विचार करून बघ. तुला मोठं व्हायला संधी आहे'

'विचार पूर्ण केलेला आहे. आणि विचारांतीच सांगतोय. आपण एकमेकाचे हाडवैरी असून, आपलं कधीही जमणार नाही. तसा प्रयत्न तुम्ही करू नये. हेही विचार करून सांगतोय. आणि राहिलं मोठं व्हायचं. तुम्ही कोण मला मोठं करणार? माझा मी घट्ट आहे. त्या नादाला तुम्ही लागू नका. मला मोठं व्हायचं नाही. समजलं?'

'समजलं. समजलं!' म्हणत शेडबाळे उठला. हॉटेलच्या समोर आला आणि कबीरकडं न बघताच चालाय लागला.

'काय, मार खाल्ला म्हणा मेळाव्यात?' मोहन बल्लाळ चष्मा सावरतच कबीरला म्हणाला.

'मार काय खातोय, मार देणारा अजून जन्मायचा हाय.'

'अरे, मार म्हणजे प्रत्यक्ष मार नव्हे. तुमचा मेळावा मारला की नाही? त्याचं म्हणतोय मी. एवढं मरेपर्यंत राबून तुझ्या दोस्तांच्या पदरात काय? तर अपयश. तरी मी काशिनाथ ऐनापुरेला म्हणत होतो, नेता व्हायची एकदम घाई नको करूस.

अजून तुझ्या पुरत्या ओळखी नाहीत. इथला आखाडा तुला माहीत नाही. एकदम कुस्ती धरशील तर सपशेल आडवा होशील. आणि तसंच झालं. सपशेल आडवा झाला. आता त्याला उठून उभा राहायला खूप दिवस लागतील.'

'मग काय करूया म्हणतोस?' कबीरनं त्याला विचारलं.

'करायचं काहीच नाही. फक्त बघत बसायचं. कबीर, मला एक नेहमी वाटतंय. तुला पटतंय का बघ- आपण कुणीही जग सुधारायचं कॉन्ट्रॅक्ट घेतलेलं नाही. का म्हणशील तर ती आपली ऐपत नाही आणि आज परिस्थितीही तशी नाही. बाबासाहेबांचं ठीक होतं रे. त्यांच्या वेळी सगळे तुमच्या समाजातले अडाणी होते. म्हणजे शुध्द गुलाम होते. आणि सगळ्यात महत्त्वाचं म्हणजे त्यावेळी सर्वत्र गांधीजी होते. म्हणजे त्या वेळी गांधीजींची चळवळ खेड्यापाड्यांत पोहोचली होती. त्यांचा लोकांच्या मनावर जोरदार पगडा होता. त्यामुळेच बऱ्या- वायटाची धास्ती होती. यातून बाबासाहेबांच्या कामाला थोडं तरी बळ मिळालं असेल. आज तेच बाबासाहेब असते तर त्यांना पुन्हा पुन्हा मार खावा लागला अस्ता. नव्हे त्यांचं डोकं औट झालं असतं. त्यामुळं तुम्ही म्हणजे तुमची दलित मंडळी गांधींना कितीही वाईट म्हणत असले तरी बाबासाहेबांचा समग्र विचार करताना गांधीजी आणि फुले लक्षात घ्यावे लागतात, हे विसरता कामा नये. पण मुद्दा तो महत्त्वाचा नाही. तर मी काय सांगत होतो- आपण जग सुधारायचा मक्ता घेतलेला नाही. आज काळ असा आहे की आपण आपल्या व्यक्तिगत आयुष्यात ठाम उभारण्याचा प्राणपणानं प्रयत्न केला पाहिजे. त्यासाठीच जीवापाड धडपडलं पाहिजे. म्हणजेच हे चळवळ बिळवळ सोडून मरेपर्यंत अभ्यास केला पाहिजे. म्हणजे आपल्याला टिकता येईल.'

'इथं आपले मतभेद. मरेपर्यंत करण्यासारखी चांगली गोष्टच शिल्लक नाही' कबीरनं मध्येच त्याला आडवलं.

'खुळा आहेस. निव्वळ खुळा. अरे, चांगल्या गोष्टी अजूनही शिल्लक आहेत. या जगात नोकरीला वशिला लागतो वशिला. पण समाधानानं जगाय तर वशिला न्हाई लागणार? आपण आपल्याशी प्रामाणिक आहोत हे पटवून द्यायला तरी वशिला नाही लागणार? आणि तू भ्रष्टाचाराविषयी म्हणत असशील तर त्यावरही माझा विश्वास नाही. अजूनही स्वतंत्रपणे श्वास घ्यायची मोकळीक ह्या देशात आहे. फक्त चिकाटी पाहिजे. आज बाकीच्या भानगडीत पडायची गरजच नाही. कारण तो काळ आज शिल्लक नाही.'

'मग तू का सगळ्या बातम्या ह्या जमवत असतोस? कशासाठी?'

'अरे, समाधानानं जगायसाठी. आपण ज्या वास्तवात जगतो त्या वास्तवाचे सर्व संदर्भ आपल्या जवळ असावेत. जाऊ दे. तुला नाही समजायचं. चल. तुला चहा पाजतो. चल.' म्हणत मोहनने त्याला ओढलं. तसा नेहमीचाच प्रश्न कबीरच्या मनात आला... याला हे सर्व सुचतं तरी कोठून?..... तो बल्लाळशेजारी बसतच म्हणाला,

'कधी कधी मनात येतं की, तुझ्या मेंदूवरच्या वळ्या तपासून बघाव्यात. तुझं काय मत?' 'मत कसलं? दगड घे. डोकं फोड. म्हणजे तुझं काम सोपं...' म्हणत बल्लाळ जोरात हसला.

तक्क्यातल्या मीटिंगमध्ये आंबेडकर जयंती मोठ्या प्रमाणात साजरी करण्याचा निर्णय घेण्यात आला. वर्गणी जमवण्याची सर्व जबाबदारी गौत्या आणि मंडळाच्या पोरांवर सोपवण्यात आली. आपले पाचशे एक बाळासाहेबानं सर्वांच्या समक्ष गौत्याच्या हातावर ठेवले. जंगी मिरवणूक काढायची. म्हारोड्याला सिनेमा दाखवायचा. तालुक्यातल्या सगळ्या नेत्यांना बोलवायचं. असं बरंच काय- बाय ठरत गेलं. तारखेचा प्रश्न निघाला तेव्हा चौदा एप्रिलच्या पुढं कधीही आठ दिवसात. नेत्यांच्या सवडीवर, असं बाळासाहेबानं जाहीर करून टाकलं.

पोरं कामाला लागली. घराघरात फिरून वर्गणी गोळा करणं सुरू झालं. चाळीस-पन्नास घरात जमून जमून किती जमणार? मग बाळासाहेबानं नवा मार्ग सांगितला. गावा शेजारच्या रस्त्यावर नाकाबंदी करायची. प्रत्येक वाहनवाल्याकडून पाच रुपये, दहा रुपये घ्यायचेच. त्याशिवाय वाहनाला पुढं सोडायचं नाही. पोरांच्यात प्रचंड उत्साह. त्यात जंगी जयंतीचं जंगी स्वप्नं. त्यामुळं पोरं सकाळी उठल्यापासून रात्रीपर्यंत रस्त्यावर. पैसे जमत चालले तसा पोरांचा उत्साह वाढत चालला.

बाळासाहेबानं पाहुण्यांची तारीख निश्चित करून पत्रिका छापल्या. पत्रिकेत तालुक्यातील सगळ्या नेतेमंडळींची नावं आठवणीनं घातली. आपले नम्र मध्ये सुलीचं नाव झळकलं. पत्रिका घराघरात वाटल्या. गौत्याला आपलं छापलेलं नाव बघून चेव चढला. शेजारच्या गावात वर्गणीसाठी वरात काढली.

रोज रात्री तक्क्यात ठरल्यासारखी मीटिंग आणि त्यात दिवसभराचा हिशेब. आठ- दहा दिवस गेले. जयंती आठवड्यावर येऊन ठेपली.

रात्रीच्या मीटिंगमध्ये गौत्यानं ठरल्याप्रमाणं सगळ्यांच्यासमोर विषय काढला.

'ह्या म्हारोड्यात ऱ्हायचं म्हणजे जयंतीची वर्गणी द्यायलाच पायजे. बाकी कशातबी वर्गणी न्हाई दिली तर चालंल खरं, जयंतीला चुकवून चालणार न्हाई.'

'आगाऽऽ दिलीया की सगळ्यानी' दादबानं जाहीर केलं.

'सगळ्यांनी द्यायला न्हाई. दोन घरं ऱ्हायल्यात.' गौत्यानं आवाज चढवला.

'मग ती आपल्यात कशातच न्हाईत.' डेप्युटीनं सरळ विषय संपवण्याचा प्रयत्न केला.

'त्ये इतर कामात झालं. खरं, म्हारोड्यात ऱ्हायाचं म्हणजे जयंतीच्या कामात वर्गणी द्यायलाच पायजे.'

'मग बघा जावा मागून' डेप्युटी बोलला.

'आनी मागूनबी दिली न्हाई तर?'

'मग काय कुणावर सक्ती हाय? दिलं सोडून.'

'तसलं काय चालणार न्हाई. न्हाई दिली तर घरावरच्या खापऱ्या काढायच्या' गौत्या तरपासला.

'आनी खापऱ्या नसल्या तर...' पंढऱ्या मध्येच बोललं.

'पाला इस्कटायचा!' गौत्यानं जाहीर केलं.

'आता तुमी पोरं ठरीवशीला ती पूर्व दिशा- ' दादबानं पोरांना पाठिंबा दिला.

'बगा बाबाऽऽ त्ये काय खऱ्यातलं न्हवं' डेप्युटी काळजीत म्हणाला.

'त्ये आमचं आमी बघताव. चला रं सगळी' म्हणत गौत्यानं सगळ्यांना बाहेर काढलं. कबीरच्या दारात आले. खोपटायचं दार कुणी वाजवायचं यात सगळीच थांबली. बाहेरच्या कुजबुजीनं सदबा बाहेर येतच म्हणाला,

'कोण हाय गाऽऽ?'

'आमी हाव.' गौत्या डुरकावला. बाहेर घोळका बघून सदबाच्या मनात पाल चुकचुकली. तो सावध झाला.

'काय काढलं काम गाऽऽ? आनी एवढी मेळ्यानं आल्यासा? तेबी राच्चं? दिवस उगवत न्हाई म्हणालाय वाटतं?'

'जयंतीची वर्गणी मागाय आलोय.'

'किती पायजे?' सदबानं दाराच्या खोपड्याला हात लांब केला.

'म्हारोड्यात घरपती पंचवीस काढलीया.' गौत्या गुरकावला. तसा कबीर हातात टोणकं घेऊनच बाहेर आला. म्हणाला,

'वर्गणी देत न्हाई. तुला काय करायचं त्ये कर जा'

कबीरचा आवाज गौत्याच्या दुप्पट झाला. तसा दादबा पुढं येतच म्हणाला,

'जयंतीचं काम हाय.'

'वर्गणी द्यायची नसली तर म्हारोड्यात ऱ्हायाचं काम न्हाई' गौत्याला आवाज फुटला.

'कच्च्या रांडंच्यात दम आसला तर या गा फुडं. उगच सारखी लावलीया पीर पीर' म्हणत सदबानं कुऱ्हाड वडली. गर्दी सर्रकन मागं सरली.

'कुणाला वर्गणी पायजे त्येनं फुंड यायचं. मायला लावतो घोडा. रांडची गुरकावत्यात. एकदा व्हवून जाऊ द्याऽऽ याऽऽ' म्हणत सदबाची कुऱ्हाड नाचाय लागली. बाळासाहेबानं एकट्या एकट्याला मागं वडायला सुरवात केली. कबीर दादबाकडं शांतपणे बघत म्हणाला,

'दादू तात्याऽऽ आमाला म्हारोड्यातनं कधी उठवाल त्या दिवशी वर्गणी न मागता देतो. सगळीजन मिळू याऽऽ'

कोणच काय बोललं नाही. शेडबाळे अंग चोरून कबीरला न दिसेल असा उभा राहिला. सदबा पुन्हा ओरडला-

'परातला का गाऽऽ या कीऽऽ वर्गणी पायजे न्हवंऽऽ'

सगळे गुमान वळले.

खोपटात आल्यावर सदबा म्हणाला, 'पोरा, आता ह्येंचं काय तरी बगायलाच पायजे असं दिसतंय. सारकं सारकं डोस्कीला ताप नगो. एकदाच कंडका पाडूया.'

कबीरला बापाची भीती वाटाय लागली. पण यात नेमका मार्ग शोधायचा कसा? तो म्हणाला,

'ह्यात आता लई लक्ष घालायचं न्हाई. ती आपल्या मरणानं मरत्यात. आपण कशाला मारायचं? त्यांचे मार्ग वेगळे- आपले वेगळे.'

'मग रोजचा ह्यो वणवा असाच ऱ्हाऊ दे?'

'बघूया आनी थोडे दिवस.' कबीर पुटपुटला. सदबा काहीच बोलला नाही. त्याच्या डोक्यात इंगाळ रसरसाय लागले.

स्पीकरचा आवाज सगळ्या शिवारात दुमदुमला. म्हारोड्याच्या तोंडाला नारळाच्या झावळ्यांची कमान उभारली. सगळ्या म्हारोड्याभर पताका लावल्या गेल्या. तक्क्यावर दिवसा लायटिंग सुरू होतं. प्रत्येकाच्या घरासमोर सारवून रांगोळ्या घातल्या गेल्या. पोरं रात्रभर ह्याच उद्योगात होती. म्हारोडा झाटून- लोटून झगझगीत केला होता. जयन्तीनिमित्त बाळासाहेबानं गौत्याला लांबलचक झब्बा शिवला होता. गौत्या झब्यात उठून दिसत होता. त्याच्याभोवती पोरं घुटमळत होती. म्हारोड्यातल्या बायका ठेवणीतली लुगडी काढून नटल्या होत्या. सगळ्या जय्यत तयारीनिशी म्हारवाडा बाळासाहेबासह पाहुण्यांची वाट बघत बसला होता.

पाच वाजता म्हारोड्याच्या कमानीजवळ अम्बॅसिडर थांबली. भैरू म्हाराची हालगी खणाणली. बँजो पार्टीचा बँजो सुरू झाला. ताशा तडतडला. मोठा ढोल बडवला गेला. खुळखुळा, ट्रीबल, कैताळ घुमू लागलं. सुलीनं पाहुण्यांना ओवाळलं. अलताप कांबळे, जालिंदर बनसोडे, इंद्रसेन नाईक, नानासाहेब नागरपोळे, आनंदा कांबळेसह सर्व लवाजमा आलेला. सगळ्यांना घेऊन बाळासाहेब मंदगतीनं चालत होता. स्पीकरवरून 'पाहुणे आलेले आहेत. बाबासायब की जय' सुरू होतं. गौत्या पाहुण्यांना खेटून चालण्याचा प्रयत्न करत होता.

मंडळी तक्क्यात आली. त्यांना बसवून बाळासाहेब अम्बॅसिडरजवळ आला. मटनाची पिसवी. इंग्लिश दारूच्या बाटल्या भरलेल्या पिसव्या त्यानं हातात घेतल्या. घरात नेऊन सुलीच्या ताब्यात दिल्या. एक क्वार्टर फोडून निम्मी केली. त्यात पाणी भरून तो बाहेर पडला. सुली जोडणीला लागली. बाळासाहेब तक्क्याच्या दारात आला. तसा गौत्या म्हणाला,

'मिरवणूक आत्ताच काढायची न्हवं?'

'म्हणजे लगेच काढायची. हे बघ, पावण्यांना काढलंच बाहेर' म्हणत बाळासाहेब तक्क्यात गेला. अलतापनं डुलायला सुरवात केली होती. जालिंदर अंग राखून होता.

बाहेर हालगी तापाय लागली. बँजो घुमाय लागला. तसा शेडबाळे सर्वांना उठवून बाहेर घेऊन आला. बाबासाहेबांचा फोटो पुजलेली खुर्ची गोंदबा म्हाराच्या डोक्यावर दिली. पुढं हालगी. मध्ये बँजो. पाठीमागं पोरं नाचाय लागली. पायलीच्या पिसवीतून आणलेली नीळ पंढऱ्यानं प्रत्येकाच्या कपाळाला फासायला सुरवात केली. शेडबाळेनं स्वतःच्या हातानं नाचणाऱ्या पोरांच्या अंगावर नीळ टाकायला सुरवात केली. हाऽऽ हाऽऽ म्हणता गर्दी निळी झाली.

मिरवणूक मुंगीच्या गतीनं सरकायला सुरवात झाली. मध्येच 'बाबासाहेबांचाऽऽ विजय असोऽऽ' च्या घोषणांना सुरवात झाली.

अंधार पडाय लागला. गौत्यानं एकट्या एकट्याला भीमाबाच्यात ठेवलेल्या इनरीतली दारू पाजून आणायला सुरवात केली. सगळ्यांनाच मिरवणुकीची नशा जरा जरा चढाय लागली. नाचणाऱ्यांची संख्या वाढत चालली. हालगीचा ठेका गती घेऊ लागला. बँजोचा ढोल घुमाय लागला.

मिरवणूक चावडीसमोर आली. गावातली पोरं लांब उभा राहून बघत होती. तेवढ्यात गर्दीतल्या कुणीतरी आदेश दिला- मिरवणूक सगळ्या गावातनं फिरवायची. शेडबाळेनं तसाच आवाज काढला. नाचणाऱ्या पोरांना जोर चढला. गोत्यानं कितखाऊन घोषणा दिली.

'हमसे जो टकरायेगाऽऽ मिट्टी मे मिल जायेगाऽऽ'

घोषणा पुन्हा पुन्हा तीच घुमाय लागली. जेवणं आटोपून बसलेली लोकं चौकटीला येऊन बघाय लागली. शेडबाळेला जोर चढला. घोषणा वाढतच गेल्या. पोरं बेभान होऊन डान्स कराय लागली. भैरू म्हाराची हालगी घाईला आली. पंढ्यानं पळत जाऊन तांब्यातनं दारू आणली. हालगी पुन्हा तापली. मिरवणूक गावातून सरकू लागली.

मिरवणूक तक्क्यासमोर आली. तेव्हा रात्रीचे दहा वाजले होते. तालुक्यातून आलेल्या पाहुण्यांना स्वतःला सांभाळणंही कठीण झालं होतं. तक्क्यासमोर तयार केलेल्या स्टेजवरच्या खुर्चीत नेत्यांना बसवायचं काम बाळासाहेबानं केलं. अलतापला खुर्चीत बसणंही शक्य नव्हतं. त्यामुळं त्याला धरून उभा राहाण्याची ड्युटी पंढ्याकडं आली. दीक्षित गुरुजींनी माईक हातात घेऊन आपल्या प्रास्ताविक भाषणास सुरवात केली. गुरुजींनी बाबासाहेबांचं चरित्र सांगता सांगता बाळासाहेब शेडबाळेचं चरित्रही सांगून घेतलं. कबीर आपल्या खोपटात बसून ऐकत होता. मग जालिंदर बनसोडे यांचं दीर्घ भाषण झालं. त्यानंतर बोलण्याची ताकद असणारा कोणीच शिल्लक नव्हता म्हटल्यावर सभा संपली. स्पीकरचा आवाज बंद झाला. म्हारोडा शांत झाला.

कबीरला काही केल्या झोप येत नव्हती. कूस बदलून वैतागल्यावर तो अंथरुणातून उठला. त्याचं डोकं फुललेल्या चुलीसारखं रणरणत होतं. खोपटातून हळूच बाहेर पडला. पताका फडफडत होत्या. कमानीवरची नारळाची पानं संथगतीनं सळसळत होती. गुदमरून टाकणारा उकाडा जाणवत होता. रस्त्यावर अजूनही भगभग जाणवत

होती. चारीबाजूचा अंधार खदखदल्यागत त्याच्या सभोवार वर्तुळाकार भिरभिरत होता. त्याच्या पायाची गती वाढली. समोर नुस्ता अंधाराचा भिरभिरणारा ढीग. तो तिट्याकडं वळला. गावात भूंकणाऱ्या कुत्र्याचा आवाज अधिकाधिक वाढत होता. हळूहळू आवाज त्याच्या दिशेन येतोय असा त्याला भास होऊ लागला. आवाज वाढता वाढता एकदम शिगेला पोहचला. त्यानं कान गच्च दाबून धरले.

कबीर तिट्यावर आला. शिरपाच्या खोक्याजवळचं कुत्र एकदम गुरगुरत त्याच्याकडंच यायला लागलं. मग त्यानं भोकणं सुरू केलं. पुन्हा आवाजाचं अंगावर येणं सुरू झालं. कबीरनं चाचपडत दगड उचलला. आवाजाच्या दिशेन भिरकावला. कुत्र कुईऽऽ कुईऽऽ करत पळालं. कबीर त्याच्या पाट लागला. अशातच सित्या मान्याच्या गटाराजवळ कोणतरी कण्हल्याचा आवाज झाला. कबीर थांबला. जवळ गेला. अंधारात निरखून बघितलं तर रामू तात्या! कबीरच्या काळजात धस्स झालं. त्यानं हालवून रामाला उठवायचा प्रयत्न केला. तो फक्त पुसट बडबडत कण्हला. पुन्हा निपचित पडला. कबीरनं सगळं बळ एकवटून त्याला कवळ्यात मारलं. खांद्यावर घेतलं. रस्त्याला लागला... कुणाचं प्रेत आपण खांद्यावर घेतलंय? त्याचा त्यालाच प्रश्न पडला. कसला तरी भास झाला. कबीर गप्पकन सुस्कारला. अंधार हालला. पुन्हा शांत झाला...

चावडी थट्ट भरलेली. खुर्चीवर सरपंच गणू पाटील शेजारीच दगडू देसाई, लागून बंडू चेरमन, गज्या मुळीक, जानबा मास्तर, किस्ना शिंद्या, असे सगळे. खुर्चीच्या समोरच डंग्या मारुती, धोंडिल शंकर, जान्या ल्हवार अशी सगळी बसलेली पाठीमागं गावातली सगळी पोरं उभी होती. माणसांची गर्दी नावनाव वाढतच चालली होती. दगडू देसाई आणि गणू पाटील शेजारी शेजारी बसलेले बघून फडकरी गँगमधली मंडळी खुदू खुदू हसत होती. गावच्या राजकारणात एकमेकांच्या मानंवर बसणार गडी अगदी मांडीला मांडी लावून म्हटल्यावर कुणालाही आक्रित वाटणारच. पण हा प्रसंग आता नेहमीच येत होता. बाबू उबाऱ्यानं गजबर तुक्याला खोचकून पुन्हा भुवया उडवल्या. तसा त्यांच्या शेजारीच उभा असलेला बातरा शिव्या म्हणाला.

'आगा चालायचंच. मोठी माणसं दिवसाचं एकमेकाचं मुडदं पाडायचं बोलत्यात आणि रात्रीच एका ताटात जेवत्यात.'

तशी तिथं उभारलेली पंधरा-वीस एकदम ख्यॅऽऽ ख्यॅऽऽ हसाय लागली.

कुणाला काहीच कळालं ना. तसा जानबा मास्तर म्हणाला.

'काय चाललंय? अरे, आम्हालाही सांगा की.'

'तुम्हाला काय सांगायचं. मुख्यमंत्र्याला इच्यारा ऽऽ?' गजबर तुका ओरडलं. पुन्हा सगळेच हसाय लागले. सगळ्यांना गप्प बसवत बंडू चेरमन उभा राहिला. म्हणाला,

'आता सुरू कराय हारकत न्हाई.'

'मग व्हती कदी?' कोणतरी मध्येच ओरडलं.

'गप्पा रंऽऽ आता काय बोलू नका' बंडू चेरमन म्हणाला,

'आत्तापर्यंत आपल्या गावात अशी कधी टाईम यायला न्हवती. पर आत्ता आलीया. आपल्या सगळ्यानीच इच्यार कराय पायजे. परवापर्यंत वाटत व्हतं, ती आज सुद्दीवर येतील. उद्या सुद्दीवर येतील. पर सुद्दीवर यायचं नावच न्हाई. उलट नुस्ता कलोट उटीवलाय. आता गावात फिरून लोकास्नी शिव्या देण्यापर्यंत त्येची मजल गेलीय म्हटल्यावर कायतरी इलाज काढाय पायजे.'

'इलाज कसला काढतोस सरळ डुबरं मोडून ठेवूया. आशी हाईत कित्ती गाऽऽ आनी गावाला काय भारी हाईत?'

बातरा शिव्या मध्येच म्हणाला. तशी सगळीच ओरडली.

'तर काय गाऽऽ लई झाली ह्येंची पीर पीरऽऽ'

पुन्हा सगळ्यांना गप्प करतच बंडू चेरमन म्हणाला,

'जरा आयका गाऽऽ एकदम डोस्क्यात राक घालून घेऊन उपयोग नाही.'

'गप्प गाऽऽ लई झाला तुजा श्यानपणाऽऽ' मध्येच कोणतरी ओरडलं. पुन्हा गोमगाला सुरू झाला. तसा सरपंच गणू पाटील खुर्चीतून उठतच म्हणाला,

'जरा शांताई घ्याऽऽ शांताई घ्याऽऽ' तशी सगळी गप्प बसली. मग तो आपल्या गुडघ्यावरचं धोतर सरळ करतच म्हणाला,

'घिसडघाईनं काय ठरवाय नको. त्यासाठी सगळ्यांनी बसून विचार करूया. पुढं काय काय व्हनार हाय त्येचा अंदाज घ्यायला पायजे. सगळं उगंच पोराटकी व्हायला नको. कुणाला काय बोलायचं आसंल त्यानं एकट्यानं बोला- बाकीच्यांनी आपसात बोलत बसण्यापेक्षा ऐका जरा. उगच धुडीगोंदळ नको. हं, बोल रंऽऽ शिवाऽऽ तुला काय म्हणायचंय?' बातरा शिव्या एकदम पुढं येत म्हणाला,

'आगाऽऽ लावलय काय तुमी? ती म्हारं गावात यिऊन बोंबलत जात्यात मिट्टीला का फिट्टीला मिळून जाशीला आनी तुमी बांगड्या भरल्यागत इच्यार करत बसत्यासा, काय करूया? तसं का, आसं करूया? त्यापरास सरळ त्यास्नी मुरगटायचं काय तरी बोला.'

'आनी एक सुदा सुद्दीत नव्हतं त्या दिवशी त्येंच्यातलं. कशी डुरकावून बघालती बघाय पायजे व्हतास. डोळं काढून ठेवाय पाजेत एकेकाचं.' सख्या न्हावी दुसऱ्या बाजूनं उभा राहात बोलला.

'काय तिच्या मायची म्हारटी. दीड पैस्याची न्हाईत तर एवढा डेबाजा. त्यास्नी गावात ऱ्हायाचं हाय का न्हाई एकदा इच्यारून घ्या.' पांडू कोळ्यानं मध्येच तोंड घातलं. तसा हायस्कूलवर असणारा बच्चूमास्तर उभा राहिला.

'तुम्ही बोलताय तेवढं सगळं सोपं नाही. आज कायद्यानं सर्वात अधिक संरक्षण मागासजातींना आहे. तुम्ही जरा जरी त्यांना त्रास दिला तरी तुम्हाला कायद्यानं दहापट त्रास होणार. पहिल्यासारखं त्यांना वागवून चालणार नाही. तुम्ही इथं सगळी मिळून काय तरी ठरवणार आणि सगळ्या गावाला पोलिस स्टेशनमध्ये जाऊन बसाय लागणार. याचा विचार करा.'

'ओ सर, काय फाशी तर देत नाहीत न्हवं?' कॉलेजच्या पोरांचा घोळका उभा होता, त्यातून आवाज आला.

'फाशीच कशाला पाहिजे? मागच्या प्रकरणात सरपंचाना किती त्रास झालाय विचारा. वाटा बंद केल्या म्हणून म्हाराच्या बायकांनी तक्रार केली तेव्हा काय झालं विचारा.'

'काय झालं? दोन दिवस पोलिस ठाण्यात बसाय लागलं. एवढंच म्हणता ना? आम्ही हाय बसाय तयार. नाही तरी नोकऱ्या त्येंच्याच पोरांनी आडवायला सुरू केल्यात, मग आम्ही गावात राहून तरी काय करायचं? एकदा बसूयाच पोलिस स्टेशनमध्ये जाऊन, पण त्यांची एकदा जिरवूया' पोरांच्यातला दुसरा आवाज चढवून म्हणाला.

'आगाऽऽ कायदा, कायदा म्हणत्यात. त्येनी कायबी केलं तर त्यास्नी कायदा परमानगी देतोय व्हय गाऽऽ आसला कसला तुमचा गाढवाचा कायदा हाय त्यो? उगच जो तो कायद्याचंच भ्या सांगतोय. एकदा बघूयाच कायद्याचंच त्या' बाबू फडकरी तरपासला.

'मग काय करूया म्हणता?' बच्चू मास्तर म्हणाला.

'काय न्हाई, म्हारट्यास्नी गावतील तितं थापटायची. एकदा त्येंचा हितल्या म्हारवाड्यातनं उटावा करू या. जाऊ दे तिकडं. त्यास्नी पोसतंय न्हवं सरकार? मग जावा म्हणावं सरकारात?

'एकदम बरोबरऽऽ' कॉलेजची पोरं एकदमात ओरडली.

जानबा मास्तर खुर्चीतून उठतच म्हणाला,

'आसलं काय मारामारी करायचं ठरवाय आपण हित जमलेलो नाही. फक्त कायदेशीर मार्गानं काय करायचं ह्याचा विचार कराय जमलोय. म्हणजे, आपण गावाचा मोर्चा घेऊन जाऊन पोलिसात निवेदन देऊया काय? त्रास देणाऱ्या त्यांच्या माणसांची नावं घालून फिर्याद देऊया काय? याचा विचार कराय जमलोय.'

'आसल्या रांडोळ्या मार्गानं म्हारटी आयीकणार व्हयं तुमाला?' बब्या परीट मध्येच म्हणाला.

'कोण विचारतोय तुमच्या मोर्चाला आणि फिर्यादीला? द्या आणि बसा जावा घरात. मागनं म्हाराची पोरं इवून चढत्यात तुमच्यावर.' सख्या न्हावी पुन्हा बोललं. तसे सगळेच हसाय लागले. चर्चा वाढतच चालली. तसा इतका वेळ गप्प बसलेला दगडू देसाई उभा ऱ्हात म्हणाला,

'आगाऽऽ एकदा पोलिसात जाऊन तर बघूया. त्यांच्या हातनं निभावलं नाही तर आपला आपल्याला मार्ग खुला हायच की. निदान तुमच्याकड आलतो. तुमी काय केला नाही म्हणून आम्ही हे केलं असं सांगाय तरी गावंल!'

'मग तुमी पुढारी पुढारी ठरवा की गाऽऽ कधी न्यायचा मोर्चा ते. आमाला कशाला बलीवल्यासा? उगच झोपमोड. दोन दोन पारोकं झालं अस्तं.' बब्या परीट बोललं. पुन्हा हास्याचा कलोट उडाला. दगडू देसाई आणि सरपंच गणू पाटलात कायतरी ठरवाठरवी सुरू झाली. अशात इतका वेळ पारावर बसलेला आक्काबा राणे म्हातारा सगळ्यांच्या समोर आला. सगळी एकाएकी गप्पगार झाली. आपसातली कुजबुजही बंद झाली. एकदम शांतता. आक्काबा राणेनं उभा राहून सगळ्यांना निरखून घेतलं. मग खुर्चीवर बसलेल्या सगळ्यांना बघून घेतलं. मग म्हणाला,

'कुणाविरुद्ध न्हेणार तुम्ही मोर्चा? गावच्या म्हारांच्या विरुद्ध? त्यांनी काय वाईट केलंय तुमचं? आत्तापर्यंत जे जे झालंय ते म्हारांनी केलंय असं कोण म्हणतंय?

आगाऽऽ करणारा म्हाला बाजूला आणि उगच सापसाप म्हणून भुई बडवण्यात काय अर्थ हाय? सगळं करणारा त्यो बाळ्या शेडबाळ्या. त्यो करतोय आणि त्या म्हारांच्या नावावर जातंय. त्यास्नी गरीबास्नी काय कळतंय गाऽऽ? आनी कळालं आस्तं तर त्येच्या पाठीमागनं गेली अस्ती? त्यास्नी काय कळत नाही. किती केलं तरी ती आपलीच हायीत. आता जोडणी लावायचीच झाली तर बाळ्याची कशी लावायची ह्येचा इच्यार करा. उगच म्हारांना शिव्या दित बसायचं न्हाई.'

'मग ती त्येच्या सांगण्यानं वागत्यात त्येचं काय?' कोणतरी ओरडलं.

'आरंऽऽ त्येच सांगतोय' आक्काबाचा आवाज करडा झाला. म्हणाला,

'त्यास्नी कळंत न्हाई म्हणूनच त्येचं आयीकत्यात. त्येंच्या आडोशानं ह्यो गोळ्या मारतोय. तेचा बंदोबस्त करूया. आणि एवढ्या घाईगडबडीत न्हाई करायचा. आजून वेळ हाय. आजून काय काय करतोय बघूया. मागनं त्येच्यावर माप औषीधं हाईत. वापरूया. उगंच बडबडत बसण्यापरासा जाऊन झोपा जावा'

आक्काबाचा आवाज एकाएकी चढला. कॉलेजची पोरं कुजबुजायच्या नादात होती. आक्काबानं नुस्तं त्यांच्याकडं रोखून बघितलं. पोरं वाटंला लागली. जमलेले सगळेच पांगले. पंचमंडळी 'आपलं जरा चुकलंय काय तरी.' म्हणत वाटंला लागली. दगडू देसाई आक्काबा तात्याबरोबर घराकडं जाता जाताच म्हणाला,

'तात्या, जमलेल्या बोलणाऱ्यातनं काय ध्यानात आलं?'

'न्हाई बाऽऽ'

'सगळी बलुतेवालीच जोरानं बोलालती. सख्या न्हावी, बब्या परीट, सणगराचा बच्चू मास्तर, बंडूचं पोरगं शिव्या, हीच बोलालती. ह्येला काय म्हणायचं?'

'तसंच आस्तंय. त्ये काय नवं हाय?' म्हणत आक्काबातात्या स्वतःशीच हसला. दगडू देसाई न बोलता त्याच्यात सामील झाला.

कबीर घोरपड्याच्या घराजवळून वडरवाड्याकडं जातानाच त्याला बाळासाहेब शेडबाळ्याची स्कूटर ओलांडून पुढं गेली. सुलीच्या दारात थांबली. नंतर बराच वेळ म्हणजे कबीर पुन्हा त्याच्याजवळ पोहचेपर्यंत तो फक्त हॉर्न वाजवत राहिला. सुली चौकटीला आली. बाळासाहेबाकडं पाहून छान लाजली. कबीर पाठीमागं आलाय याचा अंदाज घेतच बाळासाहेब म्हणाला,

'सुलीऽऽ लोकास्नी माज चढलाय. जरासा उतराय पायजे'

'बघा तुमास्नी जमतंय काय! न्हाई तर मी हायच.' सुली चौकटीच्या बाहेर येतच बोलली.

'आगंऽऽ ह्या बाळासाहेबानं लई जनास्नी मातीत घातलंय. आनी असल्या चिलटांची काय कथा' त्याचा आवाज उगाचच वाढला. कबीर शांतपणे सुलीचं दार ओलांडून पुढं गेला. मग दोघंही मोठ्यानं हसली. हे सगळं कबीरसाठीच होतं. हे नकळण्याइतका तो अडाणी खासच नव्हता. तरीही तो वळला नाही. त्याच्या पायाची गती कमी झाली नाही की वाढली नाही. त्याच्या डोक्याची शिर ठणकली पण तेवढ्यापुरती. नंतर सगळंच शांत. तक्क्याजवळ आल्यावर त्याचे पाय रेंगाळले.... आता बाळासायबाची मजल वाढलीय. त्याचा पवित्रा बदललाय. नजर ठेवली पाहिजे. विचार केला पाहिजे. त्याच्या डोक्यात सुरू झालं. पुन्हा त्यानं सगळं प्रयत्नपूर्वक थांबवलं. तक्क्यावर नजर टाकली. दुमजली तक्क्याच्या गॅलरीत आता बोर्डच बोर्ड झाले होते. पतसंस्था, तरुण मंडळ, धान्य दुकान वगैरे वगैरे. बोर्ड वाचता वाचता तो स्वतःशीच हसला. त्याच्या ठरीव गतीनं तो खोपटासमोर गेला. रानातून माणसं म्हारोड्याकडं परतत होती.

खोपटाचं दार बंद होतं. आई बहुतेक थळू आज्जाच्यात गेली असावी. तेवढं एकच घर मोकळेपणानं जाऊन बसायला शिल्लक होतं. बाळासायबाच्या सांगण्यावरून म्हारोड्यातल्या सगळ्या बायका उघड बोलायच्या बंद झाल्या होत्या. चोरून चोरून एकटी- दुकटी भेटून बोलत होत्या. कबीर खोपटासमोर टाकलेल्या दगडावर बसला. बसल्या बसल्या अंगावरचा शर्ट काढून खांद्यावर घेतला. त्याला थोडंसं मोकळं वाटलं.

'कव्वाधरनं बसलास रंऽऽ?' आईच्या आवाजानं तो भानावर आला.

'थळबाची हौसा आलीया. तिला भेटून आलो. लई ठकलीया बाबाऽऽ कसली ती रया न्हाई. पार वाळलीया पोर. सासूरांड आजून जाच करती. आता जाईत न्हाई म्हणतीया.'

'मग तुकन्या काय म्हणतोय?' त्यानं उठतच विचारलं.

'त्यो सगळं म्हाताऱ्यावर ढकलालाय. त्यो सांगंल तसं कर जा म्हणतोय. म्हातारा काय नात घरात ऱ्हावू दे म्हणणार न्हाई. लईकरून लावूनच दिल. आनी पोर इनाकारण मरून जाईल.' असं बरंच काय- बाय आई त्याला सांगत होती आणि तो फक्त हुंकारायला लागला. आईनं खोपटाचं दार उघडलं. कबीरनं लाईटचं बटन अंदाजानं दाबलं. रेडी धडपडून उठली.

'लक्षीचं लगीन ठरलं म्हणं. बिजवर हाय. शिपायाच्या नोकरीवर आस्तोय. शेडबाळ्यानं ठरीवलं म्हणं.'

'तुला कोण म्हणलं?' बऱ्याच वेळानं कबीरनं विचारलं.

'आज्जाची म्हातारीच म्हणालती. फुडच्या आईतवारी हितंच आक्षदा हाईत. आक्षदा न्हवं त्या कसल्या नव्या रिवाजानं लगीन हाय म्हणं तक्क्यात.'

'बरं झालं की, आता सिदबाचं डोकं ताळ्यावर ईल.'

'हूंऽऽ त्येला कोण इच्यारतंय. त्येला कशातबी घ्याला न्हाई म्हणं भाड्यांनी! गोप्यानं आनी शेडबाळ्यानंच केलंय म्हणं सगळं. तवापास्नं त्येच्या डोस्क्यात जास्तीच हाललंय म्हण.' म्हणत गंगव्वा चुलीसमोर जोडणीला लागली. कबीर फाळकी टाकून आडवा झाला. त्याचे डोळे खोपटाच्या आढ्यावर रुतले होते. बऱ्याच वेळानंतर गंगव्वा कायतरी आठवल्यागत म्हणाली,

'तुझ्याबरबर काय बोलल्यानी?'

'कशाचं?'

'न्हाईत बोलायला? बोलतो म्हणालत्यानी की...'

'खरं, कशाचं?' कबीर वैतागला.

'त्येच की, चपार काढायचं म्हणत्यात फुडच्या आठवड्यात.'

'मागं म्हणलाता.' म्हणत कबीरनं विषय संपवला. आणि त्यानं पुस्तकं समोर ओढली...

'कबीर, अलताप कांबळे आमच्याही म्हारोड्यात येऊन पोहचला' सुबाना काळजीतच म्हणाला.

'ते कसं काय?' राजा सवयीनुसार मध्येच म्हणाला,

'आमच्यातला आप्पा कांबळ्या म्हणून एक इथं ड्रायव्हर हाय कुठल्या ट्रकावर. त्याच्या माध्यमातून.'

'मग तू कसा गप्प हाईस?' हिरामणनं प्रश्न केला.

'काय करणार? समजून सांगून बघितलं आप्पाला. पण नाही आयकत. उलटं माझ्यावरच तरबत्तर झाला.'

'त्याच्या आयिकण्यातली माणसं किती?'

'कितीबी असली तरी येऊन पोचलाच की, उद्या सगळा म्हारोडा यरगटून बसंल.' राजानं पिरपिर सुरू केली.

'आयला, ह्यास्नीच लोकं कशी काय भुलत्यात?' हिरामणनं डोक्यातला प्रश्न समोर मांडला. इतका वेळ गप्प बसलेला कबीर शांतपणे हसाय लागला. त्याचं हसणं सगळ्यांनाच विचित्र वाटाय लागलं. तसा राजा त्याला थांबवतच, काय झालं? म्हणून विचाराय लागला. कबीर शांत झाला. मग म्हणाला,

'असा प्रश्न मलाही बऱ्याच दिवसापूर्वी पडला होता. लोक त्यांच्याच पाठीमागं का जातात? खूप डोकं फिरवून घेतलं होतं मी. चिक्कार वैतागलो विचार करून. पण आपला मेळावा फसला की नाही त्यावेळी उत्तर मिळालं. झटक्यात. अगदी सोपं आहे.' कबीर थांबला. मग दम खाऊन पुन्हा म्हणाला,

'आपल्याला दिल्या जाणाऱ्या सवलतीत याचं उत्तर आहे. आमच्या माणसांना सगळं फुक्कट पायजे. तेही जलद पाहिजे. फुक्कट काहीही मिळवून घेणं हा आपल्याला फार मोठा आनंद असतो. त्यामुळं जो जो फुक्कट देण्याच्या भरभरून घोषणा करील त्याच्या पाठीमागं जाण्यात आमच्या माणसांना मोठेपणा वाटतो. त्यांना सगळं तयार, फुक्कट आणि जलद मिळालं की खूश. घेणं वाईट आणि देणारा तो उपकाराखातर देतो. त्यातून मिंदेपण येणार, हा विचार करायला आमच्या माणसांना सवड नाही. उलट घेण्याची आपली परंपरा बलुत्यासारखीच की. सततच्या अन्यायाचा हक्क म्हणून सवलती ही गोष्ट मला मान्य आहे. पण सवलतीमागची भूमिकाच आम्हाला कुणी सांगितली नाही. त्यामुळं मिळेल ते ओरबाडत सुटायचं, ही प्रवृत्ती आमच्या नेत्यात आली आणि नेते आमच्या माणसांनाच ओरबाडून खात सुटले. फक्त आता ते हुशारी कराय लागले. आपल्या समाजाला ओरबाडून खायचं पण ख्याण्याआधी, म्हशीला दूध काढण्यापूर्वी भरडा ठेवतात तसं काहीतरी ठेवत राहायचं हे शहाणपण त्यांनी कमावलंय. आणि हे शहाणपण तुमच्याजवळ नसल्यामुळं माणसं त्यांच्याकडं जातात. तुमच्याकडं येत नाहीत.' कबीर थांबला. त्याला मोकळं. वाटलं.

'तुला काय कळलं?' राजानं हिरामणला विचारलं.

'आता माझ्या डोस्क्यावर परिणाम व्हणार. आयला, हेचं ह्येलाबी कळतंय का न्हाई कुणास धक्कल.' हिरामण बोलला. मग दोघेही हसाय लागले. तसा सुबाना उसळला,

'गप्पा रेऽऽ रांड्यांनु.'

दोघं गप्प झाली. पुन्हा राजा म्हणाला,

'चल बाबा, आपण अभ्यासाला बसू. यांना काय पेपर सोपे चाललेत. आपलंच वाईट हाय.'

'चल चल' म्हणत हिरामण आणि राजा चालते झाले...

जयभीम तरुण मंडळाला दिलेल्या जागेवर गावकऱ्यांनी आधीच पाया काढून बांधकाम उंबऱ्यापर्यंत आणून ठेवल्यामुळं आपला बऱ्यापैकी खर्च वाचलेला आहे, हे बाळासाहेबाला कुणी पटवून द्यायची गरज नव्हती. त्यामुळेच त्याने आपल्या सगळ्या मंडळींना आवश्यक सूचना देऊन बांधकाम सुरू करण्याचा बेत पक्का केलेला होता. म्हारकीत असणारी चार- पाच झाडं तोडून लाकडाचा प्रश्न मिटवायचा होता. गौत्या, पंढऱ्या आणि तरुण मंडळाच्या पोरांनी जबाबदारी उचललेली होती. डेप्युटी आणि दादबानं लागले पैसे तर पतसंस्थेतून उचलायचे असं सांगून पैशाचीही अडचण मिटवलेली होती. आपल्या मंडळाची इमारत होतेय म्हटल्यावर पोरांना प्रचंड उत्साह. त्यांनी म्हारोड्यातल्या कुऱ्हाडी गोळा केल्या होत्या. कुदळी दोन- तीनच मिळाल्यामुळं अडचण झाली होती. बाळासाहेबानं आपल्या घरातल्या कुदळी आणून त्यावर मार्ग काढला होता. पोरं म्हारकीत गेल्यावर दादबा त्यांच्या पाठीमागनंच तिथं पोहचला. पोरांना सगळंच जमेल. न जमेल. कोणीतरी कळणारा माणूस असावा म्हणून बाळासाहेबानंच त्याला पाठवलेलं होतं.

पोरं अंगात संचारल्यासारखी उकराउकरीला लागली. झाडांची मुळं उघडी पडायला सुरवात झाली. झाडांच्या फांद्या बेनायच्या. पुन्हा झाडाची मुळं उकरून उघडी पाडायची. तोडलेल्या फांद्या पुन्हा बेणून जळणाला लाकडं येतील म्हणून त्यांचे चाप घालून घ्यायचे. हे सगळं दादबा जाणतेपणानं करत होता. दोन धावड्याची, दोन लिंबाची आणि एक आंब्याचं झाड हळूहळू उघडं- बोडकं बनत चाललं होतं.

पंढऱ्या बाळासाहेबाला शोधत सुलीच्या घरात आला. म्हणाला,

'झाडं पडली. आता सुताराचं तेवढं बघा की- बाड घालाय पायजेत'

'नरसू सुतारला सांगून ठेवलंय. बलवून आण जा.' बाळासाहेबानं गौत्याला तिरपटलं.

'शेडबाळ्यानं करवत घेऊन बलीवलंय.' गौत्यानं नरसू सुतारला गेल्या गेल्या सांगितलं.

'मला काय तुमचंच तेवढं काम हाय व्हय रंऽऽ? सवड गावल्यावर येतो म्हणून सांग जाऽऽ' नरसू सुतार रंधा थांबवून म्हणाला.

'आसं कसं? आमी काय फुक्कट बलवालाव हाय? कचकचीत पैसे घेणार हाईस की' गौत्या भडकला.

'ये पैसेवाल्याऽऽ जातोस काय? इत न्हाई म्हणून सांग जाऽऽ त्येला. लागलाय टिस्मालखान' नरसू सुतार बिघडला.

'येऽ सरळ बोलायचं' गौत्या तंबीला आलं.

'काय करतोस रंऽऽ' नरसू सुतार रंधा हातात घेऊन उठला आणि म्हणाला,

'गांडीची हाडं मोडून पिसवीत भरून लावून दीन. लई आलाय तोऱ्याचा. हाय म्हाराचा आनी बोलतोय काय बघ.'

त्याचा आवाज वाढलेला बघून पटापट त्याची पोरं जमा झाली. गौत्या तालामाला बघून स्वतःशीच पुटपुटत माघारी वळला. त्याच्या अंगाचा जळफळाट होत होता...

तयार चौकटी येऊन पडल्या. दगडांचे ढीग लागले. गजागावचे पाथरवट ज्यादा पगार देऊन दगड कटवायला आणलेले होते. कौलग्याच्या सुतारांना अलताप कांबळेनं पाठवून दिलं होतं. गवंड्यांचा बंदोबस्त स्वतः बाळासाहेबानं केला होता. जयभीम तरुण मंडळाची इमारत महिन्यात आटपायची म्हणून त्यानं बँकेत रजा टाकली होती. सिमेंटचा बंदोबस्त बनसोड्यानं केला होता. पन्नास पोती तक्क्यात येऊन पडली होती. कामाची तयारी पूर्ण झाली होती.

दिवस उगवून कासराभर वर आल्यावर म्हारोड्यातून एक एक माणूस बांधकामाच्या ठिकाणावर जमाय लागला. गवंड्याच्या हाताखाली म्हारोडा काम करणार होता. बाळासाहेब काळ्या काचांचा गॉगल, सफारी घालून, कधी नव्हे ते केसाला चपचपीत तेल लावून आला होता. सुलीच्या हस्ते बांधकामाची सुरवात करायचा घाट त्यानं घातला होता. सगळी माणसं जमली. तशी सुली पंचपाळ, नारळ, उदबत्त्या घेऊन मिरवत आली. चावडीजवळ गावातली पोरं लांबूनच चाललेला समारंभ बघत होती. सुली वाकून पूजेला लागली. बाळासाहेब तिला मदत करू लागला. सगळे घोळक्यानं बघत होते. सर्वत्र शांतता. अचानक सुईऽऽ

आवाज झाला. घोळक्यात दगड घुसला. भैरोबा आईऽऽ गऽऽ करत बोंबलला. मग पाठोपाठ दगडांचा वर्षाव सुरू झाला. गर्दीतले सगळे सैरावैरा पळाय लागले. बायाबापड्या जीव घेऊन वडराच्या घरातून घुसल्या. बाळासाहेब सुलीला अंगाच्या आडोशाला घेऊन तिच्या घराकडं पळाय लागला. त्याच्या टाळक्यात दोन दगड बसले. रक्त गळाय लागलं. दगडांचा दहा- पंधरा मिनिटांत पाऊस पडला. नंतर दगड थांबले. पुन्हा सुलीच्या घरावर दगडांचा पाऊस सुरू झाला. सुलीनं ओरडून-बोंबलून घर डोक्यावर घेतलं. बाळासाहेब डोक्यातल्या जखमांवर हात गच्च धरून नुसता बसून राहिला...

बाळासाहेबाला धरून पाच जनांची डोकी फुटली होती. दादबाला पाच टाके पडले होते. पंढऱ्याच्या कपाळाला भेग पडली होती. सगळ्यांना पटापट सरकारी दवाखान्यात हालवले होते. बातमी समजताच अलताप कांबळे, जालिंदर बनसोडे जातीनिशी दवाखान्यात हजर झाले. इंद्रसेन नाईकने सगळ्या वर्तमानपत्रांचे वार्ताहर बोलवून आणून सोपवलेली जबाबदारी पार पडली. मग विश्वासू मोरक्या कार्यकर्त्यांची बैठक झाली. पटापट फोटो काढण्यात आले. डॉक्टरकडून सर्टिफिकेट घेण्यात आले. जालिंदरच्या खोक्यात पटापट निवेदने टाईप झाली. जिल्ह्याच्या नेत्यांशी फोनवरून संपर्क साधण्यात आला. पोलिस स्टेशनला तक्रार नोंदवण्यात आली. सगळं एका अंगभूत गतीने होत गेलं. प्राप्त परिस्थितीत निर्णय घेण्याचं कसब बनसोडेनं इतक्या वर्षाच्या अनुभवाने कमावलेलं होतं. त्यामुळंच सर्व यथासांग पार पडलं होतं. आता पुढच्या कार्यक्रमाची निश्चिती आणि पूर्वतयारी अत्यंत सावधपणे केली पाहिजे म्हणून त्याने अलतापला बाजूला काढले.

'आता आपल्याला पोलिसांवर दबाव आणावा लागेल. ते या प्रकरणात सहजासहजी फारसं लक्ष घालणार नाहीत. आमदार सरनोबत त्या गावचा पावणा आहे.'

'मग काय?'

'उद्यापर्यंत वाट बघू. वर्तमानपत्रातील बातम्या आल्यावर ते हालचाल करतील. तालामाला बघायचा. थोडी चालढकल दिसली तर पोलिसांच्यावर मोर्चाची तयारी केली पाहिजे. वेळ पडली तर बंदचा आदेश द्यावा लागेल.'

'मग उद्याची वाट कशाला बघायची? मोर्चाची तयारी आपण करूनच ठेवू. गावोगाव माणसं पाठवायची व्यवस्था करून टाकू. शंभर-दोनशे माणसं जमली तरी चिक्कार. इथल्या वस्तीतली पाच- पन्नास येतीलच. बाप्या कांबळेच्या खिशात एक दोनशे रुपय घालून टाक.'

'मी कुठलं घालू? पैसे शेडबाळ्याकडनंच घ्यायला हवेत.'

बनसोडे व्यवहारीपणे बोलला. तसा अलताप त्याला अधिकचा सल्ला देतच म्हणाला,

'पैसे जरा जास्तीच घेऊन ठेव. ऐनवेळी कशाला गरज लागेल सांगता यायची नाही. मागितलं तर फौजदारालाही थोडंफार चारून टाकू.'

'तो घेणार नाही. या गावच्या दोन केसमध्ये त्याला सगळा अंदाज आलेला आहे. त्यानं बोलूनही दाखवलंय एकदा- दोनदा. त्यामुळंच मला जरा शंका आहे'

'पण उद्या बातम्या बघितल्या बघितल्या एस. पी., कलेक्टर येतील असा अंदाज आहे माझा.'

'पण बातम्या व्यवस्थित आल्या पाहिजेत. सगळ्या वार्ताहरांना जाण्या-येण्याचा खर्च देऊन टाकूया म्हणजे तेही हालतील.'

दोघांची पूर्वतयारीची चर्चा यथासांग झाल्यावर ते पुन्हा दवाखान्यात घुसले. बाळासाहेबाच्या कानावर सविस्तर कार्यक्रम घातला. त्यानं पैशाबाबत निष्काळजी राहायला सांगितल्यावर त्यांना अधिकच जोर चढला. त्यांच्या सगळ्या धावपळीकडं गौत्या दवाखान्यातल्या गादीवर झोपून मिटीमिटी पहात होता.

'झालेल्या गोष्टीवर चर्चा करीत बसण्यात शानपणा नाही. फक्त यातून आता पुढचा मार्ग बघाय पाहिजे.' जानबा मास्तरनं आक्काबा राणेच्या घरात जमलेल्या माणसांसमोर बोलाय सुरवात केली.

'बंडू चेरमन म्हणतोय तोच मार्ग मला बरा वाटतोय. अटकपूर्व जामीन मिळेपर्यंत कुणाला हजरच करायचं नाही. काय करत्यात ते करू देत.' दगडू देसायानं आपलं मत मांडलं. आक्काबा राणेला तोच पर्याय बरा वाटाय लागला. केसमध्ये सगळ्या म्होरक्यांची नावं घातली होती. फक्त आक्काबा आणि दगडू देसाई तेवढेच मोकळे होते. त्यामुळं त्यांनाच सगळी निस्तरानिस्तरी करणं भाग होतं. गावातली कॉलेजला जाणारी पितांबर, सुरशा अशी पोरं संगतीला घेण्याशिवाय पर्याय नव्हता. दगड

फेकणारे सहीसलामत होते आणि सगळी पुढारी मंडळी केसमध्ये गुंतवून टाकली होती. पण यावेळी आक्काबाचं नाव केशीत कसं आलं नाही, याचं सर्वांनाच आश्चर्य वाटत होतं.

'दलितांवर सामूहिक हल्ला. पाच जखमी'

सगळ्याच वर्तमानपत्रातून एकाच मथळ्याच्या बातम्या छापून आल्या. बनसोडेनं अंदाज बांधल्याप्रमाणं पोलिसांनी प्रकरण फारसे गंभीर घेतले नव्हते. फक्त गावात गाडी पाठवून फिरवून परत आणली होती. बनसोडेच्या खोक्यासमोर सकाळच्या उन्हाबरोबर गावोगावची माणसं जमू लागली होती. शहरातलं वातावरण तापवण्याचं काम बापू कांबळे आणि अलतापने सुरू केले होते. अकराच्या दरम्यान जिल्ह्याचे नेते अचानक डेरेदाखल झाले. आणि वातावरणात रंग भरायला सुरवात झाली.

अलताप कांबळेनं आलेल्या लोकांना रांगेत उभं करून घेतलंय. जिल्ह्याच्या नेत्यांनी घोषणाला सुरवात केली. मोर्चा लक्ष्मी देवालयाकडून पेठेत फिरून पुन्हा कचेरी रस्त्याला लागला. शहराची हवा आपोआपच तापत गेली. मोर्चा कचेरीच्या दारात आला. ठाण्यातून फौजदार तपासासाठी तिकडेच गेलेत असं सांगण्यात आल्यावर घोषणांचा जोर वाढला. सक्तीनं तहसीलदारला बाहेर यावयास भाग पाडलं गेलं. त्यांच्यासमोर जमलेल्या माणसांसमोर भाषणांना, घोषणांना सुरवात झाली.

'सवर्णांच्या जातीय मानसिकतेचा धिक्कार', 'गुंडगिरीचा बीमोड केलाच पाहिजे.' 'वतनदारांची भाँऽऽ' या सगळ्यांचा पाढा प्रत्येकजन मोठमोठ्यानं म्हणत सुटला. मग गावकऱ्यांची आईल बाईल काढून झाल्यावर तहसीलदारांना आदरपूर्वक निवेदन सादर करण्यात आलं. मोर्चा सभेत रूपांतरित होऊन संपला, ही ओळ पुन्हा वर्तमानपत्रांना मिळाली.

संध्याकाळपर्यंत कोणालाच अटक झाली नाही असे समजताच दुसऱ्या दिवसापासून चक्री उपोषणाचा निर्णय वार्ताहरांची बैठक होऊन जाहीर करण्यात आला. त्यासाठी पहिली फळी म्हणून गावातल्या बायकांना आणण्याची जबाबदारी डेप्युटी गोपाळावर सोपवण्यात आली.

कलेक्टरची गाडी चावडीसमोर येऊन थांबली. पोलिस फौजदार आधीच आलेले होते. कलेक्टरच्या पाठोपाठ दलित नेत्यांच्या गाड्या येऊन टेकल्या. आमदार सरनोबत आपल्या खासगल कार्यकर्त्यांसह येऊन दाखल झाले. गावात अशा गाड्या पूर्वी कधी निवडणुकीलाच यायच्या, पण अलीकडच्या वर्षा- दोन वर्षात सारख्याच यायला सुरू होत्या. त्यामुळं लोकांनाही त्याची सवय झाली होती. चावडी माणसांनी भरली होती. पोलिस पाटील असणाऱ्या आबा पाटलाची तेवढीच धावपळ सुरू होती.

कलेक्टर शेजारी आमदार. बाजूच्याच खुर्चीवर पोलिसप्रमुख. प्रांत लांब भिंतीला खुर्ची सरकून. बाकीची सगळीच मंडळी उभी होती. दलित नेत्यांना उभारणं कठीण झालं होतं म्हणून ते आबा पाटलावर खेकसून खुर्च्या मागत होते. पण खुर्च्या आतल्या खोलीत अडकल्या होत्या आणि त्या खोलीच्या दारालाच बरोबर कलेक्टरची खुर्ची आलेली होती. साहेबांना उठवणार कोण आणि खुर्च्या आणणार कोण? हा प्रश्न होता. त्यामुळं आबा पाटलानं खुर्च्या संपल्या म्हणून जाहीर करून टाकलं.

आमदारानी गावात घडत असलेला प्रकार अतिशय वाईट आणि निंद्य असल्याचे सांगून गावात शांतता ठेवण्याचे नम्र आवाहन केले. आमदार खाली बसतात न बसतात तोच आलेल्या दलित नेत्यानं तोंड उघडलं. तो कलेक्टरना म्हणाला,

'साहेब, प्रकरण सावधपणे हाताळले गेले नाही तर गावात रक्तपात होईल. तुम्ही राजकीय दबावाला बळी पडू नये असं आम्हास वाटतं.'

'तसं झालं तर आम्ही जिल्हा पेटवून काढू' दुसरा उभ्या उभ्याच बोलला. आक्काबा राणे सगळं ऐकून धीरगंभीरपणे उभा राहिला. कलेक्टरला रामराम घातला. मग म्हणाला,

'सायेब, ह्या गावात गेल्या पन्नास वर्षात कधी आसं व्ह्याला न्हाई. आजून ह्या गावात म्हाराला कधी म्हार म्हणून वागीवलं न्हाई. आसं आस्तानं ह्ये सगळं काय चाललंय? ह्येचा जरा तुमीबी मुळापत्तोर जाऊन इच्यार करावा असी माझी हात जोडून विनंती हाय.'

'म्हणजे म्हणायचंय काय तुम्हाला?' कलेक्टरनं विचारलं.

'काय म्हणायचं न्हाई, सायेब. ह्यात चुकी कुणाची हाय ह्येचा तुमी विचार करावा एवढंच माझं म्हणणं हाय.'

'म्हणजे हल्ला झाला, हे तुम्हाला मान्य आहे?'

'पण आधी कुणी सुरवात केली हे बघा. मग पुढच्या गोष्टी.'

'म्हणजे काय?'

'म्हणजे आधी भांडणाला हरिजन वाड्यातील लोकांनी सुरवात केली. मग गावातल्या लोकांना जीव वाचवण्याशिवाय पर्याय नव्हता. तर उलटी केस आमच्याच लोकांवर. या आधी अशा बोगस केसीस झालेल्या आहेत. त्याचाही तुम्ही विचार करावा अशी राणे तात्यांची मागणी आहे' पितांबरनं खणखणीत आवाजात बाजू मांडली.

'साहेब, साफ खोटं. ह्या गावातील सवर्णच हरिजनांना त्रास देतात. हे सहन न झाल्यानं मी सवर्ण असतानाही ह्या दलितांच्या बाजूनं उभा राहिलोय. त्या दिवशी आम्ही तुमच्या हुकमचा आधार घेऊन इमारत सुरू केली म्हणून गावातल्या लोकांनी दगडफेक केलेली आहे.' डोक्याला पट्टी बांधलेला बाळासाहेब म्हणाला. इतका वेळ गप्प बसलेले कलेक्टर उभे राहिले. म्हणाले.

'तुमचे जाबजबाब, म्हणणं, निर्णय हे सगळं करण्यासाठी पोलिस स्टेशन, कोर्ट आहे. मला फक्त तुमच्या दोन्ही गटांत समझोता करून शांतता हवी आहे. ही शांतता जर इथं तुम्ही राखणार नसाल तर आम्हाला पाऊलं उचलावी लागतील. तेव्हा गावकऱ्यांनाही माझी विनंती आहे की, त्यांनी आरोपींना पोलिस स्टेशनमध्ये हजर करण्यास मदत करावी. गावातला तणाव संपावा.' म्हणत कलेक्टर बसले.

'साहेब, आज संध्याकाळपर्यंत आरोपी सापडले नाहीत तर आम्ही तालुका बंदचा निर्णय घेतलेला आहे.'

'माझी विनंती राहील की तुम्ही बंद मागं घ्यावा. पोलीस आरोपींच्या शोधात आहेत.'

'तुमचे पोलिस झोपलेले आहेत. ते आमदारांच्या दडपणानं काम करत आहेत. आम्ही पोलिसांचा निषेध करतो. चला रेऽऽ आमचा मार्ग आम्हाला मोकळा हाय' म्हणत अलताप कांबळेनं चावडीतून सगळ्यांना बाहेर काढलं. सगळे पटापट गाड्यातून बसले. गाड्या म्हारवाड्याकडं वळल्या. नकळत कलेक्टरच्याही कपाळाला आटी पडली.

'साल्या, गाव आणि म्हारोडा पेटलाय तरी तू स्थितप्रज्ञासारखा पेपर लिहून बाहेर पडलास म्हणजे तू ग्रेटच.' शेवटचा पेपर टाकून बाहेर पडलेल्या कबीरला जयाप्पा म्हणाला.

'मग, तुझी इच्छा काय होती? गाव- म्हारोडा पेटलाय म्हणून मी पेपर चुकवून वर्ष काशीत घालावं अशी? आणि जे काय चाललंय ते काय चाललंय हे मला चांगलं माहीत असल्यामुळं त्याचा माझ्यावर काडीचाही परिणाम होत नाही, म्हणण्यापेक्षा त्यातलं काही सुध्दा कानावर पडणार नाही अशी व्यवस्था मी माझ्यातच करून घेतलीय.'

'ते माझ्याच्यानं झालं नस्तं.'

'असं काय नस्तं रे! माणसाभोवती परिस्थिती तयार झाली की माणूस त्यातून आपल्यापरीनं मार्ग काढत असतो. तेच माझं झालंय. आता मला कशाचंच काही वाटत नाही. इतकं सगळं ते सवयीचं झालंय. उलट आमच्या म्हारोड्यात काय घडलं नाही तरच मी अस्वस्थ होईन.'

'पण ह्या प्रकरणात अलताप आणि बनसोडेनं चिक्कार प्रसिध्दी मिळवली. तुझा तो शेडबाळ्या सद्या हिरो आहे. हिरो! सगळे त्याचीच चर्चा करत आहेत.'

'मग त्यांच्या एकूण धडपडीचा उद्देश सफल झाला. श्रम सत्कारणी लागले. त्यांना तरी ह्या सगळ्यातून दुसरं काय हवं होतं. त्यांची या सगळ्यातली अंतस्थ मागणी तीच होती. ती पूर्ण झाली. उद्या कदाचित आमचा शेडबाळे 'दलितमित्र' किताबाच्या लिस्टात असेल. दुसरं काय? आणि आमचा म्हारोडा? आहे तिथंच असेल.'

'एकूण हे प्रकरण गाववाल्यांना जड जाणार' जयाप्पा म्हणाला.

'काय होणार? अटक होईल. जामीन मिळतील. केस चालेल. उलट म्हारोड्यालाच हे महाग पडणार. लोकांचा जातीचा पीळ अधिक वाढत जाणार.' कबीर शांतपणे सांगत होता. दोघांची चर्चा वाढत चालली होती. अशात घाईघाईनं बल्लाळ त्यांच्या जवळ आला. म्हणाला,

'कबीर, फसक्लासची जोडणी झाली.'

'पण तुझा अजून एक पेपर आहे ना?'

'त्याचं सोड रे. भीती होती याचीच.' म्हणत त्याने प्रश्नपत्रिका हवेत उडवली.

'मग चहा द्यायला हरकत नाहीस.'

'चहा काय? मागशील ते.'

'म्हणजे चड्डी सुध्दा' राजा त्यांच्यात मिसळतच म्हणाला. तसे सगळेच ख्यॅऽऽ ख्यॅऽऽ करत सुटले.

बाळासाहेब शेडबाळेनं स्कूटरला किक मारली. सुलीच्या दारातून बाहेर पडला. रस्त्याला लागेपर्यंत त्याची गाडी सुसाट होती. वारं डोक्याला बडवल्यानंतर त्याला थोडं थोडं बरं वाटू लागलं. मग वेग आपोआपच कमी झाला आणि त्याची स्कूटर नेहमीच्या गतीनं धावू लागली. त्याला कशातच उत्साह वाटत नव्हता. कुणाशी मोकळेपणानं बोलायचीही भावना होत नव्हती. आपल्याला नेमकं काय होतंय हे त्याचं त्यालाही कळत नव्हतं. पण काय तरी होतय एवढं जाणवत होतं.

कलेक्टर येऊन गेला. आंदोलन चालू राहिलं. मग आपल्या पदरी अपयश कसं आलं? नेमकं आपलं कुठं चुकलं? बनसोड्यापासून ते जिल्ह्याच्या नेत्यापर्यंत व्यवस्था चोख ठेवली. वारेमाप पैसा खर्च केला. पोलिसात पैसा पेरला. दवाखान्यात पैसा टाकला. उपोषणाला बसणाऱ्यांची चंगळ भागवली. मग सगळ्यांनी मध्येच कच का खाल्ला? आंदोलन मध्येच का बंद पडलं? त्याच्या डोक्यात हजार प्रश्नांच्या मुंग्या लिवलिवत होत्या. आणि आपला कुणाला संशय तर आला नाही ना? या प्रश्नाजवळ येऊन थांबत होत्या. पुन्हा डोकं गच्च. हे कुणाजवळ बोलता येत नव्हतं. कुणाला सांगता येत नव्हतं. सांगणार तर कुणाला? सांगण्याइतपत जवळचं होतंच कोण त्याच्या? सुलीला सगळं सांगावं असं त्याच्या मनात यायचं. अनेक वेळा त्यानं ठरवूनही बघितलं. पण मुळात संशयी बाळासाहेबाला तेही धाडसानं करता आलं नाही. तसं करण्यात धोका होताच. सुलीच पालटली तर काय घ्या? आणि मग तो पुन्हा खोल मनात ते सारं दाबण्याचा प्रयत्न करत होता. पण तेही त्याला नीट जमत नव्हतं. दारूच्या नशेत सारं विसरावं म्हटलं तर तेही धाडस त्याला सुलीच्या घरात होत नव्हतं. भरपूर नशा झाली आणि आपण सगळंच बडबडाय लागलो तर काय घ्या? नशेत माणूस खरं बोलतो. म्हणून तोही धोका त्याला पत्करायचा नव्हता. त्यामुळं माफक मद्यसेवनावर त्यानं भलताच कटाक्ष ठेवून स्वतःला आवरलं होतं.

पण आज त्याला काही सुचायलाच तयार नव्हतं. माफक मद्य सेवनानं ही मेंदू ठिकाणावर यायला तयार नव्हता. सुलीच्या सहवासानं ही त्याला मोकळं वाटत नव्हतं. उलट एक दाब सतत मनाला पोखरत होता. त्यामुळं सुलीनंही आपल्या जवळ येऊ नये असं त्याला मनातून वाटत होतं आणि ती तर त्याच्या कपाळावर हात ठेवून बसून होती. म्हणून कंटाळून त्यानं स्कूटर बाहेर काढली होती. आणि काहीही न ठरवता तो पेठेत शिरला होता. बनसोड्या, अलताप कोणीच भेटू नये असं त्याला मनोमन वाटत होतं आणि त्यापैकी कोणी भेटण्याचीही शक्यता नव्हती.

कारण गेल्या आठ दिवसात त्यांच्यापैकी कुणी त्याच्याकडं फिरकूनही बघितलेलं नव्हतं. त्यांना तशी गरजही उरली नव्हती.

त्यानं स्कूटर अन्नपूर्णा बिअर बारकडं वळवली. गडबडीनं गाडी लॉक केली आणि त्याच गतीनं तो बारच्या पायऱ्या चढून स्पेशल रूममध्ये जाऊन बसला. वेटरने न सांगताच ओल्डमंक हाप आणि बर्फ, पाणी आणून ठेवलं. वेटरविषयी आदराची भावना त्याच्या मनात निर्माण झाली. चण्याची ऑर्डर देतच त्यानं पहिला पेग गडबडीनं घशाखाली उतरवला. किंचित मोकळं वाटलं. नंतर त्यानं शांतपणे एक एक घोट नरड्याखाली उतरायला सुरवात केली. हाप संपत आल्यावर थोडा मेंदू ठिकाणावर येतो आहे हे त्याच्या ध्यानात आलं. पुन्हा हापची ऑर्डर गेली. त्याची गती हळूहळू वाढत गेली.

बार बंद व्हायच्या टायमाला त्याला वेटरनं हालवलं. त्याला उठताही येत नव्हतं आणि बोलताही येत नव्हतं. मग वेटर गोळा झाले. मालकाच्या मार्गदर्शनाखाली त्याचे खिसे चाचपून बिल वसूल केले आणि अल्लादी उचलून खाली रस्त्यावर त्याच्याच गाडीजवळ झोपवण्यात आलं.. त्याला गाडीचा स्पर्श समजत होता, पण हात वळत नव्हता. मग त्यानं उठायची खटपटच केली नाही. तो तसाच पडून राहिला...

...कॉलेज संपलं. आता हा म्हारवाडा सुटला पाहिजे.... कबीरच्या मनात अचानक आलं आणि तो दचकला... आपल्याला असं का वाटावं? म्हारवाडा सुटला पाहिजे म्हणजे आपण म्हारवाड्याला वैतागलो की महारपणाला वैतागलो... पण महार म्हणून बाकीचे ओळखतात. तो शब्द पुन्हा पुन्हा आपण पालीसारखा झटकायचा तर प्रयत्न नाही ना करत? पण तसा प्रयत्न आपण कधी केलाच नाही. आणि का करावा? महार म्हणून मला ओळखावं याची मला चीड आहे. संताप आहे. त्याविरुद्धचा सगळा संघर्ष मला करायचाच आहे. पण मला महार जातीत जन्मलो हे लपवावं असं मात्र वाटत नाही. आणि लपवायचे तरी का? मला कुणी सवर्ण समजावं म्हणून? आणि आपल्याला कुणी सवर्ण समजल्यानं काय फरक पडणार आहे? मग आपल्या मनात म्हारवाडा सुटला पाहिजे असं आलं याचं कारण काय? की आपण शेडबाळेला घाबरतोय? की गौत्याला घाबरतोय? हे तर शक्यच नाही.... मग असं का व्हावं? म्हणजे मी स्वतःलाच घाबरतोय असा त्याचा अर्थ आहे. आणि

स्वतःला घाबरण्यात काय वाईट आहे माणसानं? उलट माणसानं फक्त स्वतःलाच घाबरलं पाहिजे. इतर कुणाला घाबरण्यापेक्षा...

त्याच्या मनात उलटसुलट सुरू झालं. मग हे सारं संपवलं पाहिजे म्हणून त्यानं रेडी खोपटाच्या बाहेर काढली. शेळीला सोडलं. आणि खोपटातनं बाहेर पडला. समोरून थळूआज्जा आला. म्हणाला,

'कबीर, लवकर गाऽऽ'

'आणतो जरा फिरवून.' म्हणत तो चालाय लागला. पोरगं काय तरी कोड्यात दिसतंय. थळबा मनाशीच म्हणाला आणि आपल्या घराकडं वळला.

मध्यरात्री बाळासाहेबानं सरावानं दाराची कडी वाजवली. ताराला जाग आली. बऱ्याच दिवसातून कडी वाजली म्हटल्यावर गप्पकन उठून दार उघडावं असं तिला वाटलं. मग तिनं स्वतःलाच आवरलं. म्हातारी जागी होऊन नुस्तीच पडून राहिली. मग बाळासाहेबानं दाराला धडक्या मारायला सुरवात केली. गल्ली हळूहळू जागी होत गेली. धडक्या जोरात सुरू झाल्या. गल्ली खडखडीत जागी झाली. तारानं जाऊन दाराची कडी काढली. तर बाळासाहेब तिच्या अंगावर झेपावतच

'आज तुला संपीवतोच रांडऽऽ थांब' म्हणून ओरडला. तारानं जोरानं बोंब मारली. म्हातारीनं सूर धरला. पोरी अंथरुणातच तोंडावर हात मारून घ्यायला लागल्या. काय होतंय हे कळायच्या आत गल्लीतल्या बायका पटापट घरात घुसल्या. बाळासायबाला यरगटला. गौरा सुतारणीनं कितखाऊन हात धरले. सकटीनीनं खोपड्याची चपली घेतली. कसाळनीनं लाथा घालायला सुरवात केली. बायका नुसत्या मारतच होत्या. बाळासायेब धडपडून उठला. दारातून बाहेर पडायला लागला. तोवर काट्या हालल्या. बदाबद पडाय लागल्या. नुसता काट्यांचा खडखडाट. शेडबाळ्या दारातल्या पायरीला उसला. बडवणारे कोंडा बडवल्यागत बडवत होते. फक्त रूमऽऽ रूमऽऽ आवाज घुमत होता. तारा मनावर दगड ठेवून ऐकत होती. पोरी धास्तावून गेल्या होत्या. शेवटी म्हातारीच हात पडलेल्या गल्लीत आली. माणसं थोडा वेळ थांबली. उलट्या पडलेल्या बाळासायबाला सरळ करून पुन्हा बडवाय लागली. गौरा सुतारणीनं सगळ्यांना थांबवलं. उभ्या उभ्याच ती सकटीनीला म्हणाली,

'हौशाक्का, चपलीतनं श्यान आण. भाड्याच्या तोंडात घालू याऽऽ'

सकटीन जागची हालली नाही. तर कसाळ्याच्या जानबानं स्वतःच शेणाचा लादा आणला. चवताळलेल्या सुतारणीनं बाळासायबाचं तोंड पेचकटून शेण लावलं आणि म्हणाली.

'न्हीवून टाका जावा रंऽऽ त्या म्हाराच्या रांडंच्या घरासमोरऽऽ' बाळासाहेब कण्हत होता. पोरांनी त्याची पालखी केली. घोळका म्हारवाड्याकडं सरकला. तशी गौरा सुतारीण ताराला म्हणाली,

'लेकी, आसला न्हवरा आसल्यापरीस मेल्याला बरा.'

मग गल्लीत चर्चेला मूस फुटली.....

दवाखान्यात ॲडमिट झालेला बाळासाहेब सुलीला घेऊन गायब झाला, ही बातमी हाऽऽ हाऽऽ म्हणता गावात आली. कोण म्हणालं, हे होणारच होतं. तर कोण म्हणालं, जातोय कुठं आसंल हितंच. मारत्यात गावातली म्हणून दडून बसला आसंल. कोण काय? आणि कोण काय? चर्चेला ऊत आला. म्हारवाड्यात बातमी समजल्या समजल्या पोरं दवाखान्यात पळाली. तिथं काहीच पत्ता नाही म्हटल्यावर पुन्हा म्हारवाड्यात आली. सुलीच्या घराचं कुलूप तोडलं. सगळं जिथल्या तिथं होतं. गौत्या म्हणाला, 'हावापालटाय गेल्या आसतील. येतील चार-आठ दिवसात.' मग सगळेच चार- आठ दिवसाची वाट बघत बसले...

चार-आठ दिवस गेले. चार महिने उलटले. बाळासाहेब परतला नाही. एक दिवशी म्हारवाड्यात पोलिसांची गाडी आली. गौत्याला बोलवून घेतलं. पतसंस्थेची सगळी कागदं गोळा केली. पोलिस गाडीत बसले. पुन्हा गाडी रस्त्याला लागली. दीक्षित मास्तरची पोरगी हाबकली. तिला हुडहुडी भरली. मास्तरनं तिला हालवलं. गौत्यानं धसका घेतला. त्यानं अंथरुण घातलं..... पुन्हा अफवा वाढतच गेल्या. मध्येच कोण म्हणालं, शेडबाळ्या बँकेत येऊन गेला. त्यानं बदली करून घेतली. पुन्हा बँकेत चौकशी सुरू झाली. तर शेडबाळ्या बेपत्ता झालाय हे खरं आहे. तो आलाच नाही तर बदली कुणाची? तीच उत्तरं, तेच प्रश्न. पुन्हा पुन्हा तेच आणि तेच सुरू झालं....

शेतात माणसं जायच्या वेळेलाच एक जीप तक्क्यासमोर येऊन थांबली. आणखी काय नवीन आलं म्हणून जो तो आपापल्या घरात पटापट आत सरकला. जीपमधून एक एक अनोळखी इसम खाली उतरू लागला. धास्तावून प्रत्येकजन चौकटीतून मुंडकं बाहेर काढून बघू लागला. तक्क्यात पळालेली पोरं एकदम काचबारली. उतरलेला एकजण तक्क्यात घुसतच म्हणाला,

'बाळानो, गोपाळ संतू कांबळे कोण हाय. बलवून आणता?'

पोरं गोंधळून उभा राहिली. त्यातलं कोणच हाललं नाही. त्या माणसानं सकन्याच्या पोराला गोंजारलं. म्हणाला,

'बाळ, त्यांचं घर दाखवतोस?'

सकन्याचं पोरगं त्याच्याबरोबर चालू लागलं. डेप्युटी गोपाळा त्या माणसाला दारात बघितल्या बघितल्या गडबडला. त्याची जीभ अडखळली.

'गोपाळ संतू कांबळे तुम्हीच ना?'

'व्हयऽऽ'

'चला की पतसंस्थेत. बँकेचे साहेब आलेत.'

'पर मला काय कळत न्हाई.'

'आहोऽऽ तुम्ही चेरमन आहात. तुमच्या मॅनेजरला बोलवा.

क्लार्क कोण असेल तर बोलवा. ऑफिसात तरी चला.' गोपाळा उठला. त्याच्या पायात जाणवण्याइतपत थरथर सुटलेली होती. घरातून बाहेर पडल्यावर त्यानं पंढऱ्याला हाक मारली. पंढऱ्या आला. पतसंस्थेच्या ऑफिसात म्हणण्यापेक्षा तक्क्यात गेले. तसे समोर उभे असलेले साहेब तक्क्यात येतच म्हणाले,

'हेच काय चेरमन?'

गोपाळानं स्वतःच मान हालवली.

'तुमच्या सगळ्या संचालकांना बोलवा. मॅनेजर कुठाय तुमचा?'

'पंढरूऽऽ पळ बाबा, गौतमला बलवून आण.'

'त्यो घरात न्हाई.'

'मग दादबा, भैरोबा, तुकन्या, गोंदबा तरी हाईत काय बघ.'

पंढऱ्या वळला. गोपाळा एकटाच साहेबाकडं टकामका बघत उभा राहिला.

'चेरमन, तुमच्या पतसंस्थेत शेडबाळ्यानं काय काय केलंय माहीत आहे का?'

'कसं कळणार?'

'तुमी कर्ज किती घेतलंय?' साहेबानं विचारलं.

'कर्ज? आनी मी? कश्याला घिऊ सायेब? पोरगं माझं पुण्यात आस्तंय. काय गरजच लागाय न्हाई.'

'काय चेरमन? तुमच्या नावावर चाळीस हजार कर्ज आहे' साहेब कागद उलगडतच म्हणाला आणि गोपाळाच्या भोतेभोर म्हारवाडा फिराय लागला. त्यातून धाडस जमवतच म्हणाला,

'आसं कसं सायेब? मी तर कायच न्हाई घ्यायला.'

'कागद बोलतोय. मी कुठं?' साहेब म्हणाला. त्यांच्या भोवतीचे सगळंच माहीत असल्यासारखं हसले. तसा गोपाळा मटकन खाली बसला. त्याची अवस्था बघून साहेब किंचित गोंधळला. म्हणाला,

'मग तुमच्यासारखंच आणि कुणाकुणाच्या नावांवर शेडबाळेनं कर्ज उचललंत?'

'साहेब, हे दोघे- तिघे कोण आले? बहुतेक संचालक असतील. त्यांच्यासमोरच यादी वाचू.' उभा असलेला दुसरा म्हणाला. दादबा, गोंदबा आले. पंढ्या परत आला. बाकी कोण नाहीत म्हणून त्यानं सांगितलं. तसे साहेब यादी वाचत सुटले. दादबा आपल्या नावावर चाळीस हजार कर्ज म्हटल्यावर साहेबाशीच तिरीमिरीला आला.

'आय शपथ, साहेब कर्ज न्हाई काढाय. ह्ये काय तरी बनावट हाय.' साहेब फक्त हसला. त्याच्या लक्षात एकेक गोष्ट येत चालली. गोंदबा तीस हजार, भैरू कांबळ्या तीस हजार, गौतम कांबळे चाळीस हजार, आकडे बाहेर पडत चालले. पंढ्याच्या नावावर वीस हजार म्हटल्यावर तो गरगर फिरला.

'ह्ये, सायेब, त्या शेडबाळ्याचं काम हाय. सायेब त्यो तुमच्याच बँकेतला . त्यानं हे खोटं खोटं केलंय. आमचा संबंध न्हाई.' पंढ्या धीर एकवटून म्हणाला,

'कळतंय मला. पण आता तुम्ही सहीला, अंगठ्याला गुंतून आहात. कुणाचं घर तारण, कुणाची जमीन तारण आहे. मग काय करणार?'

'पर आमीतर उतारचं द्यायला न्हाईत.'

'त्ये तू कशाला द्यायला पायजेत. चिवट्या दिवाणजी त्येचा दोस्त झालता, त्ये काय फुक्कट.' पंढ्या बोलला.

‘मग ह्या कर्जाचं काय काय करता?’ साहेब म्हणाला.

‘आगाऽऽ आमी काढायलाच न्हाई आनी आमी काय करणार?’

दादबा कसंबसं म्हणाला.

‘आत्ता असं नाही म्हणता येत तुम्हाला. भरला नाही तर लिलाव होईल.’

गोपाळा साहेबाच्या तोंडाकडं आऽऽ वासून बघत राहिला. त्याला कणकण आल्यागत वाटाय लागली.

‘चला, ह्या प्रकरणात आता सगळं कायदेशीरच बघावं लागणार’ म्हणत साहेब गाडीत बसले. पाठोपाठ सगळे. दादबा, गोपाळा आणि गोंदबाला बसली जागा सोडायचा तकवा उरला नाही...

‘कबरूऽऽ तुला काय समजलं?’ भांडी घासता घासताच गंगव्वा म्हणाली. कबीर पडल्या पडल्या पुस्तक चाळत होता.

‘कशाचं?’

‘कुठलं बँकवालं आल्तं म्हणं. शेडबाळ्यानं ह्येंच्या सगळ्यांच्या नावावर बुट्टी बुट्टी करजं काढलंय म्हणं.’

‘ह्येनी काढून दिल्यावर त्यो काय नको म्हणंल?’

‘आरं, ह्यास्नी म्हायतीच न्हाई म्हणं. कव्वा पत्त्या न्हाई त्ये आंगटं घेतल्यात म्हणं.

‘आई, तसं नसतंय. एकच आंगटा न्हाई लागत. लई लागत्यात. ह्ये काय सांगत्यात? आनी फसवून आंगटं घ्यायला ही काय श्यान खाईती?’

‘बोंबलू देऽऽ घे, रांडा- भाडे! आमचा खंग भाजाय निगालती. त्येंचाच भाजला. रांडा- भाड्यास्नी भोगाय आलं. थळोबानं बगून घेतलं. आजून भोगाय ईल. लई ईल. माजी तळतळ लागली भाड्यास्नी. नष्टावा व्हईल एकेकाचा. आमाला म्हारकीतनं भाईर घालीवणार व्हती न्हवंऽऽ आता बसा म्हणाव बोंबलत. रांडांनी हातरुणं घातल्यात म्हणंऽऽ हुडहुडी भरलीया. परत्येकीच्या दारात जाऊन आलो. जराशी ध्याई शान्त झाली बघऽऽ’

आई बडबडतच होती. तिला गप्प करणं कबऱ्याच्या हातात नव्हतं... तू चुकतेस. असं तुला वाटून उपयोग नाही. किती केलं तरी ती आपली माणसं आहेत. त्यांच्यावर वाईट वेळ आली काय आणि आपल्यावर आली काय? सारखंच की... तो मनातच बोलत राहिला. उघड आईला सांगण्याचं धाडस त्याच्यात नव्हतं. आणि सांगून

उपयोग तर काय झाला असता? उलट आईचा भडका वाढतच गेला असता. तो खोपटातून बाहेर पडला. तक्क्याजवळची लाईट लागली नव्हती. म्हारोड्यात सगळा अंधारच दिसत होता...

पंधरा दिवसात बँकेच्या कायदेशीर नोटिसा लागू झाल्या. माणसांचा धीर सुटाय लागला. गौत्यापाठीमागं सगळ्यांचीच भुणभुण सुरू झाली. गौत्या प्रत्येकाच्या नोटिसीतला आकडा बघून चकारत गेल.

...बाळासायबानं एवढ्या लोकांच्या नावावर पैसे कव्वा काढलं? मला तर चार माणसांच्याच नावावर उचलूया म्हणालता. मग ही प्रकरणं झाली कधी? आपल्यालाही त्यानं अंधारात का ठेवलं? मग ती दीक्षिताची पोरगी काय करत होती? आता ह्यातनं कसं तरायचं? म्हारवाड्यात कसं तगायचं?.....

त्याच्या डोक्यात लीवलीव सुरू झाली. त्यानं दीक्षित मास्तरला गाठलं. पोरगीचा पत्ता- ठिकाणा विचारला. तर दीक्षित मास्तर काय केलं तर अंगाला लाऊन घेईना. शेवटी गचोटी धरायची पाळी आली. तरी नुसता पाया पडत राहिला... त्याला तर कसं ठावं आसंल, शेडबाळ्याचं तिला घेऊन गेला असला तर... त्याच्या मनात सुरू झालं. मग वाटाय लागलं, शेडबाळेलाच शोधून काढला पायजे. पण शोधायचं कुठं? तो कसा आपल्याला सापडणार? त्यानं किती जग बघितलंय. आपण तर शीव ओलांडली नाही. सापडेल कधीतरी. पण कधीतरी सापडून काय उपयोग?

त्याचं डोकं भिन्नं होत गेलं. मग मनातच काय तरी ठरवत तो उठला. घरात कुणाला सासूल लागायच्या आधी पिसवीत कपडं भरली. उतरंडीच्या गाड्यात ठेवलेल्या शंभरच्या तीन नोटा खिशात टाकल्या. चौकटीतनं अंदाज घेतला. कुणाचीच वर्दळ नाही म्हटल्यावर तो सुसाट सुटला.... कुठं चालला होता तो? त्याचं त्यालाच माहीत नव्हतं....

कबीर दारात बसलेला बघून पंढ्या हळूच त्याच्यासमोर आला. काहीच न बोलता खाल मान घालून उभा राहिला. कबीरनं त्याला खुणेनंच जवळ बोलवलं. पहिल्यांदा त्याच्या मनात संतापाची लहर उसळली. मग हळूहळू त्यानं स्वतःला पुर्ण काबूत आणलं. डोकं एकदम शांत झाल्यावर तो म्हणाला,

‘पंढ्याऽऽ नेमकं काय चाललंय म्हारोड्यात?’

‘तुज्या कानावर आलं आसंलच की सगळं. तू म्हणतास तव्वाच ऐकाय पायजे व्हतं. कळालं न्हाई तवा.’

‘मागचं बोलू नको. आत्ताचं सांग.’ कबीरनं स्वतःला आवरलं पण आवाज करडा झालाच. नाकाच्या पाळा फुलल्या.

‘पतसंस्थेत वीस जणांच्या नावावर कर्ज काढलंय आणि त्याच्या बँकेत पंधरा जनांच्या नावावर कर्ज उचललंय.’

‘पतसंस्थेचं रेकॉर्ड कुणाकडं हाय?’

‘ते जप्त करून न्हेलंय. शेडबाळ्यानं गाव सोडल्यावर बनसोड्यानं कुठल्या आपीसात अर्ज करू न्यायला लावलं म्हणं.’

‘बनसोड्या पतसंस्थेत सभासद होता.?’

‘त्येला संचालकबी केलतं. त्येनंच पोलिसात कळीवलंय म्हणं.’

‘कोण म्हणालतं?’

‘गोपाळतात्या आनी मी त्येच्याकडं गेलताव. उलट आमालाच दम दिला. अलतापनं तर तात्याच्या कानसुलात मारलं. जास्त काय बोललास तर ठार मारीन म्हणला.’

‘आनी गौत्या कुठं हाय?’

‘दोन दिवसापास्नं बेपत्ता हाय. घरात यायलाच न्हाई.’

पंढ्याच्या डोळ्यातून टिपं गळाय लागली.

‘मग आता काय ठरलंय तुमचं?’

‘तू म्हणशील तस्सं.’

‘आता मी काय करणार?’

‘कायबी. जे सुचंल ते. ह्यात तू पडल्याबिगार धड व्हणार न्हाई. न्हाय तर म्हारोडा जगत न्हाई. गोपाळतात्या तापानं फणफणालाय.’ कबीर काहीच बोलला नाही. तसा पंढ्या त्याच्या गळ्यात पडला. त्याला कसं समजवायचं हेही त्याला सुचेना. तो एकदम बधिर झाला. बराच वेळ. मग त्याच्या मनात सुरू झालं..... आपल्याला काहीच कसं वाटेनासं झालंय? की आपल्याला या सगळ्याचा आतून कुठं तरी आनंद झालाय? तसं झालं असतं तरी डोकं बधिर झालं नसतं. मग ही

बधिरता नेमकी कशाची? आपण आता काय करू शकतो? काय करायला हवं? असं बरंच काय बाय.

कबीर किनीट पडायला म्हारोड्यातून बाहेर पडला. सरळ गणू पाटलाच्या दारात येऊन त्यानं सुस्कार सोडला. त्याचं त्यालाही दमल्यागत वाटत होतं. गणू पाटील वट्टीवर गप्पा मारत बसला होता. त्याच्याबरोबर गल्लीतले तिघेचौघे होते. गप्पा रंगात आलेल्या दिसत होत्या. कबीर काही वेळ तसाच गप्पगार उभा राहिला. मग खाकरून त्यानं आपण आल्याची जाणीव करून दिली. गणू पाटील त्याला बघितल्या बघितल्या जाग्यावरच वळवळला.

'आरंऽऽ येऽऽ येऽऽ कबरूऽऽ ये! आसा लग्गीवरच ये.' म्हणत सरळ बसला. कबीर त्यांच्याजवळ जातच भिंतीला टेकून बसला.

'काय म्हणतोय म्हारोडा? सारख्या बँकांच्या गाड्या यायला लागल्यात म्हणं. कुणी कुणी हातरूनं टाकल्यात आसं कानावर आलंय. भोगा म्हणावं रांडच्यास्नी शेडबाळ्याची फळं.' गणू पाटील उकळी फुटल्यागत बोलत होता.

'आयला, शेडबाळ्या बाराचं निगालं. कुठं गेलं आसंल. चार- पाच लाख तरी न्हेल्यान आस्तील. मग त्येला काय रं? त्येला गावातलं हाकलला म्हणून बरं झालं, न्हाई तर काय काय केलं आस्तं कुणास धक्कल. आता ह्यो म्हारोडा केवढा? तर तितं लाखानं पैसं, दोन बायका सज्ज घिऊन गेलं.'

'दोन बायका? सुलीबरबरच गेलं न्हवं?' शंकरदानं विचारलं.

'आरंऽऽ त्या दीक्षित मास्तरची पोरगीबी गायब हाय म्हणं. मग ती कुठं जाईल ह्येला सोडून?'

'त्ये काय खरं न्हवं? त्ये मास्तरबी कडूच हाय. खोटं बोलत आसंल. आसंल पोरगी पावण्या- पैच्यात. ती काय न्हेण्यासारखी पोरगी व्हती गाय गाऽऽ? काळी ढुस्स. सुली कशी निम्मं वय झालं तरी सापतीच्या वादीगत. तसं त्या पोरीत काय न्हवतं.' धोंडिल शंकरनं मन उघडं केलं.

'आगाऽऽ काळी ढुस्स आसली तरी कवळी ज्यार व्हती का न्हाईऽऽ' शेजारीच बसलेल्या आप्पा मानेनं भर घातली. सगळेच खळखळून हसले. पण कबीरच्या तोंडावरची रेघ हालली नाही. गणू पाटलाच्या नजरेतून ही गोष्ट सुटली नाही.

'का रंऽऽ कबरू? एवढा कसल्या इच्यारात हाईस? काय म्हारोड्याचं कोडं पडलंय?' म्हणतच त्यानं कबीरकडं रोखून बघितलं.

‘आण्णा, ह्यात आता तुम्ही जरा लक्ष घालाय पायजे, नाही तर म्हारोडा जगत नाही.’ कबीरचा आवाज कातर झाला.

‘म्हारोड्यात? खुळा का खुळखुळा? आरं, माझं सोडच पर तू सुध्दा पडू नको त्यात. काय उपेग न्हाई. मरू देत तिकडं! लई माजलीती. तुझं तू नोकरी बिकरी बघ कुठं तरी. लागला पैसा- आडका तर सांग. खरं, आसलं काय सांगू नको.’

‘जरा आतडं वडायचंच की गा’ धोंडिल शंकरनं हळूच फोडणी टाकली.

‘त्येचं आतडं वडाय त्येला काय कमी दंबीवलय? म्हारोड्यातनं हाकलणार व्हती. व्हय काय न्हाई गाऽऽ आमच्या कानावर सगळं हाय. तवा तू नको त्यात पडू. सरळ कुठं तरी नोकरी बघ. पुढं शिकायचं काय तरी बघ. सायेब हो,’ गणू पाटलानं शेवटचा सल्ला द्यायला सुरवात केली. कबीरनं ओळखायचं ते ओळखलं. तो उठला आणि बाहेर पडला..... बहुतेक हे सगळीकडंच ऐकाय मिळणार. यापेक्षा दुसरं बोलणारा कोण असणार? आणि त्यांचं तरी काय चूक म्हणता येईल? त्यांनी हे बोलायचं नाही तर बोलायचं काय? गावाची धिंड पोलिस स्टेशनला काढली. खोट्या केसीस घातल्या. मागणं- काम करणं बंद केलं. म्हातारं न्हाई कोतारं न्हाई, सगळ्यांची आईलबाईल काढली. सगळ्यातून मिळवलं काय? तर पुन्हा एक दुरावा आणि जातीचा घट्ट द्वेष..... त्याच्या मनात सुरू झालं.

नकळत त्याचे पाय आक्काबा राणेच्या घराकडं वळले. कोणताही पाठीमागचा-पुढचा विचार न करता तो वाड्यात शिरला. कोणच दिसत नाही म्हटल्यावर जोत्या सोप्यातच रेंगाळला. वाड्यातला झोपाळा स्थिर होता आणि त्यावर पानाची पिसवी पडली होती. त्यानं जोरानं हाळी दिली, ‘तात्याऽऽ ओऽऽ तात्याऽऽ हाईत काय?’

‘कोण हाय? जेवाल्यात बसा.’ आतून आवाज आला. समोरच्या खुर्चीवर कबीर बसून राहिला. बराचवेळ.

‘ह्येऽऽ त्येच्या मारी. तू व्हय गाऽऽ? मग म्हणायचं न्हाई व्हय मी आलोय. जेवला आस्तास का न्हाई?’

‘न्हाई तात्याऽऽ भूकच गेलीया. म्हणून आलोय. सगळं कानावर आसंल. तुमी काय तरी कराय पायजे? कबीर एका दमात सरळ बोलला.

‘हांऽऽ गड्या, कराय पायजेच. खरं, करायचं काय? सगळं तीन आडकून सीताराम झालंय. दांडगं गोमच्याळ झालं. ह्यातनं काय करायचं आणि कसं करायचं?’

आक्काबा स्वतःशीच पुटपुटला. त्याच्या तोंडावरची काळजीची रेघ कबीरच्या काळजात पोहचली. त्याला मोकळं वाटलं.

'काय तरी निघेलच की मार्ग. सगळं बोगस हाय म्हटल्यावर' कबीरला धाडस आलं.

'आसं कसं? तुला- मला म्हायती हाय- फशीवलंय. पण ते लोक कागद बगणार. कागद लिवलंय ते बोलणार? ते म्हणणार पैसे तुमीच घेतलाय. भरा न्हाई तर जप्ती आणतो.'

'मंग त्यांनी आधी कधीतरी नोटिसा द्यायला नको व्हत्या?

'आरं बाबा, दिल्यात. ती चौकशी केली. त्यो शेडबाळ्या म्हारवाड्यातली सगळी पत्रं त्या मास्तरच्या पोरीला आणाय सांगायचा म्हणं. पोस्टमनलाबी पैसे दिलत्यान. आसं आज पोस्टमनच म्हणालता.' तात्याच्या चेहऱ्यावरच्या रेघा गडद झाल्या.

'हे काय माहीत नव्हतं.'

'आरं, आपल्याला आजून काय- काय माहीत नाही कुणास धक्कल? त्या रांडच्यानं भूविकास बँकेतबी आठ जनांच्या नावावर कर्ज काढलंय म्हणं.'

'कोण म्हणलं?'

'आत्ता मघाशी त्यो बाट्याचा श्यामा त्या बँकंत हाय तो सांगून गेला. आनी कुठल्या कुठल्या बँकेत राड करून ठेवलीया कुणास धक्कल?'

'अशी कर्ज दिल्यातच कशी? ह्या लोकास्नी तर कायच म्हाईत नाही.'

'आसं कसं. त्येनं ह्यांना न्हीवून आंगटं घेतल्यानं असणार हाय. फक्त आपण कशावर आंगटं करतोय हे कळालं नसणार. त्येचाच फायदा घेतलाय.'

'मग आता कसं?' कबीर एकाएकी घायकुतीला आला.

'तरीबी आपण हातपाय हालवून बघूच. काम जमलं, कोण देव भेटला तर भेटला.'

'जरा डोकं शांत झालं.' कबीर खुलला.

'का रं?'

'काय न्हाई. सरपंचाच्याकडंही गेलतो. नाव काढू नको म्हणले.'

'म्हणणारच. त्यांच्या डोक्यानं विचार करणार. त्रास दिलाय म्हणजे कुणालाबी वाटणारच. ते काय घिऊ नको मनावर. मी सांगतो सगळ्यास्नी. काय तरी हातपाय

हालवूया. मराय लागल्यात तीबी आमचीच हाईत गाऽऽ' तात्या एकदम स्वतःत हरवले. कबीर उठला.

आक्काबा राणेनं साळोखे वकिलाचं दार धडकलं. आणि सरळ आत घुसला. कबीर दारातच थांबला.

'सरकार, याऽऽ याऽऽ अगं राणे तात्या आलेत.'

'तात्या, की कित्ती दिवसानं. परवाच सुशीला आली होती. जातेवेळी तुमच्याकडून जाते म्हणत होती. तात्या, हजार वेळा इथं येता. आमदारांच्यात जाता आणि आमचंच घर दिसत नाही. होय?' वकिलाच्या बायकोनं सुरू केलं, ते थांबायचं नावच घेईना. तसा आक्काबा राणे खुर्चीत टेकून पाय वर घेतच म्हणाला. 'तुज्या बरबर मागनं बोलतो. पाणी आण जा.'

'मग आतच चला.' ती हट्टाला आली.

'लेकी, आदी आलोय ते काम बघतो. माज्या बरबर त्ये सदबा म्हाराचं पोरगं हाय. आगाऽऽ त्ये भाईरच ऱ्हायलं वाटतं. ये कबराऽऽ आत येगाऽऽ आत ये.'

'म्हणजे तुम्ही भेटायला नाही आला. काम घेऊन आला.'

वकिलाची बायको चिडली. आक्काबा राणेच्या मेव्हण्याची पोरगी म्हटल्यावर तिचा तेवढा हक्कच होता. कबीर आत आला. खुर्चीवर टेकला.

'आले हंऽऽ तात्या' म्हणत ती आत गेली. कबीरनं आणलेल्या नोटिसा खिशातून काढून हातात घेतल्या.

'तात्या, एवढं काय अर्जंट काम' वकिलानं विचारलं.

'आगाऽऽ जरा आरजंटच हाय' म्हणत आक्काबानं सगळं वयवार वकिलाच्या कानावर घातलं. वकील सगळं ऐकून शेवटी म्हणाला.

'तात्या, आमच्या बारमध्ये ह्या सगळ्याची चर्चा परवा निघालती. सगळ्यांना सगळं माहीत झालंय.'

'मग ह्यात कायद्यानं काय कराय येतंय?'

'कायद्यानं काहीच करता येणार नाही. फक्त पतसंस्थेच्या कर्जाबाबत तेवढं करता येईल.'

'काय?'

'सरळ पतसंस्थेची दिवाळखोरी जाहिर करून घ्यायची. पण त्याला कोर्टात जाणं, कागदं तयार करणं, सगळं कराय लागणार.'

'ते केलं तर व्हईल काय?'

'होईल ना. पण ते सगळं झटून कराय पाहिजे. बाकीच्या बँका बाबत. मात्र काय कराय जमणार नाही.'

'बाकीच्या बँकांचं मागनं बघूया. व्हतंय ते तरी आदी करूया'

'हांऽऽ ते करूया. पण त्याला बरीच प्रोसेस करावी लागणार.'

'ती करून टाका. केस तुमच्याकडंच घ्या. हा पोरगा सगळी कागदं आणून दील. लागंल तो पैसा घालू आपण.'

तात्या व्यवहारासह सगळं बोलत गेले.

'तात्या, ह्या गोष्टीत कशाला पडता तुम्ही? मागाहून पुन्हा तुम्हालाच त्रास होईल. धड नाहीत ही माणसं.' चाचरत वकील थोड्या धास्तीनंच म्हणाला.

'पावणं, माणसं आमची हाईत. त्यात आडाणी हाईत. व्हतंय तेवढं करूया. उद्याचं त्येंचं नशीब त्येंच्याबरबर.'

तात्यानी विषय वाढवला नाही. वकील एकदम गोंधळले. सरळ कबूल करण्याशिवाय त्यांच्यासमोर पर्याय नव्हता. पण अजूनही तात्यानी यात पडू नये असं त्यांना मनोमन वाटत होतं.

'सुमी, केलीस काय न्हाई गऽऽ च्याऽऽ' म्हणत तात्या आत गेले. कबीर वकिलांच्या समोर सगळं गाऱ्हाणं सविस्तर मांडत बसला...

कबीर आणि पंढ्या पोलिस स्टेशनमध्ये पोहोचले. वकिलांनी सांगितल्याप्रमाणे तो सरळ फौजदारसमोर गेला. त्यानं आदबीनं नमस्कार केला. अर्ज त्यांच्या समोर ठेवला. त्यांनी अर्ज वाचायला सुरवात केली आणि त्यांच्या भुवया कपाळात गेल्या. ते म्हणाले,

'अरे, ती जिल्हा बँकेची फाईल कुणाकडं आहे?'

एक पोलिस समोर येतच म्हणाला,

'काल त्या शेडबाळ्याविरुद्ध बनसोड्यानं पुन्हा दोन तक्रारी दिल्यात.'

'आज ही एक. च्या मारीऽऽ तो बनसोड्याच त्याचा नेता होता. मागच्या दोन्ही प्रकरणात साल्यांनी फार त्रास दिलाय. बनसोड्यावर जरा पाळत ठेवाच' म्हणत फौजदार कबीरकडं बघतच म्हणाला,

'एवढं कर्ज काढेपर्यंत, बायका पळवून नेईपर्यंत तुम्ही म्हारोड्यात काय उपडालता व्हय रं?'

कबीर काहीच बोलला नाही. पंढऱ्यानं खाली मान घातली. तसा फौजदार पुन्हा म्हणाला,

'त्याचा शोध सुरू आहे. पण तो सापडून तरी काय उपयोग. कर्ज तुमचं तुम्हालाच भराय लागणार. आडाणचोट जनता. आमच्या डोक्याला ताप. राणेमालक आनी ह्यात उगाचच लक्ष घालालेत. त्यांना काय कमी त्रास दिलाय व्हय रं तुम्ही? तो म्हातारा म्हणूनच मदत कराय लागलाय. आम्ही असतो तर मराय लागलेत तर नरडं दाबा म्हणालो असतो.' फौजदार आपल्या मनातला कैक दिवासाचा साचलेला राग ओकाय लागला. कबीर पुन्हा नमस्कार करून बाहेर पडला....

कबीर चहाच्या गाड्यावर थांबला. शेडबाळ्याला नेमकं काय पाहिजे होतं? त्याला पैसाच मिळवायचा होता तर त्यानं म्हारोड्यातच का यावं? तो कुणालाही लुबाडत बसू शकला असता. पण त्याला म्हारोडाच यासाठी बरा का वाटला? की त्याला फक्त सुली हवी होती आणि तिच्यासाठीच तो हे सगळं करत बसला? पण यापेक्षा वेगळंही काही असू शकेल. किंवा सगळंच फक्त योगायोगानं घडत गेलं असेल. काहीही असेल पण म्हारवाडा त्याला का भुलला? त्यानं दोन चहाची ऑर्डर दिली.

..... दोन महिन्यात म्हारोड्याची रया पार बदलून गेली. एक नवं बकालपण सगळ्यांच्या तोंडावर वस्तीला आलं. बाया- बापड्यांना येणारा दिवस रेटायचा म्हणजे कठीण होऊन गेलं होतं. पुरुष माणसांच्या डोक्यात राख पडली होती. पांड्या, तान्या, बबन्यासारखी पोरं हॉटेलं पालथी घालून कामाच्या शोधात होती. प्लेगात सापडलेल्या वस्तीसारखा म्हारवाडा भयभीत झाला होता.....

धुंदरूक पडायच्या वेळेला कबीर एकटाच तक्क्याच्या कट्टीवर बसून होता. साळोखे वकिलांनी सांगितलेली कागदं, अर्ज सगळ्याची पुर्तता करून प्रकरण मार्गी लावलं होतं. जिल्हा बँकेत रीतसर तक्रारी दाखल केल्या होत्या. दिवाणीतली केस फक्त गुदरायची होती. त्या सगळ्यातलं फार काही त्याला कळत होतं अशातला

भाग नव्हता. पण साळोखे वकील सांगतील ते आणि तसं करणं एवढंच त्याला समजत होतं. आक्काबा राणे मालकांनी हजार रुपये त्याच्या हातात ठेवले होते.

...म्हातारा का करत असेल हे सारं? काय असेल त्याची मागणी त्याच्या या सगळ्या वागण्यातून? कुठंच बोलणं नाही. केलेल्याची उजळणी नाही. सगळं त्याच्या त्याच्या तालात संथ आणि शांत.... कसं साधलं असेल त्याला हे सारं? माणूस म्हणून येणारा राग, संताप, कडवटपणा शांतपणे गिळण्याचं कसब त्यानं कुठं मिळवलं असेल? उपकाराची भावना कळतेच की डोळ्यातून. पण तीही कधी दिसत नाही डोळ्यात. मग काय असतील त्याच्या वागण्याच्या प्रेरणा?... त्याच्या मनात सुरू झालं होतं. एवढ्यात सकन्याचं पोरगं बाज्या पळत पळत त्याच्यासमोर आलं.

'कबरूदाऽऽ कबरूदाऽऽ पळ पळ. संज्याच्या आयनं खोपाट पेटीवलं. पळ ' म्हणतच पोरगं ओरडत सुटलं.

भीमाबाच्या घराशेजारचं सिद्रामाचं खोपाट धुमसाय लागलं होतं. कबीरनं खोपाट गाठलं. माणसं आत घुसली होती. सिदबाची बायको- कमळा हातात पेटतं लाकूड घेऊन पाकाड्यात लावून मोठ्यानं ओरडत होती. पाकाड्याचा पाला पेट घेत होता. पाण्याच्या घागरी- बिंदगं- मोकळं व्हायला लागलं. कोण कुणाशी बोलतंय कळत नव्हतं. वडरवाडी, मांगोडा फुटून आला होता. पळाऽऽ पळाऽऽ घात झालाऽऽ एवढाच आवाज घुमत होता.

पेटत चाललेलं निम्मं पाकाडं मोडून खाली पाडलं. शेजारची घरं वाचली. फक्त विझलेल्या आगीचा धूर सर्वत्र भरला होता. कमळी पुन्हा एकाएकी उसळली. किंचाळत खोपटात पळाय लागली. तिला अंगावरच्या लुगड्याची शुध्द नव्हती. दोघी- तिघी बायका धावल्या. कमळीला दडपून धरलं.

'सोडाऽऽ गंऽऽ सोडाऽऽ त्या भाड्यानं बाटीवलंय मला. सोडाऽऽ भाड्याऽऽ सगळं सरळ करतो म्हणला. पोरीचं लगीन झालं की सगळं बघतो म्हणला आणी पश्यार झालाऽऽ'

ती बडबडत होती. गर्दी तिच्याकडं आवाक् होऊन बघत होती. थळूआज्जा कबीरजवळ आला. खांद्यावर हात ठेवत म्हणाला,

'कबरू, ह्ये आसं व्हयाचंच व्हतं!'

तो काहीच बोलला नाही. त्यानं थळबाचा चेहरा निरखून बघितला. पापणीच्या कडा ओलावल्या होत्या. आवंढा गळ्यात आला होता. कबीर गर्रकन वळला. तळ्याकडच्या बाजूला झपाझप चालाय लागला...

'मालक, कुठंतरी घ्या कामाला. काय निबवणा झालंय. बिराड तर खुळ्यापिस्यागत कराय लागलंय. काय करू?' जानबा म्हार विव्हळतच गज्या मुळकाच्या दारात थांबला.

'जा की रंऽऽ शेडबाळ्याकडं! आत्ता गावची आठवण आली? रांडच्यानुऽऽ आमाला कचेरीची पायरी दाकीवल्यासा तवा? आनी आत्ता आमच्या उंबऱ्याला का?' गज्या मुळीक भडकला.

'श्यान खाल्लं मालक. डोकच्यात खुळ गेलं. गू खाल्ला. त्येनंच ह्ये वाट्याला आलंय. मालक, पोरं कलच्यान उपाशी हाईत. परगावाला जायाला तकवा न्हाई. पसामुठ सांच्याला दिल्यासा तर चूल पेटंल. तुमच्या नावावर पोरं खातील.' जानबा घायकुतीला आला.

'तुमची पोरं आमच्या खादीवर जगीव आनी उद्या तीच आमच्या नरडीवर बसत्यात. काय म्हणंऽऽ मातीत घालताव. आमी काय घोडं मारलंत रंऽऽ तुमचं? आमाला मातीत घालाय उठल्यात्यासाऽऽ? आनी मरणासा का आता तुमी? जा बघू पयला दारातनं जा' मुळीक वैतागला.

'न्हाई मालक, तुमच्या हुंबऱ्यावर जीव जाऊ देऽऽ माराऽऽ तोडाऽऽ खरंऽऽ पोरास्नी तुकडा द्याला' म्हणत जानबानं उंबऱ्यावर डोकं टेकलं. मुळीक कावून आत गेला. थोड्या वेळानं जानबाकडं बघितलं. होता तिथंच, होता तसाच. मुळकानं त्याला उठवलं. आत जाऊन मालकिनीला भाकरी घालाय सांगितली. 'मळ्याकडं जा आत्ता' म्हणतच शिवी हासडली. जानबा म्हाराच्या डोळ्यातलं आटलेलं पाणी पुन्हा घळघळाय लागलं.

'बाबाऽऽ कबरा! आता तू तरी बघ लेकरा काय त्ये.'

आक्कव्वा खोपटात येऊन कबीरजवळ बसतच म्हणाली. तिच्या तोंडावर कसली ती रया नव्हती. वाघिणीगत बाई नुसत्या धास्तीनं वाकून आली होती. तिच्याकडं बघून कबीर गलबलला. तो न बोलताच बसून राहिला.

'लेकरा, तुबी राग धरलास तर कसं व्हयाचं? त्यो करजाचा फास गळ्याला लागलाय. मालकाला चावडीत बलवून न्हेलं तवा व्हतास म्हण की तूबी' आक्कवा कबीरसमोर कोसळली. कबीरनं तिला उठवून समजावीत सरळ बसवलं.

'ह्यातनं काय निगंल व्हय गाऽऽ काय करायचं? घरदार घातलं तरबी डोंगर फिटणार न्हाई. वाद्यानं आसा कसा घात केला रंऽऽ म्हणत आक्कवा ऊर बडवून घ्यायला लागली. इतका वेळ गप्प बघत बसलेली गंगव्वा तिच्या जवळ येतच थोपटाय लागली. कबीरला शब्द फुटेना. खोटं आवसान आणतच तो म्हणाला,

'काकूऽऽ चाललंय. कायतरी वाट निघंलच. धीर धर.'

'ह्ये मला सांगू नको लेकरा. त्यो हातरुणाला उसलाय त्येला सांगऽऽ तुज्या नावाचा जप कराय लागलाय. लेकरा, जरा दोन पावलं चल. घरात दाना न्हाई. ह्यो असा डसलाय. मी कसा तग धरायचा? लेकरा, तूच तोंडात पाणी घातलास तर- न्हाईतर जगून उपेग न्हाई' आक्कवाला बोलता बोलता पुन्हा हुंदका दाटला. कबीरच्या डोळ्यांना अंधारी आली. तो तडफडून उठतच पाण्याच्या डेऱ्याजवळ गेला.

डेप्युटी गोपाळाला चढलेला ताप उतरायला तयार नव्हता. चार इंजेक्शन करून आणली होती. डॉक्टरांच्या म्हणण्यानुसार काळजी करण्यासारखं काहीच दिसत नव्हतं. घरात बायकांनी धीर सोडल्यामुळं कबीरनं स्वतः जाऊन डेप्युटीच्या पुण्याला असणाऱ्या पोराला- मनूला तारा केल्या होत्या. आठ दिवस झाले तरी त्याचा यायचा पत्ता नव्हता. कबीर नेहमी सवड मिळाली की जाऊन डेप्युटीला धीर देत होता. पण गोपाळा आढ्याला भिडवलेले डोळे हालवत नव्हता की हुंकारण्याशिवाय बोलत नव्हता. कुणाचाच इलाज चालत नव्हता. काय करायचं हेही कळत नव्हतं. कबीरने हात टेकले होते.

मन्या सकाळी पुण्यास्नं आलाय. रात्री जेवनवक्ताला कबीर खोपटात आला तेव्हा सुबऱ्यानं सांगितलं. त्याचं अंग आंबून गेलं होतं. हातपाय धुतल्यावर त्याला थोडं थंड वाटू लागलं. दोन घास ढकलून तो खोपटातून बाहेर पडला. मन्या लुंगी लावून दारात दात कोरत बसला होता. कबीर त्याच्याजवळ जातच म्हणाला,

'कधी आलास?'

'सकाळी आठला.' त्याचं दात कोरणं चालूच होतं.

'सगळीच आला की एकटाच?'

'पोरांच्या शाळा. मग कसं यायला जमतंय. त्यात रजा मिळत नव्हती. आता तर दोनच दिवसाची मिळाली. उद्या गेलं पाहिजे.' मन्या दातातले कण थुंकतच म्हणाला. कबीर काहीच न बोलता बसून राहिला.

'कॉलेज संपलं ना?'

'संपलं की.'

'मग कुठं अर्जबिर्ज?'

'चाललंय.'

'लवकर बघ. ह्या घाणीतून लवकर बाहेर पड. हे काय खरं नाही. आपली लोकं निव्वळ आडाणी. त्यांच्या नादाला लागून आपलं वाटोळं करून घेण्यात अर्थ नाही.' कबीर फक्त ऐकत राहिला. तसा मन्या म्हणाला,

'आता हा कोण शेडबाळ्या? त्याच्या नादानं सगळा इचका करून घेतलाय. आणि आता मला म्हणतात निस्तर. कोण निस्तरणार? ज्यांनी केलंय त्यांनी निस्तराय नको?'

'त्यांना कळत नव्हतं म्हणून घडलंय. मग आपण नाही निस्तरायचं तर कुणी?' कबीर हळूच पुटपुटला.

'काय शेण खात्यात मादरच्योत लेकाचे. ह्यांच्या मैतालासुध्दा फिरकू नये असं वाटतंय. सारखी आपली ह्यांनी घाण करायची आणि आम्ही निस्तरायची. कोण सांगतंय यांना? नाहीत सुधरायची. ह्यांना सोनं दिलं तरी माती करून ठेवतील. ह्यांना लंडनला जरी पाठवली तरी तिथं सुध्दा सगळ्यांना बिघडून टाकून येतील.'

मन्या बोलत होता आणि कबीरचं डोकं हळूहळू चढत होतं.

'तूही त्यांच्यातलाच की- ' कबीर सावध होत म्हणाला.

'त्याचंच वाईट वाटतंय. म्हणून म्हारोड्याचं तोंड बघू नये असं वाटतंय. आणि काय ठेवलंय आता म्हारोड्यात? तू किती जरी मोठा झालास तरी हे लोक तुला म्हारच म्हणणार. निदान शहरात ते तर नाही. आणि म्हारोडा सोडल्याशिवाय आपली प्रगती होत नाही. जग कळत नाही. निदान आपल्या पोराबाळांसाठी तरी म्हारोडा सोडला पाहिजे.' मन्या ठासून सांगत होता. त्याला थांबवतच कबीर म्हणाला,

'तुझ्यासारखंच सगळ्यांनी केलं तर ह्या म्हाताऱ्याकोताऱ्यास्नी बघायचं कोण?'

'कशाला लागतंय बघायला. त्यांची ती जगतात. आणि जेवढ्या लवकर ही मरतील तेवढ्या लवकर आपण मुक्त होऊ. करायची काय असून आणि नसून?

नुसता ताप. ही संपली तरच म्हारोडा संपंल. नाहीतर म्हारोडा आहे तसाच. आता तू सुध्दा थांबू नको इथं. फुक्कट मरशील म्हार म्हणून. त्यापेक्षा पुणं- मुंबई गाठ.'

'म्हणजे काय होईल?'

'अरेऽऽ आपल्याला आता चांगल्या नोकऱ्या मिळू शकतात. सुखानं जगशील. नाही तर इथं काय? सदबा म्हाराचं प्वॉर. च्याआयलाऽऽ भयंकर बेकार. कबराऽऽ लवकर कुठं तरी बघ. इथं राहून मुतात मासळ्या मारण्यात अर्थ नाही.'

कबीरला असह्य व्हायला लागलं. त्यानं स्वतःवर काबू ठेवत विषय बदलावं म्हणून विचारलं.

'आता ह्या कर्जांचं काय करायचं?'

'करायचं काय? आले कोर्टातून तर भरत नाही म्हणायचं. मी तेच सांगतोय बाबाला सक्काळपासून. काय जप्त करून न्हेतात ते न्हीवू देत. सरळ काखा वर करून टाकायच्या. आणि सरकारचं कर्ज एवढं कोण घाईनं वसूल करतंय. हे तर फसवाफसवीचं प्रकरण आहे. आणि आपण दलित आहोत म्हटल्यावर कायदा काय करणार आहे? गप्प जातील सगळी.'

'एवढं सोपं वाटतंय तुला?'

'अरे, वाटतंय नाही. आहेच. तू उगाच बाऊ करून बसलाहेस. ह्यात काही सुध्दा अर्थ नाही. अशी कोटीची कर्ज बुडवली जातात. आणि हे तर पंचवीस- तीस हजार... कोण विचारतो? बँकेची गाडी म्हारोड्यात येऊ द्यायची नाही असं ठरवा. बघा इकडं फिरकतो का कोणी?'

'मग थांब की तूच. आपण तसंच करू.'

'छेऽऽ छेऽऽ गड्या, रजा फार कमी आहे. आणि तुझ्यासारखी तरूण पोरं आहेतच की ते सगळं करायला. आम्ही नोकरदार म्हटल्यावर कायद्याच्या अडचणी असतात. त्या नाहीत कळणार तुला. त्यामुळं मला जावंच लागेल. पण कळवत जा मध्ये मध्ये. काय काय होतंय ते.'

'कळवतो पण पोस्टकार्डाचे पैसे घरात देवून जा गोपाळातात्याकडं'

कबीर उठता उठताच म्हणाला आणि तडक निघाला.

थळबा चावडीच्या पायरीवर हाताची तिट्टी गुडघ्याला घालून गल्लीत नजर रुतवून बसला होता. माणसांची वर्दळ नव्हती. गल्ली लांबलचक मोकळी पडली

होती. अशातच म्हारोड्यातली बाज्या, किसन्या ही पोरं गावातनं म्हारोड्याकडं चाललेली बघून थळबा उठून बसला. त्यानं पोरांना हाळी घातली. तशी पोरं दचकून थळबासमोर आली.

'साळंत जायाला न्हाईसा व्हय रंऽऽ?'

पोरं काहीच बोलली नाहीत. तसा थळबानं आवाज थोडा मऊ केला.

'किसन, बाळाऽऽ साळा न्हाई?'

'हाय खरं, आई नको म्हणली.'

'का रंऽऽ?'

'नगो म्हणतीया'

'कशाबद्दल?'

'म्हायती न्हाई.'

'मग गावात का गेलत्यासा?'

'भाकरी आणल्या.'

'कुणाच्यातनं?'

'शिंद्याच्यातनं.' ऐकता ऐकता

थळबा सुस्कारला. पोरं गप्पगार उभी राहिली.

'मग आता भाकरी खाऊन जावा साळंत.'

पोरं न बोलताच वाटंला लागली. थळबानं गुडघं लांब करून पाय मोकळं केलं.

'मातीत गेला जलोम' तो स्वतःशीच पुटपुटला आणि म्हारोड्याच्या रस्त्याला लागला.

कबीर साळोखे वकिलांच्या ऑफिसमधून बाहेर पडला. सगळीकडे तोच सूर. तोच भुंगा. तिच टेप.

कबीर सैरभैर झाल्यासारखा स्टॅण्डकडे चालला. सायकलची गती बेफाम वाढत होती. रस्ता पळत होता. माणसं पळत होती. इमारती पळत होत्या. सगळं सगळं पळत होतं. कुठं? कुणास ठाऊक.

तो स्टॅण्डजवळ थांबला. समोरच्या हॉटेलात घुसला. तांब्याभर पाणी घटाघट प्याला. हलकं वाटलं. बाहेर आला. पुन्हा सायकल स्टॅण्डवरून काढली. एवढ्यात खांद्यावर थाप पडली. पाठीमागं बल्लाळ. चष्मा सावरत उभा होता. नेहमीसारखाच.

'बल्लाळ, थोडी घाई हाय. जाऊ.'

बल्लाळ दचकला. त्यानं कबीरला थांबवलं. सरळ स्टॅण्डसमोर वडाच्या पारावर बसवलं. म्हणाला,

'हंऽऽ सांग काय झालं?'

'सांगण्यासारखं काहीच नाही उरलं. म्हारोडा बुडाला. शेडबाळेनं बुडवला. माणसं अंथरुणाला डसलीत.'

'हे सगळं बनसोडेनं छापून आणलेल्या बातमीत आहे. पुढं सांग.'

'अरेऽऽ तेच सांगतोय. आमची माणसं खोपटात अंथरुणाला डसून मराय लागलेत. आणि ह्या साल्यानं बातमीत छापून टाकलंय, आता म्हारवाडा आंदोलनाच्या पवित्र्यात. त्यामुळं सगळंच विस्कटलं. साळोखे वकिलानं केस सोडली. तुमच्या आंदोलनात कोण पडणार म्हणाला. नुक्तं कुठं जुळवत आणलं होतं. सगळं विस्कटलं.'

म्हणत कबीर घडलेलं सारं बल्लाळला सांगत बसला. किंचित हलकेपणाची भावना त्याला जाणवू लागली. बल्लाळ त्याला कुठंही न आडवता बोलू देत होता. शेवटी बोलून बोलून कबीर थकला. मग बल्लाळनं त्याला पुन्हा शांत केलं. म्हणाला,

'कबीर, जो तो आपापल्या प्रवृत्ती आणि प्रेरणेप्रमाणे जगत असतो. आणि त्यानं त्यानं तसं जगत जावं. कारण तेवढा एकच पर्याय ज्याच्या- त्याच्याजवळ शिल्लक असतो. शेडबाळे गेला म्हणून बनसोडेला पुन्हा भांडवल मिळालं. तो पुन्हा एखादा मोर्चा काढेल. पुन्हा धरणे. पुन्हा फोटो. पुन्हा प्रसिध्दी. पुन्हा पैसा. ही त्याची गती आहे. तो त्याच्या गतीने जाणारच. आपण त्याला काहीच नाही करू शकत. आणि कशाकरता त्याच्यावर शक्ती खर्च करायची? त्यासाठी आपला जन्म नाही. आपण त्याला सुधारण्याचं किंवा ठार मारण्याचं कॉन्ट्रॅक्ट घेतलेलं नाही. मग विचारच कशाला त्याचा?

आणि मुद्दा उरतो तुझा म्हारवाडा वाचवण्याचा आणि वाचण्याचा. तो वाचेल. जुन्या पुराण्या परंपरेच्या भिंती मोडून सारे उखडून देऊन स्वतःच्या हिमतीवर तगेल. तगणे आणि नव्या रूपात तरारूण येणे हा तर आपल्या कृषी संस्कृतीचा अद्वितीय

वारसा आहे. आणि म्हारवाडा मातीला जवळचा आहे. वास्तविक तुमच्या तमाम नेत्यांनी हेच पहिल्यांदा ध्यानात घ्यायला हवं होतं की हा देश खेड्यांचा आहे आणि म्हारवाड्याची सगळी मुळं खेड्यातल्या जमिनीत आहेत. तेच विसरले सगळे आणि बोलत राहिले. मध्यमवर्गीय ब्राम्हणी क्रांतीचे जाहीरनामे, मग घोषणा, मोर्चे, उपोषणं आणि वळवळ. चळवळ. सगळं शहरातल्या रस्त्यावर आणि वर्तमानपत्रातल्या कागदावर. त्यांचा कधी संबंधच आला नाही तुझ्या म्हारवाड्याशी. वास्तविक ते इथलेच. पण शहरात पडले. कवितातून रडले. मग त्यांचेही मध्यमवर्गीय होणे अटळ होते. ते त्यांना लाभलेल्या गतीने होत गेले. आणि मगच झाला तुझ्या या नव्या दुःखाचा जन्म!

तुला माहितीय, बाबासाहेबांनी बुद्धाची दुःख ही कल्पना शोषण म्हणून स्वीकारलेली होती. त्यांनी दुःख म्हणजे शोषण हा विचार स्वीकारला म्हणूनच ते जीवनाच्या पलीकडे बघू शकले. पण त्यांना समजून घेणेही पुढे नाही घडू शकले. मग तुझं कशाला हे रडणं, ओरडणं, बधिर होणं, भटकणं आणि आपल्याला आता काहीच उरलं नाही म्हणून झुरत बसणं. मला हे सारंच निरर्थक आणि भंपक वाटतं. भंपक. आणि ह्या भंपकपणातून बाहेर पड. आपला जन्म भंपकपणाच्या कोषात जगण्यासाठी नाही.'

'चल, येवढं ऐकल्याबद्दल चहा देतो चल.' म्हणत बल्लाळनं त्याला उठवलं ते हॉटेलकडं चालू लागले....

दुपारीच कबीर म्हारवाड्यात परतला. सायकल खोपटाच्या कुडाला उभा केली. एकदम अंधारून आलं. त्याला वाटलं, आपल्याच डोळ्यासमोर अंधार आला. म्हणून त्यानं डोळे चोळले. पुन्हा उघडले. तर पुन्हा जास्तच अंधारून आलं. मग थोड्या वेळानं त्याची पापणीच उचलणं त्याला अशक्य झालं. शरीरातून शक्तीच नाहीशी झाली. मग तो कुडाच्या मेढीला टेकला. पुढं काय झालं- त्याचं त्यालाही कळलं नाही.

ooo